AF748186

ಸರೋಜಿನಿ ಪಡಸಲಗಿ

ಸರೋಜಿನಿ ಪಡಸಲಗಿ, ಮೂಲತಃ ಬೆಳಗಾವಿ ಜಿಲ್ಲೆಯ ಹುಕ್ಕೇರಿಯವರು. ಮದುವೆಯಾದ ಮೇಲೆ ಧಾರವಾಡದವರಾದರೂ ಈಗ ಬೆಂಗಳೂರು ವಾಸಿ. ಪದವೀಧರೆ, ಗೃಹಿಣಿ. ಮೊದಲಿನಿಂದಲೂ ಸಂಗೀತದ ಹುಚ್ಚು ವಿಪರೀತ. ಯಾವುದೇ ಪದ ಸಿಕ್ಕರೂ ಅದನ್ನು ಸಂಯೋಜಿಸಿ ಹಾಡುವ ಅತೀವ ಆಸಕ್ತಿ. ಕ್ರಮೇಣ ಅದು ಭಾವಗೀತೆಗಳನ್ನು ಸ್ವಂತವಾಗಿ ಬರೆದು ಸಂಯೋಜಿಸಿ ಹಾಡುವತ್ತ ಕರೆದೊಯ್ದಿತು.

ಎರಡು ಕವನ ಸಂಕಲನಗಳು ಪ್ರಕಟವಾಗಿವೆ – 'ಮೌನ ಮಾತಾದಾಗ' ಮತ್ತು 'ದೂರ ತೀರದ ಕರೆ'. ಇನ್ನೊಂದು ಸಂಕಲನ 'ಹಳವಂಡ' ಹಾಗೂ ಅವರೇ ರಚಿಸಿದ ಸಂಪ್ರದಾಯದ ಹಾಡುಗಳ ಸಂಕಲನ 'ತಾಯಿ–ಮಗು' ಅಚ್ಚಿನಲ್ಲಿವೆ. ಈ ಸಂಪ್ರದಾಯದ ಹಾಡುಗಳು 18 ಕಂತುಗಳಲ್ಲಿ 'ರೇಡಿಯೋ ಗಿರ್ಮಿಟ್'ನಲ್ಲಿ ಪ್ರಸಾರ ಆಗಿವೆ. ಆಕಾಶವಾಣಿ ಬೆಂಗಳೂರು ಹಾಗೂ ಧಾರವಾಡದಿಂದಲೂ ಸಂದರ್ಶನದೊಂದಿಗೆ ಪ್ರಸಾರ ಆಗಿವೆ.

'ಅವಧಿ'ಯ (avadhimag.in) ಬರಹಗಾರ್ತಿಯೂ ಹೌದು. ಸಣ್ಣ ಕಥೆ, ಪ್ರಬಂಧಗಳು, ವಿಮರ್ಶೆಗಳ ಲೇಖನಗಳೂ ಪ್ರಕಟವಾಗಿವೆ. 'ಡಾಕ್ಟರ್ ಹೆಂಡತಿ' ಆಗಿ ಅಪಾರ ಅನುಭವಗಳ ಭಂಡಾರವೇ ಉಂಟು. ಅದರಲ್ಲಿ ಕೆಲವು ಈ ಕೃತಿಯಾಗಿ ಹೊರಬಂದಿವೆ.

ಡಾಕ್ಟರ್ ಹೆಂಡತಿ

ಇದು ಮರೆಯಲಾಗದ ಕಥನ

ಸರೋಜಿನಿ ಪಡಸಲಗಿ

ಬಹುರೂಪಿ

ನಂ 1, ನಾಕು ತಂತಿ, ಆರ್ ಎಂ ವಿ ಸೆಕೆಂಡ್ ಸ್ಟೇಜ್

ಉಡುಪಿ ಗಾರ್ಡನ್ ಹೋಟೆಲ್ ಎದುರು

ಸಂಜಯನಗರ, ಬೆಂಗಳೂರು 560 094

ದೂರವಾಣಿ: 70191 82729.

48

DOCTOR HENDATI-
A collection of memoirs of the life of a government doctor's wife **SAROJINI PADASALAGI**

Sarojini Padasalagi
spadasalgi60@gmail.com

Published By
Bahuroopi
No 1, Naaku Tanti, RMV Second Stage
Opp Udupi Garden Hotel
Sanjayanagar, Bangalore 560 094

editor@bahuroopi.in | Mobile: 70191 82729

online book store: **bahuroopi.in**

Whats App Bookstore: **70191 82729**

ISBN: 978-81-956152-8-5
First Edition: February 2022
Pages: 144 | Price: Rs.180

Cover and Inside Design: **Sagar M S**

Produced by
Bahuroopi Designs and Prints
Bangalore
99454 40841

ದಡಗಳ ಹಂಗಿಲ್ಲದ ಸಮಸ್ತ
ವೈದ್ಯ ಪತ್ನಿಯರ ಕಕ್ಕುಲತೆಗೆ,

ಸಮಯದ ಹಂಗಿಲ್ಲದ ಸಮಸ್ತ
ವೈದ್ಯ ವೃಂದದ ಸೇವೆಗೆ

ಈ ಕೃತಿ

ಅದಕ್ಯಾವ ಹೆಸರು...

ಈ ಜೀವನ ಒಂದು ಅನುಭವಗಳ ರಂಗಸಾಲೆ. ಅದರಲ್ಲಿ ಎರಡು ಮಾತು ಇಲ್ಲವೇ ಇಲ್ಲ. ಆದರೆ ಒಬ್ಬ ವೈದ್ಯನ ಪತ್ನಿಯಾಗಿ ಜೀವನದುದ್ದಕ್ಕೂ ಕಂಡುಂಡ ಅನುಭವಗಳ ಜಗವೇ ಬೇರೆ ಎನ್ನಿಸುವಷ್ಟು ವಿಭಿನ್ನ, ವಿಶಿಷ್ಟ ನನ್ನವು. ಹೆಜ್ಜೆ ಹೆಜ್ಜೆಗೂ ಬೇರೆ ಬೇರೆ ಅನುಭವ. ಪ್ರತಿಯೊಂದರಲ್ಲೂ ಒಂದು ಕಲಿಕೆ, ಒಂದು ತಿಳುವಳಿಕೆ, ವಿಚಿತ್ರ ಅನುಭೂತಿ; ಜೊತೆಗೆ ಅವೆಲ್ಲ ಸೇರಿ ಬೇರೆಯದೇ ಆದ ಸಮ್ಮಿಶ್ರ ಭಾವ, ರಾಗದ ಸಂಗೀತ!

ವೈದ್ಯ ವೃತ್ತಿಯದೇ ಬೇರೆ ರೂಪು, ಬೇರೆ ರಂಗು. ವೈದ್ಯರಾದ ಅವರು ತಮ್ಮ ಕರ್ತವ್ಯದಲ್ಲಿ ನಿರತರಾಗಿರುವಾಗ, ಅವರ ಹೆಂಡತಿಗೆ ಅಲ್ಲೊಂದು ಬೇರೆಯದೇ ಲೋಕ ನಿರ್ಮಾಣ ಆಗಿರತದೆ. ಹಾಗೇ ನಾನೂ ಗೊತ್ತೇ ಆಗದಂತೆ ಹೇಗೋ ನನ್ನ ಪತಿಯ, ಅದೇ ಆ ವೈದ್ಯ ಲೋಕದಲ್ಲಿ ಒಂದಾಗಿ ಹೋಗಿ ಬಿಟ್ಟಿದ್ದೆ; ಅದೂ ವಿಶೇಷವಾಗಿ ಅತೀ ಹತ್ತಿರದ ಸಂಬಂಧಗಳು ಬರುವ ಹಳ್ಳಿಗಳೇ ನನ್ನವರ ಸೇವಾ ಕ್ಷೇತ್ರವಾಗಿರೋದ್ರಿಂದ, ಅದು ನನ್ನದೇ ಕಾರ್ಯಕ್ಷೇತ್ರ ಅನ್ನುವಷ್ಟರ ಮಟ್ಟಿಗೆ ಗಾಢವಾಗಿ ನನ್ನ ನಿತ್ಯದ ಬದುಕಿನಲ್ಲಿ ಹಾಸಿ ಹರಡಿ ಹೋಗಿ ಬಿಟ್ಟಿತ್ತು. ನನಗೆ ಸಂಬಂಧವಿಲ್ಲದ್ದು ಎಂಬುದು ಅರಿವಿಗೂ ಬರದಂತೆ ನಾ ಮುಳುಗಿ ಹೋಗಿದ್ದೆ ಅದರಲ್ಲಿ. ಅದಕ್ಯಾವ ಹೆಸರು ಎಂಬುದು ನನಗೆ ಇಂದಿಗೂ ತಿಳಿದಿಲ್ಲ.

ಅಲ್ಲಿಯೇ ಎಷ್ಟೋ ಸಲ ನಕ್ಕಿದ್ದೇನೆ, ಅತ್ತಿದ್ದೇನೆ, ದಾರಿ ಕಾಣದೆ ದಿಗ್ಮೂಢಳಾಗಿದ್ದೇನೆ; ಅರಿವಿದ್ದರೂ ಬೇರೆ ದಾರಿಯಿಲ್ಲದೆ ನಮ್ಮ ಮಕ್ಕಳನ್ನೂ ನಮ್ಮೊಂದಿಗೆ ನಲುಗಿಸಿ ಬಳಲಿಸಿದ್ದೇವೆ. ಅದೆಷ್ಟೋ ಕಷ್ಟಕರ ಪರಿಸ್ಥಿತಿಗಳಲ್ಲಿ ಈಜಿ ಪಾರಾಗಿದ್ದೇವೆ. ಮಕ್ಕಳನ್ನು ಒಳ್ಳೆಯ ಅವಕಾಶಗಳಿಂದ ವಂಚಿತರಾಗಿಸಿದ್ದೇವೆ. ಇವೆಲ್ಲ ಒಮ್ಮೊಮ್ಮೆ ಒಟ್ಟಾಗಿ ನನ್ನ ಮುತ್ತಿ, ನನ್ನನ್ನೇ ನಾನು ಪ್ರಶ್ನಿಸಿಕೊಳ್ಳುವಂತೆ ಮಾಡಿರುವುದರಲ್ಲಿ ಸಂದೇಹವೇ ಇಲ್ಲ. ಈ ಲೆಕ್ಕಾಚಾರದ ಗಲಾಟೆ ಈಗೀಗ ಹೆಚ್ಚಾಗಿ, ಯಾಕೆ ಈ ಅನುಭವಗಳ ಚಿತ್ರ ಕಥನಕ್ಕೊಂದು ಅಕ್ಷರ ಶಬ್ದರೂಪ ಕೊಟ್ಟು ಎಲ್ಲರ ಮುಂದಿಡಬಾರದು ಅನ್ನೋ ಪ್ರಶ್ನೆ ಕಾಡಲಾರಂಭಿಸಿದಾಗ ಶುರು ಮಾಡಿಯೇ ಬಿಟ್ಟೆ. 'ಅವಧಿ'–avadhimag.in ಯಲ್ಲಿ ಸರಣಿ ರೂಪದಲ್ಲಿ ಪ್ರಕಟವೂ ಆಗಿ ಒಳ್ಳೇ ಪ್ರತಿಕ್ರಿಯೆಯೂ ಸಿಕ್ತು. ಆಗ ತಾವೂ ವೈದ್ಯಪತ್ನಿಯಾಗಿದ್ದ ಶ್ರೀಮತಿ ಲಲಿತಮ್ಮ ಡಾ. ಚಂದ್ರಶೇಖರ ಅವರು ಪ್ರತಿ ಕಂತನ್ನೂ ಅತೀವ ಆಸಕ್ತಿಯಿಂದ ಓದಿ, ನನ್ನಿಂದಲೂ ಓದಿಸಿ ಕೇಳಿ ಖುಷಿ ಪಟ್ಟಿದ್ದು ನನಗೆ ಸ್ಫೂರ್ತಿ ಆದದ್ದರಲ್ಲಿ ಸಂಶಯವಿಲ್ಲ. "ಸರೋಜಿನಿ, ಇದು ಪುಸ್ತಕ ರೂಪದಲ್ಲಿ ಬರಲೇಬೇಕು ಸರೋಜಿನಿ; ಎಲ್ಲರಿಗೂ ಇದು ತಲುಪಬೇಕು" ಎಂಬ ಅವರ ಪ್ರೀತಿ ಪೂರ್ವಕ ಒತ್ತಾಯ ಒತ್ತಾಸೆಯೇ ನನ್ನಲ್ಲೂ ಆ ಆಸೆಯನ್ನು ಬಿತ್ತಿ ಬೆಳೆಯಿಸಿತು. ಅದರ ಫಲವೇ 'ಬಹುರೂಪಿ'ಯವರು ಮುದ್ದಾಗಿ ಮುದ್ರಿಸಿ ಹೊರತಂದ ಈ ಪುಸ್ತಕ– **'ಡಾಕ್ಟರ್ ಹೆಂಡತಿ'**

ಈ ನನ್ನ ಅನುಭವ ಕಥನ ನಾನು, ನನ್ನ ಮಕ್ಕಳು, ಪತಿ ಎಲ್ಲರೂ ಹೇಗೆ ಎದುರಿಸಿ ಅನುಭವಿಸಿದೆವೋ, ಹಾಗೇ ಯಥಾವತ್ತಾಗಿ ಇಲ್ಲಿ ಇಳಿದು ಬಂದಿದೆ. ನಾ ರೋಗಿಗಳ ಬಗ್ಗೆ ಬರೀವಾಗ ಒಮ್ಮೊಮ್ಮೆ ಓದುಗರ ಮನಸ್ಸಿನಲ್ಲಿ ಈ ಪ್ರಶ್ನೆ ಮೂಡಬಹುದು; ಸಹಜವೂ ಹೌದು. "ರೋಗಿಗಳ ವಿಚಾರ ಇವರಿಗೇನು ಸಂಬಂಧ ಪಡ್ತದ? ಅದು ಡಾಕ್ಟ್ರ ಕೆಲಸ" ಅಂತ. ಆದರೆ ಹಳ್ಳಿಗಳಲ್ಲಿನ ಪರಿಸ್ಥಿತಿ, ಸಂದರ್ಭಗಳು ಹಾಗಿರುವುದಿಲ್ಲ. ಅದರಲ್ಲೂ ಪಟ್ಟಣವಾಸಿಗಳಿಗೆ ಅಥವಾ ಆ ಕ್ಷೇತ್ರದ ಹೊರಗಿರುವವರಿಗೆ ಅದರ ಅರಿವಾಗೋದೂ ಕಷ್ಟ. ನಾವಿರುವ ಹಳ್ಳಿಗಳಲ್ಲಿ ಮನೆಗೂ ದವಾಖಾನೆಗೂ ವ್ಯತ್ಯಾಸವೇ ತಿಳೀತಿರಲಿಲ್ಲ. ಹೀಗಾಗಿ ನಾನೂ ಅದರಲ್ಲಿ ಒಂದಾಗಿ ಹೋಗಿ ಬಿಟ್ಟಿದ್ದೆ. ಇದು ನನಗೆ ಸಂಬಂಧವಿಲ್ಲದ್ದು ಅಂತ ಎಂದೂ ನನಗೆ ಅನಿಸಲೇ ಇಲ್ಲ; ಹಾಗೆ ಇರತಿತ್ತು ಆ ರೋಗಿಗಳು ನಮ್ಮೊಂದಿಗೆ ಹಂಚಿಕೊಳ್ಳುವ, ಆಪ್ತವಾಗುವ ರೀತಿ.

ಆ ಕಹಿಯನ್ನು ಮರೆಸುವ ಅನುಭವಗಳುಂಟು; ನಾವೇ ಕಂಡುಕೊಂಡದ್ದು! ಹೀಗೇ ಅಸಂಖ್ಯ ಕಹಿ ಸಿಹಿ ಅನುಭವಗಳು. ಕೆಲವನ್ನಾದರೂ ಹಂಚಿಕೊಂಡು ಹಗುರಾಗ ಬೇಕೆಂಬ ಭಾವವೇ ಇದನ್ನು ಬರೆಯಲು ಪ್ರೇರಣೆ ಅನಕೋತೀನಿ. ವಾಸ್ತವ ಕಟು ಸತ್ಯವಾದರೂ ಹೇಳಿದ್ದರಲ್ಲಿ ಕಾಠಿಣ್ಯ ಕಂಡರೆ ಕ್ಷಮೆ ಇರಲಿ.

ಈ ಅನುಭವಗಳ ಕಾರಣಕರ್ತರೇ ಆದ ನನ್ನ ಪತಿ ಡಾ.ಸುರೇಶ ಅವರ ಸಹಕಾರ ಈ ಬರವಣಿಗೆಯಲ್ಲಿ ಮುಖ್ಯ ಪಾತ್ರ ವಹಿಸ್ತದೆ ಅಂದರೆ ಖಂಡಿತಾ ತಪ್ಪಿಲ್ಲ. ಪ್ರತಿಯೊಂದು ಅಧ್ಯಾಯವನ್ನೂ ಆಸಕ್ತಿಯಿಂದ ಎರಡು ಮೂರು ಬಾರಿ ಓದಿಸಿ ಕೇಳಿ ಅಗತ್ಯವಾದ ಮಾಹಿತಿ ಕೊಡ್ತಿದ್ದದ್ದು ತುಂಬ ಸಹಾಯಕ ಆಯ್ತು. ಹಾಗೇ ತಾವೂ ಆ ಗುಂಗಿನಲ್ಲಿ ಮುಳುಗಿ ಹೋಗ್ತಿದ್ದದ್ದು ವಿಶೇಷ ಉತ್ಸಾಹ ತುಂಬ್ತು ನಂಗೆ. ಮಕ್ಕಳು, ಸೊಸೆಯಂದಿರು, ತಾವೂ ಡಾಕ್ಟ್ರೇ ಆದ ಅಳಿಯ ಎಲ್ಲರದೂ ಅದೇ ಆಸ್ಥೆ, ಆಸಕ್ತಿ. ಮೊಮ್ಮಕ್ಕಳು ಬೆರಗಿನಿಂದ ಕಣ್ಣು ಅರಳಿಸಿದಾಗ ಎದೆ ತುಂಬಿ ಬಂದ ಅನುಭವ!

ಕಾಲ ಕಾಲಕ್ಕೆ ತಕ್ಕ ಸಲಹೆ, ಸೂಚನೆ ನೀಡುತ್ತಿದ್ದ ನನ್ನ ತಮ್ಮ ಪ್ರಮೋದ ಮುತಾಲಿಕನ ಸಹಾಯ, ಬೆಂಬಲ ಮರೆಯಲಾರೆ. ಹಾಗೇ ನನ್ನೆಲ್ಲ ಸಹೋದರರು, ಸಹೋದರಿ ಯರಿಗೆ; ಅತ್ತಿಗೆಯರಿಗೆ ಕೃತಜ್ಞಳು ನಾನು.

ಪ್ರತಿ ಅಂಕವನ್ನು ಬರೆದು ಕಳಿಸಿದಾಗ ಆಸಕ್ತಿ, ಕಾಳಜಿಯಿಂದ ಓದಿ ಅಲ್ಲಲ್ಲಿದ್ದ ತಪ್ಪುಗಳನ್ನು ತಿದ್ದಿ, ತಮ್ಮ ಸಲಹೆಗಳನ್ನು ನೀಡುತ್ತಿದ್ದ ಡಾ.ಶ್ರೀವತ್ಸ ದೇಸಾಯಿಯವರನ್ನು ನೆನೆಯದಿರಲಾರೆ. ಹಾಗೇ ನನ್ನ ಸ್ನೇಹಿತೆ, ಸಾಹಿತಿ ವಾಸಂತಿ ನಾಯಕ ಹಾಗೂ ಅವರ ಪತಿ ಪ್ರಭಾಕರ ನಾಯಕ ಅವರು ನಾ ಯಾವಾಗ ಓದಿ ತೋರಿಸಿದ್ರೂ ಕೇಳಲು ತಯಾರು. ಅದ ಹೇಗೆ ಮರೆಯಲಿ?

ಆ ನನ್ನ ಹೊರಹೊಮ್ಮಿದ ಕೆಲವು ಅನುಭವಗಳಾದರೂ ನಿಮ್ಮ ಮುಂದೆ ಪುಸ್ತಕ ರೂಪದಲ್ಲಿವೆ. ಅದರ ಪ್ರಮುಖ ರೂವಾರಿ ಬಹುರೂಪಿ ಪ್ರಕಾಶನ, 'ಅವಧಿ'- avadhimag.in ಸಂಪಾದಕರಾದ ಜಿ.ಎನ್. ಮೋಹನ್ ಸರ್ ಅವರು ಅಂತ ಹೇಳೋದು ನನಗೆ ಹೆಮ್ಮೆ. ಅವರು ಈ ಪುಸ್ತಕ ಹೊರತರಲು ಮುಂದಾದಾಗ ನನ್ನ ಖುಷಿಗೆ ಪಾರವೇ ಇರಲಿಲ್ಲ.

ಅಷ್ಟೇ ಪ್ರೀತಿಯಿಂದ ಮುದ್ದಾಗಿ ಮುನ್ನುಡಿ ಬರೆದ ಸತೀಶ ಕುಲಕರ್ಣಿ ಅವರಿಗೆ ಅನೇಕ ಧನ್ಯವಾದಗಳು.

ಈಗ ನನ್ನ ಪ್ರೀತಿಯ ಓದುಗ ಬಳಗವೇ ಇದೋ ನಿಮ್ಮ ಮುಂದಿದೆ, "ಡಾಕ್ಟರ್ ಹೆಂಡತಿ"; ನನ್ನ ಅನುಭವ ಕಥನ. ನೀವೂ ಇದನ್ನು ಪ್ರೀತಿಯಿಂದ ನಿಮ್ಮದಾಗಿಸಿ ಕೊಳ್ತೀರಿ ಅನ್ನೋ ನಂಬಿಕೆ ನನಗೆ.

ಸರೋಜಿನಿ ಪಡಸಲಗಿ

ನನ್ನವರಲ್ಲದ ನನ್ನವರ ಆತ್ಮವೃತ್ತಾಂತ

'ಜೀವನ ರಂಗು ರಂಗಿನ ಅನುಭವಗಳ ರಂಗಸಾಲೆ. ಒಂದೊಂದಕ್ಕೆ ಒಂದೊಂದು ವಿಶಿಷ್ಟತೆ. ತಮ್ಮದೇ ಆದ ರೂಪ ಆಕಾರ. ಅವುಗಳ ಆಟ ನೋಟನೂ ಅಷ್ಟೆ; ಒಂದು ನಗಿಸಿದರೆ, ಮತ್ತೊಂದುದು ಅಳಿಸೋದು, ಇನ್ನೊಂದು ಬೇಜಾರಿನ ದಪ್ಪ ಹೊದಿಕೆಯಡಿ ಹುದಗಿಸೋದು. ಇನ್ನು ಕೆಲವು ನಮ್ಮಂತರಂಗವನ್ನೇ ಬಗೆದು ಒರೆಗೆ ಹಚ್ಚಿ ಸರಿ ತಪ್ಪುಗಳ ಲೆಕ್ಕಾಚಾರದಲ್ಲೇ ಮುಳುಗಿಸಿ ತಾವು ಹಾಯಾಗಿ ಒರಗೋದು. ಇವೆಲ್ಲವುಗಳ ಒಟ್ಟು ಮೊತ್ತವೇ ಈ ಬದುಕು ಅಲ್ವಾ' ?

ಶ್ರೀಮತಿ ಸರೋಜಿನಿ ಪಡಸಲಗಿ ಅವರ 'ಡಾಕ್ಟರ್ ಹೆಂಡತಿ' ಕೃತಿಯ ಕೊನೆಯ ಭಾಗದಲ್ಲಿ ಬರುವ ಸಾಲುಗಳಿವು. ತಮ್ಮೊಟ್ಟ ಅನುಭವಗಳ ಮನನ, ಮಂಥನ, ಮರು ಅವಲೋಕನಗಳ ಮಾತುಗಳಿವು.

ಅವಧಿ–avadhimag.in ವೆಬ್‌ತಾಣದಲ್ಲಿ ಈ ಮೊದಲು ಲೇಖಕಿಯ ಈ ಕಟ್ಟುಗಳನ್ನು ಓದಿದ್ದೆ. ಸಹಜ ಶೈಲಿಯಲ್ಲಿ ಬರೆದ ಲೇಖಕಿಯ ಜೀವನ ವೃತ್ತಾಂತಗಳಿವು. ಯಾವ ಬಂಧ ನಿರ್ಬಂಧವಿಲ್ಲದ ಕಾಲು ದಾರಿಬದಿಯ ಹೂ ಕಂಟಿಗಳ ಸಾಲಿನಂತೆ ಸೆಳೆಯುವ ಬರವಣಿಗೆ. ಇಲ್ಲಿ ಲೇಖಕಿಯ ವೈದ್ಯ ಪತಿಯೇ ಕೃತಿಯ ಕೇಂದ್ರ. ತನ್ಮೂಲಕ ಹೆಣ್‌ಕಣ್ಣಿನ ಮೂಲಕ ಕಂಡ ಜೀವನಾನುಭವಗಳು.

ಶ್ರೀಮತಿ ಸರೋಜಿನಿ ಅವರನ್ನಾಗಲಿ, ಡಾ.ಸುರೇಶರನ್ನಾಗಲಿ ಈವರೆಗೆ ನಾನು ನೋಡಿಲ್ಲ. ಅವರ ಸಹಜ ಬರವಣಿಗೆಯೇ ನಮ್ಮ ನಡುವಿರುವ ಬಾಂಧವ್ಯ. ಕೆಲವು ಕವಿತೆಗಳನ್ನು ಓದಿದ್ದೇನೆ. ಆಕಾಶವಾಣಿಯಲ್ಲಿ ಅವರು ಹಾಡಿದ ಸ್ವರಚಿತ ಹಾಡುಗಳನ್ನು ಕೇಳಿದ್ದೇನೆ. ಈಗ ಆಕಸ್ಮಿಕವಾಗಿ ಮುನ್ನುಡಿ ಬರೆಯುವ ಅವಕಾಶ ಸಿಕ್ಕಿದೆ. ಮೌನ

ಮಾತಾದಾಗ, ದೂರ ತೀರದ ಕರೆ ಕವನಸಂಕಲನಗಳನ್ನು ಪ್ರಕಟಿಸಿರುವ ಲೇಖಕಿಯ ಸಹೃದಯತೆಗೆ ಮೊದಲು ಕೃತಜ್ಞತೆ ಹೇಳುವೆ.

'ಡಾಕ್ಟರ್ ಹೆಂಡತಿ' – ಶೀರ್ಷಿಕೆ ಓದಿದಾಗ ಮೊದಲು ನೆನಪಾದದ್ದು ಡಾ.ಸ.ಜ. ನಾಗಲೋಟಿಮಠರ 'ಬಿಚ್ಚಿದ ಜೋಳಿಗೆ' ಎಂಬ ಆತ್ಮಕಥನ. ಆನಂತರದಲ್ಲಿ ಸುನಂದ ಬೆಳಗಾಂವಕರ ಅವರ 'ಕಜ್ಜಾಯ', ಶ್ರೀನಿವಾಸ ವೈದ್ಯರ 'ಇನ್ನೊಂದು ಸಂತೆ' ಕೃತಿಗಳು. ಧಾರವಾಡ ನೆಲದ ಹಾಸು ಬೀಸುಗಳ ಅವರ ಭಾಷೆ ಅನುಭವಗಳು, ಪ್ರಸ್ತುತ ಕೃತಿಗೆ ಭಾವ ಸೇತು ಕಟ್ಟಬಹುದೇನೊ.

ಇಲ್ಲಿ ಬರುವ ಬಂಕಾಪುರ, ತಿಳವಳ್ಳಿ, ಹಾನಗಲ್ಲ, ಸವಣೂರು ಇವೆಲ್ಲ ಊರುಗಳು ಈಗ ನಾನಿರುವ ಹಾವೇರಿಯ ಆಸು ಪಾಸಿನವು. ಇವೇ ಗಾಳಿ ಬೆಳಕಲ್ಲಿ ಸದಾ ಉಸುರುವ ನನಗೆ, ಇವು ನನ್ನವೇ ಅನ್ನಿಸಿದವು. ಒಳ ಹುದುಗಿದ ಬೆಚ್ಚನೆಯ ಭಾವಗಳು ಕಾವು ಪಡೆದವು. ವಿಶೇಷವಾಗಿ ಸವಣೂರಿನ ನೆನಪು ಮತ್ತು ವ್ಯಾಮೋಹ ಮತ್ತೆ ಮತ್ತೆ ಕಾಡಿತು. ಕಾರಣ ಹಿಂದೂ, ಮುಸ್ಲಿಂರೇ ಹೆಚ್ಚಿನ ಸಂಖ್ಯೆಯಲ್ಲಿ ವಾಸಿಸುವ ಸವಣೂರು ಡಾ. ವಿ. ಕೃ. ಗೋಕಾಕರು ಓದಿದ ಊರು. ಮೋತಿ ತಲಾಬ, ಎಲೆಬಳ್ಳಿ ತೋಟ, ವಿಷ್ಣು ತೀರ್ಥ, ಸತ್ಯಬೋಧ ಸ್ವಾಮಿಗಳ ಮಠ ಇವೆಲ್ಲಕ್ಕಿಂತ ಹೆಚ್ಚಾಗಿ ನಶ್ಯದ ನಿಶೆಯ ನಾಡಿದು! ಗೋಕಾಕರೂ ಕೊನೆಯ ತನಕ ನಶ್ಯ ಬಳಸುತ್ತಿದ್ದರು.

ಗಂಭೀರ ಶೈಲಿಯ ಬರವಣಿಗೆಯ ಮೋಹಕ್ಕೆ ಬಲಿಯಾಗದೆ, ಸಿದ್ಧ ಮಾರ್ಗ ಬದಿಗಿರಿಸಿ ಬರೆದ ಸ್ವತಂತ್ರ ಶೈಲಿ ಇಲ್ಲಿದೆ. ಭಾಷೆಗಿಂತ ಅನುಭವಕ್ಕೆ ಪ್ರಾಶಸ್ತ್ಯ ಕೊಟ್ಟದ್ದು. ಇಲ್ಲಿ ಚಿತ್ರಿತವಾದ ಕಾಡು, ಮಳೆಗಾಲ, ದವಾಖಾನೆ, ವಾತಾವರಣದ ಸಾವು, ಬದುಕಿನ ತಲ್ಲಣಿಸಿದ ರೋಗಿಗಳ ಜೀವನ, ಕರಡಿ ಕಾವಳಿನ ಮಳೆಗಾಲ ಸಂಜೆ, ಹಾವು ಹುಳ ಹುಪ್ಪಡಿ ಇವೆಲ್ಲ ಕಣ್ಣಿಗೆ ಕಟ್ಟಿ ಮನದಲ್ಲಿ ಉಳಿಯುವಂತೆ ಶ್ರೀಮತಿ ಪಡಸಲಗಿ ಬರೆದಿದ್ದಾರೆ. ಎಲ್ಲ ರೀತಿಯ ಅನುಕೂಲತೆಗಳಿರುವ ಮಧ್ಯಮ ವರ್ಗದ ಮಹಿಳೆಯೊಬ್ಬಳು ತನ್ನ ಸುತ್ತಲನ್ನು ನೋಡಿದ ಬಗೆಯಿದು. ಸವೆದು ಹೋದ ಹಾದಿಯ ತಿರುಗಿ ನೋಡಿದಂತಿದೆ.

ಪ್ರತಿ ಭಾಗವನ್ನು ಆರಂಭಿಸುವಾಗ ಮತ್ತು ಮುಗಿಸುವಾಗ ತಮ್ಮ ಅನಿಸಿಕೆಗಳನ್ನು ಭಾವನಾತ್ಮಕವಾಗಿ ಕಟ್ಟಿಕೊಡುತ್ತಾರೆ. ಇಲ್ಲಿಯ ಪ್ರತಿ ಅನುಭವ ಓದಿದಾಗ ಅವು ಉಳಿಯುವಂತೆ ಮಾಡುತ್ತಾರೆ. ಕಾರಣ ಆಳವಾದ ಜೀವನ ಪ್ರೀತಿ ಮತ್ತು ದೃಷ್ಟಿ ಇವುಗಳ ಹಿಂದಿದೆ.

ಇವು ಲೇಖನಗಳೊ, ಪ್ರಬಂಧವೊ, ಲಲಿತ ಪ್ರಬಂಧಗಳೊ, ಅಂಕಣಗಳೋ ಎಂದು ವಿಂಗಡಿಸಿ ಹೇಳುವುದ ಕಷ್ಟ. ಒಂದೇ ಮಾತಿನಲ್ಲಿ ಹೇಳುವುದಾದರೆ ಸಹಜ ನಿರೂಪಣೆಯ ಆತ್ಮವೃತ್ತಾಂತ ಅನ್ನಬಹುದು. ಕನ್ನಡದಲ್ಲಿ ಇದೀಗ ಅಂಕಣ ಬರಹ

ಹೆಚ್ಚು ಜನಪ್ರಿಯವಾಗಿದೆ. ದಿನನಿತ್ಯ ಸಾವಿರಾರು ದೊಡ್ಡ ಮತ್ತು ಸಣ್ಣ ಪತ್ರಿಕೆಗಳಲ್ಲಿ ಅಂಕಣ ಬರಹಗಳು ಪ್ರಕಟವಾಗುತ್ತವೆ. ಇದರಿಂದಾಗಿ ಆಯಾ ಪ್ರದೇಶದಲ್ಲಿ ಸೃಜನೇತರ ಬರಹಗಾರರ ದಂಡು ಸೃಷ್ಟಿಯಾಗುತ್ತಿದೆ. ಇದು ಇಂದಿನ ಅಗತ್ಯವೂ ಆಗಿದೆ.

'ಡಾಕ್ಟರ್ ಹೆಂಡತಿ' ಬರವಣಿಗೆ ಎಲ್ಲರಿಗೂ ಆಪ್ತವಾಗಲು ನಮ್ಮ ಮನೆಯ ಹೆಣ್ಣು ಮಗಳೇ ನಮ್ಮವೇ ನೆನಪುಗಳನ್ನು ಹೇಳುತ್ತಿದ್ದಾರೆ ಎಂದೆನಿಸದೆ ಇರಲಾರದು. ಒಂದು ಕಾಲದಲ್ಲಿ ತುಂಬ ಸ್ಫುಟವಾಗಿ ಇಂತಹ ಬರವಣಿಗೆಯನ್ನು ಅಂಕಣ ರೂಪದಲ್ಲಿ ಬರೆದವರಿದ್ದಾರೆ. ಎಚ್ಚೆಸ್ಕೆ, ಹಾಮಾನಾ, ಗೊರೂರು, ನಿರಂಜನ, ಕಟ್ಟೀಮನಿ ಮುಂತಾದವರು ನೆನಪಾಗುತ್ತಾರೆ.

ಕಣ್ಣಿಗೆ ಕಾಣದ್ದು, ಕರುಳಿಗೆ ಕಾಣುತ್ತದೆ ಎಂಬುವಂತೆ ತಾಯ್ತನದ ಪ್ರೀತಿಯಲ್ಲಿ ಬರೆದ ಇಲ್ಲಿಯ ಚಿಕ್ಕ ಚಿಕ್ಕ ಪ್ರಸಂಗಗಳು ಇಷ್ಟವಾಗುತ್ತವೆ. ಹಳ್ಳಿಯ ಮುಗ್ಧರ ಕಣ್ಣಲ್ಲಿ ಕಂಡ ಪ್ರೀತಿ, ಅಭಾವಗಳ ನಡುವೆ ಏನೂ ಕೊಡಲಾರದವರು ಹರಸಿ ಹಾರೈಸುವವರನ್ನು ಲೇಖಕಿ ನೆನಪಿನ ಬುತ್ತಿಯಲ್ಲಿ ಬಿಚ್ಚಿಟ್ಟಿದ್ದಾರೆ. ಇವು ನೆನಪು ಮತ್ತು ಅನುಭವಗಳಲ್ಲಿ ಮಿಂದೆದ್ದ ಚಿತ್ರಗಳು.

ಕಳೆದೆರಡು ವರ್ಷಗಳಲ್ಲಿ ನಾವೆಲ್ಲ ಕೊರೋನಾ ಕರಾಳ ಕಾಲವನ್ನು ಅನುಭವಿಸಿದ್ದೇವೆ. ಮನೆ ಮಕ್ಕಳು ಸ್ವಂತ ಖುಷಿಯನ್ನು ಮರೆತು ಜೀವಾಗ್ನಿ ಪರೀಕ್ಷೆಗೆ ಒಡ್ಡಿಕೊಂಡ ವೈದ್ಯಕೀಯ ಲೋಕದ ಸೇವೆ ಮರೆಯಲಾಗದ್ದು. ತನ್ನ ಕೆಮ್ಮಿಗೆ ತಾನೇ ಹೆದರುವ ಕಾಲವಾಗಿತ್ತದು! ಅನಾದಿ ಕಾಲದಿಂದಲೂ ವೈದ್ಯಕೀಯ ವೃತ್ತಿಗೆ ಒಂದು ಪಾವಿತ್ರ್ಯತೆ ಇದೆ. ಅಂತಹ ಒಂದು ವೈದ್ಯರ ಮೂಲಕ ಕಂಡ ಕಥನವಿದು.

ಎಲ್ಲಾದರೂ ಒಂದು ದಾರಿ ಇರ್ತದ–ಎಂಬ ಆತ್ಮ ವಿಶ್ವಾಸ ಸ್ವವಿವೇಚನೆಯ ಬರವಣಿಗೆ ಆಪ್ತವಾಗುವುದು ನನ್ನವರಲ್ಲದ ನನ್ನವರು ಎಂಬ ಕಾರಣದಿಂದಾಗಿ. ದೇವರಿಲ್ಲದಿದ್ದರೂ, ದೈವಿಕತೆಯ ಬೆಳಕು ಅಲ್ಲಿರೋದರಲ್ಲಿ ಎರಡು ಮಾತಿಲ್ಲ ಎನ್ನುತ್ತ, ಬಸ್ ಚಾರ್ಜಿಗೂ ದುಡ್ಡಿಲ್ಲದೆ ಬರುವ ರೋಗಿಗಳು, ಮರುಕ ಅಲೆ ಎಬ್ಬಿಸಿದರೂ ನನ್ನ ಪತಿ ದುಡ್ಡು ಕೊಟ್ಟು ಕಳಿಸಿದಾಗ ಆ ಜನರ ಕಣ್ಣಲ್ಲಿ ಸುಳಿದ ಕೃತಜ್ಞತೆಯ ಬೆಳಕಲ್ಲಿ ನನ್ನ ಮನೆಯ ದೇವರ ಮುಂದಿನ ನಂದಾದೀಪದ ಮಿಂಚು ಕಂಡಿದ್ದೆ–ಎಂಬ ಮಾತು ಓದಿದಾಗ ಮನಸ್ಸು ಭಾರವಾಗುತ್ತದೆ.

ತನ್ನೆಲ್ಲ ಅನುಭವಗಳಿಗೊಂದು ಪ್ರಮಾಣೀಕೃತ, ಪ್ರಾಮಾಣಿಕ ನೆಲೆ ಕೊಟ್ಟ 'ಡಾಕ್ಟರ್ ಹೆಂಡತಿ' ಓದಿನ ಹಿತ ಕೊಡುತ್ತದೆ. ಇಲ್ಲೊಬ್ಬ ಕವಯತ್ರಿ ಕೂಡ ಉಸಿರಾಡಿದ್ದಾಳೆ. ಶ್ರೀಮತಿ ಪಡಸಲಗಿಯವರಿಗೆ ಇನ್ನಿಷ್ಟು ಬರೆಯುವಂತೆ ಶುಭ ಹಾರೈಸುವೆ.

ಸತೀಶ ಕುಲಕರ್ಣಿ

ಗಂಟು ಬಿಚ್ಚಿದಾಗ...

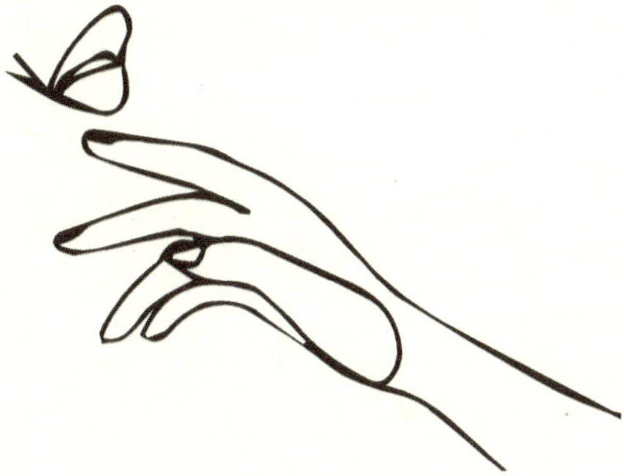

ಬಂಕಾಪುರದ ಮೊದಲ ದಿನದ ಬೆಳಗು

ಒಮ್ಮೆ ಹಿಂದಿರುಗಿ ನೋಡಿದಾಗ ಆ ಅನುಭವ, ನೆನಪುಗಳ ಮೂಟೆ ಬಲು ಭಾರ ಅನಿಸಿ ಸ್ವಲ್ಪ ಬಿಚ್ಚಿ, ಹಂಚಿಕೊಂಡು ಹಗುರಾಗಬಾರದೇಕೆ ಅನಿಸಿ ಶುರು ಮಾಡಿಯೇ ಬಿಟ್ಟೆ. ಪ್ರತಿ ಹೆಜ್ಜೆಗೂ ಒಂದು ಹೊಸ ಅನುಭವ, ಹೊಸ ಕಲಿಕೆ. ನಿಜಕ್ಕೂ ನನಗೆ ಬಹಳ ವಿಚಿತ್ರ ಅನಿಸ್ತಿದೆ: ನಾವೆಲ್ಲಾದಕ್ಕೂ ಎಷ್ಟು ಸಲೀಸಾಗಿ ಹೊಂದಿಕೋತೀವಲಾ ಅಂತ. ಇದು ನನ್ನ ಜೀವನದ ಮೊದಲ ಅನುಭವ ಪಾಠ.

ಈ ಜೀವನದ ಓಟದ ವೇಗ ಎಷ್ಟು ಎಂಬ ಬಗ್ಗೆ ವಿನಾಕಾರಣ ತಲೆ ಕೆಡಿಸಿಕೊಳ್ಳದಿದ್ದ್ರೂ ಮನದ ಮೂಲೆಯಲ್ಲಿ ಯಾವಾಗಲೂ ಒಂದು ಅಚ್ಚರಿಯ ಗೆರೆ ಮೂಡುವುದಂತೂ ಖಂಡಿತ. ಮೊನ್ನೆಮೊನ್ನೆ ಪಾಟೀಚೀಲ ಹೆಗಲಿಗೇರಿಸಿ ಶಾಲೆಗೆ ಹೋಗುವ ನೆನಪು ಹಸಿ ಹಸಿಯಾಗಿರುವಾಗಲೇ ಕಾಲೇಜು ಶಿಕ್ಷಣ ಮುಗೀತು. ಅಲ್ಲಿಗೆ ಒಂದು ಅಂಕ ಮುಗೀತು.

ಮದುವೆಯಾಗಿ ಡಾಕ್ಟರ್ ಪತ್ನಿಯಾಗಿ ಗಂಡನ ಮನೆಗೆ ಬಂದೆ. ಅಲ್ಲಿಗೆ, ಇನ್ನೊಂದು ಅಂಕ ಶುರುವಾಯ್ತು. ಡಾಕ್ಟರ್ ನನ್ನ ಪತಿ ಎಂಬ ಹೆಮ್ಮೆ, ಆ ಹೊಸ ಹಸಿ ಬಿಸಿಯಲ್ಲಿ ಏನೋ ಒಂದು ಉಲ್ಲಾಸ ಉತ್ಸಾಹ. ಒಂದೊಂದೇ ಮಜಲು ಏರಿ ಅಲ್ಲಲ್ಲಿ ಹೊಂದಾಣಿಕೆ ಮಾಡಿಕೊಳ್ಳುತ್ತ, ಎಲ್ಲಿ ಸಾಧ್ಯವೋ ಅಲ್ಲಿಯೇ ಮರೆಯಬೇಕಾದ ಸಂಗತಿಗಳನ್ನು ಮರೆಯುತ್ತ ಇಲ್ಲಿಗೆ ಬಂದು ನಿಂತಾಯ್ತು.

ಒಮ್ಮೆ ಹಿಂದಿರುಗಿ ನೋಡಿದಾಗ ಆ ಅನುಭವ, ನೆನಪುಗಳ ಮೂಟೆ ಬಲು ಭಾರ ಅನಿಸಿ ಸ್ವಲ್ಪ ಬಿಚ್ಚಿ, ಹಂಚಿಕೊಂಡು ಹಗುರಾಗಬಾರದೇಕೆ ಅನಿಸಿ ಶುರು ಮಾಡಿಯೇ ಬಿಟ್ಟೆ. ಪ್ರತಿ ಹೆಜ್ಜೆಗೂ ಒಂದು ಹೊಸ ಅನುಭವ, ಹೊಸ ಕಲಿಕೆ. ನಿಜಕ್ಕೂ ನನಗೆ ಬಹಳ ವಿಚಿತ್ರ ಅನಿಸ್ತಿದೆ: ನಾವೆಲ್ಲಾದಕ್ಕೂ ಎಷ್ಟು ಸಲೀಸಾಗಿ ಹೊಂದಿಕೋತೀವಲಾ ಅಂತ. ಆದ್ರೆ ಒಂದು ಮಾತು ನನಗೆ ಪಕ್ಕಾ ಮನವರಿಕೆ ಆಗಿಬಿಟ್ಟಿದೆ.

ಆ ಹೊಂದಾಣಿಕೆ ಮಾಡಿಕೊಳ್ಳೋವಾಗ ನಾ ನನ್ನದೇ ಆದ ಒಂದು ನೇರನೋಟ ಇಟ್ಟುಕೊಂಡು ಸಾಗಿದ್ದು ನನಗೆ ತುಂಬಾ ಮಜಬೂತಾದ ಗಟ್ಟಿತನ ಕೊಡ್ತು ಅಂತ. ನಾ ಇಲ್ಲಿ ನನ್ನ ಅನುಭವಗಳನ್ನ ಹೇಳ್ತಾ ಹೋದಾಗ ಅದು ಇನ್ನೂ ಗಟ್ಟಿ ಖಾತ್ರಿ ಆತು ನಂಗೆ.

ನನ್ನ ಡಾಕ್ಟರ್ ಪತಿ ಸುರೇಶ ಸರ್ಕಾರಿ ಸೇವೆಯಲ್ಲಿ ಮೆಡಿಕಲ್ ಆಫೀಸರ್ ಆಗಿ ಕೆಲಸ ಮಾಡಿ ನಿವೃತ್ತರಾದವರು. ಹೀಗಾಗಿ ನಮ್ಮ ಜೀವನವೆಲ್ಲ ಹೆಚ್ಚು ಕಡಿಮೆ ಹಳ್ಳಿಗಳಲ್ಲೇ ಕಳೀತು. ಸಮಾಜವನ್ನು ಅತೀ ಹತ್ತಿರದಿಂದ ನೋಡುವವ ಒಬ್ಬ ವೈದ್ಯ. ಸಾಮಾನ್ಯ ಜನರೊಂದಿಗೆ ಸಾಮಾನ್ಯನಾಗಿ ಬೆರೆತು ಅವರ ಜೀವನದ ಪ್ರತೀ ಪದರನ್ನು ಸೂಕ್ಷ್ಮವಾಗಿ ಅವಲೋಕಿಸುವವರು ಹಳ್ಳಿಗಳಲ್ಲಿ ಕೆಲಸ ಮಾಡುವ ವೈದ್ಯರು ಅಂದರೆ ಎಳ್ಳಷ್ಟೂ ತಪ್ಪಿಲ್ಲ.

ಅವರ ಜೊತೆ ಅವರ ಕುಟುಂಬವೂ ಅದರಲ್ಲೂ ಮುಖ್ಯವಾಗಿ ಅವರ ಪತ್ನಿ ಸರಿಸಮವಾಗಿ ಹೆಗಲು ಕೊಟ್ಟು ನಿಲ್ಲಬೇಕಾಗ್ತದೆ. ಈ ಹಳ್ಳಿಯಲ್ಲಿ ಕೆಲಸ ಮಾಡುವ ವೈದ್ಯರ ವಿಷಯದಲ್ಲಂತೂ ಅದು ಒಂದು ಮುಖ್ಯ ಸಂಗತಿಯಾಗಿರೋದನ್ನು ಅಲ್ಲಗಳೆಯುವಂತಿಲ್ಲ. ಅದೂ ಆ ಹಳ್ಳಿಗಳು ಎಷ್ಟು ಸೌಕರ್ಯಹೀನ ಇದ್ದವು ಎಂಬ ಕಲ್ಪನೆಯೇ ದಿಗಿಲು, ಅಚ್ಚರಿ ಮೂಡಿಸುವಂಥದು.

ಈಗ ನನ್ನ ಮೊದಲ ದಿನದ ಅನುಭವ ಹೇಳ್ತೀನಿ.

ಇದು ನನ್ನ ಮೊದಲ ಅನುಭವ ಪಾಠ. ಅಂದರೆ ಎಷ್ಟರ ಮಟ್ಟಿಗೆ ನಾನು ತಯಾರಾಗಬೇಕು, ಹೇಗೆ ನನ್ನ ಜೀವನ ಶೈಲಿ ರೂಪಿಸಿಕೊಳ್ಳಬೇಕು ಎಂದು ನನಗೆ ಮೊದಲ ದಿನವೇ, ಅಂದರೆ ಸರ್ಕಾರಿ ನೌಕರಿ ಸೇರಿದ ನನ್ನ ಪತಿಯೊಡನೆ ಇರಲು ಹೋದ ದಿನವೇ ಸಣ್ಣದಾಗಿ ಸುಳಿವು ಕೊಟ್ಟ ಅನುಭವದ ಬಗೆ ಹೇಳ್ತಿದೀನಿ.

ಏನು ಮೊದಲ ದಿನವೇ ಇಂಥ ಅನುಭವವೇ ಅಂತ ಗಾಬರಿ ಬೀಳಿಸುವ ಘಟನೆ ಅದು. ಇನ್ನೊಂದು ಮಾತು: ನನ್ನ ಪತಿ ಆರೇಳು ವರ್ಷ ಪ್ರೈವೇಟ್ ಪ್ರಾಕ್ಟೀಸ್ ಮಾಡಿ ತಮ್ಮನ್ನು ನಂಬಿದ ಪೇಷಂಟುಗಳನ್ನು ಬಿಡಲಾರದೇ ಬಿಟ್ಟು ಸರ್ಕಾರಿ ನೌಕರಿಗೆ ಸೇರಿದವರು. ಆ ಹೆಸರಿಸಲಾಗದ ಬಂಧ, ತನ್ನೂರು, ತನ್ನವರ ವ್ಯಾಮೋಹ! ಆದಷ್ಟು ಹತ್ರಾನೇ ಇದ್ದು ಕೆಲಸ ಮಾಡುವಾಸೆ.

ಹೀಗಾಗಿ ನಾವು ಕೆಲಸ ಮಾಡಿದ ಊರುಗಳೆಲ್ಲ ಅವರೂರು ಸವಣೂರಿನ ಆಸುಪಾಸಿನಲ್ಲಿಯೇ. ಬಂಕಾಪುರದ್ದೇ ಮೊದಲ ಪೋಸ್ಟಿಂಗ್. ಅದು ಅವಿಭಜಿತ ಧಾರವಾಡ ಜಿಲ್ಲೆಯ ಶಿಗ್ಗಾಂವ ತಾಲೂಕಿನ ಒಂದು ಚಿಕ್ಕ ಗ್ರಾಮ. ಸವಣೂರ ವಿಭಾಗದಲ್ಲಿ ಬರೋದು, ಸವಣೂರಿನ ಹತ್ರಾನೂ ಹೌದು. ಅಲ್ಲಿನ ಅಂದರೆ ಬಂಕಾಪುರದ ಪ್ರಾಥಮಿಕ ಆರೋಗ್ಯ ಕೇಂದ್ರದ ವೈದ್ಯಾಧಿಕಾರಿಯಾಗಿ ಆಡಳಿತ ವಹಿಸಿಕೊಂಡ ನನ್ನ ಪತಿ, ಸವಣೂರಿನಲ್ಲಿದ್ದ ನನ್ನನ್ನು ಕರೆದುಕೊಂಡು ಹೋಗಲು ಸಂಜೆ ಏಳು ಗಂಟೆಗೆ, ಆಸ್ಪತ್ರೆಯ ಕೆಲಸ ಮುಗಿಸಿಕೊಂಡು ಬರುವುದಾಗಿ ಹೇಳಿದ್ರು. ಆ ದಿನ ತುಳಸೀ ಲಗ್ನ. ಶುಭದಿನ ಅಂತ ನಾನೂ ಖುಷಿಯಿಂದ ತಯಾರಾಗಿದ್ದೆ.

ಸರಿ ಸಾಮಾನೆಲ್ಲ ಹೋಗಿಯಾಗಿತ್ತು. ನಾನು ಚಿಕ್ಕ ಪುಟ್ಟ ಬ್ಯಾಗುಗಳೊಡನೆ ತಯಾರಾಗಿದ್ದೆ, ನನ್ನ ಪುಟ್ಟ ಕಂದಮ್ಮಗಳೊಡನೆ. ನನ್ನ ಅತ್ತೆಯವರೂ ನನ್ನ ಜೊತೆ ಬರೋವ್ರಿದ್ರು. ಸವಣೂರಿನಿಂದ ಬಂಕಾಪುರ ಅರ್ಧ ಗಂಟೆ ದಾರಿ ಅಷ್ಟೇ. ಆ ದಿನ ತುಳಸೀ ಲಗ್ನ ಜೋರಾಗಿಯೇ ನಡೀತು. ಬಾಳಿನ ಹೊಸ ಅಧ್ಯಾಯ ಶುರು ಮಾಡಲು ಹೊರಟ ನನ್ನ ಮನದ ಸಂಭ್ರಮ ಬಹುಶಃ ಅಲ್ಲಿ ಪ್ರತಿಫಲಿಸಿರಬೇಕು.

ಮನೆಯಲ್ಲಿ ನನ್ನ ಓರಗಿತ್ತಿಯರು ಎಲ್ಲಾ ಬೇಗ ಬೇಗ ಮುಗಿಸಿದ್ರು. ನಾ ಬಂಕಾಪುರಕ್ಕೆ ಹೊರಡೋಳಿದ್ದೆನಲ್ಲ! ಆಯ್ತು ಏಳು ಗಂಟೆ ಸರಿದು ಎಂಟು, ಒಂಬತ್ತು, ಹತ್ತು ಹತ್ತೂವರೆ ಆದ್ರೂ ನನ್ನ ಪತಿಯ ಪತ್ತೆ ಇಲ್ಲ! ಅಪ್ಪನ ದಾರಿ ಕಾಯ್ದು ಮಕ್ಕಳು ನಿದ್ದೆ ಹೋಗಿದ್ರು. ನನ್ನ ಮುಖವೂ ಸಣ್ಣಗೆ ಸೊರಗಿತ್ತು ಅನ್ನಿ. ಆಗಲೇ ಖಾಸಗಿ ಪ್ರಾಕ್ಟೀಸಿನಲ್ಲಿ ಇದೆಲ್ಲ ರೂಢಿಯಾಗಿದ್ರೂ ಮತ್ತೆ ಇಲ್ಲೂ ಹೀಗೇನಾ ಅಂತ ಸ್ವಲ್ಪ ನಿರಾಸೆ ಕಾಡ್ತಿತ್ತು.

ಅಷ್ಟ್ರಲ್ಲಿ ಜೀಪ್ ಹಾರ್ನ್ ಕೇಳಿ ಧಡಬಡಿಸಿ ಗಡಿಬಿಡಿಯಿಂದ ಹೊರಗೆ ಬಂದು ನೋಡಿದರೆ ಜೀಪ್ ಬಂದಿದೆ ಆದರೆ ಸುರೇಶ ಇಲ್ಲ! ಬರೀ ಡ್ರೈವರ್! ನಾ ಆತನ್ನ ನೋಡಿದ್ದಿಲ್ಲ, ಆತ ನನ್ನ ನೋಡಿಲ್ಲ! ನನ್ನ ಭಾವ, ಅವರೂ ಡಾಕ್ಟ್ರೇ, ಅವರು ಹೊರಗೆ ಬಂದು ಡ್ರೈವರ್ ಜೊತೆ ಮಾತಾಡಿ, ನನ್ನೆಡೆ ತಿರುಗಿ, "ಇಲ್ನೋಡ ಸರೋಜಿನಿ, ಅಲ್ಲೇನೋ ಸಿರಿಯಸ್ ಕೇಸ್ ಅದ ಅಂತ. ಅದಕ್ಕೇ ಆತಗೆ ಬರಲಾಗಿಲ್ಲ. ಇಲ್ಲಿ ಡ್ರೈವರ್ ಬಿಸ್ತಿ ಮತ್ತು ಒಬ್ಬ ಅಟೆಂಡರ್ ರಾಮಣ್ಣಂತ ಬಂದಾರ. ಅವರ ಜೊತೆಗೆನೇ ಬರಬೇಕಂತ ಹೇಳಿ ಕಳಸ್ಯಾನ ನೋಡು," ಅಂದ್ರು. ಸರಿ ಅಂತ ತಲೆ ಅಲ್ಲಾಡಿಸಿ ಒಳಗೆ ಹೋದೆ.

ನನ್ನತ್ತೆಯವರೂ ಜೊತೆ ಬರೋವ್ರಿದ್ರಲ್ಲ, ಅವರ ಮುಖಾನೂ ಸಪ್ಪಗಾತು, ಮಗ ಬರಲಿಲ್ಲ ಅಂತ. ಬೇರೆ ದಾರಿ ಇರಲಿಲ್ಲ. ಸರಿ ನಮ್ಮ ಪಯಣ ಸಾಗಿತು ಬಂಕಾಪುರದತ್ತ ಆಗ ರಾತ್ರಿಯ 11.30! ಅಲ್ಲಿನ ಸರ್ಕಾರಿ ಕ್ವಾರ್ಟರ್ಸ್ ಮುಂದೆ ಇಳಿದಾಗ ಸರಿಯಾಗಿ ಮಧ್ಯರಾತ್ರಿ 12.15! ಬಾಗಿಲ ಮುಂದೆ ಕಾಯ್ತಾ ನಿಂತಿದ್ದ ನನ್ನವರನು ನೋಡಿ

ಬೇಜಾರು ಮಾಯ. ನಿದ್ದೆಗಣ್ಣಲ್ಲಿದ್ದ ಮಕ್ಕಳೂ ನಿಚ್ಚಳವಾಗಿ ಕಣ್ಣು ತೆರೆದು ಅಪ್ಪನತ್ತ ಖುಷಿಯಿಂದ ಹಾರಿದರು. ಯಾಕೆ ಬರಲಿಲ್ಲ ಅಂದಾಗ, "ಈಗ ರಾತ್ರಿ ಹೊತ್ತು ಬ್ಯಾಡ ಅದೆಲ್ಲಾ. ಮೊದಲ ಹೆದರಪುಕ್ಕಿ ನೀ. ಮಲಕೋ ಈಗ," ಅನಬೇಕ! ಖರೇನ ಸ್ವಲ್ಪ ಗಾಬರಿ ಹೆದರಿಕೆ ಜೊತೆನೇ ಮಲಗಿದೆ. ಕಾಯ್ದು, ಆತಂಕದಲ್ಲಿ ಸೋತ ಜೀವ ನಿದ್ದೆಗೆ ಜಾರ್ತು.

ಕಣ್ತೆರೆದು ನೋಡಿದರೆ ಭೆಳ್ಳನ ಬೆಳಗಾಗಿದೆ. ಮಕ್ಕಳು ಇನ್ನೂ ನಿದ್ದೇಲಿದ್ರು. ಸುರೇಶ ಕಾಣಲಿಲ್ಲ! ನಮ್ಮತ್ತೇನ ಕೇಳಿದಾಗ ಅವರು, "ಅಂವಾ ಆಗ ಹೋಗ್ಯಾನ. ಮುಕ್ಕಾಲು ಗಂಟೆ ಆತು. ಅದೇನೋ ಹೆಣಾ ಕೊಯ್ಯೋದ ಅದ ಅಂತ. ಕಲ್ಯಾದ ಮುಗದ್ರೂ ಇದೆಲ್ಲಾ ಇರತದೇನ," ಅಂತ ಕೇಳಿದ್ರು ಅವರು.

ಕಾಲು ನಡುಗ್ತಿತ್ತು ನಂಗೆ. ಏನೂ ಹೇಳದೆ ಹಂಗೇ ಕಣ್ಣು ತಿಕ್ಕುತ್ತಾ ಹೊರಗೆ ಬಂದ್ರೆ ಕಂಡೇ ಬಿಡಬೇಕಾ ಆ ವಿಚಿತ್ರ ದೃಶ್ಯ! ಹಳ್ಳಿಯ ಸ್ವಚ್ಛ ವಾತಾವರಣದ ಸುಂದರ ಸೂರ್ಯೋದಯ, ಹಾಡುವ ಹಕ್ಕಿ, ಆ ಗುಂಜನಕೆ ತಲೆದೂಗೋ ಹಸಿರು ಗಿಡ ಬಳ್ಳಿಗಳ ಸುಂದರ ಕಲ್ಪನಾಲೋಕ ಒಂದೇ ಕ್ಷಣದಲ್ಲಿ ಮಾಯವಾಗುವಂತೆ ಆ ದೃಶ್ಯ ಕಂಡೇ ಬಿಡಬೇಕಾ ನಂಗೆ! ನಮ್ಮತ್ತೆಯವರ ಮಾತಿನಿಂದಲೇ ಭ್ರಮನಿರಸನವಾದ ನಂಗೆ ಇದು ಇನ್ನೇನೋ ಎಂಬ ಭೀತಿ. ಬಿಳೀ ಬೆಡ್ಶೀಟನ್ನು ಜೋಳಿಗೆಯಂತೆ ಮಾಡಿಕೊಂಡು ಇಬ್ಬರು ತಗೊಂಡು ಹೋಗ್ತಿದ್ರು. ಅದರಲ್ಲೇನಿದೆ, ಯಾಕದನ್ನು ಹಾಗೆ ಒಯ್ತಿರಬಹುದು ಎಂಬ ಭೀತಿ ಬೆರೆತ ಕುತೂಹಲ.

ಒಬ್ಬ ಹೆಂಗಸು ಬಾಗಿಲ ಮುಂದೆ ಗುಡಸ್ತಿದ್ಲು. ನಾ ಕೇಳೋಷ್ರಲ್ಲಿ ಅವಳೇ "ನಮಸ್ಕಾರ್ರಿ ಬಾಯಾರ. ನಾ ಸೀತವ್ವ, ರಾಮಣ್ಣನ ಹೆಂಡತಿ. ನಿಮ್ಮನೀ ಕೆಲಸಾ ನಾನ ಮಾಡ್ತೀನಿ," ಅಂದ್ಲು. "ಆತ ಸೀತವ್ವ, ಹಂಗ ಮಾಡು. ಸೀತವ್ವಾ ಅದೇನ ಅಲ್ಲಿ ಒಯ್ಯಲಿಕ್ಹತ್ಯಾರ," ಅಂದೆ.

ಅದಕ್ಕ ಆಕೀ, "ಬಾಯರ ನೀವ ನಡೀರಿ ಒಳಗ. ಹಂಗೆಲ್ಲಾ ನೋಡಕೋತ ನಿಲ್ಲಬ್ಯಾಡ್ರಿ. ಮೊದಲ ಕೆಂಪಾನ ಹೆಣ್ಮಗಳು. ನಡೀರಿ ಒಳಗ," ಅಂದ್ಲು. "ಯಾಕ ಸೀತವ್ವಾ ಏನಾತು? ಅದೇನ ಅದು?" ಎಂದೆ. ಅಷ್ಟ್ರಾಗ ಅವರಿಬ್ಬರೂ ಆ ಜೋಳಿಗೆಯಂಥಾದ್ದು ತಗೊಂಡು ನಮ್ಮ ಕ್ವಾರ್ಟರ್ಸ್ ಮುಂದಿಂದನೇ ಅದನ್ನು ತಗೊಂಡು ಹೋದ್ರು. ಅದನ್ನು ನೋಡಿದ ನನ್ನ ಕಣ್ಣು ಇಷ್ಟಗಲ ಆದವು, ಚೀರಲು ತೆಗೆದ ಬಾಯಿ ಹಾಗೇ! ಒಳಗೆ ಹೋಗಲೂ ತೋಚಲಿಲ್ಲ. ಅಷ್ಟು ಹೆದರಿ ನಿಂತಿದ್ದೆ.

ಆ ಬೆಡ್ಶೀಟ್ ಪೂರ್ತಿ ರಕ್ತದಿಂದ ತೊಯ್ದದ್ದು ಈಗ ಒಣಗಿ ಬಿರುಸಾದಂತಿತ್ತು. ಮನುಷ್ಯನ ಒಂದು ಕಾಲು ಹೊರಗೆ ಬಂದು ಕಟ್ಟಿಗೆಯಂತೆ ಸೆಟೆದು ಚಾಚಿತ್ತು! ಮುಂಗೈಯೊಂದು ಈಚೆ! ಹೇಗೋ ಸಾವರಿಸಿಕೊಂಡು ಒಳಗೆ ಬಂದು ಕೂತೆ.

ಸುತ್ತಲೂ ಹರಡಿದ್ದ ಇನ್ನೂ ಬಿಚ್ಚದೇ ಇದ್ದ ಸಾಮಾನುಗಳು ನನ್ನ ನೋಡಿ ನಕ್ಕಹಾಂಗ ಅನಿಸ್ತು ನಂಗೆ.

ಸೀತವ್ವ ಒಳಗೆ ಬಂದು ಹೇಳಿದ್ಲು, "ಬಾಯರ ಗಾಬರಿ ಆಗಬ್ಯಾಡ್ರಿ. ಅದು ಅಪಘಾತದ ಕೇಸು. ಲಾರಿ, ಬಸ್ಸಿನದು. ಅದರಾಗ ಈ ಲಾರಿ ಡ್ರೈವರ್ ಸತ್ತಾನ್ರಿ. ಹೈವೇ ಹತ್ತೀಕ ಐತೆಲ್ರೀ, ಇಲ್ಲೆಲ್ಲಾ ಭಾಳ ಇವು, ಮಾಮೂಲು ಅನೋಷ್ಟು, ದಿನದಾಗ ಎರಡು ಮೂರರೇ ಇರತಾವ್ರಿ ಬಾಯರ. ನಿಮಗೂ ರೂಢಿ ಆಗ್ತತಿ ತಗೋರಿ," ಅಂತ ಸರಳ ಹೇಳಿದ್ಲು.

ತಲೀಮ್ಯಾಲ ಕೈ ಇಟಗೊಂಡ ಕೂತ ನನ್ನ ನೋಡಿ ಒಳಗೆ ಹೋಗಿ ಒಂದು ಲೋಟ ನೀರು ತಂದುಕೊಟ್ಟು, "ನೀರೊಲಿಗೆ ಉರಿ ಹಾಕಲ್ರೀ? ಈಗ ಸಾಹೇಬ್ರು ಬಂದ ಕೂಡಲೇ ಜಳಕಕ್ಕ ಹೋಗ್ತಾರ್ರಿ," ಅಂತ ಹೇಳಿ ಒಳಗೆ ಹೋದ್ಲು. ಸುಮ್ಮನೇ ಕೂತಿದ್ದ ನಮ್ಮತ್ತೆ, "ಇದೇನವಾ ಮಾರಾಯ್ತಿ. ಮೊದಲನೇ ದಿನಾ, ದೇವರ ಮುಂದೆ ದೀಪಾ ಹಚ್ಚೋಕಿಂತಾ ಮೊದಲ ಇದೇನವಾ ಸುದ್ದಿ," ಅಂತ ಮಾರಿ ಸೊಟ್ಟಗೆ ಮಾಡಿದ್ರು.

ನಾ ಏನ ಹೇಳಲಿ ಅವ್ರಿಗೆ? ಹೀಂಗ ಶುರು ಆಯ್ತು ಬಂಕಾಪುರದಾಗ ನಮ್ಮ ಮೊದಲ ದಿನ. ನನಗೆ, "ಇನ್ನ ನಿನ್ನ ಹೆದರಿಕೆ, ಅಂಜಿಕೆ ಎಲ್ಲಾ ಗಂಟು ಕಟ್ಟಿಡು," ಅಂತ ಹೇಳತಿದೆಯೋ ಏನೋ ಆ ಮುಂಜಾನೆಯ ಬೆಳಕು ಹೊಸ ದಾರಿ ತೋರಿಸುತ್ತ ಅನಿಸ್ತು. ಪಟ್ಟನ ಒಳಗೆ ಹೋಗಿ ಕೈಕಾಲು ಮುಖ ತೊಳೆದುಕೊಂಡು ದೇವರ ಕಪಾಟಿನಲ್ಲಿದ್ದ ಒಂದೇ ಒಂದು ಫೋಟೋ, ನಮ್ಮ ಮನೆದೇವರ ಫೋಟೋ: ದೇವರ ಮುಂದೆ ದೀಪಾ ಹಚ್ಚಿ ಆ ಮೊದಲ ದಿನದ ವಿಚಿತ್ರ ಅನಸೋ ಮೊದಲ ಬೆಳಗಿನ ಬೆಳಕಿನಲ್ಲಿ ಕೈ ಮುಗಿದು ನಿಂತೆ. ಎಲ್ಲ ಭಾರ ಆತನ ಮೇಲೆ ಹಾಕಿ, "ಈ ಹೊಸ ಹಾದಿಯಲ್ಲಿ ಹೆಜ್ಜೆ ಇಡುವುದು ಹೇಗೆ ಅಂತ ಕಲಿಸಪ್ಪಾ," ಅಂತ ಕೇಳಿಕೊಳ್ಳುತ್ತಿದ್ದ ನನ್ನನ್ನು ನನ್ನ ಪುಟ್ಟ ಕಂದಮ್ಮಗಳು ಗಟ್ಟಿಯಾಗಿ ಹಿಡಿದುಕೊಂಡು ನಿಂತಿದ್ರು ನನ್ನ ಮುಖದ ಕಡೆ ನೋಡುತ್ತ ನನ್ನ ಪ್ರಾರ್ಥನೆಗೆ ದನಿಗೂಡಿಸೋ ಹಾಗೆ.

ಅತಿಥಿ ದೇವೋಭವ

ಸುರೇಶ ವೈದ್ಯಾಧಿಕಾರಿ ಜೊತೆಗೆ ಅಲ್ಲಿನ ಆಡಳಿತಾಧಿಕಾರಿಯೂ ಆಗಿದ್ದಿಂದ ಹಾಸ್ಪಿಟಲ್ಲಿಗೆ ಬರುವ ಅಸಂಖ್ಯ ಅಧಿಕಾರಿಗಳ, ಅತಿಥಿಗಳ ಚಹಾ ಕಾಫಿ ಸರಬರಾಜಿಗಂತೂ ಲೆಕ್ಕವೇ ಇರಲಿಲ್ಲ. ಮೂರು ಟೀ ಸೆಟ್ ಯಾವಾಗಲೂ ತಯಾರೇ ಇರಬೇಕಾಗ್ತಿತ್ತು. ಒಂದು ಇಟ್ಟು ಇನ್ನೊಂದು ಒಯ್ಯುವುದು ಆಯಾ ಗಂಗಮ್ಮನ ಕೆಲಸ.

'ಅತಿಥಿ ದೇವೋಭವ' ಅಂತ ನಮ್ಮ ದೊಡ್ಡವರು ಹೇಳಿದ ಮಾತು, ಚಾಚೂ ತಪ್ಪದಂತೆ ಚಾಲ್ತಿಯಲ್ಲಿ ತಂದು ಪಾಲಿಸಲು ಹಚ್ಚಿತು ನನಗೆ ನನ್ನ ಪತಿಯ ಈ ಡಾಕ್ಟರ್ ಉದ್ಯೋಗ. ಹಾಗೇ ಈ ಹಳ್ಳಿಗಳ ವಾಸ. ನಾ ಮೊದಲೇ ಹೇಳಿದಂತೆ ನಮ್ಮ ಹೆಚ್ಚು ಪಾಲು ಜೀವನ ಹಳ್ಳಿಗಳಲ್ಲೇ ಕಳೀತು. ಈಗ ನಾನು ಇಲ್ಲಿ ಹೇಳ್ತಾ ಇರೋದು ಬಂಕಾಪುರದ್ದೇ ಇನ್ನೊಂದು ಘಟನೆ.

ಆದರೆ ಒಂದು ಮಾತು ಮಾತ್ರ ಅಗದೀ ಖರೇ, ನಾನು ಎದುರಿಸಿದ ಪ್ರತೀ ಘಟನೆ ಕಹಿಯೋ, ಸಿಹಿಯೋ ನನ್ನ ಬಾಳ ಹಾದಿಯಲಿ ತನ್ನ ಅಚ್ಚಳಿಯದ ಛಾಪು ಮೂಡಿಸಿ ಮುಂದೆ ನೂರು ಬಾಗಿಲು ತೆರೆದು ದಾರಿ ತೋರುವ ಹರಿಕಾರ ಆಯ್ತು. ಯಾವುದೇ ರೀತಿಯ ಸೌಲಭ್ಯ, ಸೌಕರ್ಯಗಳಿಲ್ಲದ, ಅರೆಗಾಡಿನಂತಿದ್ದ ಈ ಹಳ್ಳಿಗಳ ವಸತಿ ನನಗೆ ಜೀವನದ ಹಲವು ಆಯಾಮಗಳನ್ನು ತೋರಿಸಿ, ಅದರ ವಿರಾಟ್ ರೂಪದರ್ಶನ

ಮಾಡಿಸ್ತು, ಎಂಥದೇ ಪರಿಸ್ಥಿತಿ ಬಂದರೂ ಥಟ್ಟನೇ ಅದಕ್ಕೊಂದು ದಾರಿ ಹುಡುಕಲು ಕಲಿಸ್ತು. ಜೀವನದಲ್ಲಿ "ಇಲ್ಲ" ಎಂಬ ಶಬ್ದಕ್ಕೆ ಎಡೆಗೊಡದ ನನ್ನ ಮನೋಭಾವಕ್ಕೆ ಆ ಪರಿಸರ, ಪರಿಸ್ಥಿತಿ ಇನ್ನಷ್ಟು ಗಟ್ಟಿತನ, ಪುಷ್ಟಿ ತುಂಬಿತು.

ನಾವು ಬಂಕಾಪುರದಲ್ಲಿದ್ದದ್ದು 1979ರಿಂದ 1985ರವರೆಗೆ, ಒಟ್ಟು ಹತ್ರ ಹತ್ರ ಏಳು ವರ್ಷ. ಆವಾಗ ಈ ಹಳ್ಳಿಗಳ ಪರಿಸ್ಥಿತಿ ಈಗಿನಷ್ಟೂ ಸುಧಾರಣೆ ಕಂಡಿರಲಿಲ್ಲ. ಸಾರಿಗೆ ಸಂಚಾರ ವ್ಯವಸ್ಥೆಯೂ ಅಷ್ಟಕ್ಕಷ್ಟೇ, ಹೆಚ್ಚು ಕಡಿಮೆ ಅಧ್ವಾನ ಅನ್ನೋ ಥರಾನೇ ಇತ್ತು. ಆಗಿನ ಹೈವೇಗಳ ಪರಿಸ್ಥಿತಿ ಎಲ್ರಿಗೂ ನೆನಪಲ್ಲಿರೋದೇ. ಅಂದ ಮೇಲೆ ಈ ಚಿಕ್ಕ ಚಿಕ್ಕ ಗ್ರಾಮಗಳ ರಸ್ತೆ ವ್ಯವಸ್ಥೆ, ಪರಿಸ್ಥಿತಿ ಹೇಗಿರಬಹುದು ಎಂಬುದನ್ನು ಊಹಿಸುವುದು ಕಷ್ಟವೇನಲ್ಲ.

ಕರೆಂಟ್ ಇತ್ತು. ಆದರೆ ಹೇಗಿತ್ತು, ಎಂತಿತ್ತು ಎಂಬುದು ಬಹುಶಃ ಯಾರದೇ ಕಲ್ಪನಾಶಕ್ತಿಗೆ ಒಂದು ಸವಾಲು ಒಡ್ಡೀತು. ಹಳ್ಳಿಯಾದ್ರೂ ತರಕಾರಿ ವಾರಕ್ಕೊಮ್ಮೆ ನಡೆವ ಸಂತೆಯಲ್ಲೇ ಕೊಂಡುಕೋಬೇಕು. ಆದರೆ ತುಂಬ ಚೆನ್ನಾಗಿರೋದು. ಆ ರುಚಿ ಮರೆಯುವಂತಿಲ್ಲ. ಹಾಲು, ಮೊಸರು ಬೆಣ್ಣೆ ಸಮೃದ್ಧಿ. ನಿಜ ಹೇಳಬೇಕೆಂದರೆ ನಾವು ಧಾರವಾಡಕ್ಕೆ ಬಂದ ನಂತರ ಈ ಡೈರಿ ಹಾಲಿಗೆ ಹೊಂದಿಕೊಳ್ಳಲಾಗದೇ ಸ್ವಲ್ಪ ದಿನ ಗೌಳಿಯ ನೀರು ಹಾಲಿಗೇ ಶರಣು ಹೋಗುವುದು ಅನಿವಾರ್ಯವಾಯಿತು.

ಇನ್ನು ಅಲ್ಲಿ ಬಂಕಾಪುರದಲ್ಲಿದ್ದಾಗ ನಮ್ಮ ದಿನನಿತ್ಯದ ದಿನಸಿನೂ ನಾವು ಹುಬ್ಬಳ್ಳಿಯಿಂದಲೇ ತರಬೇಕಾಗ್ತಿತ್ತು. ಇನ್ನುಳಿದ ಕಡೆಯೂ ಅದೇ ಪರಿಸ್ಥಿತಿ ಇತ್ತು. ಬರೋ ಹೋಗೋ ಜನ ವಿಪರೀತ. ಹೀಗಾಗಿ ನಮ್ಮ ದಿನಸಿ ಸಂಗ್ರಹ ಯಾವಾಗಲೂ ಭರ್ತಿ ಇರಬೇಕಾಗಿತ್ತು. ಹೊರಗೆ ಒಳ್ಳೇ ಹೋಟೆಲುಗಳಿಲ್ಲ, ಮನೆಗೆ ಅಡಿಗೆಯವರು ಸಿಗೋ ಅಷ್ಟು ಅನುಕೂಲ ಅಲ್ಲಿರಲಿಲ್ಲ. ಅದಕ್ಕೇ ಆ ಬರೋ ಹೋಗೋ ಅತಿಥಿಗಳ ತಿಂಡಿ, ಊಟ, ಚಹಾಪಾನಿ ಜವಾಬ್ದಾರಿ ನನ್ನ ಹೆಗಲಿಗೇ ಬಿದ್ದಿದ್ರಲ್ಲಿ ಆಶ್ಚರ್ಯ ಏನಿರಲಿಲ್ಲ.

ಸುರೇಶ ಅವರು ವೈದ್ಯಾಧಿಕಾರಿ ಜೊತೆಗೆ ಅಲ್ಲಿನ ಆಡಳಿತಾಧಿಕಾರಿಯೂ ಆಗಿದ್ರಿಂದ ಹಾಸ್ಪಿಟಲ್ಲಿಗೆ ಬರುವ ಅಸಂಖ್ಯ ಅಧಿಕಾರಿಗಳ, ಅತಿಥಿಗಳ ಚಹಾ ಕಾಫಿ ಸರಬರಾಜಿಗಂತೂ ಲೆಕ್ಕವೇ ಇರಲಿಲ್ಲ. ಮೂರು ಟೀ ಸೆಟ್ ಯಾವಾಗಲೂ ತಯಾರೇ ಇರಬೇಕಾಗ್ತಿತ್ತು. ಒಂದು ಇಟ್ಟು ಇನ್ನೊಂದು ಒಯ್ಯುವುದು ಆಯಾ ಗಂಗಮ್ಮನ ಕೆಲಸ.

ರಾಮಣ್ಣ, ಸೋಮಣ್ಣರೂ ಬರ್ತಿದ್ರು. ನಮ್ಮ ಕ್ವಾರ್ಟರ್ಸ್ ಹಾಗೂ ಆಸ್ಪತ್ರೆಗೆ ಮಧ್ಯೆ ಒಂದು 50,60 ಫೂಟಿನ ಅಂತರ ಇತ್ತು. ಅಲ್ಲಿ ಆಸ್ಪತ್ರೆಯ ಮೆಟ್ಟಿಲು ಇಳಿಯುತ್ತಲೇ ಗಂಗಮ್ಮ, "ಬಾಯರ" ಅಂತ ಕೂಗಿದ್ರೆ ನನ್ನ ಮಕ್ಕಳು ಹೇಳೋರು "ಅಮ್ಮಾ ಗಡಗಡ ಗಂಗಮ್ಮ ಬಂದ್ಲು. ಚಹಾ ಕಾಫಿ ಏನಾದರೂ ಬೇಕಾಗಿರಬೇಕು. ಸ್ಟೌ ಹೊತ್ತಿಸು,"

ಅಂತ. ಅವಕ್ಕೂ ಗೊತ್ತಾಗಿ ಬಿಟ್ಟಿತ್ತು. ಆಗಿನ್ನೂ ನನ್ನ ಹತ್ರ ಗ್ಯಾಸ್ ಸ್ಟೌ ಇರ್ಲಿಲ್ಲ. ಅಲ್ಲಿಗೆ ಬಂದ ಎರಡೇ ತಿಂಗಳಲ್ಲಿ ತಗೋಬೇಕಾಯ್ತು. ಸೀಮೆ ಎಣ್ಣೆ ಸ್ಟೌ ಮೇಲೆ ಕೆಲಸ ನಡೆಸೋ ಸಾಧ್ಯತೆಯೇ ಇರಲಿಲ್ಲ. ಅದೂ ಬಂತು.

ದಿನಗಳಂತೂ ಕಾಲಿಗೆ ಚಕ್ರ ಕಟ್ಟಿಕೊಂಡು ಧಡಭಡ ಉರುಳುತ್ತಲೇ ಹೋದ್ವು, ಹೊಸ ಹೊಸ ನೋಟ ತೋರಿಸುತ್ತ. ನನಗೂ ಈಗ ಅಲ್ಲಿನ ಪ್ರತಿಯೊಬ್ಬರೂ; ಅಟೆಂಡರ್ ರಾಮಣ್ಣ, ಸೋಮಣ್ಣ, ಆಯಾ ಗಂಗಮ್ಮ, ಡ್ರೈವರ್ ಬಿಸ್ತಿ, ಅಲ್ಲೇ ಆಸ್ಪತ್ರೆ ಆವರಣದಲ್ಲಿಯೇ ಇರುವ ಸಿಸ್ಟರ್ಸ್, ಹೆಲ್ತ್ ವರ್ಕರ್ಸ್, ಲೇಡಿ ಡಾಕ್ಟರ್, ಮೆಡಿಕಲ್ ಆಫೀಸರ್ ಎಲ್ಲ ಅವರವರ ಕುಟುಂಬಗಳೊಂದಿಗೆ ನಮ್ಮವರೇ ಆಗಿಬಿಟ್ಟಿದ್ರು.

ಒಟ್ಟಲ್ಲಿ ಎಲ್ಲ ಒಂದು ದೊಡ್ಡ ಬಳಗವೇ ಅಲ್ಲಿತ್ತು. ಒಂದೇ ಮನೆಯವರು ಅನ್ನೋ ಥರ. ಐಸಿಡಿಎಸ್ ಮೆಡಿಕಲ್ ಆಫೀಸರ್ ಹೆಂಡತಿಯಂತೂ ನನ್ನ ಒಳ್ಳೇ ಸ್ನೇಹಿತೆ ಆದ್ರು. ಅವರ ಹೆಸರು ಸಂಧ್ಯಾ. ಈಗಲೂ ನಮ್ಮ ಸ್ನೇಹ ಹಾಗೇ ಇದೆ. ಹೀಗೆ ನನ್ನ ಹೊರಲೋಕ ವಿಶಾಲವಾದಂತೆ ನನ್ನ ಮನದ ಗೂಡಿನ ಪ್ರತಿ ಕಿಂಡಿಯೂ ತೆರೆಯುತ್ತ ಹೋಯ್ತು. ನನಗೇ ಗೊತ್ತಿಲ್ಲದಂತೆ ನಾ ಭಾಳ ದೊಡ್ಡವಳಾಗಿ ಅಗಣಿತ ಅನುಭವಗಳ ಗೂಡಾಗಿ ಬಿಟ್ಟಿದ್ದೆ. ಅಲ್ಲಿನ ಜನಾನೂ ಬಹಳ ಸರಳ ಜನ. ಅಲ್ಲಿ ಬರುವ ಪ್ರತಿ ಪೇಷಂಟುಗಳ ಕಾಳಜಿ ತಗೋಬೇಕು ಅನಿಸೋಷ್ಟು ಸರಳ ಜನ.

ಅದಕ್ಕೆ ಅಪವಾದಗಳು ಇರಲಿಲ್ಲ ಅಂತೇನಲ್ಲ. ಎಲ್ಲರೂ ಒಂದೇ ಥರ ಇರೋದಿಲ್ಲ ಅನ್ನೋದನ್ನ ಒಪ್ಪಲೇಬೇಕು ಅಲ್ವ? ಆದರೆ ಆ ಅನುಭವಗಳು, ನೆನಪುಗಳು ನನಗೆ ಇಂದಿಗೂ ಅಮೂಲ್ಯ. ಜೀವನದ ಹಲಬದಿಗಳನ್ನು ತೋರಿದ ಆ ದಿನಗಳನ್ನು, ಆ ಜನರನ್ನು ಹೇಗೆ ಮರೆಯಲಿ? ಕಳೆದ ದಿನಗಳ ಆ ನೆನಪಲ್ಲಿ ಮುಳುಗಿ ನಾ ಸ್ವಲ್ಪ ಭಾವುಕಳಾಗಿ ಬಿಟ್ಟೆ. ಈಗ ಇಲ್ಲೊಂದು ಘಟನೆ ಹೇಳ್ತೀನಿ. ಆಗ ನಾ ಯಾಕೆ ಇಷ್ಟು ಭಾವುಕಳಾದೆ ಎಂಬುದರ ಕಲ್ಪನೆ ಬರಬಹುದು.

ಆಗಿನ್ನೂ ಅದೇ ಹೊಸದಾಗಿ ಫ್ಯಾಮಿಲಿ ಪ್ಲಾನಿಂಗ್ ಲ್ಯಾಪ್ರೋಸ್ಕೋಪಿಕ್ ಆಪರೇಷನ್ ಶುರು ಆಗಿತ್ತು. ಆಗ ಈ ಲ್ಯಾಪ್ರೋಸ್ಕೋಪಿಕ್ ಆಪರೇಷನ್ನಿಗೆ ಪೇಷಂಟುಗಳನ್ನು ಹುಬ್ಬಳ್ಳಿಗೇ ಕರೆದುಕೊಂಡು ಹೋಗಬೇಕಾಗಿತ್ತು. ಟ್ಯೂಬೆಕ್ಟಮಿ ಆಪರೇಷನ್ ನನ್ನ ಪತಿ ಸುರೇಶ ಬಂಕಾಪುರ ಆಸ್ಪತ್ರೆಯಲ್ಲೇ ಮಾಡ್ತಿದ್ರು. ಆ ದಿನ ಅದು ಮೊದಲ ಸಲ ಆಯೋಜಿಸಿದ್ದ ಲ್ಯಾಪ್ರೋಸ್ಕೋಪಿಕ್ ಆಪರೇಷನ್ ಕ್ಯಾಂಪ್.

30 ಜನ ಮಹಿಳೆಯರನ್ನು ಆಪರೇಷನ್ನಿಗಾಗಿ ಹುಬ್ಬಳ್ಳಿಗೆ ಕರೆದೊಯ್ಯುವ ತಯಾರಿ ನಡೆದಿತ್ತು. ಆಸ್ಪತ್ರೆಲಿ ಗಲಾಟೆಯೋ ಗಲಾಟೆ. ನನ್ನ ಮನೇಲೂ ಅಷ್ಟೇ. ಮೇಲಿಂದ ಮೇಲೆ ಚಹಾ, ಕಾಫಿ, ಹಾಲು ಸರಬರಾಜು ನಿರಂತರ ನಡೆದೇ ಇತ್ತು. ಇದರ ಜೊತೆಗೆ

ನಾ ನಮ್ಮ ಮನೆಯಲ್ಲಿ ಇನ್ನೊಂದು ಕಾರ್ಯಕ್ರಮ ಹಮ್ಮಿಕೊಂಡಿದ್ದೆ. ನಮ್ಮ ಸ್ಟಾಫ್ ನರ್ಸ್ ದಿನ ತುಂಬಿದ ಚೊಚ್ಚಲು ಬಸಿರಿಗೆ ಕುಬುಸದ ಕಾರ್ಯಕ್ರಮ ಸಂಜೆ 5.30ಕ್ಕೆ ಅಂತ ಠರಾಯಿಸಿ ತಯಾರಿ ನಡೆಸಿದ್ದೆ. ಇಡ್ಲಿ, ಚಟ್ನಿ, ಶಿರಾ, ಕಾಂದಾ ಬಜ್ಜಿ, ಬಾದಾಮ್ ಹಾಲು, ಬಾಳೆಹಣ್ಣು ಇದಿಷ್ಟು ಮಾಡುವ ವಿಚಾರ ಇಟ್ಟು ಕೊಂಡಿದ್ದೆ.

ಆಪರೇಷನ್ನಿಗೆ ಕೇಸುಗಳನ್ನು ಹುಬ್ಬಳ್ಳಿಗೆ ಕರೆದೊಯ್ಯುವ ಬಸ್ ನಾಲ್ಕು ಗಂಟೆಯಾದ್ರೂ ಇನ್ನೂ ಬಂದಿರಲಿಲ್ಲ. ಅವರೆಲ್ಲ ಹಸಿದು ಬಿಟ್ಟಿದ್ರು. ಚಿಕ್ಕ ಚಿಕ್ಕ ಮಕ್ಕಳು, ಜೊತೆಯಲ್ಲಿ ಕೆಲವು ಬಾಣಂತಿಯರು. ಆ ಎಳೇ ಕಂದಮ್ಮಗಳನ್ನು ನೋಡಿಕೊಳ್ಳಲು ಅಜ್ಜಿಯೋ, ಅತ್ತೆಯೋ ಜೊತೆಗೆ. ಒಟ್ಟು ಸುಮಾರು 40 ಜನ ಇದ್ರು. ಸುರೇಶ ಅವರ ಫರ್ಮಾನು ಗಂಗಮ್ಮನ ಮೂಲಕ ಬಂದೇ ಬಿಡ್ತು.

"ಬಾಯರ ಆ ಮಂದಿಗೆಲ್ಲ ತಿಂಡಿ ಚಹಾದ ವ್ಯವಸ್ಥೆ ಮಾಡಬೇಕಂತ್ರಿ. ಬಸ್ಸು ಬರೋದು ಇನ್ನೂ ತಡಾ ಆಕ್ಕೇತಂತ್ರಿ. ಅವರೆಲ್ಲ ಹಸದಾರ್ರಿ. ಅದಕ ಗಡಾನ ಮಾಡಬೇಕಂತ್ರಿ," ಅಂದ್ಲು. ಏನು ಮಾಡಬೇಕು ತಿಳೀಲಿಲ್ಲ. ಒಬ್ರಲ್ಲ, ಇಬ್ರಲ್ಲ, ಒಟ್ಟು 40 ಜನ! ನಾ ಏನೇ ಮಾಡಿದ್ರೂ ಧಂಡಿಯಾಗೇ ಮಾಡ್ತಿದ್ದೆ. ಯಾವ ಹೊತ್ತಲ್ಲಿ ಯಾರು, ಎಷ್ಟು ಜನ ಹೇಗೆ ಬರ್ತಾರೆ ಎಂದು ಗೊತ್ತೇ ಆಗುತ್ತಿರಲಿಲ್ಲ. ಆದರೆ ಕುಬುಸದ ಕಾರ್ಯಕ್ರಮ ರದ್ದು ಮಾಡಬೇಕಾಯ್ತು. ಎರಡನ್ನೂ ಒಟ್ಟಿಗೆ ಸಂಭಾಳಿಸಿ ಮಾಡೋದು ಕಷ್ಟಸಾಧ್ಯ ಅನಿಸ್ತು. ಅಲ್ಲದೇ ನಾನೂ ಇಲ್ಲಿ ಸುಮಾರು ಜನಕ್ಕೆ ಕರೆದಿದ್ದೆ. ಎಲ್ಲರಿಗೂ ಅಷ್ಟು ಇಡ್ಲಿ ಹಿಟ್ಟು ಸಾಕಾಗ್ತದೋ ಇಲ್ವೋ ಅನುಮಾನ.

ಅದಕ್ಕೇ ಹಾಗೇ ನಿರ್ಧಾರ ಮಾಡಿ ಗಂಗಮ್ಮಗೆ, "ಗಂಗಮ್ಮಾ ಇನ್ನರ್ಧ ತಾಸು ಬಿಟ್ಟು ಅವರನ್ನೆಲ್ಲ ಕರಕೊಂಡು ಬಾ," ಅಂತ ಹೇಳಿದೆ. ಸರಿ ಶುರು ಆಯ್ತು ನನ್ನ ಕೆಲಸ; ಎರಡೂ ಗ್ಯಾಸ್ ಸ್ಟೌ ಮೇಲೆ ಒಂದೊಂದು, ಸೀಮೆ ಎಣ್ಣೆ ಸ್ಟೌ ಮೇಲೆ ಒಂದು ಕುಕ್ಕರ್ ಇಟ್ಟೆ. ಎರಡು ಸ್ಟ್ಯಾಂಡ್ ನನ್ನದಿತ್ತು, ಇನ್ನೊಂದು ಸಂಧ್ಯಾ ಹತ್ರ ಸೀತವ್ವ ತಗೊಂಡು ಬಂದ್ಲು. ಶಿರಾ ಮಾಡಿ ಆಗಿತ್ತು. ಸ್ವಲ್ಪ ಬೇಸನ್ ಲಾಡು ಇತ್ತು ಮನೇಲಿ. ಎರಡು ದಿನಗಳ ಮೊದಲು ನಮ್ಮ ತಂದೆ ಬಂದು ಹೋಗಿದ್ರು. ನಮ್ಮ ಅವ್ವ ಕೊಬ್ಬರಿ ಬರ್ಫಿ ಕಳಸಿದ್ಲು ಅವರ ಜೊತೆ.

ಸೀತವ್ವ ಚಟ್ನಿ ತಿರುವಿ ಇಟ್ಟಳು. ಮಿಕ್ಸಿ ಇರ್ಲಿಲ್ಲ ನನ್ನ ಹತ್ರ ಆಗ. ಈ ಗಲಾಟೆ ಆದ ಮರುವಾರವೇ ತಗೊಂಡು ಬಂದೆ. ಅದು ಅನಿವಾರ್ಯವೂ ಆಗಿತ್ತು. ರಾಮಣ್ಣ ಹೋಗಿ ತನ್ನ ಮಗಳು ಗಿರಿಜಾನ್ನೂ ಕರಕೊಂಡು ಬಂದ. ಸರಿ ಹಸಿದ ನಮ್ಮ ಪಾಹುಣೆ ಎಲ್ಲಾ ಬಂದ್ರು. ಆಗ ಪೇಪರ್ ಪ್ಲೇಟ್ಸ್ ಚಾಲ್ತಿಯಲ್ಲಿರಲಿಲ್ಲ. ಅದಕ್ಕೇ ಮುತ್ತುಗದೆಲೆಯ ಕಟ್ಟು ಯಾವಾಗಲೂ ನನ್ನ ಮನೇಲಿ ಇರತಿತ್ತು. ಅಲ್ಲಿ ಬಾಳೆ ಎಲೆನೂ ಸಿಗೋದು ಸ್ವಲ್ಪ ಕಷ್ಟವೇ ಇತ್ತು.

ನೀರಿನ ತಾಪತ್ರಯವೂ ಬಹಳ ಅಲ್ಲಿ. ನನ್ನ ಪುಣ್ಯ ಆ ದಿನವೇ ನೀರು ಬಂದಿತ್ತು. ಹಸಿದು ಬಂದ ಅವರಿಗೆಲ್ಲ ಇಡ್ಲಿ ಚಟ್ನಿ, ಶಿರಾ, ಬೇಸನ್ ಉಂಡಿ, ಕೊಬ್ಬರಿ ಬರ್ಫಿ ಎಲ್ಲಾ ಹೊಂದಿಸಿ, ಸೇರಿಸಿ ಹೊಟ್ಟೆ ತುಂಬ ತಿನಿಸಿದ್ದಾಯ್ತು. ಬಾಳೆಹಣ್ಣು ತಿಂದು ಹಾಲು ಕುಡಿದ ಮಕ್ಕಳ ಮುಖದ ಮೇಲೆ ನಗು ಮೂಡಿತ್ತು. ಆದರೆ ಆ ಹಸಿದ ಮಕ್ಕಳ ಅತ್ತಿತ್ತ ಹುಡುಕುವ ಮುಗ್ಧ ಕಣ್ಣುಗಳು, ಆ ತಾಯಂದಿರ ಕಣ್ಣ ಕೃತಜ್ಞತೆಯ ಕಣ್ಣೀರ ಸೆಲೆ ಇಂದಿಗೂ ನನ್ನ ಕಣ್ಣನ್ನು ತುಂಬಿ ತುಳುಕಿಸ್ತದೆ. "ಯವ್ವಾ ನೀ ಸಣ್ಣಾಕಿ. ಆದ್ರ ನಮ್ಮವ್ವನಕಿಂತಾ ಹೆಚ್ಚು, ದೊಡ್ಡಾಕಿ ಆಗಿಬಿಟ್ಟಿ ನೀ. ನಿನ್ನ ಹೊಟ್ಟಿ ಥಣ್ಣಗಿರಲಿ. ನಿನ್ನ ಬಳ್ಳಿ ಹಬ್ಬಲಿ ಯವ್ವಾ, ಡಾಕ್ಟರ್ ಸಾಹೇಬ್ರು ನಮ್ಮ ಅಪ್ಪಾರ ಯವ್ವಾ, ಆದರ ನೀ ಒಂದ ಕೈ ಮ್ಯಾಗ ಯವ್ವಾ!"

ಮರೆಯಲಾದೀತ ಆ ಎದೆಯಾಳದ ಒದ್ದೆ ಮಾತುಗಳನ್ನು? ಆ ನನ್ನವರಲ್ಲದ ನನ್ನವರನ್ನು? ಇನ್ನೇನು ಬೇಕು ಹೇಳಿ ಈ ಜೀವಕ್ಕೆ? ಅಮೂಲ್ಯ ಅಲ್ವ ಈ ನೆನಪುಗಳು? ನನ್ನ ಮಕ್ಕಳು, ನನ್ನ ಹಿಂದೆ ನಿಂತು ಬೆರಗುಗಣ್ಣರಳಿಸಿ ಬಗ್ಗಿ ಬಗ್ಗಿ ನೋಡುತ್ತಿದ್ದ ನನ್ನ ಪುಟ್ಟ ಮಕ್ಕಳು ಇಂದು ಬೆಳೆದು ದೊಡ್ಡವರಾಗಿದ್ದಾರೆ. ಕುಡಿ ಚಿಗುರೊಡೆದು ಬಳ್ಳಿ ಹಬ್ಬಿದೆ. ನಮ್ಮನ್ನು ಅದರಡಿಯ ನೆರಳಲ್ಲಿ ತಂಪಾಗಿರಿಸಿದ್ದಾರೆ.

❁

ಪೇಚಾಟಗಳ ನೆರಳಿನಲ್ಲಿ ಖುಷಿ, ಬೇಜಾರುಗಳ ಆಟ

ನನಗೇ ಹೊಳೆದಿರಲಿಲ್ಲ ಏನಿದರ ಹೆಸರು ಅಂತ! ಪಟ್ಟನೇ ನನ್ನ ಬಾಯಿ ಉಸುರಿತು? 'ರವಾದ ನಾರಳೀ ಭಾತ್' ಅಂತ. ಈ ಕೈಬಿಟ್ಟು ಹಾಕಿದ ಒಣಕೊಬ್ಬರಿ, ತುಪ್ಪ ಪೂರಾ ಮಾಟಾ ಮಾಡಿ ಸಖತ್ ರುಚಿ ಕೊಟ್ಟಿತ್ತು. ಹೊಸಾ ರೆಸಿಪಿ ಜನ್ಮ ತಾಳಿ ನನ್ನ ಮಾನ ಉಳಿಸಿತ್ತು. "ಭಾಭೀ ರೆಸಿಪಿ ಕೊಡ್ರಿ. ನಾ ತಿಂದೇ ಇರಲಿಲ್ಲ ಈ ನಾರಳೀ ಭಾತ್! ನನ್ನ ಹೆಂಡತಿಗೂ ಮಾಡು ಅಂತ ಹೇಳ್ತೀನಿ," ಅಂತ ಅಂದ್ರು ಡಾಕ್ಟರ್.

ಅತಿಥಿ, ಅಭ್ಯಾಗತರ ಬಗ್ಗೆಯೇ ಇನ್ನೊಂಚೂರು ಬರಿತಿದೀನಿ; ನನ್ನ ಮನೆ ಯಾವಾಗಲೂ ಮದುವೆ ಮನೆಯೇ. ಅತಿಥಿ ಅಭ್ಯಾಗತರ, ಬರೋ ಹೋಗೋ ಜನಗಳ, ನೆಂಟರ ಗದ್ದಲ ಇವುಗಳಲ್ಲಿ ಮುಳುಗೆದ್ದ ನನಗೆ ನಾವಿರುವುದು ಒಂದು ಚಿಕ್ಕ ಹಳ್ಳಿ. ಯಾವ ಐಷಾರಾಮಿ ಸಾಧನ ಸೌಲಭ್ಯ ಇಲ್ಲಿ ಇಲ್ಲ ಎಂಬುದು ಲಕ್ಷ್ಯಕ್ಕೂ ಬರ್ತಿರ್ಲಿಲ್ಲ. ಆಸ್ಪತ್ರೆ ಆವರಣದಲ್ಲಿಯೇ ಸುಮಾರು 15 ಮನೆಗಳು, ನಮ್ಮದೇ ಒಂದು ವಿಶಿಷ್ಟಲೋಕ ಅಲ್ಲಿ. ಮಕ್ಕಳದೇ ಒಂದು ದೊಡ್ಡ ಗುಂಪಿತ್ತು.

ತಮ್ಮ ಮಾಯಕದ ಲೋಕದಲ್ಲಿ ಅವರು. ಮಕ್ಕಳ ಶಾಲೆಯ ವಿಚಾರ ಮುಂದೆ ಬರೀತೀನಿ. ನನಗೆ ಈಗ ಸದ್ಯ ಇನ್ನೂ 'ಅತಿಥಿ ದೇವೋಭವ' ಗುಂಗು. ಎಷ್ಟೇ ಎಚ್ಚರಿಕೆಯಿಂದ ಇದ್ದರೂ ಒಮ್ಮೊಮ್ಮೆ ಪೇಚಾಟಕ್ಕಿಟ್ಟು ಫಜೀತಿಯಾಗಿದ್ದೂ ಇದೆ. ಆಗ

ಹೇಗೆ ನಿಭಾಯಿಸಿದೇನೋ ಆ ದೇವರೇ ಬಲ್ಲ. ಈಗ ಅವುಗಳನ್ನು ನೆನೆದು ಸಣ್ಣ ನಗುವಿನೆಳೆಯೊಂದು ತುಟಿಯಂಚಿನಲ್ಲಿ ಮೂಡ್ತದೆ. ಈ ಊಟ ತಿಂಡಿಯದೇನು ದೊಡ್ಡ ವಿಷಯ ಅನ್ನೋ ಹಾಗಿರಲಿಲ್ಲ ಪರಿಸ್ಥಿತಿ.

ಬಂದ ಅತಿಥಿಗಳನ್ನು ಹಾಗೇ ಕಳಿಸೋ ಹಾಗಿಲ್ಲ. ಹೊರಗೆ ಏನೂ ವ್ಯವಸ್ಥೆಯ ಸಾಧ್ಯತೆಯೇ ಇರಲಿಲ್ಲ. ನಿಜ ಹೇಳಬೇಕೆಂದರೆ ಈ ಪ್ರಾಥಮಿಕ ಆರೋಗ್ಯ ಕೇಂದ್ರದ ಆವರಣದಲ್ಲಿ (ಆಸ್ಪತ್ರೆ ಆವರಣದಲ್ಲಿ ಅಂದರೆ ಹೆಚ್ಚು ಸೂಕ್ತ) ನನಗೆ ಮನೆ, ದವಾಖಾನೆ, ಹಗಲು ರಾತ್ರಿ ಇವುಗಳಿಗೆ ವ್ಯತ್ಯಾಸ ಕಾಣ್ತಾನೇ ಇರಲಿಲ್ಲ. ಹೀಗಾಗಿ ನನ್ನ ಪತಿ ಸುರೇಶ ಅವರ ಪ್ರತಿ ಅನುಭವದಲ್ಲೂ ಅರಿಯದೇ ಸಹಜವಾಗಿ ನಾನೂ ಭಾಗಿಯಾಗಲೇ ಬೇಕಾಗುತ್ತಿತ್ತು. ಆ ಬಿಸಿ ನನಗೂ ತಟ್ಟುತ್ತಿತ್ತು.

ಟ್ಯೂಬೆಕ್ಟಮಿ ಆಪರೇಷನ್ ಸುರೇಶ ಅವರೇ ಮಾಡ್ತಿದ್ರು. ಅದರದೂ ಕ್ಯಾಂಪ್ ಆಗಲೇಬೇಕಿತ್ತು. ತಿಂಗಳಿಗೆ ಒಂದೆರಡಾದರೂ ಆ ಕ್ಯಾಂಪುಗಳು ನಡೆಯುತ್ತಲೇ ಇದ್ದವು. ನೋಡಬೇಕು ಆಗ ಆ ಗದ್ದಲ ಗೌಜಿ, ಗಡಿಬಿಡಿ, ಸಂಭ್ರಮ! ದಿಬ್ಬಣದ ಮನೆಯ ಸಂಭ್ರಮ ಯಾವ ಲೆಕ್ಕ ಅದರ ಮುಂದೆ! ಕಡಿಮೆ ಕಡಿಮೆ ಅಂದ್ರೂ ಒಂದು 25 ಮಂದಿಯ ಊಟವಾದ್ರೂ ಆಗ್ತಿತ್ತು ಮನೆಯಲ್ಲಿ. ಊರಿನ ಮುಖಂಡರು, ಸ್ಟಾಫಿನವರು, ಲೇಡಿ ಡಾಕ್ಟರ್, ಇನ್ನೊಬ್ಬ ಡಾಕ್ಟರ್ ಎಲ್ಲ ಸೇರಿಸಿ. ಸ್ಟಾಫಿನವರು ಎಲ್ಲರೂ ಇರ್ತಿರ್ಲಿಲ್ಲ. ಪರ ಊರಿನವರಷ್ಟೇ ಬರತಿದ್ರು.

ಅಲ್ಲಿನ ಪರಿಸ್ಥಿತಿ ಹಾಗೇ ಇತ್ತು. ಹೊರಗೆ ಒಂದು ಕಪ್ಪು ಚಹಾ ಸಿಗೋದೂ ಕಷ್ಟ. ಅಲ್ಲೇ ಇರುವವರು ತಮ್ಮ ತಮ್ಮ ಮನೆಗೇ ಹೋಗ್ತಿದ್ರು. ಊಟಕ್ಕೆ ಬಡಿಸಲು, ಸ್ವಚ್ಛ ಮಾಡಲು ಸೀತವ್ವ, ಆಕೀ ಮಗಳು ಗಿರಿಜಾ ಇದ್ದೇ ಇರತಿದ್ರು. ಆದರೆ ಅಡಿಗೆ ಮಾತ್ರ ಪೂರ್ತಿ ನಂದೇ. ಬೆಳಗ್ಗೆ ಬೇಗ ಎದ್ದು ಚಪಾತಿ ಮುಗಿಸಿ ಬಿಡ್ತಿದ್ದೆ. ಹಾಗೇ ಏನಾದರೂ ಸಿಹೀನೂ ಆಗಲೇ ಮಾಡೋದು. ಇನ್ನುಳಿದದ್ದು ಆಮೇಲೆ.

ಒಮ್ಮೊಮ್ಮೆ ಜನ ಹೆಚ್ಚು, ಒಮ್ಮೊಮ್ಮೆ ಕಡಿಮೆ ಇರತಿದ್ರು. ಆದರೂ ಕಮ್ಮಿ ಅಂದರೂ 45, 50 ಚಪಾತಿ ಬೇಕಾಗ್ತಿತ್ತು. ಒಂದ ಸಲ ನನ್ನ ತಂಗಿ ಇದ್ಲು ಈ ಕ್ಯಾಂಪ್ ದಿನ. ನಾ ಚಪಾತಿ ಮಾಡೋದು ನೋಡಿ ಅಳು ಅವಳಿಗೆ. "ಯಾಕ, ಏನಾತು," ಅಂತ ಕೇಳಿದ್ರೆ, "ಎಷ್ಟ ಮಾಡ್ತಿ, ಬಿಡ ಇನ್ನ," ಅಂತ ಒಂದೇ ಹಟ ಆಕೀದು. ಸೀತವ್ವಗ ಹೇಳು ಅಂತ ಬಲವಂತ ಅವಳದು. "ಬ್ಯಾಡವಾ. ಆಕಿ ಚಪಾತಿ ಅಷ್ಟು ಸರಿ ಆಗೂದಿಲ್ಲ," ಅಂದೆ. ಈಗಲೂ ಆಕೆ ಅದನ್ನ ನೆನಪಿಸಿಕೊಂಡು ಕಣ್ಣು ತುಂಬ್ತಾಳೆ. ನನಗೂ ಈಗ ಅಚ್ಚರಿ ಆಗ್ತದೆ ಒಮ್ಮೊಮ್ಮೆ. ಹೇಗೆ ನಿಭಾಯಿಸ್ತಿದ್ದೆ ಅದನ್ನೆಲ್ಲ ಅಂತ. ಯಾವ ಅನುಭವವೂ ನನಗೆ ಕಡಿಮೆಯದು, ಇದನ್ನೇನು ಹೇಳೋದು ಬಿಡು ಅನಸೋದೇ ಇಲ್ಲ. ಎಲ್ಲ ಸೌಲಭ್ಯ, ಸೌಕರ್ಯ ಇದ್ದ ಪಟ್ಟಣ ವಾಸಿಗಳಿಗೆ ಅದರ ಕಲ್ಪನೆ ಬರೋದು ಕೊಂಚ ಕಷ್ಟವೇ.

ಬಂಕಾಪುರದಲ್ಲಿ ನೀರಿನ ತಾಪತ್ರಯವೂ ಬಹಳ. ಒಮ್ಮೆ ಈ ಕ್ಯಾಂಪ್ ಇದ್ದಾಗ ಎರಡು ಮೂರು ದಿನಗಳಿಂದ ನೀರೇ ಬಂದಿರಲಿಲ್ಲ. ಆ ದಿನವಂತೂ ಪೂರ್ತಿ ಖಾಲಿ! ಬಳಕೆಗೆ ಬಾವಿಯ ನೀರಿತ್ತು. ಆದರೆ ಅಡಿಗೆಗೆ, ಕುಡಿಯಲು ಆ ನೀರನ್ನು ಬಳಸಲಾಗುತ್ತಿರಲಿಲ್ಲ. ತುಂಬ ಸವುಳು ಆ ನೀರು. ಅಲ್ಲೇ ಸ್ವಲ್ಪ ದೂರದಲ್ಲಿ ಕೃಷಿ ಹಾಗೂ ಪಶುಸಂಗೋಪನಾ ಇಲಾಖೆಯ ಒಂದು ಫಾರ್ಮ್ ಇತ್ತು, ಬಹಳ ದೊಡ್ಡದು. ಅದಕ್ಕೆ ಕೋಟೆ ಅಂತಿದ್ರು.

ಅಂದರೆ ಬಂಕಾಪುರ ಐತಿಹಾಸಿಕ ಸ್ಥಳ, ನಾ ಹೇಳಲು ಮರೆತೆ. ಅಲ್ಲಿ ಆ ಕೋಟೆಯಲ್ಲಿ ಒಂದು ಈಶ್ವರ ದೇವಸ್ಥಾನ ಇದೆ. ಅದಕ್ಕೆ ನಗರೇಶ್ವರ ಗುಡಿ ಅಂತಾರೆ. ಅದಕ್ಕೆ 60 ಕಂಬಗಳ ಗುಡಿನೂ ಅಂತ ಹೆಸರು ಇದೆ. ಜಕಣಾಚಾರಿ ಕಟ್ಟಡ ಅದು. ಶ್ರೇಷ್ಠ ಶಿಲ್ಪಕಲಾ ಕೃತಿ ಅಲ್ಲಿ ಕಾಣಬಹುದು. ಬನವಾಸಿ ಮಧುಕೇಶ್ವರ ದೇವಾಲಯದ ಥರಾನೇ. ಓ ವಿಷಯ ಎಲ್ಲೋ ಹೋಯ್ತು. ಈಗ ಮತ್ತೆ ನೀರಿನ ವಿಷಯಕ್ಕೆ ಬರ್ತೀನಿ.

ಆ ಕೋಟೆ ಅಂದರೆ ಫಾರ್ಮಿನಲ್ಲಿ ಬೇಕಾದಷ್ಟು ಸಿಹಿ ನೀರು ಸಿಗ್ತಿತ್ತು. ತರೋದು ಹೇಗೆ ಎಂಬುದು ದೊಡ್ಡ ಪ್ರಶ್ನೆ! ಡ್ರೈವರ್ ಬಿಸ್ತಿ ಇಂಥ ವಿಷಯಗಳಲ್ಲಿ ತುಂಬಾ ಸಹಾಯಕಾರಿ. ನಮ್ಮ ಹತ್ರ ಇದ್ದ ದೊಡ್ಡ ತಾಮ್ರದ ಹಂಡೆಯನ್ನೇ ಜೀಪಿನಲ್ಲಿಟ್ಟುಕೊಂಡು ಹೋಗಿ ಅದನ್ನೂ, ಅದರ ಜೊತೆಗೆ ದೊಡ್ಡ ದೊಡ್ಡ ತಪ್ಪಲೇಲಿ, ಕೊಡಗಳನ್ನೂ ತುಂಬಿಸಿಕೊಂಡು ಬಂದ. ಆಮೇಲೆ ನನ್ನ ಕೆಲಸ ಶುರು ಆಯ್ತು. ನಮಗೆ ಪೇಚಾಟ. ಅಳೋದೊಂದೇ ಬಾಕಿ ಇತ್ತು. ನಮ್ಮ ಈ ಪೇಚಾಟ ಮಕ್ಕಳಿಗೆ ಮೋಜಿನಾಟ!

ಒಂದು ಸಲ ಮಧ್ಯಾಹ್ನ ಸುಮಾರು ಎರಡೂವರೆ ಗಂಟೆ ಆಗಿತ್ತು. ಮಕ್ಕಳು ಸ್ಕೂಲಿಗೆ ಹೋಗಿದ್ರು. ನನ್ನ ಪತಿ ಇನ್ನೂ ಊಟಕ್ಕೆ ಬಂದಿರಲಿಲ್ಲ. ಅದೆಲ್ಲ ಮಾಮೂಲು. ನಾನು ಓದ್ತಾ ಕೂತಿದ್ದೆ. ಊಟಕ್ಕೆ ಸುರೇಶ ಅವರ ದಾರಿ ಕಾಯ್ತಿದ್ದೆ. ಅಷ್ಟ್ರಲ್ಲಿ ರಾಮಣ್ಣ 'ಬಾಯರ' ಅಂತ ಬಂದ. ಗಂಗಮ್ಮ ರಜೇಲಿದ್ಲು ಆ ಹೊತ್ತು. 'ಏನ ರಾಮಣ್ಣಾ' ಅಂದೆ. ಮತ್ತೆ ಯಾರಾದರೂ ಊಟಕ್ಕೆ ಬರತಾರೇನೋ ಎಂಬ ಸಂದೇಹದಿಂದ. ಅದು ನಿಜಾನೇ ಆಗಬೇಕಾ? ಆತ ಹೇಳಿದ, "ಬಾಯರ ಅದ್ಯಾರ್ಯಾರೋ ಬೆಂಗಳೂರಿನಿಂದ ಬಂದರ್ರಿ. ಐದಾರು ಜನ. ಒಟ್ಟು ಹತ್ತು ಜನ ಊಟಕ್ಕೆ ಬರತಾರಂತ್ರಿ, ಇನ್ನೊಂದ ತಾಸು ಬಿಟ್ಟು."

"ಹತ್ತು ಜನ ಯಾರೋ ಮತ್ತ," ಅಂದೆ. "ಲೇಡಿ ಡಾಕ್ಟರ್, ಸಾಹೇಬ್ರು ಎಲ್ಲಾ ಸೇರಿರಿ ಬಾಯರ," ಅಂದ ಆತ. "ಈಗ ಇಷ್ಟೊತ್ತಿನಾಗ ಹತ್ತು ಮಂದಿ ಅಡಿಗಿ ಅಂದ್ರ ಏನೋಪಾ ಮಾರಾಯಾ," ಅಂದೆ. ಪಾಪ ಆತ ಏನು ಹೇಳಿಯಾನು? ಹೌದೆನ್ನುವಂತೆ ತಲೆ ಅಲ್ಲಾಡಿಸಿದ. ನಂತಲೆ ಕೆಟ್ಟು ಮೊಸರು ಗಡಿಗೆ ಆತು. ಅವನಿಗೆ ಹೋಗು ಅಂತ ಹೇಳಿ ಧಪ್ಪಂತ ಚೇರ್ ಮೇಲೆ ಕುಳಿತೆ. ಅಷ್ಟ್ರಲ್ಲಿ ಲೇಡಿ ಡಾಕ್ಟರ್ ಬಂದು, "ವೈನೀ

ನೀವು ಚಪಾತಿ ಅಷ್ಟ ಮಾಡ್ರಿ. ನಾ ನಮ್ಮನಿಯೊಳಗ ಪಲ್ಯ ಮತ್ತ ಮಸಾಲಾ ಭಾತ್ ಮಾಡ್ಲಿಕ್ಕೆ ಹೇಳ್ತೀನಿ," ಅಂದ್ರು.

ಅವರ ಮನೇಲೂ ಮೂರು ಜನ ಮಕ್ಕಳು, ವಯಸ್ಸಾದ ತಾಯಿ, ಒಬ್ಬ ಕೆಲಸದ ಹುಡುಗಿ ಇದ್ರು. 'ಸರಿ' ಅಂತ ಎದ್ದೆ. ಪರಾತಿನಲ್ಲಿ ಸುಮಾರು ಒಂದೂಮುಕ್ಕಾಲು ಕೆಜಿ ಗೋಧಿ ಹಿಟ್ಟು, ಉಪ್ಪು, ಎಣ್ಣೆ ಹಾಕಿ ಕಲಿಸಲು ನೀರು ಹಾಕಿದ್ದೆ. ಮತ್ತೆ ರಾಮಣ್ಣ 'ಬಾಯರ' ಅಂತ ಬಂದ. "ಏನಪಾ ರಾಮಣ್ಣಾ ಮತ್ತೇನು," ಅಂದೆ. ನನಗೆ ಆ ದಿನ ಮೈಕೈ ನೋವು ಜೋರಿತ್ತು. ಸಣ್ಣಗೆ ತಲೆ ನೋವು. ಅದಕ್ಕೇನೋ ಸ್ವಲ್ಪ ಬೇಜಾರು, ಸಿಟ್ಟು ಎಲ್ಲಾ ಮೇಳೈಸಿತ್ತು.

ಆತ, "ಏನಿಲ್ರೀ ಬಾಯರ, ಅವರು ಹುಬ್ಬಳ್ಯಾಗ ಊಟ ಮುಗಿಸಿಕೊಂಡೇ ಬಂದಾರಂತ್ರಿ. ಮತ್ತ ಈಗ ಗಡಾನ ಶಿಗ್ಗಾವಿಗೆ ಹೋಗಬೇಕಂತ್ರಿ. ಅದಕ ಬರೀ ಕಾಫಿ ಮಾಡಬೇಕಂತ್ರಿ ಬಾಯರ," ಅಂದಾ. ಹುಚ್ಚು ಹಿಡಿದ ಹಾಗಾಯ್ತು ನಂಗೆ. ಆ ನೀರು ಹಾಕಿಟ್ಟ ಹಿಟ್ಟು ಏನು ಮಾಡಬೇಕು ಹೇಳಿ. ಎತ್ತಿಡೋ ಹಾಗಿಲ್ಲ. ಅಲ್ಲಿನ ಗೊತ್ತು ಗುರಿಯಿಲ್ಲದ ಕರೆಂಟ್ ನಂಬಿ ಫ್ರಿಡ್ಜ್ ನಡೀಯೋ ಸಾಧ್ಯತೆ ಇಲ್ಲಾಂತ ತಗೊಂಡದ್ದೇ ಇಲ್ಲ.

ಬೇರೆ ದಾರಿ ಕಾಣದೇ ತಲೆ ಕೊಡವಿ ಮೊದಲು ಕಾಫಿ, ಬಿಸ್ಕತ್ತು ಕೊಟ್ಟು ರಾಮಣ್ಣನ್ನ ಕಳಿಸ್ದೆ. ಆ ನೀರು ಹಾಕಿಟ್ಟ ಹಿಟ್ಟು ಕಲಿಸ್ದೆ! ಇಷ್ಟು ದೊಡ್ಡ ಗಾತ್ರದ ಹಿಟ್ಟಿನ ಮುದ್ದೆ ನೋಡಿ ಎದೆ ಧಸ್ ಅಂತು, ಏನು ಮಾಡೋದೀಗ ಅಂತ. ಒಂದು ಝಕಾಸ್ ಐಡಿಯಾ ಹೊಳೀತು. ಸೀತವ್ವನ ಕೈಲಿ ಎಲ್ಲರ ಮನೆಗೂ ಇಷ್ಟಿಷ್ಟು ಹಿಟ್ಟಿನ ಮುದ್ದೆ ಕೊಟ್ಟು ಕಳಿಸಿ, "ಸಂಜೆಗೆ ಚಪಾತಿ ಮಾಡಿಕೋರಿ," ಅಂತ ಹೇಳಿ ಕಳಿಸಿ ಕೈ ತೊಳಕೊಂಡೆ.

ಹೊರಗೆ ಲೇಡಿ ಡಾಕ್ಟರ್ 'ವೈನೀ' ಅಂತ ಕೂಗಿದ್ದು ಕೇಳಿ ಬಾರದ ನಗು ಮೋರೆ ಮೇಲೆ ಎಳಕೊಂಡು ತಂದು ಅವರ ಜೊತೆ ಮಾತಾಡಿ ಕಳಿಸಿ ಉಸಿರು ಬಿಟ್ಟೆ ನೀಳವಾಗಿ! ಹೇಗಿದೆ ಹೇಳಿ ಈಗ ನಗು ಉಕ್ಕಿಸೋ ಈ ಪೇಚಾಟ? ಈ ಗಲಾಟೇಲಿ ವೇಳೆ ಸರಿದದ್ದೇ ತಿಳೀಲಿಲ್ಲ. ಮಕ್ಕಳು ಬರೋ ಟೈಂ ಆಯ್ತು ಅಂತ ಹಾಲು ಕಾಯಲಿಟ್ಟೆ ನನ್ನ ಊಟದ ಸುದ್ದಿ ಮರೆತೇ ಹೋಯ್ತು!

ಇನ್ನೊಂದು ಪೇಚಾಟ. ಹೊಸ ರೆಸಿಪಿ ಹುಟ್ಟು ಹಾಕಿದ ಕಥೆ ಇದು. ಅಲ್ಲಿ ಕಲಿಯಲು, ಹೊಸ ಹೊಸ ಪ್ರಯೋಗಗಳಿಗೆ ಸಾಕಷ್ಟು ಅವಕಾಶ ಇತ್ತು. ಕೊರತೆ, ಅನಾನುಕೂಲತೆಗಳೇ ಅವಿಷ್ಕಾರಗಳ ತವರು ಅಂತ ಮನಗಂಡು ಬಿಟ್ಟಿದ್ದೆ. ಈಗ ಲ್ಯಾಪ್ರೋಸ್ಕೋಪಿಕ್ ಆಪರೇಷನ್ ಕ್ಯಾಂಪ್ ಕೂಡಾ ಅಲ್ಲೇ ಅಂದರೆ ಆಯಾ ಪ್ರಾಥಮಿಕ ಆರೋಗ್ಯ ಕೇಂದ್ರದಲ್ಲೇ ಶುರು ಮಾಡ್ಕೊಂಡಿದ್ರು.

ಆಗ ಹಾವೇರಿಯಿಂದ ಒಬ್ಬ ಸರ್ಜನ್ ಬರ್ತಿದ್ರು, ಆ ಸರ್ಜರಿ ಮಾಡಲು. ಒಂದೇ ದಿನ ಹಾನಗಲ್, ಶಿಗ್ಗಾಂವಿ ಮತ್ತು ಬಂಕಾಪುರ ಮೂರೂ ಪ್ರಾಥಮಿಕ ಆರೋಗ್ಯ ಕೇಂದ್ರದಲ್ಲಿ ಕ್ಯಾಂಪ್ ಆಯೋಜಿಸಿ ಆ ಪ್ರಕಾರ ನಡೀತಿತ್ತು. ಹಾನಗಲ್, ಶಿಗ್ಗಾವಿ ಮುಗಿಸಿ ಕೊನೆಗೆ ಬಂಕಾಪುರಕ್ಕೆ ಬರೋರು. ಹೀಗಾಗಿ ರಾತ್ರಿ ಊಟ ನಮ್ಮಲ್ಲೇ. ಅವರು ಹೇಳೇ ಬಿಟ್ಟಿದ್ರು, "ಕ್ಯಾಂಪ್ ದಿನ ನನ್ನ ರಾತ್ರಿ ಊಟ ನಿಮ್ಮಲ್ಲೇ ಭಾಭೀ. ಎಷ್ಟೇ ತಡ ಆದ್ರೂ ನಡೀತದ," ಹಾಗೇ ಅವರು ಬರೋದಿಕ್ಕೆ ಒಂದು ನಿಕ್ಕಿ ಟೈಂ ಇದ್ದಿದ್ದಿಲ್ಲ.

ಮಧ್ಯಾಹ್ನದ ಊಟ ಮುಗಿಸಿ ಹಾವೇರಿಯಿಂದ ಹೊರಟು ಎಲ್ಲ ಕಡೆ ಆಪರೇಷನ್ ಮುಗಿಸಿ ನಮ್ಮಲ್ಲಿ ಬರೋವಾಗ ರಾತ್ರಿ 11, 12, 1 ಹೀಗೇ ಆಗೋದು. ಆ ದಿನದ ಕ್ಯಾಂಪಿನಲ್ಲಿ ಒಂದು ಬದಲಾವಣೆ ಆತು ನನಗೆ ಖುಷಿ ತರೋ ಅಂಥದು. ಸುರೇಶ ಬಂದು ಹೇಳಿ ಹೋದ್ರು, "ಈ ಸಲ ಸರ್ಜನ್ ಅವರು ಶಿಗ್ಗಾಂವಿಯಲ್ಲೇ ಊಟ ಮುಗಿಸಿಕೊಂಡು ಬರ್ತಾರೆ," ಅಂತ. ನಾ ಹುಷ್ ಅಂತ ಸ್ವಲ್ಪ ನಿರಾಳ ಆದೆ. ಏನು ಮಾಡ್ಲಿ, ಪರಿಸ್ಥಿತಿ ಹಾಗಿತ್ತು. ಎಷ್ಟೇ ಎಚ್ಚರಿಕೆ ವಹಿಸಿದ್ರೂ ದಿನಸಿ ಖಾಲಿ ಆಗಿತ್ತು. ಅಂದರೆ ಅಕ್ಕಿ, ಬೇಳೆ ರವೆ, ಸ್ವಲ್ಪ ಸಕ್ಕರೆ, ತುಪ್ಪ ಇತ್ತು. ಆದರೂ ಏನಾದರೂ ಸ್ಪೆಷಲ್ ಮಾಡೋದು ಸಾಧ್ಯ ಇರಲಿಲ್ಲ. ಒಂದು ಹತ್ತು ನಿಮಿಷ ನಿರಾಳ ಆಗಿರಬೇಕು ಅಷ್ಟೇ. ನಮ್ಮ ಗಂಗಮ್ಮನ ಆಗಮನ ಆಗೇ ಬಿಟ್ತು. ನಂಗೆ ಗಾಬರಿ, ಎದೆ ಢವಢವ, "ಏನ ಗಂಗಮ್ಮಾ.." ಅಂದೆ.

"ಬಾಯರ ಸರ್ಜನ್ ಸಾಹೇಬ್ರು ಇಲ್ಲೇ ಊಟಕ್ಕ ಬರತಾರಂತ್ರಿ," ಅಂದ್ಲು. ಏನು ಅಂದೆ. "ಹೂಂನ್ರೀ ಬಾಯರ. ಅವರು, ಅವರ ಅಸಿಸ್ಟೆಂಟುಗಳು, ಅವರ ಡ್ರೈವರ್ ಮತ್ತ ಡಾಕ್ಟರ್ ಬಾಯರ್ರಿ ಅಷ್ಟರೀ," ಅಂದು ಗಡಿಬಿಡಿಲೆ ಹೊರಟಳು. ನಾ, "ಎಷ್ಟೊತ್ತಿಗೆ ಗಂಗಮ್ಮಾ," ಅಂದೆ. "ಒಂದೂವರಿ ತಾಸ ಆಕ್ಕತ್ರಿ," ಅಂತ ಹೋದಳು. ಈ ಸಲ ಐದಾರು ಜನ ಅಷ್ಟೇ. ಗಡಿಯಾರ ನೋಡಿದೆ, ರಾತ್ರಿ 10.45! ಇಷ್ಟೊತ್ನಲ್ಲಿ ಏನು ಮಾಡೋದು, ಹೇಗೆ ಮಾಡೋದು ಗೊಂದಲ ನನಗೆ. ಪೇಚಾಟವೋ ಪೇಚಾಟ! ಮಕ್ಕಳು ಮಲಗಿ ಆಗಿತ್ತು. ತಲೆ ಓಡಿಸಿ, ಬಿಸಿಬೇಳೆಬಾತ್, ಮೊಸರನ್ನ ಅಂತೂ ಮಾಡೋಣ ಅಂತ ಎದ್ದು ಒಳಗೆ ಹೋಗಿ ಕುಕ್ಕರ್ ಇಟ್ಟು ಬಂದೆ.

ಸರಿ ಸ್ವೀಟ್ ಏನು ಮಾಡಲಿ ಅಂತ ಒಂದೇ ವಿಚಾರ. ಬೇಗ ಆಗೋದು ಅಂದ್ರೆ ಶಿರಾ ಒಂದೇ. ಅಲ್ಲಿ ಹಣ್ಣುಗಳೂ ಅಪರೂಪವೇ. ಬಾಳೆಹಣ್ಣು ಸಾಕಷ್ಟು ಸಿಗೋದು, ಒಮ್ಮೊಮ್ಮೆ ಖಾಲಿಯಾಗಿರುವುದು. ಹೀಗಾಗಿ ಏನಾದರೂ ಸಿಹಿ ಮಾಡಬೇಕಾಗ್ತಿತ್ತು. ಆ ದಿನ ಹಾಗೇ ಆಗಿತ್ತು. ಸರಿ. ಎಲ್ಲಾ ಡಬ್ಬಿ ಕಿತ್ತಾಡಿದೆ. ಸಣ್ಣ ರವೆ ಇರಲಿಲ್ಲ, ಉಪ್ಪಿಟ್ಟಿನ ಬನ್ಸೀ ರವೆ ಇತ್ತು. ಒಂದೇ ಒಂದು ಯಾಲಕ್ಕಿ ಡಬ್ಬಿಯ ತಳಕ್ಕೆ ಮೆತ್ತಿಕೊಂಡಿತ್ತು, ಎರಡೇ ಎರಡು ಲವಂಗ, ಒಂಚೂರು ಜಾಜಿಕಾಯಿ ಇತ್ತು. ಒಣಕೊಬ್ರಿ, ತುಪ್ಪ ಇತ್ತು. ಸಕ್ರೆ ಯಾಕೋ ಕಣ್ಣಲ್ಲಿ ಉಲುಕಿದಂತಾಯ್ತು.

ಬೆಳಗಾದ ಕೂಡಲೇ ಮತ್ತೆ ಚಹಾ ಕಾಫಿ ಗದ್ದಲ. ಸಕ್ಕರೆ ಬಳಸೋದು ಬೇಡ ಅಂತ ಠರಾಯಿಸಿ, ಹೇಗೆ ಏನು ಮಾಡೋದು ಅಂತ ಯೋಚನೆ ಮಾಡಿದೆ. ಥಟ್ಟನೇ ಮನೇಲಿದ್ದ ಕೊಲ್ಹಾಪುರ ಬೆಲ್ಲದ ನೆನಪಾಯ್ತು. ಸರಿ, ತುಪ್ಪ ಅಂತೂ ಬೇಕಾದಷ್ಟಿತ್ತು. ಗೋಡಂಬಿ ದ್ರಾಕ್ಷಿ, ಬಾದಾಮಿ ಎಲ್ಲಾ ಖಾಲಿ! ಜಾಸ್ತಿ ವೇಳೆನೂ ಇರಲಿಲ್ಲ ಯೋಚಿಸಲು. ಒಂದೂವರೆ ಎರಡು ಬಟ್ಟಲಿನಷ್ಟು ಒಣ ಕೊಬ್ಬರಿ ತುರಿ ರೆಡಿ ಆಯ್ತು. ಜಾಸ್ತಿ ತುಪ್ಪ ಹಾಕಿ ರವಾನ ಖಮ್ಮಗೆ ಹುರಿದಿಟ್ಟುಕೊಂಡೆ.

ನಂತರ ತುಪ್ಪದ ಒಗ್ಗರಣೆ ಅಂದರೆ ತುಪ್ಪ ಕಾಯಿಸಿ ಅದರಲ್ಲಿ, ಮನೇಲಿ ಇದ್ದ ಒಂದೇ ಒಂದು ಯಾಲಕ್ಕಿ ಸುಲಿದು ಕಾಳು ಸಿಪ್ಪೆ ಎರಡನ್ನೂ ಹಾಕಿ, ಇದ್ದ ಎರಡು ಲವಂಗ, ಚೂರು ಜಾಜಿಕಾಯಿ (ಜಾಕಾಯಿ), ಕೊಬ್ಬರಿ ತುರಿ ಹಾಕಿ ಹುರಿದು ರವೆ, ಹಾಲು, ನೀರು ಸೇರಿಸಿ ಕೈಬಿಟ್ಟು ತುಪ್ಪ ಹಾಕಿ, ಕೊಲ್ಹಾಪುರ ಬೆಲ್ಲದ ಪುಡಿ ಸೇರಿಸಿ ಬೇಯಿಸಿದಾಗ, ವಾವ್! ಘಮ್ಮೆನ್ನುವ ರೆಸಿಪಿ ತಯಾರಾಯ್ತು. ಮೇಲೆ ಸ್ವಲ್ಪ ಗಸಗಸೆ ಹುರಿದು ಸೇರಿಸಿ ಕೈಯಾಡಿಸಿ ಮುಚ್ಚಿಟ್ಟೆ. ಅದರ ಪರಿಮಳ ಹೊರಬಾಗಿಲವರೆಗೂ! ಹಾವೇರಿಯ ಸರ್ಜನ್ ಅವರು, "ಭಾಳ ಹಸಿವಾಗೇದ್ರಿ ಭಾಭೀ! ಮಸ್ತ್ ವಾಸನೆ!" ಅನಕೋತ ಚಪ್ಪರಿಸಿ ತಿಂದು, ""ಏನ್ರೀ ಭಾಭೀ ಈ ಸ್ಪೆಷಲ್?" ಅಂದ್ರು.

ನನಗೇ ಹೊಳೆದಿರಲಿಲ್ಲ ಏನಿದರ ಹೆಸರು ಅಂತ! ಪಟ್ಟನೇ ನನ್ನ ಬಾಯಿ ಉಸಿರಿತು? "ರವಾದ ನಾರಳೀ ಭಾತ್" ಅಂತ. ನಾರಳ ಅಂದರೆ ತೆಂಗಿನಕಾಯಿ. ಹಸಿ ಕೊಬ್ಬರಿ ತುರಿ ಹಾಕಿ ಸಣ್ಣ ಭಂಗಾರಕಡ್ಡಿ ಅಕ್ಕಿದು ನಾರಳೀ ಭಾತ್ ಮಾಡ್ತೀವಿ ಬೆಲ್ಲ ಹಾಕಿ. ಆದರೆ ತೆಂಗಿನ ಕಾಯಿನೂ ಇರ್ಲಿಲ್ಲ ಮನೇಲಿ. ಆದ್ರ ಈ ಕೈಬಿಟ್ಟು ಹಾಕಿದ ಒಣಕೊಬ್ಬರಿ, ತುಪ್ಪ ಪೂರಾ ಮಾಟಾ ಮಾಡಿ ಸಖತ್ ರುಚಿ ಕೊಟ್ಟಿತ್ತು. ಹೊಸಾ ರೆಸಿಪಿ ಜನ್ಮ ತಾಳಿ ನನ್ನ ಮಾನ ಉಳಿಸಿತ್ತು.

"ಭಾಭೀ ರೆಸಿಪಿ ಕೊಡ್ರಿ, ಮಾಧುರಿಗೂ (ಅವರ ಪತ್ನಿ) ಹೇಳ್ತೀನಿ. ನಾ ತಿಂದೇ ಇರಲಿಲ್ಲ ಈ ನಾರಳೀ ಭಾತ್! ಆಕೀಗೂ ಮಾಡು ಅಂತ ಹೇಳ್ತೀನಿ," ಅಂತ ಅಂದ್ರು ಡಾಕ್ಟರ್. ಸರಿ ಅಂದೆ ನಸು ನಕ್ಕು ಉಕ್ಕಿ ಬಂದ ಖುಷಿಯಲ್ಲಿ.

ಜೋರಾಗಿ ಬೆವೆತೆ ಆ ಬೆಳಗಿನ ಚಳಿಯಲ್ಲೂ

> ಮುಂಬಾಗಿಲ ಪಕ್ಕದಲ್ಲಿದ್ದ ದೊಡ್ಡ ಕಿಟಕಿಯ ಒಂದು ಬಾಗಿಲು ತೆಗೆದು ನೋಡಿದೆ. ಯಾಕೋ ಎಂದೂ ಇಲ್ಲದ ಹೆದರಿಕೆ ಆಯ್ತು ನಂಗೆ. ಮೊದಲ ಬಾರಿಗೆ ಹೀಗಾದದ್ದು. ಹೊರಗೆ ನಿಂತವರು ಇಬ್ಬರು ಧಡೂತಿ ಹೆಂಗಸರು. ಒಬ್ಬ 'ಹೆಂಗಸು' ನನ್ನ ಕೈಯನ್ನೇ ದಿಟ್ಟಿಸುತ್ತ ಮೆಲ್ಲಗೆ ನನ್ನೆಡೆಗೆ ಸ್ವಲ್ಪ ಗೋಣು ತಿರುಗಿಸಿದ್ಲು. ಆಕೆಯ ಸೆರಗು ಸರಿದು ಸಣ್ಣಮೀಸೆ ಕಂಡಂಗಾಯ್ತು.

ಹಳ್ಳಿ ಜನರ ಮುಗ್ಧತೆ, ಸರಳತೆ ಮನ ತಟ್ಟುತ್ತಿದ್ದದ್ದಂತೂ ನಿಜವೇ ನಿಜ. ಈ ಸರಳತೆ ಎಲ್ಲರಲ್ಲೂ ಬಂದರೆ ಹೇಗಿದ್ದೀತು ಅಂತ ಯಾವಾಗಲೂ ಯೋಚಿಸುತ್ತಿದ್ದೆ. ಯಾವ ಸೌಲಭ್ಯಗಳೂ ಲಭ್ಯವಿಲ್ಲದಿರುವಾಗಿನ ಅಭಾವ ವೈರಾಗ್ಯದ ಪ್ರಭಾವವೋ ಏನೋ! ಮಕ್ಕಳ ಸಲುವಾಗಿಯಾದರೂ ಹೇಗೋ ಅನುವು ಮಾಡಿಕೊಂಡು ಮೂರ್ನಾಲ್ಕು ವಾರಕ್ಕೊಮ್ಮೆ ಹುಬ್ಬಳ್ಳಿಗೆ ಹೋಗಿ ಬರುತ್ತಿದ್ದೆವು, ಅದೂ ಸಾಧ್ಯವಾದಾಗ. ಆಗಲೂ ಇನ್ನೊಬ್ಬ ಡಾಕ್ಟ್ರಿಗೆ ಜವಾಬ್ದಾರಿ ವಹಿಸಿದ್ದರೂ ಸುರೇಶ ಅವರ ಲಕ್ಷ್ಯ ಎಲ್ಲ ಆ ಪೇಷಂಟ್, ಆಸ್ಪತ್ರೆ ಇವುಗಳ ಸುತ್ತಲೇ ಇರೋದು.

ಆಗ ಮೊಬೈಲ್ ಫೋನ್ ಸೌಲಭ್ಯ ಇರಲಿಲ್ಲ ಇನ್ನೂ. ಒಂದೊಂದು ಸಲ ಜೋರು ಸಿಟ್ಟು ಬರೋದು. ಆದರೆ ದಿನ ಬೆಳಗೆದ್ದು ಅದೇ ವಾತಾವರಣದಲ್ಲಿ ಇರುತ್ತಿದ್ದ ನನಗೂ ಏನೋ ಒಂಥರಾ ಬೇಚೈನ ಇರುತ್ತಿತ್ತು. ಆದರೆ ಮಕ್ಕಳಿಗೂ ಸ್ವಲ್ಪ ಬದಲಾವಣೆ

ಬೇಕಲ್ಲ. ಬಂಕಾಪುರದಲ್ಲಿ ಯಾವುದೇ ಸಿನಿಮಾ ಥೀಯೇಟರ್ ವಗೈರೆ ಇರಲಿಲ್ಲ. ಅಲ್ಲಿನ ವಾತಾವರಣದಲ್ಲಿ ಅದೆಲ್ಲ ತಲೆಗೂ ಬರದಷ್ಟು ಮಗ್ನರು ನಾವು. ಅದರಲ್ಲೇ ಇಷ್ಟೊಂದು ಮುಳುಗಿ ಹೋಗಿದ್ದ ನನಗೂ ಗಾಬರಿ ಬೀಳಿಸುವ ಘಟನೆಗಳು ಆಗಾಗ ಘಟಿಸುತ್ತಲೇ ಇದ್ವು ಹಳ್ಳೀ ಜನರ ಸರಳತೆ ಮುಗ್ಧತೆಗೆ ಕಪ್ಪು ಚುಕ್ಕೆಯಂತೆ!

ವೈದ್ಯಾಧಿಕಾರಿ ಜೊತೆಗೆ ಆಡಳಿತಾಧಿಕಾರಿ ಕೂಡಾ ಆಗಿದ್ದುದರಿಂದ ನನ್ನ ಪತಿಗೆ ಧಾರವಾಡ ಜಿಲ್ಲಾ ಆರೋಗ್ಯಾಧಿಕಾರಿ ಆಫೀಸಿನಲ್ಲಿ ಮೀಟಿಂಗಿಗೆ ಹೋಗಬೇಕಾಗಿ ಬರ್ತಿತ್ತು. ರಸ್ತೆ ವ್ಯವಸ್ಥೆ ಸರಿ ಇಲ್ಲದ್ರಿಂದ ಬರೋದು ಲೇಟಾಗೋದು ಒಂದೊಂದು ಸಲ. ಅಲ್ಲೇ ಉಳಿಯೋ ಸಂದರ್ಭಗಳೂ ಬರ್ತಾ ಇತ್ತು. ಅದೂ ಅಲ್ಲದೇ ಸವಣೂರಿನಲ್ಲಿ ಇರೋ ನನ್ನ ದೊಡ್ಡ ಭಾವನವರ ಆರೋಗ್ಯ ಸ್ಥಿತೀನೂ ಚೆನ್ನಾಗಿರಲಿಲ್ಲ. ಹೀಗಾಗಿ ಅಲ್ಲಿ ಹೋಗೋ ಪ್ರಸಂಗ ಬರ್ತಿತ್ತು.

ಎಲ್ಲೇ ಹೋಗಿರಲಿ ಅವರು ಬರೋವರೆಗೂ ನನಗೆ ಜಾಗರಣೆ ಖಾತ್ರಿ. ಬೆಡ್ ರೂಮಿಗೆ ಹೊಂದಿದಂತಿದ್ದ ಊಟದ ಕೋಣೆಯಲ್ಲಿ ನನ್ನ ಶಯನ ಆಗ. ಮಕ್ಕಳನ್ನು ರೂಮಿನಲ್ಲಿ ಮಲಗಿಸಿ, ಒಂದು ರಾಶಿ ಪುಸ್ತಕ, ಒಂದು ಲಾಟೀನು ನನ್ನ ಪಕ್ಕ ಇಟ್ಟುಕೊಂಡು ಎಲ್ಲಾ ಲೈಟ್ಸ್ ತೆಗೆದು ಬಿಡ್ತಿದ್ದೆ. ಆ ಕಂದೀಲು ಒಂದರದೇ ಮಬ್ಬು ಬೆಳಕು ಇರತಿತ್ತು. ಯಾರಾದರೂ ಕಿಟಕೀಲಿ ಇಣುಕಿದ್ರೂ ಒಳಗಿನದು ಏನೂ ಕಾಣಬಾರದು ಅವರಿಗೆ ಎಂಬ ಮುನ್ನೆಚ್ಚರಿಕೆ ಕ್ರಮ ಇದು! ಆದರೆ ಮುಂಬಾಗಿಲ ಮುಂದಿನ ಲೈಟ್ ಕಾಯಂ ಉರೀತಿತ್ತು. ಒಂದೇ ಮಾತಿನಲ್ಲಿ ಹೇಳುವುದಾದರೆ ಸುರೇಶ ಊರಿನಲ್ಲಿಲ್ಲದಾಗ ರಾತ್ರಿ ನಿದ್ದೆ ನನಗೆ ಪೂರಾ ಮರೆತ ಲೆಕ್ಕ ಆಗಿತ್ತು. ಬಹುಶಃ ಈಗಲೂ ಅದೇ ರೂಢಿ ಮುಂದುವರಿದ ಹಾಗಿದೆ ಅನಕೋತೀನಿ ನಾ, ಅಂದರೆ ಈಗಲೂ ನನಗೆ ನಿದ್ದೆ ಅಷ್ಟಕ್ಕಷ್ಟೇ!

ನಮ್ಮ ದೊಡ್ಡ ಭಾವನವರ ಆರೋಗ್ಯ ಬಹಳೇ ಕೆಡ್ತಾ ಬಂತು. ಹೀಗಾಗಿ ದಿನ ಬಿಟ್ಟು ದಿನ ಆಸ್ಪತ್ರೆ ಕೆಲಸ ಮುಗಿಸಿ ಸುರೇಶ ಸ್ಕೂಟರ್ ಮೇಲೆ ಸವಣೂರಿಗೆ ಹೋಗಿ ಬರೋರು. ಒಂದೆರಡು ತಾಸು ಅಲ್ಲಿದ್ದು ಅವರ ಆರೋಗ್ಯ ಸ್ಥಿತಿ ನೋಡಿಕೊಂಡು ಬರ್ತಿದ್ರು. ಒಂದು ಸಲ ಹೀಗೇ ಹೋದಾಗ ಅವರ ಆರೋಗ್ಯ ತುಂಬಾ ಏರುಪೇರಾಗಿತ್ತು, ಚಿಂತಾಜನಕ ಅನ್ನೋ ಅಷ್ಟು, ಹೀಗಾಗಿ ನನ್ನ ಪತಿ ಅಲ್ಲಿಯೇ ಉಳಿಯಬೇಕಾಯ್ತು.

ಹೋಗುವಾಗ ಸೂಕ್ಷ್ಮವಾಗಿ ಹೇಳಿ ಹೋಗಿದ್ರು, ಅವರು ಊರಲ್ಲಿ ಇಲ್ಲ ಅಂದ್ರೆ ನಾನು ರಾತ್ರಿ ಪೂರ್ತಿ ಎಚ್ಚರಾನೇ ಮೇಲೆ ಹೇಳಿದಂತೆ. ಮಕ್ಕಳನ್ನು ಮಲಗಿಸಿ ನಾನು ಯಥಾಪ್ರಕಾರ ಡೈನಿಂಗ್ ಹಾಲಿನಲ್ಲಿ ಚಾಪೆ ಹಾಸಿ ಒಂದು ಲಾಟೀನ್ ಹಚ್ಚಿಟ್ಟುಕೊಂಡು, ಲೈಟ್ಸ್ ಎಲ್ಲಾ ಆರಿಸಿ ಪುಸ್ತಕ ರಾಶಿಯ ಪಕ್ಕದಲ್ಲಿ ನನ್ನ ಓದಿನಲ್ಲಿ ತಲ್ಲೀನಳಾಗಿದ್ದೆ. ಆ ಕ್ವಾರ್ಟರ್ಸ್ ತುಂಬ ದೊಡ್ಡದಾಗಿತ್ತು. ಎಲ್ಲಾ ಕಡೆಯ ಬಾಗಿಲುಗಳನ್ನು ಬಂದು ಮಾಡಿ

ನನ್ನ ಓದು ನಡೆದಿತ್ತು ಆ ಹಾಲಿನಲ್ಲಿ. 'ವಂಶವೃಕ್ಷ'ದ ಕಾತ್ಯಾಯಿನಿಯಲ್ಲಿ ಮುಳುಗಿ ಹೋಗಿದ್ದೆ.

ಇದ್ದಕ್ಕಿದ್ದಂತೆ ಬಾಗಿಲ ಕರೆಗಂಟೆ ಸದ್ದಾಯಿತು. ಗಡಿಯಾರ ನೋಡಿದೆ, ಮಧ್ಯರಾತ್ರಿ 1.30 ಅದೇನು ಹೊಸದಲ್ಲ ನನಗೆ. ರಾತ್ರಿ ಪೂರ್ತಿ ಕಣ್ತುಂಬ ನಿದ್ದೆ ಮಾಡೋದು ಅಪರೂಪವೇ ಆಗಿತ್ತು. ನನ್ನ ಪತಿ ಮಧ್ಯರಾತ್ರಿ ಇರಲಿ, ಬೆಳಗಿನ 3, 4 ಗಂಟೆ ಇರಲಿ ಹಾಸ್ಪಿಟಲ್ಲಿಗೆ ಓಡಾಡೋದು ಇದ್ದೇ ಇರುತಿತ್ತು. ನಾ ಎದ್ದು ಬಾಗಿಲು ಹಾಕಿ ಕೊಳ್ಳೋದು, ತೆಗೆಯೋದು ನಡೆದೇ ಇರ್ತಿತ್ತು. ನಾ ಹೊರಗಿನ ಕೀಲಿ ಹಾಕೊಂಡು ಹೋಗ್ತೀನಿ ಅಂತ ಸುರೇಶ ಅವರು ಅಂದ್ರೂ ಅದು ನನಗೆ ಸರಿ ಹೋಗ್ತಿರಲಿಲ್ಲ.

ಮುಂಬಾಗಿಲ ಪಕ್ಕದಲ್ಲಿದ್ದ ದೊಡ್ಡ ಕಿಟಕಿಯ ಒಂದು ಬಾಗಿಲು ತೆಗೆದು ನೋಡಿದೆ ಯಾಕೋ ಎಂದೂ ಇಲ್ಲದ ಹೆದರಿಕೆ ಆಯ್ತು ನಂಗೆ. ಮೊದಲ ಬಾರಿಗೆ ಹೀಗಾದದ್ದು. ಹೊರಗೆ ನಿಂತವರು ಇಬ್ಬರು ಧಡೂತಿ ಹೆಂಗಸರು. ಅಂದ್ರೆ 'ಸೀರೆ ಉಟ್ಟವರು.' ಒಬ್ಬಳ ಸೊಂಟದ ಮೇಲೆ ಅವರು ಹೇಳುವಂತೆ ಆಕೆಯ ಮಗ. ಆತನ ಕಾಲು ನೆಲಕ್ಕೆ ತಾಗುತ್ತಿತ್ತು. ಪೂರ್ತಿ ಕಂಬಳಿಯಿಂದ ಮುಚ್ಚಿದ್ರು ಆ 'ಮಗು'ವನ್ನು! ನಾ ಸ್ವಲ್ಪ ಸುಧಾರಿಸಿಕೊಂಡು ಏನು ಬೇಕಿತ್ತವಾ ಅಂದೆ. "ಡಾಕ್ಟರ್ ಸಾಹೇಬ್ರ ಇಲ್ಲ ಯವ್ವಾ," ಅಂದ್ಲಾಕೆ. ಆಕೆ ದನಿ ಬಹಳೇ ಗಡಸು. "ಇಲ್ಲಾ ಅವರು ಊರಾಗಿಲ್ಲ ಸದ್ಯ, ಬರೋದು ಇನ್ನೂ ಸ್ವಲ್ಪ ತಡಾ ಆದೀತವಾ," ಅಂದೆ.

"ಹಂಗಾರ ಬಾಗ್ಲಾ ತಗೀ ಯವ್ವಾ, ನಾವಿಲ್ಲೇ ಕೂತ್ಕೋತೀವಿ ಅಲ್ಲಿ ಮಟಾ," ಅಂದ್ಲು ಆಕಿ. ನಾ, "ಅಲ್ಲೇ ಇನ್ನಿಬ್ರು ಡಾಕ್ಟರ್ ಇದ್ದಾರ ನೋಡವಾ. ಅವರ ಹತ್ರ ತೋರಸ್ರಿ," ಅಂದೆ. "ಇಲ್ಲ ಯವ್ವಾ ನಾವು ಯಾವಾಗಲೂ ಇಲ್ಲೇ ತೋರಸೋದು. ಬಾಕ್ಲಾ ತಗೀ ಯವ್ವಾ," ಒಂದೇ ಹಟ. ನಾ ಮತ್ತೆ, "ಆ ಇಬ್ರು ಡಾಕ್ಟರ್ ಪೈಕಿ ಯಾರಿಗಾದರೂ ತೋರಿಸಿಕೊಂಡು ಹೋಗ್ರೆವಾ," ಅಂದ್ರೂ, "ಊಂ ಹೂಂ!"

"ಯವ್ವಾ ನಿನಗ ಮಕ್ಕಳಿಲ್ಲಾ ತಂಗಿ? ಹಿಂಗ್ಯಾಕ ಮಾಡ್ತಿ, ಬಾಗಲಾ ತಗಿ," ಒಂದೇ ಮಾತು ಆಕೇದು. ಇನ್ನೊಬ್ಬಳ ಮಾತೇ ಇಲ್ಲ! ನಾ ಹೇಳ್ದೆ, "ಅಲ್ಲೆ ಆಸ್ಪತ್ರೆ ಒಳಗ ಕೂತಿರ್ರಿ. ಡಾಕ್ಟರು ಬಂದ ಮ್ಯಾಲೆ ತೋರಿಸಿಕೊಂಡು ಹೋಗ್ರೆವಾ," ಅಂದೆ ಕೊನೆಗೆ. ಅದಕ್ಕೂ ತಯಾರಿಲ್ಲ ಆಕೆ! "ಬಾಗಿಲು ತಗೀ ಯವ್ವಾ? ನಾವಿಲ್ಲೇ ಕುಂತಿರತೀವಿ ಸಾಹೇಬ್ರು ಬರೋಮಟಾ," 10,15 ನಿಮಿಷ ಇದರಲ್ಲೇ ಹೋಯ್ತು.

ಕೊನೆಗೆ ಆಕೆ "ಡಾಕ್ಟರ್ ಮನಿ ಗೊತ್ತಿಲ್ಲವಾ. ತೋರಸ ಬಾ," ಅಂದ್ಲು. ಆಗ ನಾ ಕಿಟಕಿಯಿಂದ ಕೈ ಹೊರಗೆ ಚಾಚಿ, "ಅಲ್ಲಿದೆ ನೋಡವಾ" ಅಂದೆ. ಆಗ ಇನ್ನೊಬ್ಬ 'ಹೆಂಗಸು' ನನ್ನ ಕೈಯನ್ನೇ ದಿಟ್ಟಿಸುತ್ತ ಮೆಲ್ಲಗೆ ನನ್ನೆಡೆಗೆ ಸ್ವಲ್ಪ ಗೋಣು ತಿರುಗಿಸಿದ್ಲು. ಆಕೆಯ ಮುಖ ಮರೆಮಾಡಿದ ಸೆರಗು ಚೂರೇ ಚೂರು ಸರಿದು ಸಣ್ಣಮೀಸೆ

ಕಂಡಂಗಾಯ್ತು. ಪಟ್ಟನೇ ಕಿಟಕಿ ಬಂದ್ ಮಾಡಿ ಒಳಗೆ ಬಂದು ವ್ಹರಾಂಡಾ ಮತ್ತು ಡೈನಿಂಗ್ ಹಾಲಿನ ನಡುವಿದ್ದ ಬಾಗಿಲಾನೂ ಬಂದ್ ಮಾಡ್ದೆ. ಎದೆ ಧಡ ಧಡ ಶಬ್ದ ಜೋರಾಗಿತ್ತು. ಸುಮ್ಮನೇ ಕುಳಿತೆ. ನನ್ನ ಭ್ರಮೆ ಇರಬಹುದು ಅಂತ ಸಮಾಧಾನ ಮಾಡ್ಕೊಂಡೆ.

ಹಾಸ್ಪಿಟಲ್ಲಿನಲ್ಲಿ ರಾಮಣ್ಣ ಮಲಗಿದ್ದ. ಕೂಗೋದು ಹ್ಯಾಗೆ? ನನ್ನ ದನಿ ಅಲ್ಲಿವರೆಗೂ ಹೋಗೋ ಸಾಧ್ಯತೆಯೇ ಇರಲಿಲ್ಲ. ಪಕ್ಕದ ಕ್ವಾರ್ಟರ್ಸಿನಲ್ಲಿದ್ದ ಕುಲಕರ್ಣಿ ಸಿಸ್ಟರ್ ಏನೋ ಕಾರ್ಯಕ್ರಮ ಅಂತ ತಮ್ಮೂರಿಗೆ ಹೋಗಿದ್ರು. ಮನೆಗಳು ಸ್ವಲ್ಪ ದೂರ ದೂರಾನೇ ಇದ್ವು. ಹೊರಗಡೆ ಅವರು ಬಾಗಿಲು ತಟ್ಟುವುದು, ಬಾಗಲಾ ತಗೀ ಯವ್ವಾ ಅನ್ನೋದು ನಡೆದೇ ಇತ್ತು. ಭರ್ತಿ ನಿದ್ದೆ ಸಮಯ, ಯಾರನ ಹೆಂಗೆ ಕೂಗೋದು? ಕೂಗಿದ್ರೂ ಕೇಳಿಸಬೇಕಲ್ಲ!?

ಒಳಗೆ ಬಂದ ನಾನು ಮಲಗಿದ್ದ ಮಕ್ಕಳತ್ತ ನೋಡ್ದೆ, ಗಾಢ ನಿದ್ರೆಯಲ್ಲಿ ಆ ಮುಗ್ಧ ಮಕ್ಕಳು! ಹೊರಗೆ ಈ ಪ್ರಶಾಂತತೆಯನ್ನು ಅಣುಕಿಸುವಂಥ, ವೈರುಧ್ಯತೆಯ ಸಾಕಾರ ಮೂರ್ತಿಗಳು ಎನಿಸಿತು ಒಂದು ಕ್ಷಣ. ಆ ಲಾಟೀನು ಚಿಕ್ಕದು ಮಾಡಿ ಬೆಡ್ ರೂಮಿನಲ್ಲಿಟ್ಟು ಬಾಗಿಲು ಮುಂದೆ ಮಾಡಿದೆ. ಮಕ್ಕಳಿಗೆ ಎಚ್ಚರಾದ್ರೆ ಹೆದರಿಯಾವು ಅಂತ ನನಗೆ ಚಿಂತೆ. ನಾ ಮುದುರಿ ಅಲ್ಲೇ ಡೈನಿಂಗ್ ಹಾಲಿನಲ್ಲಿ ಕುರ್ಚಿ ಮೇಲೆ ಕುಳಿತೆ. ಮುಂದೆ ಸುಮಾರು ಹತ್ತು ನಿಮಿಷಗಳ ನಂತರ ಎಲ್ಲಾ ಸ್ತಬ್ಧ ಆಯ್ತು. ಗಡಿಯಾರ ನೋಡಿದೆ; 2.15! ಬಾಪರೇ ಬಾಪ್! ಮುಕ್ಕಾಲು ಗಂಟೆ ಇವರ ಗಲಾಟೆ ನಡೀತಾ ಅನ್ಕೊಂಡೆ.

ಹಾಲಿನ ಕಿಟಕಿಯಿಂದ ಆಸ್ಪತ್ರೆಯತ್ತ ನೋಡಿದ್ರೆ ಅಲ್ಲಿ ಇಂದು ಎಂದೂ ಇಲ್ಲದ ಶಾಂತತೆ! ನಿದ್ದೆ ಅಂತೂ ಗಾವುದ ದೂರ. ಹಾಗೇ ಮತ್ತೆ ಅರ್ಧ ಗಂಟೆ ಕಳೀತು. ಮೆಲ್ಲಗೆ, ಲೈಟ್ ಹಾಕದೇ ಹೊರಬಂದು ಕಿಟಕಿ ಸಂದೀಲಿ ಇಣುಕಿದೆ. ಯಾರೂ ಕಾಣಲಿಲ್ಲ. ಲೇಡಿ ಡಾಕ್ಟರ್ ಹತ್ರ ಅಥವಾ ಮತ್ತೊಬ್ಬ ಡಾಕ್ಟರ್ ಹತ್ರ ತೋರಿಸಿಕೊಂಡು ಹೋಗಿರಬೇಕು ಅನ್ಕೊಂಡು ಒಳಗೆ ಬಂದು ಮತ್ತೆ ನನ್ನ ಓದು ಶುರು ಮಾಡಿದೆ. ಒಂದೇ ಒಂದು ಅಕ್ಷರವೂ ತಲೆಗಿಳಿಯಲಿಲ್ಲ.

ಮತ್ತೆ ಬಾಗಿಲು ಸದ್ದು. ನಾ ಕರೆಗಂಟೆ ಬಂದು ಮಾಡಿದ್ದೆ. ಗಡಬಡಿಸಿ ಗಡಿಯಾರ ನೋಡಿದೆ, 4.45! ಓ ಬೆಳಗು ಹತ್ತಿರ ಬರುತಿದೆ ಅಂತ ಮೆಲ್ಲನೆ ಕಿಟಕಿಲಿಣುಕಿದೆ. ಹೊರಗೆ ನನ್ನ ಪತಿ! ಸ್ಕೂಟರ್ ಸದ್ದೂ ಕೇಳದಷ್ಟು ಗಾಬರಿಯಲ್ಲಿ ಮುಳುಗಿದ್ದೆ ನಾನು. ಬಾಗಿಲು ತೆಗೆದೆ, ಅವರು ಒಳ ಬಂದ ತಕ್ಷಣ ಧಡ್ ಅಂತ ಬಾಗಿಲು ಹಾಕಿ ಲೈಟ್ ಹಚ್ಚಿದೆ. ನನ್ನ ಹುಚ್ಚೆದ್ದ ಮುಖ ನೋಡಿ ಏನಾಯ್ತು ಅಂತ ಕೇಳಿದಾಗ ಎಲ್ಲಾ ಕಥೆ ಹೇಳ್ದೆ.

ಆಗ ಬಾಗಿಲು ತೆರೆದು ಹೊರಬಂದು ನನ್ನ ಪತಿ ರಾಮಣ್ಣನ ಕೂಗಿದಾಗ, ಅದೇ ಆಗ ಎದ್ದಿದ್ದ ಆತ ಓಡುತ್ತ ಬಂದು ನಿಂತ. ಎಲ್ಲ ಹಕೀಕತ್ತು ಹೇಳಿ ಅಲ್ಲಿ ಆಸ್ಪತ್ರೇಲಿ ಯಾರಾದರೂ ಕಾಯ್ತಿದಾರಾ ಅಂತ ಕೇಳಿದಾಗ, "ಯಾರೂ ಇಲ್ಲ ರೀ ಸಾಹೇಬ್ರ," ಅಂದ. ಸುರೇಶ ನಡೆದದ್ದನ್ನೆಲ್ಲ ಹೇಳಿ ಆತನ್ನ ಜಬರಿಸಿದಾಗ, "ನಿನ್ನೆ ಯಾಕೋ ಭಾಳ ದಣಿವಾಗಿತ್ರಿ ಸಾಹೇಬ್ರ. ಅದಕ ಏನೋ ಖಬರಗೆಟ್ಟ ನಿದ್ದಿ ಹತ್ತಿತ್ರೀ," ಅಂತ ಮುಖ ಕೆಳಗೆ ಮಾಡಿದ.

"ಇರಲಿ ಬಿಡಪಾ. ಆದ್ರೂ ರಾತ್ರಿ ಪಾಳೀನ್ಯಾಗ ಇರಾವ್ರು ಒಂಚೂರು ಎಚ್ಚರ ಇರತಿರ್ಯಪಾ," ಅಂತ ನಾನು ಹೇಳಿದೆ. ತಲೆಯಾಡಿಸಿ ಹೋದ ಆತ. ಆಮೇಲೆ ಪ್ರಯತ್ನ ಪಟ್ಟರೂ ನಿದ್ದೆ ಹತ್ರಾನೂ ಸುಳಿಯಲಿಲ್ಲ. ಬೆಳಗು ಹರೀತಿದ್ದ ಹಾಗೆ ಆ ಇಬ್ರೂ ಡಾಕ್ಟರ್ ಮನೇಲಿ ಕೇಳಿದ್ರೆ ಅವರು ತಮ್ಮ ಹತ್ರ ಯಾರೂ ಬರಲಿಲ್ಲ ಅಂದ್ರು. ಸುಮಾರು ಇಂಥದೇ ಇನ್ನೊಂದು ಘಟನೆ ಒಂದು ತಿಂಗಳ ಹಿಂದೆ ನಡೆದಿತ್ತು. ಅದು ನೆನಪಾಗಿ ಗಾಬರಿಯಾಗಿ ಒಂದು ಕ್ಷಣ ಜೋರಾಗಿ ಬೆವೆತೆ ಆ ಬೆಳಗಿನ ಚಳಿಯಲ್ಲೂ! ಜೋಲಿ ಹೋಗುವಂತಾದರೂ ನನ್ನ ನಾ ಸಾವರಿಸಿಕೊಂಡು ಗಟ್ಟಿಯಾಗಿ ನಿಂತೆ!

ಒಂದು ಕ್ಷಣ ಮೈಮರೆತು ನಿದ್ರಿಸಿದಾಗ

"ನಮ್ಮ ಕಡೆ 'ಸ್ಟೇಷನ್ ಮಾಸ್ತರ್‌ಗೆ ನಿದ್ದೆ ಇಲ್ಲ' ಎಂಬ ಹೇಳಿಕೆ ಇದೆ. ಅದರ ಜೊತೆಗೆ 'ವೈದ್ಯರಿಗೂ ಜೊತೆಗೆ ವೈದ್ಯರ ಪತ್ನಿಗೂ ಇಲ್ಲ ನಿದ್ದೆ' ಅಂತ ಸೇರಿಸಬೇಕು. ಹಾಗಂತ ಸುಮಾರು ಸಲ ಅನಕೊಂಡೀನಿ. ನಿಜ, ನೂರಕ್ಕೆ ನೂರರಷ್ಟು ನಿಜ. ಒಂದೇ ಒಂದು ದಿನವೂ ಸರಿಯಾಗಿ ನಿದ್ದೆ ಮಾಡಿದ ನೆನಪು ನನಗಿಲ್ಲ. ಒಂದೊಂದು ಸಲ ಅಂತೂ ರಾತ್ರಿ ಪೂರ್ತಿ ಓಡಾಟ ಇರ್ತಿತ್ತು ನನ್ನ ಪತಿಗೆ, ಹಾಸ್ಪಿಟಲ್, ಮನೆ, ಹಾಸ್ಪಿಟಲ್ ಅಂತ.

ನಮ್ಮ ಕಡೆ 'ಸ್ಟೇಷನ್ ಮಾಸ್ತರ್ಗೆ ನಿದ್ದೆ ಇಲ್ಲ' ಎಂಬ ಹೇಳಿಕೆ ಇದೆ. ಅದರ ಜೊತೆಗೆ 'ವೈದ್ಯರಿಗೂ ಜೊತೆಗೆ ವೈದ್ಯರ ಪತ್ನಿಗೂ ಇಲ್ಲ ನಿದ್ದೆ' ಅಂತ ಸೇರಿಸಬೇಕು. ಹಾಗಂತ ಸುಮಾರು ಸಲ ಅನಕೊಂಡೀನಿ. ನಿಜ, ನೂರಕ್ಕೆ ನೂರರಷ್ಟು ನಿಜ. ಒಂದೇ ಒಂದು ದಿನವೂ ಸರಿಯಾಗಿ ನಿದ್ದೆ ಮಾಡಿದ ನೆನಪು ನನಗಿಲ್ಲ. ಒಂದೊಂದು ಸಲ ಅಂತೂ ರಾತ್ರಿ ಪೂರ್ತಿ ಓಡಾಟ ಇರ್ತಿತ್ತು ನನ್ನ ಪತಿಗೆ.

ಸುರೇಶ ಅನ್ನೋರು, "ನಾ ಹೊರಗಿನಿಂದ ಕೀಲಿ ಹಾಕೊಂಡು ಹೋಗ್ತೀನಿ. ನೀ ಮಲಕೋ," ಅಂತ. ಅದಂತೂ ಸಾಧ್ಯವಾಗದ ಮಾತು ನನಗೆ ಎಂದು ಹೇಳಿಬಿಟ್ಟಿದ್ದೆ. ಹೀಗೇ ನಡೀತಿತ್ತು. ಅದೂ ಯಾವುದಾದರೂ ಹೆರಿಗೆ ಕೇಸ್ ಇದ್ದರಂತೂ ಮುಗಿದೇ ಹೋಯ್ತು. ಹೆರಿಗೆ ಕೋಣೆ ನಮ್ಮ ಮನೆ ದಿಕ್ಕಿಗೇ ಇತ್ತು. ರಾತ್ರಿಯ ಪ್ರಶಾಂತ

ವಾತಾವರಣದಲ್ಲಿ ಮಗು ಹುಟ್ಟಿದ ತಕ್ಷಣ ಅಳುವ ದನಿ ಸ್ಪಷ್ಟವಾಗಿ ಕೇಳಿ ಬರುತ್ತಿತ್ತು. ನನಗೆ ಆ ದನಿ ಕೇಳಿ ನಿರಾಳ ಅನ್ನಿಸೋದು.

ಕುಲಕರ್ಣಿ ಸಿಸ್ಟರ್ ಯಾವಾಗಲೂ ಅಂತಿದ್ರು ನನಗೆ, "ವೈನೀ ಸುಮ್ಮನೇ ಮಲಗಿ ನಿದ್ದಿ ಮಾಡಬಾರದೇನ್ರೀ? ಯಾವ ದೇವರು ಕಾಡ್ತಾನ ಅಂತೀನಿ. ನಮಗ ಬಿಡದ ಕೆಲಸಾ ನಿದ್ದಿಗೆಡಲಿಕ್ಕೇ ಬೇಕು ನಾವು. ನೀವ್ಯಾಕ ನಿದ್ದಿಗೆಟ್ಟ ಕಿಡಕಿಯೊಳಗಿಂದ ಆ ಹೆರಿಗೆ ಕೋಣೆಯ ಕಡೆ ನೋಡಕೋತ ನಿಲ್ತೀರೋ ಏನೋ," ಅಂತ ನಕ್ಕೋತ ಹೋಗ್ತಿದ್ರು. ನಾನೂ ನಕ್ಕು ಸುಮ್ಮನಾಗಿ ಬಿಡ್ತಿದ್ದೆ. ಆದರೆ ಅನುಕ್ಷಣ ಎಚ್ಚರದಲ್ಲಿರೋದನ್ನ ಬಿಡ್ತಿರಲಿಲ್ಲ. ಒಂದೇ ಒಂದು ಬಾರಿ ಒಂದು ಕ್ಷಣ ಮೈಮರೆತು ನಿದ್ದೆ ಮಾಡಿದಾಗ ಆದ ಗಡಿಬಿಡಿ, ಗೊಂದಲ ನೆನೆಸಿಕೊಂಡರೆ ಈಗಲೂ ಎದೆ ಝಲ್ ಅಂತದೆ.

ಬಂಕಾಪುರದಲ್ಲಿ ಪ್ರೈವೇಟ್ ಪ್ರಾಕ್ಟೀಸ್ ಮಾಡುವ ವೈದ್ಯರುಗಳು ಯಾವುದಾದರೂ ಕಠಿಣವಾದ ಕೇಸ್ ಬಂದರೆ, ಹೆಚ್ಚಿನ ಸಹಾಯ ಏನಾದರೂ ಬೇಕಾಗಿದ್ರೆ ರೋಗಿಗಳನ್ನು ಇಲ್ಲಿಗೇ ಅಂದ್ರೆ ಪ್ರಾಥಮಿಕ ಆರೋಗ್ಯ ಕೇಂದ್ರಕ್ಕೇ ಕಳಿಸ್ತಿದ್ರು. ಒಮ್ಮೊಮ್ಮೆ ತಾವೂ ಆ ರೋಗಿಯ ಜೊತೆ ಬರೋದೂ ಇತ್ತು. ಆ ದಿನ ಹಾಗೇ ಆಯ್ತು. ತುಂಬಾ ಬಿಝಿ ದಿನ ಆ ಹೊತ್ತು. ನಮ್ಮ ಊಟ ಮುಗಿದಾಗಲೇ ರಾತ್ರಿ 12 ಗಂಟೆ ಹೊಡೆದಿತ್ತು. ಖರೇ ಹೇಳಬೇಕೆಂದರೆ ಅಲ್ಲಿ ಹಗಲು, ರಾತ್ರಿ ನಡುವೆ ಜಾಸ್ತಿ ವ್ಯತ್ಯಾಸವೇ ಕಾಣ್ತಿರಲಿಲ್ಲ ನನಗೆ.

ಊಟ ಆದ ತಕ್ಷಣ ಮಲಗಿದ ನನ್ನ ಪತಿಗೆ ಜೋರು ನಿದ್ದೆ. ನನಗೂ ಆ ದಿನ ಎಲ್ಲಿಲ್ಲದ ನಿದ್ದೆ. ರಾತ್ರಿ 2 ಗಂಟೆ ಸುಮಾರಿಗೆ ಕಾಲಿಂಗ್ ಬೆಲ್ ಸದ್ದಾಯಿತು. ತಕ್ಷಣ ಎಚ್ಚರಾತು. ಎದ್ದು ಲೈಟ್ ಹಾಕಿ ಯಾರದು? ಅಂದೆ. "ಮೇಡಂ ನಾನು," ಅಂದ್ರು. ಅವರು ಅಲ್ಲಿನ ಒಬ್ಬ ಖಾಸಗಿ ಪ್ರಾಕ್ಟೀಸ್ ಮಾಡುವ ವೈದ್ಯರು. "ಒಂದು ಪೇಷಂಟ್ ಕರ್ಕೊಂಡು ಬಂದೀನಿ. ಸ್ಥಿತಿ ಸ್ವಲ್ಪ ಗಂಭೀರವಾಗಿದೆ ಆ ಮನುಷ್ಯಂದು. ಸಾಹೇಬ್ರಿಗೆ ಹೇಳ್ತೀರಿ ಸ್ವಲ್ಪ?" ಅಂದ್ರು. ಕಿಟಕಿಯಿಂದ ಇಣುಕಿ ನೋಡಿದೆ, ಗುರುತು ಸಿಕ್ಕಿತು. ಬಾಗಿಲು ತೆರೆದು ಒಳಗೆ ಕೂರಲು ಹೇಳಿದೆ. ಒಳಗೆ ಬಂದು ನನ್ನ ಪತೀನ ಎಬ್ಬಿಸಿ ಅವರು ಬಂದಿರುವ ಸಮಾಚಾರ ಹೇಳ್ದೆ. ಗಡಬಡಿಸಿ ಎದ್ದು ಹೋದ್ರು ಅವರು. ನಾ ಹಾಗೇ ಮಂಚದ ಮೇಲೆ ಉರುಳಿದೆ. ಸುರೇಶ ರೋಗಿಯನ್ನು ಪರೀಕ್ಷಿಸುವುದು, ಎಲ್ಲರ ಮಾತು ಕೇಳಿ ಬರುತ್ತಿತ್ತು. ಮರುಕ್ಷಣವೇ ನಿದ್ದೆಗೆ ಜಾರಿದೆ! ಎಂದೂ ಇಲ್ಲದ್ದು ಇದು, ಅನಿರೀಕ್ಷಿತ!

ಬಡಿದೆಬ್ಬಿಸಿದಂತೆ ಥಟ್ಟನೇ ಎಚ್ಚರಾಯ್ತು. ಒಂದು ಕ್ಷಣ ಎಲ್ಲಾ ಅಯೋಮಯ. ಎಲ್ಲಾ ಕಡೆ ಲೈಟ್ಸ್ ಉರಿಯುತ್ತಿದೆ. ಏನೂ ಸದ್ದು ಇಲ್ಲ. ಯಾರ ಮಾತೂ ಕೇಳಿಸುತ್ತಿಲ್ಲ. ನೋಡಿದ್ರೆ ಸುರೇಶ ಅವರೂ ಇಲ್ಲ. ಪೂರ್ತಿ ಎಚ್ಚರಾಗಿ ಗಡಬಡಿಸಿ ಬೆಡ್ ರೂಮಿನಿಂದ ಹೊರಗೆ ಬಂದೆ. ಮುಂಬಾಗಿಲು ಪೂರ್ತಿ ತೆರೆದಿದೆ! ವರಾಂಡಾದಲ್ಲಿ

ಯಾರೂ ಕಾಣಲಿಲ್ಲ. ಅದಕ್ಕೆ ಹೊಂದಿಕೊಂಡಿದ್ದ ಕೋಣೆಯಲ್ಲಿ ಇಣುಕಿದೆ, ಅಲ್ಲೂ ಯಾರೂ ಇಲ್ಲ! ಬಾಗಿಲ ಹೊರಗೆ ಬಂದು ಆಸ್ಪತ್ರೆಯತ್ತ ದೃಷ್ಟಿ ಹಾಯಿಸಿದರೆ ಅಲ್ಲೂ ಏಕದಂ ಶಾಂತ.

ಒಳಗೆ ಮನೆ ತುಂಬ ನೋಡಿದೆ ಅಲ್ಲೇ ನಿಂತು ಎಲ್ಲಾ ಬಾಗಿಲುಗಳು ಬಾತ್ ರೂಮ್, ಅಡಿಗೆಮನೆ ಎಲ್ಲ ತೆರೆದೇ ಇತ್ತು. ಮತ್ತೆ ಹಾಸ್ಪಿಟಲ್ ನೋಡಿದ್ರೆ ಹಾಗೇ ಶಾಂತವಾಗಿದೆ. ಅಂದರೆ ಇವರೆಲ್ಲ ಹೋಗಿ ಕನಿಷ್ಠ ಹತ್ತು ಹದಿನೈದು ನಿಮಿಷವಾದರೂ ಆಗಿರಬೇಕು. ಆಸ್ಪತ್ರೆಯ ಇನ್ನೊಂದು ಕಟ್ಟಡದಲ್ಲಿ ಅಂದರೆ ಮುಖ್ಯ ಕಟ್ಟಡಕ್ಕೆ ಹೊಂದಿಯೇ ಇರುವ ಕಟ್ಟಡದಲ್ಲಿ ಸ್ಟೋರ್ ರೂಮ್ ಇತ್ತು. ಅಲ್ಲಿಗೆ, ಇಲ್ಲಿಗೆ ಅಟೆಂಡರ್ ಯಾರಾದರೂ ಓಡಾಡೋದು ಕಾಣಬೇಕಿತ್ತು. ಅದೂ ಇಲ್ಲ. ಏನೂ ತಿಳೀಲಿಲ್ಲ. ಒಳಗೆ ಬಂದೆ.

ಹೂಂ ಒಳಗೆ ಬಂದೆ, ಆದರೆ ಮುಂಬಾಗಿಲು ಹಾಕದೇ ಒಳಗೆ ಬಂದೆ. ಯಾರಾದ್ರೂ ಒಳಗೆ ಅವಿತಿದ್ರೆ ಅನ್ನೋ ಹೆದರಿಕೆ. ಬಚ್ಚಲುಮನೆ, ಅಡಿಗೆಮನೆ, ಸ್ಟೋರ್ ರೂಮ್ ಎಲ್ಲಾ ತೆರೆದೇ ಇದೆ! ಮತ್ತೆ ಹೊರ ಬಂದು ಆ ಹೊರಗಿದ್ದ ವರಾಂಡಕ್ಕೆ ಹೊಂದಿ ಇದ್ದ ಕೋಣೆಯಲ್ಲಿ ಇಣುಕಿ, ಒಳಗೆ ಹೋಗಿ ಅಲ್ಲಿದ್ದ ಒಂದು ದೊಡ್ಡ ಕಪಾಟಿನ ಬಾಗಿಲು ತೆರೆದು ಒಳಗೆ ಪರೀಕ್ಷಿಸಿ, ಮಂಚದಡಿ ನೋಡಿ ಯಾರಿಲ್ಲ ಅಂತ ಖಾತ್ರಿ ಮಾಡಿಕೊಂಡು ಆ ಕೋಣೆಯ ಲೈಟ್ ಆರಿಸಿ ಬಾಗಿಲು ಹಾಕಿ ಹೊರಗಿನಿಂದ ಆ ರೂಮ್ ಭದ್ರಪಡಿಸಿದೆ.

ಅಲ್ಲೆ ವರಾಂಡಾದಲ್ಲಿ ಎರಡು ದೊಡ್ಡ ದೊಡ್ಡ ಪೆಟ್ಟಿಗೆಗಳು ಇದ್ವು, ನಮ್ಮದು ಊರಿಂದೂರಿಗೆ ವರ್ಗಾವಣೆಯಾಗುವ ಕೆಲಸ ಅಲ್ವ, ಆಗ ಸಾಮಾನುಗಳನ್ನು ಪ್ಯಾಕ್ ಮಾಡಲು ಬೇಕೂಂತ ಮಾಡಿಸಿದ್ದ ಅವುಗಳನ್ನು, ಜೋಡಿಸಿ ಅದರ ಮೇಲೆ ಒಂದು ಹಾಸಿಗೆ ಹಾಕಿಟ್ಟಿದ್ದೆ. ಅದೂ ಒಂದು ಮಂಚದ ಥರಾನೇ ಆಗಿತ್ತು. ಮನೇಲೇ ಏನಾದ್ರೂ ರೋಗಿಗಳನ್ನು ಪರೀಕ್ಷಿಸಲು, ನಾವು ಎಲ್ಲಿಯಾದರೂ ಊರಿಗೆ ಹೋದಾಗ ಯಾರಿಗಾದರೂ ಮಲಗಲು ಹೇಳಿದ್ರೆ ಉಪಯೋಗ ಆಗ್ತಿತ್ತು ಅದು.

ಅದರ ಮೇಲಿನ ಗಾದಿ ಸ್ವಲ್ಪ ಸರಿದಿತ್ತು. ನಂದು ಆಗ ಎಲ್ಲವನ್ನೂ ಅನುಮಾನದ ದೃಷ್ಟಿಯಿಂದಲೇ ನೋಡುವ ಮನಃಸ್ಥಿತಿ! ನಡುಗುವ ಕೈಗಳಿಂದ ಆ ಬೆಡ್ ಸರಿಸಿ, ಭಾರಿ ಭಾರದ ಆ ಎರಡೂ ಪೆಟ್ಟಿಗೆ ತೆಗೆದು ನೋಡಿದೆ. ಒಳಗೆ ಯಾರಿಲ್ಲ ಅಂತ ಖಾತ್ರಿ ಮಾಡಿಕೊಂಡು ಅವುಗಳನ್ನು ಮುಚ್ಚಿ ಒಳಗೆ ಹೋದೆ. ಬಾತ್ ರೂಮೂ ದೊಡ್ಡದೇ ಇತ್ತು. ಅಲ್ಲೂ ಎಲ್ಲಾ ಪರೀಕ್ಷಿಸಿ ಬಾಗಿಲು ಹಾಕಿದೆ.

ಹೀಗೇ ಅಡಿಗೆಮನೆ, ಸ್ಟೋರ್ ರೂಮ್ ಎಲ್ಲಾ ಪರೀಕ್ಷಿಸಿ ಎಲ್ಲೂ ಯಾರಿಲ್ಲ ಅಂತ ಪಕ್ಕಾ ಮಾಡಿಕೊಂಡು ಬಾಗಿಲು ಹಾಕಿಕೊಂಡು ಬಂದೆ. ಆ ಮೂರೂ ಕೋಣೆಗಳನ್ನು ಸೇರಿಸುವ ಪ್ಯಾಸೇಜ್ ಮತ್ತು ಡೈನಿಂಗ್ ಹಾಲ್ ಮಧ್ಯೆ ಒಂದು ಬಾಗಿಲಿತ್ತು. ಅದನ್ನೂ

ಭದ್ರಪಡಿಸಿದೆ. ಇನ್ನುಳಿದದ್ದು ನಮ್ಮ ಬೆಡ್ ರೂಮ್ ಮತ್ತು ಅದಕ್ಕೆ ಅಂಟಿಕೊಂಡಿರುವ ಒಂದು ಚಿಕ್ಕ ರೂಮು.

ಬೆಡ್ ರೂಮ್ ಒಳಗೆ ಬಂದು ಮಂಚದಡಿ, ಬೀರು ಸಂದಿ, ಅತ್ತ ಇತ್ತ ಎಲ್ಲ ನೋಡಿ ಆ ಚಿಕ್ಕ ರೂಮಿನಲ್ಲಿ ಚೆಕ್ ಮಾಡಿ ಎಲ್ಲ ಸರಿ ಇದೆ ಅಂತ ಮನದಟ್ಟು ಮಾಡಿಕೊಂಡು ಹುಷ್ ಅಂತ ಹೊರಗೆ ಬಂದೆ. ಇನ್ನೂ ಮುಂಬಾಗಿಲು ತೆಗೆದೇ ಇತ್ತು. ಹೊರಗೆ ಬಂದು ಆಸ್ಪತ್ರೆಯತ್ತ ಮತ್ತೆ ದೃಷ್ಟಿ ಹಾಯಿಸಿದೆ. ಅಲ್ಲಿ ಇನ್ನೂ ಅದೇ ನಿಶ್ಯಬ್ದತೆ. ನಮ್ಮನೆ ಮುಂದಿನ ದೀಪ ಬಿಟ್ರೆ ಎಲ್ಲಾ ಕತ್ತಲು. ಅಲ್ಲಿ ಆಸ್ಪತ್ರೆಯ ದೀಪಗಳು. ಯಾರೋ ಕತ್ತಲಲ್ಲಿ ಓಡಾಡುವ ಭಾಸ! ನನ್ನ ಹೆದರಿಕೆಯ ಪರಮಾವಧಿ ಇದು ಅಂದುಕೊಂಡೆನಾದರೂ ಹೆದರಿಯೇ ಒಳಬಂದು ಹೊರಗಿನ ಬಾಗಿಲನ್ನೂ ಬಂದ ಮಾಡಿ, ಆಯಾಸವಾದಂತೆನಿಸಿ ಡೈನಿಂಗ್ ಹಾಲಿನ ಕುರ್ಚಿಯಲ್ಲಿ ಸುಮ್ಮನೇ ಕುಳಿತೆ.

ನಿದ್ದೆಯ ಪ್ರಶ್ನೆಯಂತೂ ಇಲ್ಲವೇ ಇಲ್ಲ. ಗಡಿಯಾರ ನೋಡಿದೆ 2.45 ಆಗಿತ್ತು. ಮುಂದೆ ಅರ್ಧ ಗಂಟೆ ಬಿಟ್ಟು ಸೋಮಣ್ಣ ಬಂದು ಸುರೇಶ ಅವರ ಕಿಟ್ ಇಟ್ಟು ಹೋದ. ಆ ಮೇಲೆ ಹತ್ತು ನಿಮಿಷಗಳ ನಂತರ ನನ್ನ ಪತಿದೇವರ ಆಗಮನ! ಬಾಗಿಲು ತೆರೆದು ಒಂದೂ ಮಾತಾಡದೆ ಒಳಗೆ ಹೋದೆ. ಅವರಿಗೆ ಅಚ್ಚರಿ. ರೋಗಿಯ ಸ್ಥಿತಿಗತಿ ವಿಚಾರಿಸದೇ ನಾ ಎಂದೂ ಒಳಗೆ ಹೋದದ್ದೇ ಇಲ್ಲ.

ನನ್ನ ಬಿಗಿದ ಮುಖ ನೋಡಿ ಏನಾಯ್ತು ಅಂದ್ರು, ಸಿಡೀತು ನೋಡ್ರಿ ಬಾಂಬ್! ಅದಕ್ಕವರು, "ನೀನು ಎಚ್ಚರವಾಗೇ ಇದ್ದೀ ಅನ್ಕೊಂಡು ಹೋದೆ," ಅಂದ್ರು. ನಾನು ಮಾತೇ ಆಡದೇ ತುಟಿ ಬಿಗಿದೆ. ಅವರಿಗೆ ಮತ್ತೆ ನಿದ್ರೆ. ನನಗೋ ರಾತ್ರಿ ಪೂರ್ತಿ ನಿದ್ದೆ ಹತ್ರಾನೂ ಸುಳಿಯಲಿಲ್ಲ. ಇನ್ನೂ ಇದೆ ಸಮಾಚಾರ.

ಬೆಳಗ್ಗೆ ಆರು ಗಂಟೆಗೆ ಬಂದ ಸೀತವ್ವ ಅಂಗಳ ಗುಡಿಸೋಕೂ ಮೊದಲು 'ಬಾಯರ, ಬಾಯರ' ಅಂತ ಕೂಗಿದ್ಲು. 'ಏನ ಸೀತವ್ವಾ' ಅಂದೆ ಮಲಗಿಕೊಂಡೇ. ಆಗ ಸ್ವಲ್ಪ ಕಣ್ಣು ಭಾರ ಭಾರ ಆಗಿತ್ತು. 'ಬರ್ರೀ ಇಲ್ಲೆ' ಮತ್ತೆ ಕೂಗಿದ್ಲು. ಏಳಲಾರದೇ ಎದ್ದು ಹೋದ್ರೆ, "ರಾತ್ರಿ ಹೊತ್ತಲ್ಲದ ಹೊತ್ತಿನ್ಯಾಗ ಬಾಗ್ಲಾ ತೆಗ್ಯೂದು, ಹಾಕೂದು ಮಾಡ್ತೀರಿ. ಸ್ವಲ್ಪ ನಿಗಾ ಇಟ್ಟ ಮಾಡ್ರಿ, ಹುಷಾರೀಲೇ ಇರ್ರೀ," ಅಂತ ಹೇಳಿದ್ಲು.

"ಯಾಕ ಸೀತವ್ವಾ ಏನಾತು? ಹಿಂಗ್ಯಾಕ ಇಷ್ಟ ಗಾಬರಿ ಯಾಕ?" ಅಂದೆ. "ನಿನ್ನೆ ರಾತ್ರಿ 'ಅವರ' ಮನೀದು ಕೀಲಿ ಮುರದು ಒಳಗೆಲ್ಲ ಕಿತ್ತಾಡ್ಯಾರಂತ್ರೀ. ಆ ಸಪ್ಪಳಕ ಬಾಜೂದ ಸಿಸ್ಟರ್ ಅವರು ಎಚ್ಚರಾಗ್ಯರ್ರಿ, ಯಾರದು ಯಾರದು ಅಂತ ಒದರಿ ಗದ್ಲಾ ಮಾಡಿದ ಕೂಡಲೇ ಓಡಿ ಹೋದ್ರಂತ್ರಿ. ಮೂರ್ನಾಲ್ಕು ಜನಾ ಇದ್ರಂತ್ರಿ ಬಾಯರ," ಇಷ್ಟು ಹೇಳಿ ಸೀತವ್ವ ನನ್ನ ಮಾರಿ ನೋಡಿದ್ಲು.

ನಮ್ಮನಿಯಿಂದ ನಾಲ್ಕನೇ ಮನಿ. ಆಕಡೆ, ಆಸ್ಪತ್ರೆ ಗೇಟ್ ಕಡೆ ಮುಖ ಆ ಮನಿಗಳದು. ಜೋಡಿ ಮನೆಗಳದು ಆ ಸಾಲು. "ಎಷ್ಟೊತ್ತಿಗೆ ಸೀತವ್ವಾ," ಕೇಳಿದೆ ಡವಗುಟ್ಟುವ ಎದೆ ಅಂಗೈಯಲ್ಲಿ ಹಿಡಿದು. "ಎರಡೂವರಿ ಆಗಿತ್ತಂತ್ರೀ ಬಾಯರ. ಭರ್ತಿ ನಿದ್ದಿ ಹೊತ್ತ ನೋಡ್ರಿ. ಯಾರ ಎಚ್ಚರಿರತಾರ ಆಗ? ಯಾಕೋ ಸಿಸ್ಟರ್ ಎದ್ದಾರ. ಹೇಳಾಕ್ಹತ್ತಿದ್ರೀ ಸಿಸ್ಟರ್," ಅಂತ ಹೇಳಿ ಗುಡಿಸಲಿಕ್ಕೆ ಪೊರಕೆ ತಗೊಂಡಳು ಆಕೆ. ಕೈಕಾಲು ಥಣ್ಣಗಾಗಿ ಧಪ್ಪ ಅಂತ ಕುಕ್ಕರಿಸಿದೆ.

ಆಗ ನನ್ನ ಪರೇಡ್ ನಡದಿತ್ತಲಾ! ಕತ್ತಲಲ್ಲಿ ಯಾರೋ ಓಡಾಡಿದ್ದು ಭಾಸ ಅಥವಾ ಭ್ರಮೆಯಲ್ಲ! ದೇವರೇ! ನಿಜವೇ ಅದು! ಅವರೇನಾದ್ರೂ ತೆರೆದ ಬಾಗಿಲಿನ ಈ ಮನೆಯತ್ತ ಬಂದಿದ್ರೆ! ಗಾಬರಿಯಲ್ಲಿ ಮಾತೇ ಬರಲಿಲ್ಲ. ಸೀತವ್ವ ಪಿಕಿ ಪಿಕಿ ನನ್ನ ಮುಖ ನೋಡಿ "ಬಾಯರ ಆರಾಮ ಇಲ್ಲೇನ್ರಿ? ಇನ್ನೊಂದು ಸ್ವಲ್ಪ ಮಲಕೋರಿ" ಅಂದದ್ದೂ ಕೇಳಿಸದ ಸ್ಥಿತಿ ನಂದು!

"ಹಳ್ಳಿಯಾದರೇನು ಶಿವಾ, ದಿಲ್ಲಿಯಾದರೇನು ಶಿವಾ ಜನರೆಲ್ಲಾ ಒಂದೇ ಶಿವಾ?" ಅಂತ ಉಸಿರಿತು ಹೊರಗೆ ಬರಲಾರದ ನನ್ನ ದನಿ.

ನೋವು, ನಲಿವಿನ ಬಿಸಿಲು-ನೆರಳಿನಾಟ

“ನಾನು ಟೇಪ್ ರೆಕಾರ್ಡಿನಲ್ಲಿ ಹಳೇ ಹಿಂದಿ ಸಿನಿಮಾ ಹಾಡು ಕೇಳ್ತಾ ಇದ್ದೆ. ಮಧ್ಯೆ ಮಧ್ಯೆ ಮಾಮೂಲಿನಂತೆ ಗುನುಗುವಿಕೆನೂ ನಡೆದಿತ್ತು. ಆಕೆ ಜೊತೆ ಮಾತಾಡುವಾಗ ಇದೆಲ್ಲ ಯಾಕೆ ಅಂತ ಅದನ್ನು ನಿಲ್ಲಿಸಲು ಹೋದಾಗ, “ಬ್ಯಾಡ ಅಕ್ಕಾ, ಇರಲಿ. ನನ್ನ ಮನಸ್ಸಿಗೆ ಸಮಾಧಾನ ಅನಸ್ತತ್ರಿ,” ಅಂದ್ಲು. ಪಟ್ಟನೇ ತಿರುಗಿ ನೋಡಿದಾಗ ಆಕೆ ಕಣ್ಣು ತುಂಬಿ ಬಂದಿತ್ತು. “ನಿಮಗೂ ಹಾಡು ಸೇರತಾವೇನ್ರೀ,” ಅಂದೆ ನಾ.

ದಿನ ದಿನದ ಸುಖ, ಸಂತೋಷ ನಾವು ಬಾಳನ್ನು ನೋಡುವ ದೃಷ್ಟಿಯಲ್ಲಿರತದೆ ಅಂತ ಬಲವಾಗಿ ನಂಬಿದವಳು ನಾನು. ಯಾವುದನ್ನೂ ಕಷ್ಟ ಇದು, ಆಗಲಾರದ್ದು ಇದು ಅನ್ನೋ ಮನೋಭಾವ ನಂದಲ್ಲ ಆಗಲೂ ಈಗಲೂ. ಹೇಗಪ್ಪ ಈಗ ಅನ್ನೋ ಪ್ರಶ್ನೆ ನನ್ನಿಂದ ದೂರಾನೇ. ಎಂಥದೇ ಗೊಂದಲದ ಪರಿಸ್ಥಿತಿಯಲ್ಲೂ ಒಂಚೂರು ಹಾಡು ಗುನುಗಿದ್ರೆ ಮನಸು ಹಗುರ. ಆತಂಕಪಟ್ಟುಕೊಂಡು ಚೈತನ್ಯ ಹಾಳು ಮಾಡ್ಕೋಬಾರದು ಅನ್ನುವಾಕೆ ನಾ. ಈ ಹಾಡಿನ ಹುಚ್ಚು ಅದಕ್ಕೆ ಇನ್ನಷ್ಟು ಬಲಗೂಡಿಸಿ ಹೊಸ ಹುರುಪು ಮೂಡಿಸುವಲ್ಲಿ ಹಿರಿದು ಪಾತ್ರ ವಹಿಸ್ತೋ ಏನೋ ಅನಕೋತಿನಿ ಹಲವು ಸಲ.

ಒಟ್ನಲ್ಲಿ ತೊಂದರೆ ಎದುರಾದಾಗ ತಂಪು ಮನದಿಂದ ನಿರಾಳವಾಗಿ ವಿಚಾರ ಮಾಡೋದು ಮುಖ್ಯ. ಅಂದರೆ ದಾರಿ ಕಂಡೀತು. ಇಲ್ಲೂ ಅಂದರೆ ಬಂಕಾಪುರದಲ್ಲೂ

ಕೂಡ ಅದೇ ರೂಢಿ ನಂದು. ಬೇರೆ ದಾರಿ ಏನಿತ್ತು? ಹೀಗಾಗಿ ಅಲ್ಲಿ ಬಂಕಾಪುರದಲ್ಲಿ ನಮ್ಮ ದಿನಗಳು ಹೇಗೆ ಓಡ್ತು ತಿಳೀಲೇ ಇಲ್ಲ. ನೋವು ನಲಿವಿನ ಬಿಸಿಲು, ನೆರಳಿನಲಿ, ಒಮ್ಮೆ ನಗುತ್ತ, ಒಮ್ಮೆ ಕಣ್ಣು ತೇವವಾದ್ರೂ ಆಚೆ ತುಳುಕದಂತೆ ಎಚ್ಚರಿಕೆ ವಹಿಸುತ್ತ.

ನೋಡ ನೋಡುತ್ತಿದ್ದಂತೆ ಮೊನ್ನೆ ಮೊನ್ನೆ ಸ್ಕೂಲ್ ಸೇರಿದಂತಿದ್ದ ನನ್ನ ದೊಡ್ಡ ಮಗ ನಾಲ್ಕನೇ ಕ್ಲಾಸ್ ಮುಗಿಸಿ ಐದನೇ ಕ್ಲಾಸಿಗೆ ಬಂದಾಯ್ತು. ಮಗಳು ಮೂರನೇ ಕ್ಲಾಸಿನಲ್ಲಿ. ಚಿಕ್ಕ ಮಗ ಶಿಶು ವಿಹಾರ ಅಂದರೆ ನರ್ಸರಿಗೆ ಹೋಗುತ್ತಿದ್ದ. ಅಲ್ಲಿ ಸ್ಕೂಲ್ ಅಷ್ಟಕ್ಕಷ್ಟೇ. ಸ್ಕೂಲ್ ಮುಗಿದ ಒಂದು ಗಂಟೆಯ ನಂತರ ಶಿರಹಟ್ಟಿ ಮಾಸ್ತರು ಬಂದು ಮೂರೂ ಮಕ್ಕಳಿಗೆ ಒಂದೆರಡು ಗಂಟೆ ಟ್ಯೂಶನ್ ಹೇಳಿ ಹೋಗ್ತಿದ್ರು. ನಾಲ್ಕನೇ ಕ್ಲಾಸಿನವರೆಗೂ ನಡೀತು. ಮುಂದೆ ಹೇಗೆ ಎಂಬ ಪ್ರಶ್ನೆ ಬಲು ಗಡಚಾಗಿ ಬಿಡ್ತು. ಈಗ ನನಗೆ ಒಂದು ಗಟ್ಟಿ ನಿರ್ಧಾರ ಮಾಡಲೇಬೇಕಾದ ಸಮಯ ಬಂತು.

ನನ್ನ ತೌರೂರಿನಲ್ಲಿಯ ಹೈಸ್ಕೂಲ್ ತುಂಬಾ ಚೆನ್ನಾಗಿತ್ತು. ಅಲ್ಲಿಯೇ ತಾಯಿ ಮನೆಯಲ್ಲೇ ಆತನನ್ನು ಬಿಟ್ಟು ಅಲ್ಲಿನ ಸ್ಕೂಲಿಗೆ ಸೇರಿಸೋದು ಅಂತ ನಿರ್ಧರಿಸಿದ್ರೂ ನನ್ನ ತಾಯಿ ಕರುಳಿಗೆ ಇದೊಂದು ದೊಡ್ಡ ಸವಾಲಾಗಿತ್ತು. ಎಷ್ಟೇ ಪ್ರಯತ್ನಿಸಿದರೂ, ನನ್ನ ನಂಬುಗೆ, ನನ್ನ ಮನೋಭಾವಗಳ ಮೊರೆ ಹೊಕ್ಕರೂ ಯಾವೂ ನನ್ನ ಕರುಳ ಸಂಕಟಕ್ಕೆ ಉತ್ತರ ಕೊಡಲಿಲ್ಲ. ಬರೀ ಒಂಬತ್ತು ವರ್ಷದ ಮಗುನ ಅಷ್ಟು ದೂರದ ತೌರಿನಲ್ಲಿ ಬಿಟ್ಟು ಬಂದೆ, ನನ್ನ ತಂದೆ ತಾಯಿ ಹತ್ರ. ಆ ದಿನಗಳನ್ನು ನೆನೆಯುವುದು ತುಂಬಾ ಕಷ್ಟ ಅನಿಸ್ತಿದೆ ನಂಗೆ. ಆಗಲೇ ನಿರ್ಧರಿಸಿ ಬಿಟ್ಟೆ. ಇನ್ನು ಈ ಇಬ್ಬರು ಮಕ್ಕಳನ್ನು ಎಲ್ಲಿಯೂ ಬೇರೆಡೆ ಕಳಿಸೋದಿಲ್ಲ ಅಂತ.

ಮಗನನ್ನು ಅಲ್ಲಿ ಬಿಟ್ಟು ಬಂದ ಮೇಲೆ ನನಗೆ ಸುಧಾರಿಸಿಕೊಳ್ಳಲು ಸಮಯ ಬೇಕಾಯ್ತು. ಈ ಚಿಕ್ಕಮಕ್ಕಳ ಮುಂದೆ ಕಣ್ಣೀರು ಹಾಕೋ ಹಾಗಿಲ್ಲ. ಅವರು ಸ್ಕೂಲಿಗೆ ಹೋದ ಸಮಯದಲ್ಲಿ ಮಾತ್ರ ಅದೆಲ್ಲ. ಆದರೂ ನನ್ನ ಮಗಳ ಪ್ರಶ್ನೆಗೆ ಉತ್ತರ ಕೊಡೋದು ನನಗೆ ಬಲು ಕಷ್ಟದ ಕೆಲಸ ಆಗಿತ್ತು. ನಾನು ಯಾವಾಗಲೂ ಹಾಡು ಗುನುಗೋದು ಗೊತ್ತು ಆಕೆಗೆ. ಈಗ್ಯಾಕೆ ಹೀಗೆ? ಅದ್ಕೇ, "ಅಮ್ಮಾ ಹಾಡ್ಯಾಕೆ ಹಾಡ್ತಾ ಇಲ್ಲ ನೀನು," ಇದು ಅವಳ ಪ್ರಶ್ನೆ. "ಇಲ್ಲ ಪುಟ್ಟಾ ನಂಗೆ ಗಂಟಲು ನೋವು," ಅಂತ ಹೇಳಿ ಸುಮ್ಮನಾಗಿಸಿದರೂ ಅವಳು ನನ್ನ ಮುಖ ನೋಡುತ್ತಲೇ ನನ್ನ ಹಿಂದೆ ಮುಂದೆ ಸುಳಿದಾಡೋಳು.

ಈ ಚಿಕ್ಕವರಿಬ್ರಿಗೂ ಅಣ್ಣನ್ನ ಬಿಟ್ಟಿರೋದು ನನ್ನಷ್ಟೇ ಕಷ್ಟವಾಗಿತ್ತು. ಅವರ ನಡುವೆ ಜಗಳ ಕಡಿಮೆ. ಅಣ್ಣನೇ ಅವರ ಆಟಗಳ ನಾಯಕನಾಗಿದ್ದ. ಅದು ನನ್ನರಿವಿಗೆ ಬಂದು ಇನ್ನಷ್ಟು ಕಷ್ಟವಾಗಿತ್ತು ನಂಗೆ. ಅದನ್ನು ಅರಗಿಸಿಕೊಳ್ಳೋದು ಹೇಗೆ ತಿಳಿಲಿಲ್ಲ. ಪ್ರತೀ ಆರು ವಾರಕ್ಕೊಮ್ಮೆ ಈ ಎರಡೂ ಮಕ್ಕಳನ್ನು ಕರೆದುಕೊಂಡು ಅಷ್ಟು ದೂರ

ಹೋಗಿ ಬರುತ್ತಿದ್ದೆ. ಶುಕ್ರವಾರ ರಾತ್ರಿ ವಸತಿ ಹುಬ್ಬಳ್ಳಿಯಲ್ಲಿ. ಶನಿವಾರ ಬೆಳಗ್ಗೆ 5.30ಕ್ಕೆ ಬೆಂಗಳೂರಿನಿಂದ ನನ್ನೂರಿಗೆ ಹೋಗುವ ಬಸ್ಸು ಹುಬ್ಬಳ್ಳಿಗೆ ಬರ್ತಿತ್ತು. ಅಲ್ಲಿ ಅದನ್ನು ಹಿಡಿದು ನನ್ನೂರಿಗೆ ಹೋಗ್ತಿದ್ದೆ. ಅದು 10 ಗಂಟೆಗೆ ಹೋಗ್ತಿತ್ತು. ಆದಷ್ಟು ಬೇಗ ಹೋಗುವ ಹುಚ್ಚು ಹಂಬಲ. ಅಲ್ಲಿ ಅವನ ಜೊತೆ ಎರಡು, ಮೂರು ದಿನ ಇದ್ದು ಬರ್ತಾ ಇದ್ವಿ.

ನನ್ನ ಗಟ್ಟಿಯಾಗಿ ಹಿಡಿದುಕೊಂಡು ಮಲಗೋ ಅವನ್ನ ನೋಡಿ ನನಗೆ ಸಂಕಟ, ಕಣ್ತುಂಬ ಗಂಗಾ ಭಾಗೀರಥಿ. ಆ ಮಗೂಗೂ ನಮ್ಮೆಲ್ಲರನ್ನೂ ಬಿಟ್ಟಿರೋದು ತ್ರಾಸದಾಯಕ ಆಗಿತ್ತು. ಅಜ್ಜ ಅಜ್ಜಿಯರ ಪ್ರೀತಿಯ ನೆರಳಿನಲ್ಲಿ ಇದ್ರೂ, ನಾ ಹೊರಡೋವಾಗ ಆತ ಮನೇಲಿ ಇರ್ತಾನೇ ಇರಲಿಲ್ಲ. ತನ್ನ ಗೆಳೆಯರ ಜೊತೆ ಹೋಗಿ ಬಿಡ್ತಿದ್ದ. ಈ ನೋವಿನ ಎಳೆ ಇನ್ನೂ ನನ್ನ ಮನದ ಯಾವ ಮಾತೂ ಕೇಳದೇ, ಮಾಸಿ ಹೋಗದೇ ಹಾಗೇ ಉಳಿದಿದೆ. ಯಾವುದಾದರೂ ದೊಡ್ಡ ಊರಲ್ಲಿದ್ದಿದ್ರೆ ಈ ಪ್ರಸಂಗ ಬರತಿರಲಿಲ್ಲ ಎಂಬುದನ್ನು ಮನದಿಂದ ಕಿತ್ತು ಹಾಕಲು ಆಗ್ತಾನೇ ಇಲ್ಲ ಇಂದಿಗೂ.

ಅವನು ಪಿಯುಸಿಗೆ ಬರೋಷ್ಟ್ರಲ್ಲಿ ನಾವು ಧಾರವಾಡ ಹತ್ರಾನೇ ಇರೋ ಗರಗ ಗ್ರಾಮದ ಪ್ರಾಥಮಿಕ ಆರೋಗ್ಯ ಕೇಂದ್ರಕ್ಕೆ ಬಂದ್ವಿ. ಇನ್ನಿಬ್ಬರು ಮಕ್ಕಳನ್ನು ಮಾತ್ರ ನಾನು ಎಲ್ಲೂ ಕಳಿಸಲಿಲ್ಲ. ಬಂಕಾಪುರದಿಂದ ಹಾನಗಲ್ ತಾಲೂಕಿನ ತಿಳವಳ್ಳಿಗೆ ವರ್ಗ ಆಯ್ತು. ಇನ್ನೂ ಅಧ್ವಾನ ಅದು. ಯಾವ ದೊಡ್ಡ ಊರೂ ಹತ್ರ ಇರ್ಲಿಲ್ಲ. ಆದರೆ ಮಕ್ಕಳ ಸ್ಕೂಲ್ ತುಂಬ ಚೆನ್ನಾಗಿತ್ತು. ಹೀಗಾಗಿ ಆ ಸಮಸ್ಯೆ ಇಲ್ಲಾಗಲಿಲ್ಲ. ಈ ನೋವಿನ ಅನುಭವ ಮರೀಲಾರೆ ನಾ. ಈಗ ಆತ ಅಮೆರಿಕಾದಲ್ಲಿ ಇದ್ದಾನೆ. ಈಗಲೂ ದೂರಾನೇ.

ದೊಡ್ಡ ಊರುಗಳಲ್ಲಿ ಕೆಲವೊಮ್ಮೆ ಪಕ್ಕದ ಮನೆಯಲ್ಲಿ ಯಾರಿದ್ದಾರೆ ಎಂಬುದೂ ಗೊತ್ತಿರೋದಿಲ್ಲ. ಏನೋ ಒಂದು ಅಹಂ ಅಥವಾ ಔದಾಸೀನ್ಯವೋ ಕಾಣೆ. ಆದರೆ ಈ ಪುಟ್ಟ ಪುಟ್ಟ ಗ್ರಾಮಗಳಲ್ಲಿ ಹಾಗಲ್ಲ. ಅಲ್ಲಿಯವರು ನೀವೇ ಮಾತಾಡಬೇಕು ಅಂತ ಕಾಯೋದಿಲ್ಲ. ಎಲ್ಲರೂ ತಮ್ಮವರೇ ಅನ್ಕೊಂಡು ಸಲೀಸಾಗಿ ತಮ್ಮ ಒಳ, ಹೊರಗನ್ನು ಬಿಚ್ಚಿಡೋರು, ನಮಗೆ ಅವರಾರ ಪರಿಚಯವು ಅಷ್ಟಾಗಿ ಇರದಿದ್ರೂ. ಡಾಕ್ಟರ್, ಡಾಕ್ಟರ ಪತ್ನಿ ಎಂಬ ಭಾವನೆಯೋ ಏನೋ ಅಲ್ಲಿ ಯಾವುದೇ ಜಾತಿ ಪಂಗಡಗಳಲ್ಲಿ ಯಾವ ವ್ಯತ್ಯಾಸವೂ ನನಗೆ ಕಾಣಲಿಲ್ಲ.

ಎಲ್ಲರೂ ಒಂದೇ ಎಂಬ ಹಾಗೆ ಹೊಂದಿಕೊಂಡು ಹೋಗುವ ಆ ರೀತಿ ನೋಡಿ ಬಹುಶಃ ಇದು ಹಳ್ಳಿಗಳ ವಿಶಿಷ್ಟತೆ ಅನಕೋತಿದ್ದೆ ನಾನು. ಅವರ ಈ ವಿಶಿಷ್ಟ ಗುಣವೇ ಅವರ ಜೀವನದ ಸೂಕ್ಷ್ಮಾತಿ ಸೂಕ್ಷ್ಮ ವಿಚಾರಗಳನ್ನೂ ನಮ್ಮ ಅರಿವಿಗೆ ತರುವ ರಹದಾರಿ ಅಂದರೆ ಏನೂ ತಪ್ಪಿಲ್ಲ. ಹೀಗಾಗಿ ಅಲ್ಲಿ ಬರುವ ಪ್ರತಿ ಪೇಷಂಟುಗಳ ಕಥೆ ಒಂದೊಂದು ರೀತಿಯದು ಎಂಬ ಮಾತು ಪಕ್ಕಾ ಮನವರಿಕೆ ಆಗಿ ಬಿಟ್ಟಿತ್ತು.

ಕೆಲವಂತೂ ಮನದ ಮೂಲೆಯಲ್ಲಿ ಒಂದು ಮರೆಯದ ನೋವಿನ ಗೆರೆ ಮೂಡಿಸುತ್ತಿದ್ದು ಅದನ್ನು ನೆನಪಿಸಿಕೊಂಡಾಗ ಈಗಲೂ ಕಣ್ಣಂಚು ತೇವವಾಗೋದು ನಿಕ್ಕೀನೇ.

ಒಂದೆರಡೇ ಘಟನೆಗಳ ಬಗ್ಗೆ ಹೇಳ್ತೀನಿ.

ನಾನು ಈಗ ಹೇಳ್ತೀರೋದು ಒಬ್ಬ ತರುಣಿಯ ಬಗ್ಗೆ. ಊರಲ್ಲಿಯ ಪ್ರತಿಷ್ಠಿತ ಕುಟುಂಬದ ಮಗ ತನ್ನ ಹೆಂಡತಿಯನ್ನು ನನ್ನ ಪತಿಯ ಹತ್ರ ತಪಾಸಿಸಲು ಕರಕೊಂಡು ಬರೋನು. ಅವಳಿಗೆ ಏನೋ ತಿಳಿಯದ ಸಮಸ್ಯೆ. ಅಂದರೆ ತನ್ನ ತೊಂದರೆ ಏನೆಂದು ಹೇಳಲೇ ಗೊತ್ತಾಗ್ತಿರಲಿಲ್ಲ ಆಕೆಗೆ. ನೋಡಲು ಚೆನ್ನಾಗಿಯೇ ಇದ್ಲು. ಆರೋಗ್ಯವಾಗೇ ಕಾಣ್ತಿದ್ಲು. ಆದರೆ ಆರೋಗ್ಯದ ಬಗ್ಗೆ ಯಾವಾಗಲೂ ತಕರಾರು. ಆ ದಿನ ಆಸ್ಪತ್ರೆಯಲ್ಲಿ ತೋರಿಸಿಕೊಂಡು ನಮ್ಮನೆಗೆ ಬಂದು ಆತ, "ಭಾಭೀ ಒಂದರ್ಧಾ ತಾಸ ಇಲ್ಲಿರಲ್ರಿ ಈಕಿ. ನಾ ಒಂಚೂರ ಇಲ್ಲೇ ಹೋಗಿ ಬರತೀನ್ರಿ. ಸ್ವಲ್ಪ ಕೆಲಸ ಐತ್ರಿ," ಅಂತ ನನ್ನಲ್ಲಿ ಬಿಟ್ಟು ಹೋದ ತನ್ನ ಹೆಂಡತಿಯನ್ನು.

ನಾನು ಟೇಪ್ ರೆಕಾರ್ಡಿನಲ್ಲಿ ಹಳೇ ಹಿಂದಿ ಸಿನಿಮಾ ಹಾಡು ಕೇಳ್ತಾ ಇದ್ದೆ. ಮಧ್ಯೆ ಮಧ್ಯೆ ಮಾಮೂಲಿನಂತೆ ಗುನುಗುವಿಕೆನೂ ನಡೆದಿತ್ತು. ಆಕೆ ಜೊತೆ ಮಾತಾಡುವಾಗ ಇದೆಲ್ಲ ಯಾಕೆ ಅಂತ ಅದನ್ನು ನಿಲ್ಲಿಸಲು ಹೋದಾಗ, "ಬ್ಯಾಡ ಅಕ್ಕಾ, ಇರಲಿ. ನನ್ನ ಮನಸ್ಸಿಗೆ ಸಮಾಧಾನ ಅನಸ್ತತ್ರಿ," ಅಂದ್ಲು. ಪಟ್ಟನೇ ತಿರುಗಿ ನೋಡಿದಾಗ ಆಕೆ ಕಣ್ಣು ತುಂಬಿ ಬಂದಿತ್ತು. "ನಿಮಗೂ ಹಾಡು ಸೇರತಾವೇನ್ರೀ," ಅಂದೆ ನಾ.

"ಹೂಂನ್ರೀ ಅಕ್ಕಾ. ಆದರ ನನ್ನ ಗಂಡನ ಮನ್ಯಾಗ ಇದೆಲ್ಲ ನಡ್ಯೂ ಹಾಂಗಿಲ್ರೀ. ಅದೇನ ಆ ಹಾಡ ಕೇಳ್ತೀ. ದೇವರ ಧ್ಯಾನಾ ಮಾಡು ಅಂತಾರ್ರೀ," ಅಂದ್ಲು. ಆಕೆಯ ಮುಖ ದಿಟ್ಟಿಸಿ ನೋಡಿದೆ. ಆ ಮುದ್ದಾದ ಮೊಗದ ತುಂಬಾ ನೋವಿನ ಗೆರೆಗಳು, ಆ ಸುಂದರ ಬೊಗಸೆಗಂಗಳು ಯಾತನೆಯ ಗೂಡು. ಸುಮಾರು 22,23 ವರುಷದ ತರುಣಿ ಆಕೆ. "ನಿನ್ನ ತೌರುಮನೆ ಯಾವ ಊರು," ಅಂದೆ. ಆಕೆ ಹಾವೇರಿ ಅಂತ ಹೇಳಿ, "ನಮ್ಮ ತೌರಮನ್ಯಾಗ ಹಿಂಗೆಲ್ಲ ಇಲ್ರೀ ಅಕ್ಕಾ. ನೀವು ಸಿನೇಮಾಕ್ಕ ಹೋಕ್ಕೀರಿ?" ಅಂದ್ಲು. "ಹೂಂ ಸಾಧ್ಯ ಆದಾಗ ಹುಬ್ಬಳ್ಳಿಗೆ ಹೋಗಿ ಬರ್ತೀವಿ," ಅಂದೆ.

ಅವಳ ಮುಖದ ಮೇಲೆ ಮ್ಲಾನತೆಯ ಗಾಢಛಾಯೆ. ಹಣೆ ಮೆತ್ತಗೆ ಒತ್ತಿಕೊಂಡಳು. "ಯಾಕ ಏನಾಯ್ತು?" ಅಂದೆ. "ತಲೀ ಭಾಳ ನೋಯಾಕ್ಹತ್ತೇತ್ರೀ. ನಮ್ಮನ್ಯಾಗ ಅದೂ ಇಲ್ಲರೀ. ಸಿನೇಮಾ ನೋಡಿದಾವರು ಹಾದಿ ಬಿಡ್ತಾರಂತ್ರೀ. ಹೌದರೀ ಅಕ್ಕಾ? ಹಗಲ ಹೊತ್ತಿನ್ಯಾಗ ಗಂಡನ ಜೋಡಿ ಮಾತಾಡಬಾರದಂತ್ರಿ ಅಕ್ಕಾ," ಅಂದ್ಲು. "ಮತ್ತ ಈಗ ಬಂದೀರಲ್ಲಾ," ಅಂದೆ. "ದವಾಖಾನೀಗ ಹೋಗಲಿಕ್ಕಷ್ಟ ಬಿಡ್ತಾರ್ರೀ," ಅಂದ್ಲಾಕೆ.

"ನಿಮಗಿದೆಲ್ಲ ಗೊತ್ತೈತ್ರೀ ಅಕ್ಕಾ?" ಕೇಳಿದ್ಲಾಕೆ ಚಿಕ್ಕ ಮಗುವಿನಂತೆ! ಏನು ಹೇಳಲಿ ನಾ ಆಕೆಗೆ? ಮನದಲ್ಲಿ ಸಹಜವಾಗಿ ತುಂಬಿಕೊಂಡ ನೂರು ಕನಸುಗಳು, ಹಕ್ಕಿಯಂತೆ ಹಾರಾಡುವ ಮನಸ್ಸು ವಯಸ್ಸು! ಅದನ್ನೆಲ್ಲ ಅದುಮಿಟ್ಟಾಗ ರೊಚ್ಚಿಗೆದ್ದ ಮನಸ್ಸಿನ ಪ್ರತಿಭಟನೆ ಈ ಅನಾರೋಗ್ಯವೇ? ಗಂಡನ ಜೊತೆ ಆಸ್ಪತ್ರೆಗೆ ಹಗಲೇ ಬರಬಹುದು. ಅದ್ಕೇ ಯಾವಾಗಲೂ ಆರೋಗ್ಯದ ತಕರಾರೋ ಏನೋ! ಹೌದು ಅನಿಸಿ ಆಕೆಯ ಸಮಸ್ಯೆ ನಿಚ್ಚಳವಾಗಿ ಕಣ್ತೆರೆದು ನಿಂತು ಎದುರಿಗೆ ಹೆದರಿಸಿತು ನನ್ನ.

ನನ್ನ ಪತಿಗೂ ಹೇಳಿದೆ ಸೂಕ್ಷ್ಮವಾಗಿ. ಆದರೂ ಯಾಕೋ ಎದೆಯಲ್ಲಿ ಕಳಕ್ ಅಂದ ಹಾಗಾಯ್ತು. ಮುದುರಿತಾ ಆಕೆಯ ಬಾಳು ಎನಿಸಿ ಅವ್ಯಕ್ತ ಸಂಕಟ ಉಂಟಾಯ್ತು. ಆ ಮುಗ್ಧ ಎಳೆ ತರುಣಿ ಆಗಾಗ ಕಣ್ಣಮುಂದೆ ಸುಳಿದು ವೇದನೆ ಉಂಟು ಮಾಡ್ತಾಳೆ. ಅದೆಷ್ಟು ಸರಳವಾಗಿ ಆಕೆ ನನ್ನ ಮುಂದೆ ಆ ಅರ್ಧ ಗಂಟೆಯಲ್ಲಿ ಎಲ್ಲ ಹೇಳಿಕೊಂಡಳಲ್ಲ (ನಾನು ಹೇಳದಿರೋದು ಇನ್ನೂ ಉಂಟು) ಅಂತ ಅಚ್ಚರಿ ನನಗೆ ಈಗಲೂ! ಇಂಥ ಅಮಾಯಕ ಹೆಣ್ಣುಮಕ್ಕಳ ಮನ ಕರಗಿಸುವ ಕಥೆಗಳದೆಷ್ಟೋ ಅಲ್ಲಿ!

ಈಗ ಹೇಳ್ತೀರೋ ಘಟನೆಯಂತೂ ನಾನು ನನ್ನ ಜೀವನಪರ್ಯಂತ ಮರೆಯಲು ಸಾಧ್ಯವೇ ಇಲ್ಲ. ಆ ದಿನ ಬೆಳಗ್ಗೆ ಸುಮಾರು ಏಳು ಗಂಟೆ; ಯಾರೋ ಕಾಲಿಂಗ್ ಬೆಲ್ ಬಿಟ್ಟೂ ಬಿಡದೆ ಒತ್ತುತ್ತಿದ್ದಾರೆ. ಅಡಿಗೆಮನೆಯಿಂದ ಬರಲು ಒಂದೆರಡು ನಿಮಿಷವಾದ್ರೂ ಬೇಕಲ್ಲ. ನನ್ನ ಪತಿ ಬಾತ್ ರೂಮಿನಲ್ಲಿ ಹಲ್ಲುಜ್ತಿದ್ರು. ಅವರೂ ಗಡಬಡಿಸಿ ಹೊರಗೆ ಬರೋಷ್ಟ್ರಲ್ಲಿ ಬಾಗಿಲ ಮುಂದೆ ಐದಾರು ಜನ. ಕಣ್ಣೀರು ಸುರಿಸುತ್ತಿದ್ದ ತಾಯಿ. ಆಕೆಯ ಕೈಯಲ್ಲಿ ದುಪ್ಪಟಿಯಲ್ಲಿ ಸುತ್ತಿದಂತಿದ್ದ ಸುಮಾರು ಒಂದೂವರೆ ವರ್ಷದ ಮಗು. 'ಏನಾಯ್ತು' ಕೇಳಿದ್ರು ನನ್ನ ಪತಿ. "ಕೂಸಿಗೆ ಎರಡು ಮೂರು ದಿನದಿಂದ ಜ್ವರ, ವಾಂತಿ ಇತ್ರಿ. ಈ ಹೊತ್ತ ಯಾಕೋ ಕಣ್ಣ ಬಿಡವಲ್ಲತ್ರೀ ಯಪ್ಪಾ," ಹೇಳಿದ್ಲು ಒಬ್ಬಾಕೆ.

"ಇಷ್ಟ ದಿನಾ ಏನ ಮಾಡ್ತಿದ್ರಿ? ಲಗೂನ ಆಸ್ಪತ್ರೆಗೆ ಕರಕೊಂಡ ಯಾಕ ಬರಲಿಲ್ಲ?" ಅಂತ ಜಬರಿಸಿ, ತಾಯಿ ತೊಡೆಯ ಮೇಲಿದ್ದ ಆ ಕೂಸಿನ್ನ ತಪಾಸಿಸಿ ನೋಡ್ತಿದ್ದ ನನ್ನ ಪತಿಯ ಮುಖದಲ್ಲಿ ಯಾಕೋ ಒಂದು ನಮೂನೆ ಅರ್ಥವಾಗದ ಬದಲಾವಣೆ! ಅಲ್ಲೇ ಇದ್ದ ನನಗ್ಯಾಕೋ ಗಾಬರಿ. ಒಳಬಾಗಿಲಲ್ಲಿದ್ದ ನಾ ಆ ಚೌಕಟ್ಟನ್ನು ಗಟ್ಟಿಯಾಗಿ ಹಿಡಕೊಂಡೆ. "ರಾಶಿ ನಡದಿತ್ರಿ ಯಪ್ಪಾ. ಅದಕ ಬರಾಕಾಗಲಿಲ್ರಿ. ಈಗ ಹೆಂಗೈತಿ? ಆರಾಮ ಆಕ್ಕೇತಲಾ," ಅಂತ ಕೇಳಿದ ಒಬ್ಬ ರುಮಾಲು ಸುತ್ತಿದ ಮನುಷ್ಯ.

"ಹೋದ ಮ್ಯಾಳ ತಗೊಂಡ ಬಂದೀರಿ..." ಇನ್ನೂ ಮಾತು ಇವರ ಬಾಯಲ್ಲೇ ಇತ್ತು, ಆ ಕೂಸಿನ (ದೇಹವನ್ನು) ಎತ್ತಿ ಅವಚಿಕೊಂಡ ಆ ತಾಯಿ ಚೀರುತ್ತ ಧಡಾರನೇ ಎಲ್ಲಾರನೂ ದೂಕಿ, ಬಾಗಿಲು ದಾಟಿ ಧಡಧಡ ಮುಂದಿನ ಮೆಟ್ಟಿಲಿಳಿದು ಎದಿರಿಗಿದ್ದ ಬಾವಿಯ ಕಡೆಗೆ ಓಡಿದ್ಲು! ಅನಿರೀಕ್ಷಿತ ಘಟನೆ! ಅಷ್ಟ್ರಲ್ಲಿ ಆ ಕಡೆಯಿಂದ ಬರುತ್ತಿದ್ದ

ಒಬ್ಬನಿಗೆ 'ಆಕೀನ್ನ ಹಿಡಿ' ಅಂತ ಕೂಗಿ ಹೇಳಿದ್ರು ಸುರೇಶ. ಆತ ಓಡಿ ಹೋಗಿ ಅವಳನ್ನು ಹಿಡಿದ್ರೂ ಬಿಡಿಸಿಕೊಂಡು ಓಡಿದ್ಲು. ಮೂರ್ನಾಲ್ಕು ಜನ ಕೂಡಿ ಹೇಗೋ ಆಕಿನ್ನ ಕರಕೊಂಡು ಹೋಗಿ ಆಸ್ಪತ್ರೆಯಲ್ಲಿ ಕೂಡಿಸಿದ್ರು. ಆ ಮೇಲೆ ತಮ್ಮೂರಿಗೆ ಹೋದ್ರು ಅನಕೋತೀನಿ. ನಾ ಗರ ಬಡೆದ ಹಾಗೆ ನಿಂತಲ್ಲೇ ನಿಂತು ಬಿಟ್ಟಿದ್ದೆ. ಆ ತಾಯಿ ಸಂಕಟ ಯಾತನೆ ಇಂದಿಗೂ ನೆನಪಾದ್ರೆ ನನ್ನ ಕರುಳು ಕಿವಿಚಿದಂತಾಗ್ತದೆ. ಇದು ವೈದ್ಯರಾದ ನನ್ನ ಪತಿಗೆ ಸಂಬಂಧ ಪಟ್ಟಿದ್ದಾದ್ರೂ ಕಣ್ಮುಂದೇನೇ ಇಂಥ ಘಟನೆಗಳು ನಡೆದಾಗ ನನಗೆ ಸುಧಾರಿಸಿಕೊಳ್ಳಲು ಸ್ವಲ್ಪ ಕಷ್ಟವಾಗುತ್ತಿದ್ದದ್ದಂತೂ ನಿಜ.

ಈ ಥರದ ನೋವಿನ ಘಟನೆಗಳನ್ನು ಮರೆಸಿ ನಗು ಉಕ್ಕಿಸುವ ಸಂಗತಿಗಳಿಗೇನೂ ಬರ ಇರಲಿಲ್ಲ ಅಲ್ಲಿ. ಅಲ್ಲಿ ಬರುವ ಪೇಷಂಟುಗಳ, ಜನರ ಯಾವುದೇ ಗೊಂದಲ, ಅಳುಕು ಇಲ್ಲದ ನೇರ ನಡೆ ನುಡಿ ನನಗೆ ನಿಜಕ್ಕೂ ಒಂಥರಾ ಮುದ ನೀಡ್ತಿತ್ತು, ಕೆಲವೊಮ್ಮೆ ಇರಿಸು ಮುರಿಸೂ ಆಗ್ತಿತ್ತು ಅನ್ನೋದನ್ನ ಅಲ್ಲಗಳೆಯುವಂತಿಲ್ಲ. ಒಮ್ಮೆ ನನ್ನ ಪತಿ ಯಾವುದೋ ಮೀಟಿಂಗಿಗೆ ಹೋಗಿದ್ರು. ಅವರ ದವಾಖಾನೆಯ ಬ್ಯಾಗ್ ತಂದು ಸೋಮಣ್ಣ ಅಲ್ಲೇ ವರಾಂಡಾದಲ್ಲಿ ಚೇರ್ ಮೇಲೆ ಇಟ್ಟು ಹೋಗಿದ್ದ.

ಸಂಧ್ಯಾ ಆ ದಿನ ಬೇಗ ಅಂದರೆ ಐದು ಗಂಟೆಗೆ ಬಂದಿದ್ರು. ಮಾತಾಡ್ತಾ ಕೂತಿದ್ವಿ. ಒಬ್ಬ ಹೆಣ್ಮಗಳು ಗಡಾಬಡಾ ಬಂದ್ಲು. ಸುಮಾರು ಐವತ್ತು ವರ್ಷ ಇರಬಹುದು ಆಕೆಗೆ. "ಯವ್ವಾ, ಅಪ್ಪಾರ ಇಲ್ಲೇನ? ದವಾಖಾನಿ ಹಾಸಿ ಹೊಚಗೊಂಡ ಮಲಗಿದ್ಹಾಂಗ ಕಾಣಾಕ್ಹತ್ತೆತಿ ಯವ್ವಾ" ಅಂದ್ಲು. "ಅವರಿಲ್ಲವಾ. ಮೀಟಿಂಗಿಗೆ ಹೋಗ್ಯಾರ. ಬರೂದು ರಾತ್ರೀನವಾ," ಅಂದೆ. "ಅಯ್ಯ ಸುಳ್ಳ ಸುಳ್ಳ ಹೇಳ್ತೀಯೇನಬೇ! ಇಲ್ಲೇ ಐತಿ ಅಪ್ಪಾರ ಡಬ್ಬಿ," ಅಂದ್ಲಾಕೆ.

"ಇಲ್ಲವಾ, ಖರೇನ. ಅದನ ಯಾತಕ ಒಯ್ತಾರವಾ ಮೀಟಿಂಗಿಗೆ. ಖರೇನ ಇಲ್ಲವಾ ಅವರು. ಅಂದ್ರೆ ಕೇಳಲಿಕ್ಕೆ ತಯಾರೇ ಇಲ್ಲ ಅವಳು! "ಗೊತ್ತೈತಿ ಬಿಡ ಯವ್ವಾ ಆಶಾಡ್ತಿ ಏನಬೇ ಯವ್ವಾ?" ಅಂತ ನಕ್ಕಳು. ನನಗ ಈ ಶಬ್ದ "ಆಶಾಡ್ತಿ" ಹೊಸದು. ಏನೂಂತ ಗೊತ್ತಿಲ್ಲ. ಸ್ವಲ್ಪ ತಲೆ ಓಡಿಸ್ದೆ ಹಂಗಂದ ನಕ್ಕಾಳ ಆಕೀ ಅಂದ್ರೆ ಬಹುಶಃ 'ಹಾಸ್ಯ ಮಾಡ್ತಿ' ಇದರ ಅಪಭ್ರಂಶ, ಈ ಮಂದಿ ಬಾಯಾಗ 'ಆಶಾಡ್ತಿ' ಆಗಿದೆ ಅನ್ಕೊಂಡೆ. ಇಲ್ಲವಾ ಅಂದೆ ನಗು ತಡೀದೇ ನಕ್ಕೋತ. 'ನೋಡ, ನಗಾಕುಂತಿ! ಮತ್ತ ನಾ ಹೇಳಿದ್ದು ಖರೆ ಹಂಗಾರ. ಎಲ್ಲಿ ಮುಚ್ಚಿಟ್ಟಿಬೇ ಅಪ್ಪಾರನ?" ಅಂತ ಕೇಳಿದ್ಲು.

ಸಂಧ್ಯಾಗೆ ಇದರ ತಲೆಬುಡ ತಿಳಿದೇ ನನ್ನ ಆಕೀನ್ನ ನೋಡಕೋತ ಸುಮ್ಮನೆ ಕೂತಿದ್ರು. ಅವರದು ಅಚ್ಚ ಮರಾಠಿ. ಕನ್ನಡದ ಗಂಧ ಗಾಳೀನೂ ಗೊತ್ತಿಲ್ಲ ಅವರಿಗೆ! ಆಕೆ, 'ಅಪ್ಪಾರನ್ನ' ಹುಡುಕ್ತಿದ್ದ ಆ ಹಳ್ಳಿ ಹೆಣ್ಮಗಳ ಹುಡುಕಾಟದ ಆಟ ನೋಡಿ ಮಾತು ಕೇಳಿ ಮತ್ತಷ್ಟು ನಗು ನಂಗೆ. ನನ್ನ ಅಲ್ಲೇ ಕೂಡಿಸಿ ಮನೆ ಎಲ್ಲಾ ಒಂದು ಸುತ್ತು ಹುಡುಕಿ

ಬಂದ್ಲು. "ಆತ ಬಿಡ ಯವ್ವಾ, ಆಸ್ಪತ್ರಿ ಒಳಗ ಕೂತೀರತೀನಿ. ಅಪ್ಪಾರ ಬಂದ ಮ್ಯಾಕ ಗಡಾನ ಕಳಸಬೇ," ಅಂತ ಹೇಳಿ ಹೋದ್ಲು. ದೊಡ್ಡೂರ ಜನಕ್ಕೆ ಇಷ್ಟು ಸಹಜವಾಗಿ ಒಳ ಹೊಕ್ಕು ನೋಡಲಾದೀತಾ? ಗೊತ್ತು ಗುರಿ ಇಲ್ಲದವರನ್ನು ಒಳಗೆ ಬಿಟ್ಟು ಕೊಳ್ಳಲಾದೀತಾ ಅಲ್ಲಿ? ಇಲ್ಲಿ ಹಾಗೆ ಆಗಲಿಲ್ಲ! ನಾನೂ ಅವರೊಳಗೆ ಒಬ್ಬಳಾಗ್ತಿದ್ದೀನೇನೋ ಅಂತ ಅನ್ಕೊಂಡೆ. ಪಕ್ಕದ ಮನೆಯಲ್ಲಿದ್ದ ಸಿಸ್ಟರ್ ಕರೆದು ಸುದ್ದಿ ಹೇಳಿದೆ. ಅವರು, "ನಾ ಹೋಗಿ ಕೇಳಿ ಲೇಡಿ ಡಾಕ್ಟರಿಗೆ ಹೇಳ್ತೀನಿ ಬಿಡ್ರಿ ವೈನಿ," ಅಂತ ಹೋದ್ರು.

ಮಂಗಳವಾರ ಅಲ್ಲಿ ವಾರದ ಸಂತೆ ದಿನ. ಮಾಸಣಕಟ್ಟೆ ಪಕ್ಕದ ಹಳ್ಳಿ. ಅಲ್ಲಿನ ಒಬ್ಬ ಅಜ್ಜಿ ವಾರಕ್ಕೊಮ್ಮೆ ತಾಜಾ ಬೆಣ್ಣೆ ತಂದು ಕೊಡ್ತಿದ್ಲು. ಎರಡು ಸೇರು ತಗೋತಿದ್ದೆ. ಅವರು 400 ಗ್ರಾಂ ಒಂದೊಂದು ಉಂಡೆ ಮಾಡಿರತಿದ್ರು. ಅದು ಒಂದು ಸೇರು. ಆ ವಾರ ತುಪ್ಪ ಇನ್ನೂ ಬಹಳ ಇತ್ತು. ಈ ವಾರ ಬೆಣ್ಣೀ ಬ್ಯಾಡ ಯಮ್ಮಾ ಎಂದೆ. ಹಳತಾದ ತುಪ್ಪ ಯಾಕೆ ಅಂತ ಬೇಡ ಅಂದಿದ್ದು. ಆದರೆ ಆಕೆ, "ಹಂಗನಬ್ಯಾಡ ಯವ್ವಾ. ಒಂದ ಸೇರರ ತಗೋ ಮಗಳ ನೀ ಬೋಣಗೀ ವ್ಯಾಪಾರ ಮಾಡ್ಡಿ ಅಂದ್ರ ನನ ಬುಟ್ಟಿ ಗಡಾನ ಖಾಲಿ ಆಗ್ತೇತಿ. ಅದಕ ಯವ್ವಾ ಒಂದ ಸಣ್ಣ ಉಂಡೀನಾರ ತಗೋ (ಅಂದ್ರೆ ಅರ್ಧ ಸೇರು 200 ಗ್ರಾಂ)," ಅಂದ್ಲು. "ಶಾಣ್ಯಾಕಿ ನೋಡ ಅಮ್ಮಾ ನೀ," ಅಂದೆ ನಾ ನಗುತ್ತ. "ಸುಳ್ಳ ಅಲ್ಲವಾ ನಾ ಹೇಳೋದು. ನಿಸ್ಸೀಮಪ್ಪನ ಆಣಿ ಯವ್ವಾ," ಅಂದ್ಲು ಆಕೆ. ನಿಸ್ಸೀಮಪ್ಪ ಅಲ್ಲೇ ಬೆಳಗಾಲಪೇಟೆ, ಬಂಕಾಪುರದಿಂದ ಸುಮಾರು 20 ಕಿಮೀ ದೂರ ಇರುವ ಒಂದು ಪುಟ್ಟ ಹಳ್ಳಿಯಲ್ಲಿರುವ ಈಶ್ವರ. ಸುಂದರ ದೇವಾಲಯ ಪ್ರಶಾಂತ ವಾತಾವರಣದಲ್ಲಿ. ಆತ ಸುತ್ತಮುತ್ತಲಿನ ಹಳ್ಳಿಗಳ ಆರಾಧ್ಯ ದೈವ. ಎಷ್ಟು ಸರಳ ಈ ಜನ ಅನ್ಕೊಂಡೆ.

ಇಂಥ ನೂರಾರು ಘಟನೆಗಳು! ಪಟ್ಟಣ ಜನಗಳ ಮನೆಯಲ್ಲಿನ ಸಂಬಂಧಗಳೇ ಲೆಕ್ಕಾಚಾರದ ಮೇಲೆ ನಡೆಯುವಾಗ ಅಲ್ಲಿನ ಜನರ ಈ ಆಪ್ತತೆ ತುಂಬಾ ಆಪ್ಯಾಯಮಾನ ಎನಿಸುತ್ತಿತ್ತು ನನಗೆ. ಈಗ ಅಲ್ಲೂ ಬದಲಾವಣೆಯ ಗಾಳಿ ಬೀಸಿದೆ. ಆದರೆ ನಾವಿದ್ದಾಗ ಅಲ್ಲಿ ಬದಲಾವಣೆ ದಾಂಗುಡಿ ಇಟ್ಟಿರಲಿಲ್ಲ. ಸಮಾಜ, ಅದು ಹಳ್ಳಿನೇ ಇರಲಿ, ಪಟ್ಟಣವೇ ಇರಲಿ, ಜನ, ವಾತಾವರಣ ಹಾಗೂ ಹೀಗೂ ಇರೋದೇ. ನಮಗ್ಯಾವುದು ಬೇಕೋ ಅದನ್ನು ತಗೊಂಡು ಇನ್ನುಳಿದದ್ದನ್ನು ಅಲ್ಲಿಯೇ ಅದರ ಜಾಗದಲ್ಲಿಯೇ ಬಿಟ್ಟು ಹೊರಡುವ ಮನೋಭಾವವೇ ಜಾಣತನ ಅನ್ಕೋತೀನಿ. ಅದನ್ನ ಅಲ್ಲಿ ನಾ ಕಲಿತೆ. ಇಂಥ ಆಪ್ಯಾಯಮಾನಕರ ಪರಿಸರ, ಘಟನೆಗಳೇ ಮಗನನ್ನು ದೂರದ ನನ್ನ ತೌರಿನಲ್ಲಿ ಬಿಟ್ಟು ಬಂದ ನೋವನ್ನು ಮರೆಯಲು ಸ್ವಲ್ಪ ಮಟ್ಟಿಗೆ ಸಹಾಯಕವಾಯ್ತೋ ಏನೋ!

ಆ ಜನರ ಸರಳತೆ, ಆಪ್ತತೆ ಯಾವಾಗಲೂ ಆಪ್ಯಾಯಮಾನ ಎನ್ನುವುದರಲ್ಲಿ ಎರಡು ಮಾತಿಲ್ಲ. ಆದರೆ ಅಷ್ಟೇ ಅಪಾಯಕಾರಿ ಆ ಜನರ ಅಜ್ಞಾನತೆ, ಅನಕ್ಷರತೆ ಅವರ

ವಿಷಯಕ್ಕೆ. ಅದೂ ಅವರ ಅಸಹಾಯಕ ಪರಿಸ್ಥಿತಿಗೆ ಕನ್ನಡಿ ಹಿಡಿದಂತೆ ಅಂದರೆ ಅತಿಶಯೋಕ್ತಿ ಅಲ್ಲ. ಈ ಭಯಾನಕ ಘಟನೆ ನನ್ನನ್ನು ಇದಕ್ಕೆ ಯಾರು ಹೊಣೆ ಎಂಬ ಗೊಂದಲದಲ್ಲಿ ಕೆಡವಿದ್ದಂತೂ ನಿಜ. ಅಲ್ಲಿ ಬಂಕಾಪುರದಲ್ಲಿ ನಾರುಹುಣ್ಣಿನ ಪೇಷಂಟುಗಳು ಬಹಳ. ನಾನು ಮೊದಲೇ ಹೇಳಿದಂತೆ ಅಲ್ಲಿ ನೀರಿನ ತಾಪತ್ರಯವೂ ಬಹಳ. ನಲ್ಲಿ ನೀರಿನ ವ್ಯವಸ್ಥೆಯಂತೂ ಅಸ್ತವ್ಯಸ್ತ.

ಇಡೀ ಊರಿಗಿರೋದು ಒಂದೇ ಒಂದು ಸಿಹಿನೀರಿನ ಬಾವಿ, ಅದೂ ಹೊಕ್ಕು ತುಂಬುವ ಬಾವಿ. ಅಲ್ಲಿಂದಲೇ ಕುಡಿಯುವ ನೀರು ತರೋ ಪರಿಸ್ಥಿತಿ. ಅದೇ, ಆ ಬಾವಿಯೇ ನಾರುಹುಣ್ಣಿನ ತವರು. ಸ್ಕೂಲಿನಲ್ಲಿದ್ದಾಗ ಪುಸ್ತಕದಲ್ಲಿ ಓದಿದ ನಾರುಹುಣ್ಣಿನ ವಿಷಯ ಇಲ್ಲಿ ಪ್ರತ್ಯಕ್ಷ ಕಾಣುವಂತಾಯಿತು. ಒಂದಂತೂ ತೀರಾ ಭಯಾನಕ ಕೇಸ್ ಬಂದಿತ್ತು, ಈ ನಾರುಹುಣ್ಣಿನದು. ಒಬ್ಬ ಗರ್ಭಿಣಿಯ ಸ್ತನಕ್ಕೇ ನಾರುಹುಣ್ಣು ಆಗಿತ್ತು! ವಿಚಿತ್ರ ಅನ್ನಿಸೋ ಕೇಸು. ಆಕೆ ಆಸ್ಪತ್ರೆಲಿ ತೋರಿಸಿಕೊಂಡು ನಮ್ಮ ಮನೆಗೆ ಬಂದು, "ಸ್ವಲ್ಪ ಕುಡ್ಯಾಕ ನೀರ ಕೊಡ ಯವ್ವಾ" ಅಂದ್ಲು.

ನೀರು ಕೊಟ್ಟು ಆಕೆ ನರಳಾಟ ನೋಡಲಾಗದೆ ಏನಾಗಿದೆ ಅಂತ ಕೇಳಿದಾಗ ಆಕೆ ತನ್ನ ಎದೆ ತೋರಿಸಿ, "ಇಲ್ಲಿ ನಾರಹುಣ್ಣ ಆಗೇತೇ ಯವ್ವಾ," ಅಂದ್ಲು. ನಾ ಬವಳಿ ಬಂದು ಬೀಳುವುದೊಂದೇ ಬಾಕಿ. ಸುರೇಶ ಅವರು ಈ ನಾರು ಹುಳದ ಕಬಂಧ ಬಾಹುಗಳ ಹಿಡಿತದ ಬಗ್ಗೆ ಹೇಳ್ತಾನೇ ಇದ್ರು. ಅಂಗಾಲು, ಹಿಮ್ಮಡಿ ಇಂಥಲ್ಲಿ ಆದರೆ ಮೊಣಕಾಲು ಗಡ್ಡೆಗಟ್ಟಿದಂತಾಗಿ ಕಾಲು ಸೆಟೆದು ಬಿಡೋದು. ಆದರೆ ಇಲ್ಲಿ ಈ ಗರ್ಭಿಣಿಯ ಎದೆ ನೋಡಿದಾಗ ಆ ನಾರುಹುಳ ಪೈಶಾಚಿಕ ಘಟಸರ್ಪ ಎನಿಸ್ತು ನಂಗೆ!

ದೇವರ ದಯೆ ಎನ್ನಬೇಕು. ಮಾರನೇ ದಿನವೇ ಯಾವುದೋ ಕಾರ್ಯಕ್ರಮಕ್ಕೆಂದು ಶಿಗ್ಗಾವಿಗೆ ಆರೋಗ್ಯ ಮಂತ್ರಿಗಳು ಬಂದ್ರು. ಆಗ ನನ್ನ ಪತಿ ತಕ್ಷಣ ಆ ಗರ್ಭಿಣಿಯೊಂದಿಗೆ ಇನ್ನೂ ನಾಲ್ಕು ನಾರುಹುಣ್ಣಿನ ರೋಗಿಗಳನ್ನು ಜೀಪಿನಲ್ಲಿ ಕರೆದುಕೊಂಡು ಹೋಗಿ ತೋರಿಸಿ, ಪರಿಸ್ಥಿತಿಯ ಗಂಭೀರತೆಯನ್ನು ವಿವರಿಸಿ, ಆ ಗರ್ಭಿಣಿಗೆ ಹೆರಿಗೆ ನಂತರ ಮಗುಗೆ ಹಾಲು ಕುಡಿಸಲಾಗದ ಅಸಹಾಯಕ ಸ್ಥಿತಿ ನಿರ್ಮಾಣವಾಗಿದೆ ಅಂತ ಹೇಳಿದಾಗ ಮಂತ್ರಿಗಳೂ ಗರಬಡಿದರಂತೆ.

ತಕ್ಷಣ ಬಂಕಾಪುರಕ್ಕೆ ಕೊಳವೆಬಾವಿ ಮಂಜೂರು ಮಾಡಿ, ಮುಂದೆ ಒಂದು ವಾರದಲ್ಲಿಯೇ ಸಿಹಿ ನೀರು ಬಂದು ಸಮಸ್ಯೆ ಸ್ವಲ್ಪ ಮಟ್ಟಿಗೆ ಕಡಿಮೆ ಆಯ್ತು. ಬೇಲಿ ಹಾಕಿ ಆ ಬಾವಿಯನ್ನು ಬಂದ್ ಮಾಡಿ ಬಿಟ್ರು. ಆ ಅಸಹಾಯಕ, ನಿರ್ಲಕ್ಷ್ಯಕ್ಕೆ ಗುರಿಯಾದ ಜನತೆ ಇನ್ನಾದರೂ ಎಚ್ಚೆತ್ತುಕೊಂಡು ತಮ್ಮನ್ನು ರಕ್ಷಿಸಿಕೊಳ್ಳಲಿ ಆ ಘಟಸರ್ಪದ ಹಿಡಿತದಿಂದ ಅಂತ ಪ್ರಾರ್ಥಿಸಿದೆ ದೇವರಲ್ಲಿ!

ಸಿಹಿ-ಕಹಿ ಅನುಭವಗಳ ಉಯ್ಯಾಲೆಯಲ್ಲಿ

> ಒಂದೊಂದೂ ಘಟನೆಗಳನ್ನು ಹೆಕ್ಕಿ ಹೆಕ್ಕಿ ಹಿಂಜಿದಷ್ಟೂ, ಅದರಲ್ಲಿ ಮುಳುಗಿ ಹೋಗ್ತೀನಿ ನಾ. ಇವನು ಅಟೆಂಡರ್ ಮಗ, ಇವಳು ಕಾಂಪೌಂಡರ್ ಮಗಳು, ಅವಳು ಸಿಸ್ಟರ್ ಮಗಳು, ಇವನು ಡಾಕ್ಟರ್ ಮಗ ಎಂಬ ಭೇದವೇ ಇಲ್ಲದೇ, ಅಂತಸ್ತಿನ ಗೋಜಲಿನಿಂದ ದೂರ ಇದ್ದು ಆ ಮಕ್ಕಳೆಲ್ಲ ಕ್ಯಾಂಪಸ್ ತುಂಬ ಓಡಾಡುವ, ಗಲಾಟೆ ಮಾಡುತ್ತ ಆಡುವ ನೋಟ ಕಣ್ಣಿಗೆ ಹಬ್ಬ, ಮನಕೆ ತಂಪು.

ಬಂಕಾಪುರಕ್ಕೆ ಬಂದು ಹತ್ತತ್ರ ಐದು ವರ್ಷಗಳ ಮೇಲಾಗಿತ್ತು. ಈಗ ನಾವೂ ಆ ವಾತಾವರಣಕ್ಕೆ ಹೊಂದಿಕೊಂಡಾಗಿತ್ತು. ಅಲ್ಲಿಯ ಜನರ ಜೀವನ ಶೈಲಿ ತುಂಬಾ ಸರಳ. ಏನು ಬೇಕಾದರೂ ಅಳುಕಿಲ್ಲದೇ, ಯಾವ ಭಿಡೆ ಇಲ್ದೇ ಕೇಳೋ ಜನ. ಹಾಗೇ ತಮ್ಮದನ್ನೂ ಹೇಳೋ ಜನ. ತಿಳಿಯದೇ ಬರುವ ಪ್ರಸಂಗಗಳಲ್ಲಿ ಕಣ್ಣೀರು ಸುರಿಸಿದ್ದೂ ಇದೆ. ಹಾಗೇ ಅವನ್ನು ಮರೆಸಿ ನಗು ಉಕ್ಕಿಸುವ ಪ್ರಸಂಗಗಳಿಗೂ ಬರ ಇರಲಿಲ್ಲ. ಅದೊಂದು ಥರದ ಜೋಕಾಲಿಯಾಟವೇ ಸರಿ. ಇಲ್ಲಿಂದ ವರ್ಗವಾದರೆ ಇವರನ್ನೆಲ್ಲ ಬಿಟ್ಟು ಹೋಗುವುದ್ಹೇಗೆ ಎಂಬುದೊಂದು ಯಕ್ಷಪ್ರಶ್ನೆ ಆಗಿತ್ತು ನಂಗೆ.

ಸಂಧ್ಯಾ ಅವರ ಮೈದುನ ಅಲ್ಲಿಗೆ ಬಂದಾಗ ಒಮ್ಮೆ ಹೇಳಿದ ಮಾತು ನೆನಪಿಗೆ ಬಂತು ಈಗ, "ವೈನೀ ಬಂಕಾಪುರದಲ್ಲಿಯೇ ಇಷ್ಟು ವರ್ಷ ಇದ್ದೀರಿ ಅಂದ್ರ ಜಗತ್ತಿನ

ಯಾವಧ ಮೂಲೀಗೆ ಹೋದ್ರೂ ಅಗದೀ ಆರಾಮ ಟಿಕಾಸ್ತೀರಿ ನೀವು ಮತ್ತ ನಮ್ಮ ಸಂಧ್ಯಾ ವೈನಿ," ಅಂತ ಹೇಳಿದ್ರು. ಅಂಥ ಊರನ್ನೇ, ನನ್ನವರೇ ಎಂಬಂತಿದ್ದ ಆ ಜನರನ್ನು ಬಿಟ್ಟು ಹೋಗುವುದ್ಹೇಗೆ ಎಂಬ ಹಂತಕ್ಕೆ ಮುಟ್ಟಿದ್ದೆ ಈಗ ನಾನು.

ಪ್ರಾಥಮಿಕ ಆರೋಗ್ಯ ಕೇಂದ್ರದ ಆವರಣ ಊರಿನಿಂದ ಒಂಚೂರು ದೂರಾನೇ ಇದ್ದದ್ದಕ್ಕೋ ನಮ್ಮ ಲೋಕದಲ್ಲೇ ನಾವು ಮುಳುಗಿ ಹೋಗಿದ್ದಕ್ಕೋ ನಮಗೆ ಊರಿನ ಸಂಪರ್ಕ ಅಷ್ಟಾಗಿ ಬರುತ್ತಿರಲಿಲ್ಲ. ಬರೀ ಅಲ್ಲಿಗೆ ಬರುವ ರೋಗಿಗಳದ್ದಷ್ಟೇ ನಮಗೆ ಗೊತ್ತು. ನಮ್ಮ ಆಸ್ಪತ್ರೆ ಆವರಣವೇ ನಮಗೆ ಬೇಕಾದಷ್ಟಾಗುತ್ತಿತ್ತು. ಒಂದು ಪುಟ್ಟ ಊರೇ ಸೃಷ್ಟಿಯಾಗಿತ್ತು ಅಲ್ಲಿ.

ಇಂದೊಬ್ಬರ ಮನೆಯಲ್ಲಿ ಹುಟ್ಟಿದ ಹಬ್ಬ, ನಾಳೆ ಒಬ್ಬರ ಮನೇಲಿ ಮದುವೆ, ಸತ್ಯನಾರಾಯಣ ಪೂಜೆ, ಮತ್ತೆ ನಾಮಕರಣ ಒಬ್ಬರಲ್ಲಿ... ಹೀಗೇ ನಡೆದಿತ್ತು ಜೀವನ. ಸಂಧ್ಯಾಗೆ ಎರಡನೇ ಮಗು ಹುಟ್ಟಿದ್ದು ಅಲ್ಲಿಯೇ. ಅವನಿಗೆ ಹೆಸರಿಡುವ ಸೋದರತ್ತೆ ನಾನೇ. ನಾವು ಬಂಕಾಪುರಕ್ಕೆ ಹೋದಾಗ ನನ್ನ ಚಿಕ್ಕ ಮಗ ಆರು ತಿಂಗಳ ಕೂಸು. ಆಗ ಲೇಡಿ ಡಾಕ್ಟರ್ ಏಳು ತಿಂಗಳ ಗರ್ಭಿಣಿ ಮೂರನೇ ಮಗುವಿನ ದಾರಿ ಕಾಯ್ತಿದ್ರು ಆಕೆ.

ಅವರ ಮಗಳು ನನ್ನ ದೊಡ್ಡ ಮಗನ ವಯಸ್ಸೇ. ಅವಳು ಬಂದು ದಿನಾಲೂ ಮಗುವನ್ನು ಎತ್ತಿಕೊಂಡು ಆಡಿಸುವುದು ನಡೆದೇ ಇರ್ತಿತ್ತು. ಆಕೆ ಮನೆಗೆ ಹೋಗಿ, "ಅಮ್ಮಾ, ನೀನೂ ಆಂಟೀ ಪಾಪೂನ ಹತ್ರ ವಾಸನೆ ಬರತದಲಾ ಅಂಥಾ ವಾಸನೆ ಇರೋ ಪಾಪೂನ್ನೇ ತಗೊಂಡು ಬಾ," ಅಂತ ತಮ್ಮಮ್ಮನ ಹತ್ರ ಹೇಳೋಳಂತೆ. ಒಂದಿನ ಲೇಡಿ ಡಾಕ್ಟರ್ ಬಂದು, "ವೈನೀ ಎಲ್ರೀ ನಿಮ್ಮ ಪಾಪು? ಅವನ ಹತ್ರ ಎಂಥಾ ಘಮ ಬರ್ತದೋ ನಾ ನೋಡಬೇಕು," ಅಂದ್ರು. "ಯಾಕ್ರೀ ಏನಾಯ್ತು?" ಅಂದೆ.

ಅದಕ್ಕೆ ಆಕೆ ನಗುತ್ತ ತಮ್ಮ ಮಗಳು ಹೇಳಿದ್ದನ್ನು ಹೇಳಿದಾಗ ನಕ್ಕಿದ್ದೇ ನಕ್ಕಿದ್ದು. ನಾನು ಪಾಪುನ ಸ್ನಾನ ಮುಗಿಸಿ ನೆತ್ತಿಗೆ ಬಜೆಬೇರಿನ ಪುಡಿ ಒತ್ತಿ, ಲೋಬಾನ ಹೊಗೆ ಹಾಕಿ ಕಾಯಿಸ್ತಿದ್ದೆ. ಅದು ಒಂಥರಾ ಮೋಹಕ ಸುವಾಸನೆ ಪಾಪುನ ಸುತ್ತ. ಇದನ್ನೆಲ್ಲ ಈಗ ನೆನಪಿಸಿಕೊಂಡರೆ ಅದೇ ಥರದ ಮೋಹಕ ಆಹ್ಲಾದ ಮನತುಂಬ.

ಯಾವುದೇ ಹಬ್ಬ, ಹುಣ್ಣಿಮೆ ಬಂದ್ರೂ ಆಚರಣೆ ಒಟ್ಟಿಗೇನೇ. ಒಬ್ಬ ಮುಸ್ಲಿಂ ಸಿಸ್ಟರ್, ಇಬ್ಬರು ಕ್ರಿಶ್ಚಿಯನ್ ಸಿಸ್ಟರ್ಸ್ ಇದ್ರು ಆ ಕ್ಯಾಂಪಸಸ್ಸಿನಲ್ಲಿ. ವರಮಹಾಲಕ್ಷ್ಮಿ ಹಬ್ಬದ ದಿನ, ದೀಪಾವಳಿಯ ಲಕ್ಷ್ಮಿಪೂಜೆ, ಸಂಕ್ರಮಣದ ಭೋಗಿ ಹಬ್ಬದ ದಿನ, ಹೀಗೇ ಯಾವುದೇ ಸಮಾರಂಭಕ್ಕೆ ಕರೆದಾಗ ಬಂದು ಎಷ್ಟೂ ಹಿಂಜರಿಕೆ, ಅನುಮಾನ

ಇಲ್ಲದೇ ವ್ಯವಸ್ಥಿತವಾಗಿ ಅರಿಶಿನ ಕುಂಕುಮ ಇಟ್ಟುಕೊಂಡು, ಹೂ ಮುಡಕೊಂಡು, ಉಡಿ ತುಂಬಿಸಿಕೊಂಡು ಹೋಗ್ತಿದ್ರು.

ನಾವೂ ಎಲ್ಲಾ ಅಷ್ಟೇ ಯಾವುದೇ ಏಚು ಪೇಚಿಲ್ಲದೇ, ಭಲ್ಲಾ ಸಿಸ್ಟರ್ ಕ್ರಿಸ್ಮಸ್, ಹೊಸಮನಿ ಸಿಸ್ಟರ್ ಈದ್ ಆಚರಣೆಯಲ್ಲಿ ಭಾಗವಹಿಸ್ತಿದ್ವಿ. ಮಕ್ಕಳಿಗಂತೂ ವರ್ಷದ ಪ್ರತಿದಿನವೂ ಹಬ್ಬಾನೇ. ಕ್ರಿಸ್ಮಸ್ ಹಬ್ಬಕ್ಕೆ ಭಲ್ಲಾ ಸಿಸ್ಟರ್ ನಮಗೆ ರುಚಿಕರವಾದ ಎಗ್ ಲೆಸ್ ಕೇಕ್ ಮಾಡಿ ತಿನಿಸೋರು ತಮ್ಮ ಪ್ರೀತಿ ಬೆರೆಸಿ.

ಹೊಸಮನಿ ಸಿಸ್ಟರ್ ಮಾಡೋ ಆ ಸುರಕುರ್ಮಾ ಮರೆಯಲುಂಟೇ? ಮೊದ ಮೊದಲು ನಂಗೆ ಅದರಲ್ಲಿ ಏನಿರುತ್ತೋ ಅನ್ನಿಸೋದು. ಕೇಳೋದು ಹೇಗೆ? ಆದರೆ ಅದನ್ನರಿತಂತೆ ಹೊಸಮನಿ ಸಿಸ್ಟರ್ ನಕ್ಕು, "ಏನಿಲ್ಲ ವೈನೀ, ನಿಮ್ಮ ಶ್ಯಾವಿಗೆ ಖೀರ್ ಇರತದಲಾ ಹಂಗರೀ ಇದು," ಅಂತ ಹೇಳೋರು. ಈದ್ ದಿನ ಊರಿನ ಹೆಚ್ಚು ಕಡಿಮೆ ಪ್ರತೀ ಮುಸ್ಲಿಂ ಮನೆಯಿಂದ ಸುರಕುರ್ಮಾ ಬರೋದು ನಮ್ಮನೆಗೆ. ಒಂದು ದೊಡ್ಡ ಪಾತ್ರೆಯಲ್ಲಿ ಅದನ್ನೆಲ್ಲ ಹಾಕಿ, ಆ ಪಾತ್ರೆ ತುಂಬ ಇದ್ದ ಸುರಕುರ್ಮಾ ನಮಗೆಷ್ಟು ಬೇಕೋ ಅಷ್ಟು ಇಟ್ಟುಕೊಂಡು ಆ ಮೇಲೆ ಎಲ್ಲರ ಮನೆಗೂ ಹಂಚೋದು ದೊಡ್ಡ ಕೆಲಸ ನಂಗೆ. ನಮ್ಮನೇಲಿ ಅಷ್ಟೆಲ್ಲಾ ತಿನ್ನೋರು ಯಾರು?

ನಮ್ಮಲ್ಲಿ ಸಂಕ್ರಮಣದ ಭೋಗಿ ಹಬ್ಬದ ದಿನ, ಒಬ್ಬ ಮುತ್ತೈದೆಗೆ ಮೊರದ ಬಾಗಿನದೊಂದಿಗೆ ಭೋಗಿ ಊಟದ ದಿನಸಿ ವಸ್ತುಗಳು, ತರಕಾರಿ ಬೆಣ್ಣೆ, ತುಪ್ಪ ಎಲ್ಲ ಕೊಡೋ ಪದ್ಧತಿ. ಅದರೊಂದಿಗೆ ಆ ಮುತ್ತೈದೆಗೆ ಉಡಿ ತುಂಬ ಬೇಕು. ಅದಕ್ಕೆ ನಾ ಎಂದೂ ಯಾವ ಬ್ರಾಹ್ಮಣ ಮುತ್ತೈದೆಯನ್ನು ಹುಡುಕಿಕೊಂಡು ಹೋಗಲಿಲ್ಲ. ಸೀತವ್ವನೇ ನನಗೆ ಆ ಮುತ್ತೈದೆ. ಅವಳಿಗೇ ಮೊರದ ಬಾಗಿನ ಕೊಟ್ಟು, ಉಡಿ ತುಂಬಿ, ಹೊಟ್ಟೆ ತುಂಬ ಭೋಗಿ ಹಬ್ಬದ ಸಜ್ಜೆರೊಟ್ಟಿ, ಬದನೇಕಾಯಿ ಎಣ್ಣೆಗಾಯಿ, ಹುಗ್ಗಿಗೊಜ್ಜು (ಅಕ್ಕಿ, ಹೆಸರು ಬೇಳೆಯ ಖಾರದ ಪೊಂಗಲ್ಲಿಗೆ ಹುಗ್ಗಿ ಅಂತಾರೆ ನಮ್ಮ ಅಂದರೆ ಉತ್ತರ ಕರ್ನಾಟಕದ ಕಡೆ ಗೋಧಿ ಹುಗ್ಗಿ ಬೇರೆ), ಪಾಯಸ ಬಡಿಸಿ, ಅವಳ ಊಟ ಆದಮೇಲೆನೇ ನಾನು ಊಟ ಮಾಡೋದು.

ಅದು ನನಗೆ ಅದಮ್ಯ ತೃಪ್ತಿ ಕೊಡೋದು. ಹೊಟ್ಟೆ ತುಂಬಿದವರಿಗೇ ತಿನ್ನಿಸುವುದರಲ್ಲಿ ಯಾವ ಪುರುಷಾರ್ಥ ಇದೆ ಎಂಬ ಪ್ರಶ್ನೆ ನಂದು. ಯಾರೇನಂದ್ರೂ ಕ್ಯಾರೇ ಅಂದವಳಲ್ಲ ನಾ. ಈ ಎಲ್ಲ ಅನುಭವಗಳು ನನ್ನಲ್ಲಿ ಒಂದು ವಿಶಿಷ್ಟ ವಿಚಾರಧಾರೆಯನ್ನು ಹುಟ್ಟು ಹಾಕಿದವೋ ಏನೋ ಅನಕೋತೀನಿ. ನನಗೆ ಅವು ನೆನೆದಷ್ಟೂ ಮುದ ನೀಡುವ, ಹಿತದ ಅಲೆ ಎಬ್ಬಿಸುವ ಅನರ್ಘ್ಯ ರತ್ನದಂಥ ಅಮೂಲ್ಯ ದಿನಗಳು. ಈಗಲೂ ಮನ ಹಂಬಲಿಸ್ತದೆ ಆ ದಿನಗಳಿಗಾಗಿ, ಎಲ್ಲಿ ಅವು ಅಂತ ಹುಡುಕುತ್ತ!

ಒಂದೊಂದೂ ಘಟನೆಗಳನ್ನು ಹೆಕ್ಕಿ ಹೆಕ್ಕಿ ಹಿಂಜಿದಷ್ಟೂ, ಅದರಲ್ಲಿ ಮುಳುಗಿ ಹೋಗ್ತೀನಿ ನಾ. ಇವನು ಅಟೆಂಡರ್ ಮಗ, ಇವಳು ಕಾಂಪೌಂಡರ್ ಮಗಳು, ಅವಳು ಸಿಸ್ಟರ್ ಮಗಳು, ಇವನು ಡಾಕ್ಟರ್ ಮಗ ಎಂಬ ಭೇದವೇ ಇಲ್ಲದೇ, ಅಂತಸ್ತಿನ ಗೋಜಲಿನಿಂದ ದೂರ ಇದ್ದು ಆ ಮಕ್ಕಳೆಲ್ಲ ಕ್ಯಾಂಪಸ್ ತುಂಬ ಓಡಾಡುವ, ಗಲಾಟೆ ಮಾಡುತ್ತ ಆಡುವ ನೋಟ ಕಣ್ಣಿಗೆ ಹಬ್ಬ, ಮನಕೆ ತಂಪು. ತಮ್ಮ ತಮ್ಮ ಮನೆಗಳಿಂದ ತಂದ ಊಟಾನೇ, ನಮ್ಮ ಅಂಗಳ ತುಂಬ ಕೂತು ಹಂಚಿ ಊಟ ಮಾಡೋದನ್ನು ಕಂಡಾಗ ನನಗೆ ಅದೆಂಥದೋ ಹೇಳಲಾಗದ ಸಂತೃಪ್ತಿ, ಸಮಾಧಾನ.

ಹಾಗೇ ನಾವು ದೊಡ್ಡವರೂ ಎಲ್ಲ ಒಟ್ಟಿಗೇ ಸೇರಿ ನಮ್ಮ ಮನೆ ಅಂಗಳದಲ್ಲಿ ಊಟ ಮಾಡುತ್ತಿದ್ದದ್ದೂ ಇತ್ತು. ಊಟ ನಮ್ಮ ನಮ್ಮ ಮನೆಯಿಂದಲೇ ತಂದಿದ್ದಾದರೂ ಒಟ್ಟಿಗೇ ಉಣ್ಣುವ ಆ ಮಜವೇ ಬೇರೆ. ಹೇಗೆ ಮರೆತೇನು ನಾ ಅದನ್ನೆಲ್ಲ? ನಾ ಅಲ್ಲಿಯವರೆಗೂ ಒಂದೇ ಒಂದು ಬಾರಿಯೂ ಟೀ, ಕಾಫಿ ಕುಡಿದದ್ದಿಲ್ಲ. ಆದರೆ ಸಂಧ್ಯಾ ನನ್ನ ಒಳ್ಳೇ ಸ್ನೇಹಿತೆ. ನನ್ನ ಸ್ನಾನ ಆಗುವ ದಾರೀನೇ ಕಾಯ್ತಾ ಕುಳಿತಿರೋರು. ನನ್ನ ಪತಿ ಬೆಳಗ್ಗೆ ಎಂಟು ಗಂಟೆಗೆಲ್ಲ ಹೊರಟು ಬಿಡ್ತಿದ್ರು ಆಸ್ಪತ್ರೆಗೆ. ಮಕ್ಕಳು ಒಂಬತ್ತು ಗಂಟೆಗೆ ಸ್ಕೂಲಿಗೆ. ಆ ಮೇಲೆ ನಾ ಒಂಬತ್ತೂವರೆಗೆ ಸಂಧ್ಯಾ ಅವರ ಮನೆಗೆ ಹೋಗಿ ಅರ್ಧ ಕಪ್ ಕಾಫಿ ಕುಡಿದು ಅವರ ಜೊತೆ ಮಾತಾಡಿಕೊಂಡು ಬರೋ ರೂಢಿ. ಆ ಮೇಲೆ ಸಂಧ್ಯಾ ಸಂಜೆ ಐದೂವರೆಗೆ ನನ್ನ ಕಡೆ ಬರೋರು. ಮಕ್ಕಳ ಆಟ, ನಮ್ಮ ಹರಟೆ, ಹಾಡು ಇತ್ಯಾದಿ ನಡೀತೀತ್ತು. ತಮ್ಮ ಆಸ್ಪತ್ರೆ ಕೆಲಸ ಮುಗಿಸಿ ಟೈಂ ಸಿಕ್ಕಿದ್ರೆ ಲೇಡಿ ಡಾಕ್ಟರ್ ನಮ್ಮ ಜೊತೆಗೂಡ್ತಿದ್ರು.

ಸಿಹಿ ಅನುಭವಗಳ ಮಧ್ಯೆ ಆಗಾಗ ಕಹಿ ಅನುಭವ, ಘಟನೆಗಳಾದರೂ ಸಿಹಿಯನ್ನು ಕಹಿ ಮಾಡುವ ಶಕ್ತಿ ಅವುಗಳಿಗಿರಲಿಲ್ಲ. ಸುರೇಶ ಒಂದೊಂದು ಸಲ ಬೆಳಗ್ಗೆ ತಿಂಡಿನೂ ತಿನ್ನದೇ ಹೊರಟು ಬಿಡ್ತಿದ್ರು. ಆಗ ನನಗೂ ಏಕಾದಶೀನೇ ಗತಿ. ಸಂಧ್ಯಾನ ಕಾಫೀನೇ ಆಧಾರ ಆಗ. ಆ ಮೇಲೆ ಮಧ್ಯಾಹ್ನ ಮೂರೂವರೆ, ನಾಲ್ಕು ಗಂಟೆಗೆ ಬರೋದು, ಮತ್ತೆ ಆಗಲೂ ಅಷ್ಟೊತ್ತನ್ನಲ್ಲಿ ಜೊತೆಗೆ ಯಾರಾದರೂ ಊಟಕ್ಕೆ! ಆಗಂತೂ ನನಗೆ ಅಳುವೇ ಬಂದು ಬಿಡ್ತಿತ್ತು. ಏನೂ ಮಾಡೋ ಹಾಗಿರಲಿಲ್ಲ. ಅವರದೆಲ್ಲ ಊಟ ಆದ ಮೇಲೆ ಅಷ್ಟೊತ್ತಿಗೆ ಊಟ ಬೇಡ ಅನ್ನಿಸಿ ಬಿಡೋದು, ಹೊಟ್ಟೆ ಭಾರ ಭಾರ, ಮನಸ್ಸಿನ ಜೊತೆಗೆ!

ಇನ್ನೊಂದು ನನಗೆ ಅತೀ ನೋವುಂಟು ಮಾಡಿದ ಸಂಗತಿ, ಘಟನೆ ಹೇಳಲೇ ಬೇಕು. ಅದು ನೆನಪಾದ್ರೆ ಇಂದಿಗೂ ನನ್ನ ಕಣ್ಣನ್ನು ತಡೀಲಾರೆ ಅದು ತುಂಬದಂತೆ. ಹೊಟ್ಟೆಯಲ್ಲಿ ತಳಮಳ, ಮನದ ತುಂಬ ವಿಚಿತ್ರ ನೋವು. ಬಂಕಾಪುರದಲ್ಲಿ ಬಾಳೆಹಣ್ಣು ಸಿಗ್ತಿತ್ತು ಯಾವಾಗಲೂ. ಮಾವಿನ ಸೀಸನ್ನಿನಲ್ಲಿ ಮಾವಿನಹಣ್ಣು

ಭರಪೂರ. ಅಪರೂಪದ ರುಚಿ ಆ ಹಣ್ಣುಗಳಿಗೆ. ಅಂಥ ಮಾವಿನ ಹಣ್ಣೇ ತಿಂದಿಲ್ಲ ನಾ ಇಂದಿನವರೆಗೂ.

ಮೂಸಂಬಿ ಸಿಗ್ತಿತ್ತು ಕೆಲವೊಮ್ಮೆ. ಆದರೆ ಸೇಬು, ಕಿತ್ತಲೆ, ಚಿಕ್ಕು, ದ್ರಾಕ್ಷಿ ಇದೆಲ್ಲ ಕೊಂಚ ಸಿಗದ ವಸ್ತುಗಳೇ. ಹುಬ್ಬಳ್ಳಿಯಿಂದಲೇ ತರಬೇಕಾಗ್ತಿತ್ತು ನಾವು ಹೋದಾಗ; ಅಥವಾ ಇನ್ನಾರಾದ್ರೂ ಹೋದಾಗ ತರಿಸಿಕೋಬೇಕು. ಆ ದಿನ ನನ್ನ ಮಗಳಿಗೆ ಜ್ವರ. ಮೂಸಂಬಿ ಸಿಗಲಿಲ್ಲ. ಸೇಬಿನದಂತೂ ಪ್ರಶ್ನೆಯೇ ಇರಲಿಲ್ಲ. ಗಂಜಿ ಬೇಡ ಅಂತಾ ಅವಳ ಹಟ. ಒಮ್ಮೆ ಹಾಲು ಕುಡಿದ ಮಗು ಇನ್ನೇನೂ ಬೇಡ ಅಂತ ಒಂದೇ ಹಟ. ಅವಳಿಗೆ ಸೇಬು ಬೇಕಾಗಿತ್ತು! ಹಾಗೇ ಮಲಗಿ ಬಿಡ್ತು ಕಂದಮ್ಮ! ಎಷ್ಟೆಷ್ಟೋ ಪ್ರಯತ್ನಿಸಿ ಕೊಂಚ ನಿಂಬೇಹಣ್ಣಿನ ಪಾನಕ ಕುಡಿಸಿದ್ದಾಯ್ತು.

ಮುಖ ಬಾಡಿಸಿಕೊಂಡು, ಬಳಲಿ ಮಲಗಿದ ಮಗುವನ್ನು ನೋಡಿ ನನಗೆ ವಿಚಿತ್ರ ಕಳವಳ, ತಳಮಳ. ರಾತ್ರಿ ಬಲು ದುರ್ಭರ ಅನ್ನಿಸ್ತಿತ್ತು. ಕೊನೆಗೊಮ್ಮೆ ಬೆಳಕು ಹರೀತು. ಬೆಳಗ್ಗೆ ಒಬ್ಬರನ್ನು ಹಾವೇರಿಗೆ ಕಳಿಸಿ ಸೇಬು, ಮೂಸಂಬಿ ತರಿಸಿದ್ದಾಯ್ತು. ಆದರೆ ಇಂದಿಗೂ, ವರುಷಗಳೇ ಉರುಳಿದ್ದರೂ ಅವ್ಯಕ್ತ ಸಂಕಟ ಉಂಟು ಮಾಡುವ ನೋವದು.

ಬಂಕಾಪುರದ ಸೀಗಿ ಹುಣ್ಣಿಮೆ ಸಂಭ್ರಮ ಮರೀಲಾರದ್ದು ನನಗೆ. ಅಲ್ಲಿನ ಒಂದು ಕುಟುಂಬದವರು ಸೀಗಿ ಹುಣ್ಣಿಮೆ ಊಟಕ್ಕೆ ತಮ್ಮ ಹೊಲಕ್ಕೆ ಕರೆದೊಯ್ಯತಿದ್ರು ನಮ್ಮನ್ನು. ಆ ಮಂದ ಚಳಿಗಾಳಿ, ಹೊಲದ ಬಯಲು ಹವೆ, ತುಂಬಿ ನಿಂದ ಹಚ್ಚನೇ ಹಸಿರು ಪೈರು, ಹಿತವಾದ ಮಣ್ಣಿನ ವಾಸನೆಯ ಮಧುಮಯ ವಾತಾವರಣದಲ್ಲಿ ನಾನಾ ಬಗೆಯ ಭಕ್ಷ್ಯಗಳು! ಭೂತಾಯಿಯ ಬಯಕೆ ಊಟವೋ, ಸೀಮಂತವೋ ಎಂಬ ಭ್ರಮೆ ಹುಟ್ಟಿಸುವಂಥ ಹಸಿರು ಸೀರೆಯುಟ್ಟ ಮೈದುಂಬಿ ನಿಂದ ಧರಣಿ! ಆ ನೋಟವೇ ಹೊಟ್ಟೆ ತುಂಬಿಸಿ ಹಸಿವನ್ನು ಹಿಂಗಿಸಿ ಬಿಟ್ಟಾಗ ಯಾವುದೂ ಬೇಡ ಅನ್ನಿಸೋದು.

ಆದರೆ ಅವರ ಪ್ರೀತಿಯ ಉಪಚಾರ, ಆತ್ಮೀಯತೆ ತುಂಬಿದ ಮಾತುಗಳ ಮುಂದೆ ಏನೂ ಹೇಳಲಾಗ್ತಿರಲಿಲ್ಲ. ಆ ರುಚಿಕಟ್ಟಾದ ಊಟ ಅವರ ಮಮತೆ ಬೆರೆತು ಇನ್ನೂ ಸವಿಯಾಗಿ ಒಂದು ತುತ್ತು ಜಾಸ್ತೀನೇ ತಿನ್ನೋ ಹಾಗೆ ಮಾಡ್ತಿತ್ತು ಅನಸ್ತದೆ ನಂಗೆ. ಹಳ್ಳಿ ಜನ ಆತಿಥ್ಯ ಪ್ರಿಯರು. ಆ ಆತ್ಮೀಯತೆ ತುಂಬಿದ ಮಮತಾಮಯ ಪರಿಸರ ನಮ್ಮನ್ನು ಅಂತಹ ಕುಗ್ರಾಮದಲ್ಲೂ ಹತ್ರ ಹತ್ರ ಏಳು ವರ್ಷ ಇದ್ದದ್ದನ್ನು ಏಳು ಗಳಿಗೆ ಎನ್ನುವಂತೆ ಮಾಡಿತು ಅನ್ನುವಲ್ಲಿ ಎಳ್ಳಷ್ಟೂ ಅನುಮಾನ ಇಲ್ಲ.

ಕೊನೆಗೂ ಆ ದಿನ ಬಂದೇ ಬಂತು. ನಮಗೆ ಅಲ್ಲಿಂದ ತಿಳವಳ್ಳಿಗೆ ವರ್ಗವಾಯ್ತು. ಅದು ಹಾನಗಲ್ ತಾಲೂಕಿನ ಒಂದು ಗ್ರಾಮ. ಮಲೆನಾಡಿನೂರು ಅದು. ಆ

ಊರನ್ನು ನೋಡಿಕೊಂಡು ಬರ್ತೀವಿ ಅಂತ ನನ್ನ ಪತಿ ಹಾಗೂ ಇನ್ನೊಬ್ಬ ಮೆಡಿಕಲ್ ಆಫೀಸರ್ ಇಬ್ಬರೂ ಹೋದ್ರು. ಅವರು ಇಬ್ಬರೂ ತಿರುಗಿ ಬಂದಾಗ ಮುಂಜಾವಿನ ನಾಲ್ಕು ಗಂಟೆ!! ಬಂಕಾಪುರಕ್ಕಿಂತಲೂ ಅಧ್ವಾನ ಅದು!

ರಾತ್ರಿ ಎಂಟು ಗಂಟೆಯ ನಂತರ ಯಾವ ಬಸ್ಸೂ ಇಲ್ಲ! ಅಂದರೆ ಅಲ್ಲಿಂದ ಹೊರಹೋಗಲು ದಾರಿಯೇ ಇಲ್ಲ! ಅದ್ಹೇಗೋ ಏನೋ ಲೇಟಾಗಿ ಬಂದ ಒಂದು ಬಸ್ಸು ಹಿಡಿದು ಅಲ್ಲಿಂದ ಹೊರಬಂದು, ಲಾರಿ ಹಿಡಿದು ಎಲ್ಲೆಲ್ಲಿಗೋ ಹೋಗಿ ಬಂಕಾಪುರ ಬಂದು ಮುಟ್ಟೋಷ್ಟ್ರಲ್ಲಿ ಇಷ್ಟು ವೇಳೆ ಆಗಿತ್ತು, ಹೈವೇದಿಂದ ಆ ರಾತ್ರಿಯಲ್ಲಿ ಮೂರು ಕಿಮೀ ನಡ್ಕೊಂಡು ಬಂದಿದ್ರು. ಅಲ್ಲಿ ತಿಳವಳ್ಳಿಯಲ್ಲಿ ಕ್ವಾರ್ಟರ್ಸ್ ಇರಲಿಲ್ಲ! ಬಾಡಿಗೆ ಮನೆಯಲ್ಲಿಯೇ ಇರಬೇಕು. ಕರೆಂಟ್ ಪರಿಸ್ಥಿತಿ ಅಂತೂ ಗೋವಿಂದ!

ಆ ಹೊತ್ತಲ್ಲಿ ನನ್ನ ಪತಿ ಹೇಳಿದ್ದನ್ನೆಲ್ಲ ಕೇಳಿ ನನ್ನ ಮನದಲ್ಲಿ ಒಂದು ಚಿತ್ರ ಮೂಡಿತು ತನ್ನಿಂತಾನೇ, ನನಗೇ ಗೊತ್ತಿಲ್ಲದಂತೆ... ಒಂದು ಚಿಕ್ಕ ಹೆಂಚಿನ ಮನೆ, ಅದರ ಮಧ್ಯೆ ತೂಗು ಹಾಕಿದ ಒಂದು ಲಾಟೀನು! ಆ ಹೆಂಚುಗಳ ಸಂದೀಲಿ ಓಡಾಡೋ ಇಲಿಗಳು! ಸಣ್ಣಗೆ ಮೈ ನಡುಗಿ, ಒಂದೂ ಮಾತಾಡದೆ ತಿರುಗಿ ಮಲಗಿದೆ ಬಾರದ ನಿದ್ದೆಗೆ ಕಾಯುತ್ತ, ತಿಳವಳ್ಳಿಯಲ್ಲಿಯ ನಮ್ಮ ಜೀವನ, ಅಲ್ಲಿ ಕಳೆಯಲಿರುವ ದಿನಗಳ ಬಗ್ಗೆ ಯೋಚಿಸುತ್ತ!

ಬಂಕಾಪುರದ ಜನ ನಮ್ಮನ್ನು ಬಿಡಲು ತಯಾರಿಲ್ಲ! ನಮಗೆ ಹೊರಡದೆ ವಿಧಿಯಿಲ್ಲ! ಬಿಡಲಾರದೇ ಬಂಕಾಪುರ ಬಿಟ್ಟು, ಕಾಣದ, ಅರಿಯದ ತಿಳವಳ್ಳಿಯತ್ತ ಸಾಗಿತು, ಸಾಗಿತು ನಮ್ಮ ಪಯಣ!!

ಮೊದಲ ಭೇಟಿ ತಿಳವಳ್ಳಿಗೆ

“ತಿಳವಳ್ಳಿಗೆ ವರ್ಗ ಆಗಿದೆ ಎಂದು ಯಾರಿಗೇ ಹೇಳಿದ್ರೂ ನೂರು ಕಥೆ ಹೇಳೋರು, “ಯವ್ವಾ ಅದೇನ ಊರೇನ ಯವ್ವಾ. ಅಡವಿ ಇದ್ಧಾಂಗ ಐತಿ. ಆ ಊರ ದಾರಿಯರ ಏನ ಯವ್ವಾ. ಹೆಂಗ ಇರತೀರಬೇ ಅಲ್ಲಿ,” ಅನ್ನಾವ್ರು. ಅದನ್ನು ಕೇಳಿ ಕೇಳಿಯೇ ನನಗೆ ಅರ್ಧ ಕಾಡಲ್ಲಿ ಕಣ್ಣು ಕಟ್ಟಿ ಬಿಟ್ಟಂತೆನಿಸಿ ಉಸಿರು ಕಟ್ಟಿದಂತಾಗೋದು.

1979ರಿಂದ 1985ರವರೆಗೆ ಬಂಕಾಪುರದಲ್ಲಿ ದಿನ ಹೇಗೆ ಓಡಿದವು ಎಂಬುದರ ಅರಿವೇ ಇಲ್ಲದಂತೆ ಸಮಯ ಸರಿದಿತ್ತು. ನಮಗೆ ಅಲ್ಲಿಂದ ತಿಳವಳ್ಳಿಗೆ ವರ್ಗವಾಯ್ತು. ತಿಳವಳ್ಳಿ ಹಾನಗಲ್ ತಾಲೂಕಿನ ಒಂದು ಚಿಕ್ಕ ಹಳ್ಳಿ. ಕುಗ್ರಾಮ ಅನಲೂಬಹುದು. ಹಾನಗಲ್ಲಿನಿಂದ 40 ಕಿಮೀ ದೂರದಲ್ಲಿತ್ತು.

ಅಲ್ಲಿನ ಪ್ರಾಥಮಿಕ ಆರೋಗ್ಯ ಕೇಂದ್ರ ಸವಣೂರ ವಿಭಾಗದಲ್ಲಿಯೇ ಬರ್ತಿತ್ತು. ಹೀಗಾಗಿ ಅಷ್ಟೇನೂ ದೂರ ಅಲ್ಲ, ಸವಣೂರಿನ ಹತ್ರಾನೇ ಇರ್ತಿವಿ ಅಂತ ನನ್ನ ಪತಿಗೆ ಖುಷಿಯೋ ಖುಷಿ. ಆದರೆ ತಿಳವಳ್ಳಿಗೆ ವರ್ಗ ಆಗಿದೆ ಎಂದು ಯಾರಿಗೇ ಹೇಳಿದ್ರೂ ನೂರು ಕಥೆ ಹೇಳೋರು, “ಯವ್ವಾ ಅದೇನ ಊರೇನ ಯವ್ವಾ. ಅಡವಿ ಇದ್ಧಾಂಗ ಐತಿ. ಆ ಊರ ದಾರಿಯರ ಏನ ಯವ್ವಾ. ಹೆಂಗ ಇರತೀರಬೇ ಅಲ್ಲಿ,” ಅನ್ನಾವ್ರು.

ಅದನ್ನು ಕೇಳಿ ಕೇಳಿಯೇ ನನಗೆ ಅರ್ಧ ಕಾಡಲ್ಲಿ ಕಣ್ಣು ಕಟ್ಟಿ ಬಿಟ್ಟಂತೆನಿಸಿ ಉಸಿರು ಕಟ್ಟಿದಂತಾಗೋದು. ಕೊನೆಗೆ ಆ ಆಸುಪಾಸಿನ ಊರುಗಳಲ್ಲೆದರ ಪರಿಚಯ ಇದ್ದ ಕುಲಕರ್ಣಿ ಸಿಸ್ಟರಿಗೆ ಕೇಳೇ ಬಿಟ್ಟೆ ಏನು ಹಕೀಕತ್ತು ತಿಳವಳ್ಳಿದು ಅಂತ. ಆಗ ಅವರು, "ವೈನೀ ನೀವು ಹೆದರಿ ಗಿದರೀರಿ ಅಂತ ನಾ ಸುಮ್ಮನಿದ್ದೆ. ಅದು ನೀವು ತಿಳ್ಕೊಂಡಷ್ಟ ಸರಳ ಇಲ್ರೀ. ಆ ಊರಿಗೆ ಬಸ್ಸೇ ಭಾಳ ಕಡಿಮೆ. ಇದ್ದ ಯಾವ ಬಸ್ಸೂ ಸರಳ ಹಾದೀಲೇ ಹೋಗಾಂಗಿಲ್ಲ. ಎಲ್ಲೆಲ್ಲೋ, ಹೆಂಗೆಂಗೋ ಹೋಗ್ತಾವ. ಹಾನಗಲ್ಲಿಂದ ಅಲ್ಲಿಗೆ ಮುಟ್ಟಲಿಕ್ಕೆ ಎರಡು, ಎರಡೂವರೆ ತಾಸು ಬೇಕ್ರಿ. ಹೊಂಕಣಾ ಸುತ್ತಿ ಮೈಲಾರಿಗೆ ಹೋದ ಲೆಕ್ಕಾನ್ರೀ ವೈನೀ. ಊರನೂ ಭಾಳ ಕೆಟ್ಟ ಕಗ್ಗ ಹಳ್ಳಿರೀ. ಅಲ್ಲಿ ಹೆಂಗಿರತೀರಿ ವೈನೀ ಸಣ್ಣ ಮಕ್ಕಳನ ಕಟಗೊಂಡು? ಸಾಹೇಬ್ರಿಗೆ ಹೇಳ್ರಿ ವೈನೀ ಬ್ಯಾರೆ ಕಡೆ ವರ್ಗ ಕೇಳ್ರಿ ಹೆಂಗರ ಮಾಡಿ," ಅಂತ ಅಂದ್ರು. ಸುಮ್ಮನಾಗಿಬಿಟ್ಟೆ ನಾ ಒಂದೂ ಮಾತಾಡದೆ. ದೇವರೇ ಗತಿ ಅನ್ಕೊಂಡೆ.

ಬಂಕಾಪುರದ ಮೆಡಿಕಲ್ ಆಫೀಸರ್ ಸ್ಥಳಕ್ಕೆ ಇನ್ನೊಬ್ಬರು ಬರೋವರೆಗೂ ಅವಕಾಶ ಇತ್ತು ನಮಗೆ. ಆವತ್ತು ಆ ಊರನ್ನು ನೋಡಿ ಬರಲು ಹೋದವರು ಬೆಳಗಿನ ನಾಲ್ಕು ಗಂಟೆಗೆ ಬಂದಾಗ ಸುರೇಶ ಅವರ ಮುಖ ನೋಡಿ ಗೊತ್ತಾಗಿ ಹೋಯ್ತು ನಂಗೆ ಏನೂ ಸರಿ ಇಲ್ಲ ಅಂತ. ಏನೂ ಕೇಳದೇ ನನ್ನನ್ನೇ ನಾನು ತಯಾರು ಮಾಡಿಕೋತಿದ್ದೆ ಮುಂದಿನದನ್ನು ಎದುರಿಸಲು. ಅಷ್ಟ್ರಲ್ಲಿ ಅವರೇ ಹೇಳಿದ್ರು, "ಕಾಡು ಇದ್ಹಾಂಗ ಅದ ಊರು. ಭಾಳ ಅಧ್ವಾನ. ಯದ್ವಾತದ್ವಾ ಹಾದಿ. ಕ್ವಾರ್ಟರ್ಸನೂ ಇಲ್ಲ. ಬಾಡಿಗಿ ಮನಿ ಹುಡುಕಬೇಕು. ಹೆಂಗೆಂಗೋ ಅವ ಮನೀನೂ. ಆಸ್ಪತ್ರಿ ಕಟ್ಟಡಾನೂ ಒಂದು ಗೋಡೌನ್ ಥರಾ ಅದ. ಅಂಥಲ್ಲಿ ಪೇಷಂಟುಗಳನ್ನು ಹೆಂಗೆ ನೋಡೋದು, ಆಪರೇಷನ್ ಹೆಂಗ ಮಾಡೂದು ತಿಳೀತಿಲ್ಲ. ಹಾಸ್ಪಿಟಲ್ ಬಿಲ್ಡಿಂಗ್, ಕ್ವಾರ್ಟರ್ಸ್ ಎಲ್ಲಾ ಮಂಜೂರಾಗ್ಯಾವಂತ. ಆದ್ರೆ ಎಲ್ಲಾ ತಯಾರಾಗ್ಲಿಕ್ಕೆ ಎರಡು ವರ್ಷರೇ ಬೇಕಾದೀತು," ಅಂದ್ರು.

ನನ್ನ ಬಾಯಿಂದ ಮಾತೇ ಹೊರಡಲಿಲ್ಲ. 'ಕರೆಂಟ್ ಪರಿಸ್ಥಿತಿನೂ ಹಂಗಂಗೇ?' ಅಂತ ಸೇರಿಸಿದ್ರು ಸುರೇಶ ನಾ ಊಹಿಸಿದ್ದನ್ನೇ. 'ಆತ ಬಿಡ್ರಿ' ಅಂದೆ ಕಷ್ಟಪಟ್ಟು. ಕರೆಂಟ್ ಇಲ್ಲದ ಕತ್ತಲು ರಾತ್ರಿ, ಒಂದು ಹೆಂಚಿನ ಮನೆ, ಅದರ ಮಧ್ಯೆ ತೂಗು ಹಾಕಿದ ಲಾಟೀನು, ಹೆಂಚುಗಳ ಸಂದೀಲಿ ಓಡಾಡೋ ಇಲಿಗಳು, ಮುಂದೆ ಅಂಗಳ, ಅದಕ್ಕೊಂದು ತಂತಿಯ ಬೇಲಿ, ಆ ಬೇಲಿಗೊಂದು ತಡಿಕೆಯ ಗೇಟ್... ಇವಿಷ್ಟು ನನಗೇ ಗೊತ್ತಿಲ್ಲದಂತೆ ನನ್ನ ಮನದಲ್ಲಿ ತಾನೇ ತಾನಾಗಿ ಮೂಡಿ ಬಂತು. ಒಂದೇ ಒಂದು ಶಬ್ದ ಮಾತಾಡಲಾಗಲಿಲ್ಲ ನಂಗೆ.

"ಅಲ್ಲಿ ಬಸ್ಸುಗಳಂತೂ ಭಾಳ ಕಡಿಮಿ, ಇಲ್ಲೇ ಇಲ್ಲೋ ಏನೋ ಅನೂಹಾಂಗ. ದವಾಖಾನಿ ಜೀಪೂ ಕೆಟ್ಟ ನಿಂತದ. ಧಾರವಾಡದ ಮೀಟಿಂಗಿಗೆ ಹೋಗೂದು,

ಬರೂದು ದೊಡ್ಡ ಕಷ್ಟದ ಕೆಲಸ. ರಾತ್ರಿ ಎಂಟೂವರೆಗೆ ಹಿರೇಕೆರೂರ್ ಬಸ್ಸು ಬಂದ ಹೋತಂದ್ರ ತಿಳವಳ್ಳಿ ಬಾಗಲ ಬಂದ ಆದಹಾಂಗನ ಲೆಕ್ಕ," ಮತ್ತಷ್ಟು ಸಮಾಚಾರ ಹೇಳಿದರು ಸುರೇಶ.

ಯಾಕೋ ಗಾಬರಿ ಆತು. ರಾತ್ರಿ ಏನಾದರೂ ಹೊರಗೆ ಹೋಗಬೇಕಾಗಿ ಬಂದ್ರೆ ಗತಿ ಏನಪಾ ದೇವರೇ ಅನಿಸ್ತು. ಮಲಗಿದ್ದ ಕಂದಮ್ಮಗಳತ್ತ ಒಮ್ಮೆ ನೋಡಿ ಹಾಗೇ ಸುಮ್ಮನೆ ಕಣ್ಮುಚ್ಚಿ ಮಲಗಿದೆ ಬಾರದ ನಿದ್ದೆಗೆ ಕಾಯುತ್ತ, ಅರಿಯದ, ಕಾಣದ ಆ ತಿಳವಳ್ಳಿಯಲ್ಲಿ ಕಳೆಯಲಿರುವ ದಿನಗಳ ಬಗ್ಗೆ ಯೋಚಿಸುತ್ತ, ನನ್ನ ಮನಸ್ಸನ್ನು ಅಳ್ಳಕವಾಗದಂತೆ ಗಟ್ಟಿ ಹಿಡಿಯುತ್ತ ಹೊರಳಿದೆ.

ಒಂದೆರಡು ದಿನ ಕಳೆದ ಮೇಲೆ ನಾನೇ ಕೇಳಿದೆ ನನ್ನ ಪತಿಯನ್ನು, "ತಿಳವಳ್ಳಿಗೆ ನಾಳೆ ಹೋಗಿ ಬರೂದು ಛಲೋ ಅನಿಸ್ತಿದೆ. ಮತ್ತ ಮನಿ ಗಿನಿ ನೋಡಬೇಕಲಾ," ಅಂದೆ. ಸರಿ ಅಂದರವರು. ಮಾರನೇ ದಿನ ಮಕ್ಕಳನ್ನು ಸೀತವ್ವನ ಜೊತೆ ಬಿಟ್ಟು ಹೊರಟ್ವಿ. ಜೀಪಿನಲ್ಲಿ ನೇರವಾಗಿ ಹೋದ್ರನೇ ಬಂಕಾಪುರದಿಂದ ಅಲ್ಲಿಗೆ ಹೋಗಿ ಮುಟ್ಟಲು ಎರಡೂವರೆ ತಾಸಿನ ಮೇಲಾಯ್ತು. ಬರೀ 52 ಕಿಮೀ ಅಷ್ಟೇ ದೂರ! ಅಂಥ ರಸ್ತೆಗಳು ತಿಳವಳ್ಳಿಯ ಸ್ಥಿತಿಗತಿಗೆ ಕನ್ನಡಿ ಹಿಡಿಯುವಂತೆ.

ತಿಳವಳ್ಳಿ ಊರು ಪ್ರವೇಶಿಸಿತು ಜೀಪು. ಡ್ರೈವರ್ ಬಿಸ್ತಿಯ ಮುಖ ನೋಡುವ ಹಾಗಿತ್ತು. "ಸಾಹೇಬ್ರ, ಜೀಪ್ ಬಂಕಾಪುರಕ ಹೊಳ್ಳಿಸಿ ಬಿಡ್ತೀನ್ರೀ. ಬಾಯರ ಏನ ನೋಡ್ತೀರಿ, ನಡೀರಿ ವಾಪಸ್ ಹೋಗೋಣ," ಅಂದ ಆತ. ಸುರೇಶ ನನ್ನ ಮುಖ ನೋಡಿದ್ರು. ನಾನೇ ಹೇಳಿದೆ, "ಬಿಸ್ತಿ, ಏನಾಗಾಂಗಿಲ್ಲ ನಡಿ. ಇಲ್ಲಿಗೆ ವರ್ಗ ಆಗೇದ ಅಂದ ಮ್ಯಾಲೆ ಇಲ್ಲೆ ಬರಲಿಕ್ಕೇಬೇಕು, ಇರಲಿಕ್ಕೇಬೇಕು. ಅನುಕೂಲ ಮಾಡಿಕೊಳ್ಳೋದು ನಮ್ಮ ಕೈಯಾಗ ಅದ ನಡಿ. ಮನಿ ಅಂತೂ ನೋಡಿ ಬರೋಣ ನಡಿ," ಅಂದೆ. ನನ್ನ ಪತಿ ಅಲ್ಲಿನ ಆಸ್ಪತ್ರೆಯಲ್ಲಿ ಒಬ್ಬರಿಗೆ ಮನೆ ನೋಡಲು ಹೇಳಿದ್ರು. ನಾವು ಆಸ್ಪತ್ರೆಯತ್ತ ಹೋಗಿ ಅವರನ್ನು ಕಂಡರಾಯ್ತು ಅಂತ ಅಲ್ಲಿಗೇ ಹೊರಟೆವು.

ದೊಡ್ಡ ಬಯಲು ಒಂದನ್ನು ಪ್ರವೇಶಿಸಿತು ಜೀಪು. ನಾ ಎಲ್ಲಿ ಹಾಸ್ಪಿಟಲ್ ಅಂದೆ. ಏನೂ ಮಾತಾಡದೇ ಸುರೇಶ ಕೈ ಮಾಡಿ ತೋರಿಸಿದ್ರು. ಆ ಕಟ್ಟಡ ನೋಡಿ ನನಗೂ ಮಾತು ಮರೆತು ಹೋಯ್ತು. ಆ ಖಾಲಿ ಖಾಲಿ ಬಯಲಿನಲ್ಲಿ ನಿಂತಿತ್ತು ಬಿಳೀ ಬಣ್ಣ ಬಳಿದುಕೊಂಡ ಉಗ್ರಾಣದಂಥ ಒಂದು ಕಟ್ಟಡ! ಆಸ್ಪತ್ರೆ ಬಿಲ್ಡಿಂಗೇ ಹೀಗಿರಬೇಕಾದರೆ ನಾವಿರಬೇಕಾದ ಬಾಡಿಗೆ ಮನೆ ಇನ್ಯಾವ ಥರಾನಪಾ ದೇವರೇ ಅಂದುಕೊಂಡೆ. ಏನಂದುಕೊಂಡ್ರೂ ಅಷ್ಟೇ, ಬೇರೆ ದಾರಿ ಇಲ್ಲ. ಅದು ಹೊಳೆಯುತ್ತಿದ್ದಂತೆ ಕುಸಿಯುತ್ತಿದ್ದ ನನ್ನ ಗಟ್ಟಿತನ ಜಾಗ್ರತಗೊಂಡಿತು.

ನನ್ನ ಪತಿಗೆ ಹೇಳ್ದೆ, "ಭಲೋ ಅದ ಆಸ್ಪತ್ರಿ. ರಗಡ ದೊಡ್ಡದೂ ಅದ. ಅರ್ಧ ಗೋಡೆ ಮೇಲರ್ಧ ತಂತಿ ಬಿಗಿಸಿರೋದರಿಂದ ಗಾಳಿ ಬೆಳಕು ಸಾಕಷ್ಟು ಬರ್ತದೆ," ಅಂದೆ. ಅಲ್ಲಿನ ಮಲೆನಾಡಿನ ಮಳೆಗೆ ಗತಿ ಏನು ಅಂತ ಮನದಲ್ಲೇ ಅಂದುಕೊಳ್ಳುತ್ತಿದ್ದೆ. ಸುರೇಶ ಅವರ ಮುಖ ಸ್ವಲ್ಪ ಗೆಲುವಾಯ್ತು. "ಹೂಂ ಒಂಚೂರು ಸಣ್ಣಪುಟ್ಟ ರಿಪೇರಿ ಮಾಡಿಸಿಕೊಂಡ್ರಾತು," ಅಂದ್ರು. ನಾ ತಲೆ ಅಲ್ಲಾಡಿಸಿದೆ.

ಅಷ್ಟ್ರಲ್ಲಿ ಆಸ್ಪತ್ರೆಯ ಒಳಗಿನಿಂದ ಒಬ್ಬ ಎತ್ತರದ ಮನುಷ್ಯ ಬಂದು, "ನಮಸ್ಕಾರ್ರೀ ಸರ್..." ಅಂದ. ಆಗ ಸುರೇಶ ಪ್ರತಿ ವಂದಿಸಿ ನನಗೆ ಆತನ್ನ ಪರಿಚಯಿಸಿದ್ರು. "ಸರ್ ಒಂದು ಮನೆ ನೋಡಿ ಹೇಳಿ ಇಟ್ಟೇನ್ರಿ, ಹೂಂ ಅಂದರ್ರಿ. ಆಸ್ಪತ್ರೆಗೂ ಹತ್ರ ಅದರೀ," ಅಂದು, "ನಮಸ್ಕಾರ್ರಿ ಅಕ್ಕಾರ" ಅಂದರಾತ. ನಾನೂ ನಮಸ್ಕಾರ ಹೇಳಿ, "ಆ ಮನಿ ತೋರಸ್ತೀರಿ?" ಅಂತ ಕೇಳಿದೆ. "ಈಗ ಅಲ್ಲೇ ಹೋಗೋಣ್ರಿ ಅಕ್ಕಾರ" ಅಂದ್ರು ಅವರು. ಸರಿ ತಿಳವಳ್ಳಿಯಲ್ಲಿ ನಮ್ಮದಾಗಲಿರುವ ಮನೆಯತ್ತ ಹೊರಟೆವು.

ಐದು ನಿಮಿಷಗಳಲ್ಲಿ ಒಂದೆಡೆ ಜೀಪ್ ನಿಲ್ಲಿಸಲು ಹೇಳಿದರಾತ. ಇಳಿದು ನೋಡಿದೆ. ಒಂದೇ ಸಾಲಿನಲ್ಲಿ ಐದು ಮನೆಗಳು. ಎಲ್ಲಾ ಮನೆಗಳ ಮಧ್ಯದಲ್ಲಿ ಒಂದು ಸಮಾಯಕ ಗೋಡೆ ಇತ್ತು ಅಂತ ನೋಡಿದ್ರೆನೇ ಗೊತ್ತಾಯ್ತು. ಒಟ್ಟಲ್ಲಿ ಒಂದು ಚಾಳ ಥರಾ ಇತ್ತದು. ಜೋರಾಗಿ ಉಸಿರು ಬಿಟ್ರೂ ಪಕ್ಕದ ಮನೆಗೆ ಕೇಳೋದು! ಪುಣ್ಯಕ್ಕೆ ಮೊದಲನೇ ಮನೆನೇ ನಮಗಾಗಿ ಇದ್ದದ್ದು. ಅಂದರೆ ಒಂದು ಬದಿಗಷ್ಟೇ ಕಾಮನ್ ಗೋಡೆ. ಅಷ್ಟೇ ಏನೋ ಸ್ವಲ್ಪ ಸಮಾಧಾನ. ಅಲ್ಲೇ ನಾಲ್ಕನೇ ಮನೇಲಿ ಮಾಲೀಕರು ಇರತಿದ್ರು. ಅವರ ಮನೆಯ ಪಕ್ಕವೇ ಪೋಸ್ಟ್ ಆಫೀಸ್. ಮುಂದಿನ ಎರಡು ಕೋಣೆ ಆಫೀಸಿಗೆ, ಹಿಂದಿನ ಮೂರು ಕೋಣೆಗಳಲ್ಲಿ ಅವರ ವಾಸ ಕುಟುಂಬದೊಂದಿಗೆ.

ಅಂದರೆ ಈ ಕೊನೆಗೆ ನಾವಿರಬೇಕಾಗಿದ್ದ ಮನೆ, ಆ ಕೊನೆಗೆ ಪೋಸ್ಟ್ ಆಫೀಸ್. ನಮ್ಮ ಪಕ್ಕದ ಮನೆಯಲ್ಲಿ ಒಬ್ಬ ಪೋಲಿಸ್ ತಮ್ಮ ಕುಟುಂಬ ಸಹಿತ ಹಾಗೂ ಅದರ ಪಕ್ಕದ ಮನೆಯಲ್ಲಿ ಒಬ್ಬ ನರ್ಸ್ ಹಾಗೂ ಅವರ ಕುಟುಂಬ. ಇಷ್ಟು ಸ್ಥೂಲ ಪರಿಚಯ ನಮ್ಮ ವಾಸ ಸ್ಥಾನವಾಗಲಿರೋ ಸ್ಥಳದ್ದು. ನಾ ಸುಮ್ಮನೇ ಅತ್ತ ಇತ್ತ ನೋಡುತ್ತಿದ್ದೆ. ಅಷ್ಟ್ರಲ್ಲಿ ಮಾಲೀಕರು ಬಂದು 'ನಮಸ್ಕಾರ' ಹೇಳಿ ಮನೆ ಬೀಗ ತೆರೆದು 'ಬನ್ನಿ ಒಳಗೆ' ಅಂದ್ರು. ಅಳಕುತ್ತಲೇ ಬಲಗಾಲಿಟ್ಟು ಒಳಗೆ ಹೋದೆ. ಏನೋ ಟಪ್ಪಂತಾ ಸಪ್ಪಳಾಯ್ತು. ಗಟ್ಟಿಯಾಗಿ ಸುರೇಶ ಅವರ ತೋಳು ಹಿಡಿದು ಆ ಕಡೆ ನೋಡಿದೆ. ಒಂದು ಹಲ್ಲಿ, ದೊಡ್ಡ ಗಾತ್ರದ್ದೇ, ಓತಿಕ್ಯಾತದ ಸೈಜಿಂದು! ಒಂಥರಾ ಹೆದರಿಕೆ, ವಾಂತಿ ಬರೋ ಹಾಗಾಯ್ತು. ಮೈ ಝುಮ್ಮಂತು. ಅಲ್ಲೇ ನಿಂತೆ. ಸುರೇಶ, "ಒಳಗೆ ಬರದಿದ್ರೆ ಮನಿ ನೋಡಾಕಿ ಹ್ಯಾಂಗ?" ಅಂದಾಗ ಒಳಗೆ ಹೋದೆ ಅಂಜಂಜುತ್ತಲೇ.

ಮನೆ ನೋಡಿ ಹೈರಾಣಾಯ್ತು ಜೀವ. ಒಂದು ವರಾಂಡಾ, ಅದೇ ಹಲ್ಲಿ ಬಿದ್ದಿದ್ದು, ಅದನ್ನು ಸೇರಿಸಿಯೇ ಐದು ಕೋಣೆಗಳು ಉದ್ದಕ್ಕೆ ರೈಲು ಬೋಗಿಗಳಂತೆ. ಸುಮಾರು ಸೈಜಿನವು. ಮಧ್ಯದ ಎರಡು ಕೋಣೆಗಳಿಗೆ ಮೇಲೆ ಹೆಂಚಿನ ಕೆಳಗೆ ಹಲಿಗೆ ಬಡಿಸಿದ್ಧಂಗಿತ್ತು. ಮೇಲೆ ಚಿಕ್ಕ ಅಟ್ಟ ಇತ್ತು ಬಳಸಲಿಕ್ಕೆ ಯೋಗ್ಯ ಇಲ್ಲದ್ದು. ಅದಕ್ಕೆ ಮೆಟ್ಟಿಲೂ ಇರಲಿಲ್ಲ, ಅಟ್ಟಕ್ಕೆ ಹೋಗಲು ಒಂದು ನಿಚ್ಚಣಿಕೆ ಇಟ್ಟಿದ್ದನ್ನು ತೋರಿಸಿದ್ರು ಮಾಲೀಕರು. ಅದೇನು ಬೇಡವೇ ಬೇಡ, ಅಲ್ಲಿದ್ದ ಒಂದು ದಾರಿ, ಅಟ್ಟಕ್ಕೆ ಹೋಗಲು ಇದ್ದದ್ದು ಅದನ್ನು ಮುಚ್ಚಿಸಿ ಬಿಟ್ರೆ ಸಾಕು ಅಂದೆ.

ಆ ಎರಡು ಕೋಣೆಗಳಿಗಷ್ಟೇ ಒಂದೊಂದು ಪುಟ್ಟ ಪುಟ್ಟ ಕಿಟಕಿ. ಇನ್ನುಳಿದಂತೆ ಎಲ್ಲಾ ಪೂರ್ತಿ ಬಂದ್! ಹೊರಗಿನ ವರಾಂಡಾದ ಅರ್ಧ ಗೋಡೆ ಮೇಲರ್ಧ ತಂತಿ ಬಿಗಿದ ಕಿಟಕಿ ಥರಾ ಥೇಟ್ ದವಾಖಾನೆಗೆ ಇದ್ದ ಹಾಗೆಯೇ. ಓಪನ್ ಏರ್ ಥಿಯೇಟರ್ ಅದು! ತಿಳವಳ್ಳಿಯ ಸ್ಟೈಲ್ ಇದು ಅನ್ಕೊಂಡೆ. ಆದರೂ ಉಪಯೋಗಿಸಬಹುದಿತ್ತು. ಒಟ್ಟಿನಲ್ಲಿ ವರಾಂಡಾ ಸೇರಿ ಮುಂದಿನ ಮೂರು ಕೋಣೆಗಳಲ್ಲಿಯೇ ನಮ್ಮ ಸಂಸಾರ! ಇನ್ನುಳಿದ ಎರಡು ಕೋಣೆಗಳಲ್ಲಿ ನಮ್ಮ ಹೆಚ್ಚಿನ ಸಾಮಾನು ಒಟ್ಟಬೇಕು ಅಷ್ಟೇ.

ಆ ಕೊನೇ ಕೋಣೆಯಲ್ಲಿ ಒಂದು ಬಚ್ಚಲು, ಅದೇ ಅಡಿಗೆ ಕೋಣೆನೂ ಅಂತೆ! ಅಯ್ಯಪ್ಪಾ ಅಂದೆ. ಒಂದು ಕ್ಷಣ ಸುಮ್ಮನಿದ್ದು ಪಟ್ಟನೇ ಒಂದು ನಿರ್ಧಾರಕ್ಕೆ ಬಂದು ಸುರೇಶ ಅವರಿಗೆ ಹೇಳಿದೆ, "ಹೊರಗಿನ ವರಾಂಡಾ, ಎರಡನೇ ಕೋಣೆ ಹಾಲ್ ಹಾಗೂ ಊಟದ ಕೋಣೆ, ಮೂರನೇ ಕೋಣೆ ಬೆಡ್ ರೂಮ್ ಹಾಗೂ ಅಡಿಗೆಮನೆ! (ನಾನು ಒಂದು ಕಿಚನ್ ಟೇಬಲ್ಲು ಖರೀದಿಸಿದ್ದೆ. ಅದರಲ್ಲಿ ಅಡಿಗೆಮನೆಯ ಸಾಮಾನು ಜರೂರಿಗಾಗುವಷ್ಟು ಇಟ್ಟುಕೋಬಹುದಿತ್ತು.) ಅದನ್ನು ಗೋಡೆಯ ಪಕ್ಕ, ಬಾಗಿಲಿನ ಇದಿರಿಗೆ ಇಟ್ಟರೆ ಅದಷ್ಟೇ ಅಡಿಗೆ ಕೋಣೆ ನನಗೆ ನಿಂತು ಅಡಿಗೆ ಮಾಡಲು ಎರಡು ಫೂಟ್ ಜಾಗ, ಅದೇ ಓಡಾಡುವ ಹಾದಿನೂ ಹೌದು; ಅಷ್ಟು ಬಿಟ್ಟು ಎರಡು ಡಬಲ್ ಸೈಜಿನ ಮಂಚಗಳನ್ನು ಜೋಡಿಸಿ ಹಾಕಿದರೆ ಅದೇ ಬೆಡ್ ರೂಮ್! ಅದರ ಪಕ್ಕದ ಕತ್ತಲು ಕೋಣೆ ದೇವರಿಗೆ ಮತ್ತು ಸ್ಟೋರ್, ಕೊನೇ ಕೋಣೆ ಬಚ್ಚಲು ಮತ್ತು ನೀರೊಲೆ ಅಷ್ಟೇ ಉಪಯೋಗಿಸೋದು ಮತ್ತು ಉಳಿದೆಲ್ಲ ಸಾಮಾನು ಬಿಚ್ಚದೇ ಹಾಗೇ ಅಲ್ಲಿಟ್ಟು ಬಿಡೋದು," ಅಂತ ಹೇಳಿದೆ ಸಾವಧಾನವಾಗಿ, ಶಾಂತವಾಗಿ. ಪಾಪ, ಏನು ಹೇಳಿಯಾರು ಆತ? ಹೂಂ ಸರಿ ಅಂದ್ರು.

ಆ ಮನೇಲಿ ಮಾಲೀಕರು ಭತ್ತ ತುಂಬಿಸಿದ್ರಂತೆ. ತೆಗೆಯಿಸಿ ಸ್ವಚ್ಛ ಮಾಡಿದ ಮನೆ ಇದು. ಇನ್ನೂ ಹಂಗಂಗೇ ಇತ್ತು. ಅದನ್ನೇ ಇರಲಿ ಅಂತ ಹೇಳಿ ಸ್ವಲ್ಪ ಸ್ವಚ್ಛ ಮಾಡಿಸಿ ಕೊಡಲು ಹೇಳಿ, ಹಿತ್ತಿಲು ನೋಡಿದೆ. ದೊಡ್ಡ ಹಿತ್ತಿಲು. ಮೂರು ಮನೆಗಳಿಗೆ ಸೇರಿ.

ಮಧ್ಯೆ ಏನೋ ಕಟ್ಟಿದಂತೆ ಇತ್ತು ಆ ಇನ್ನೆರಡು ಮನೆಗಳ ಹಿತ್ತಿಲಲ್ಲಿ. ನಮ್ಮ ಮನೆಯ ಹಿತ್ತಲಲ್ಲಿ ದೊಡ್ಡ ಬಾವಿ, ಸಿಹಿ ನೀರಿನದು. ಇಣುಕಿ ನೋಡಿದೆ ಭಯ ಆಯಿತು.

ಈ ಕಡೆ ತಿರುಗಿದೆ. ಎಲ್ಲಾ ಆಯ್ತು ಆದ್ರೆ ಟಾಯ್ಲೆಟ್ ಸುದ್ದಿಯೇ ಇಲ್ಲ! ಎದೆ ಧಸ್ ಅಂತು! ಗಡಿಬಿಡಿಸಿ ಸಣ್ಣ ದನಿಯಲ್ಲಿ ಕೇಳಿದೆ ಗಾಬರಿಯಿಂದ. ಆಗ ಆ ಮಾಲೀಕರು, "ಐದೂ ಮನೆಗೆ ಸೇರಿ ಎರಡಿದೆ. ಅದನ್ನೇ ಬಳಸಬೇಕ್ರಿ ಅಕ್ಕಾರ," ಅಂದ್ರು. ಎಲ್ಲಿದೆ ಅಂದಾಗ ಆ ಮಧ್ಯದಲ್ಲಿ ಏನೋ ಕಟ್ಟಿದಂತಿತ್ತಲ್ಲ, ಅದನ್ನೇ ತೋರಿಸಿದ್ರು! ಏನೂ ಹೇಳಲು ತಿಳಿಯದೇ ತಲೆ ಅಲ್ಲಾಡಿಸಿದೆ. ಬೇರೆ ದಾರಿ ಇರಲಿಲ್ಲ. ಆ ಊರಲ್ಲಿದ್ದುದ್ರಲ್ಲಿ ಇದೇ ಒಳ್ಳೇ ಮನೆ ಬಾಡಿಗೆಗಿರೋದು! ಇದಿಷ್ಟು ಆಯ್ತು, ಇನ್ನೂ ಏನೇನೋ ಅನ್ಕೊಂಡು ಮೌನವಾಗಿಬಿಟ್ಟೆ. ಬಂಕಾಪುರದಲ್ಲಿ ಸೀತವ್ವನ ಜೊತೆ ಇದ್ದ ಮಕ್ಕಳ ನೆನಪಾಗಿ ಆದಷ್ಟು ಗೆಲುವಾಗಿರಲು ಪ್ರಯತ್ನಿಸುತ್ತ ಜೀಪು ಏರಿದೆ. ವಾಪಸ್ಸು ಬಂದೆ, ಕಾಯುತ್ತಿದ್ದ ಮಕ್ಕಳಿಗೆ ಸುದ್ದಿ ಹೇಳಲು ಬೇಕಾಗುವಂತೆ ದಾರಿಯುದ್ದಕ್ಕೂ ಅದಕ್ಕೊಂದು ರೂಪ, ಆಕಾರ ಕೊಡುತ್ತ! ಹೆಸರಿಸಲು ಬಾರದ ಮನಃಸ್ಥಿತಿಯಲ್ಲಿ!

ಎಲ್ಲಾದಕ್ಕೂ ಒಂದು ದಾರಿ ಇರ್ತದೆ

"ಅಲ್ಲಿ ರಸ್ತೆಯ ಮೇಲೆ ಅಡ್ಡಲಾಗಿ ಇಷ್ಟು ದಪ್ಪದ, ಕರ್‍ರಗೆ ಮಿಂಚುವ ಹೆಬ್ಬಾವು! ಅದರ ತಲೆ, ಬಾಲ ಒಂದೂ ಕಾಣ್ತಿಲ್ಲ. ಅಷ್ಟುದ್ದದ ಹಾವು ಅದು! ನಾ ಹೆಬ್ಬಾವು ನೋಡಿದ್ದು ಅದೇ ಮೊದಲು. ಆ ದಾರಿಯಲ್ಲಿ ವಾಹನಗಳ ಓಡಾಟವೂ ತುಂಬಾ ಕಮ್ಮಿ, ಇಲ್ಲವೇ ಇಲ್ಲ ಎನ್ನುವಷ್ಟು. ಹೀಗಾಗಿ ಆ ಹೆಬ್ಬಾವು ಬಿಸಿಲಿಗೆ ಮೈಯೊಡ್ಡಿ ಹಾಯಾಗಿ ಮಲಗಿತ್ತು. ಮಾಡೋದೇನೀಗ?

ಈ ಜೀವನದ ಓಟ ಎತ್ತ, ಹೆಂಗೆ ಸಾಗ್ತದೆ ಎಂಬ ಅಂದಾಜೇ ಸಿಗದೇ ಇರೋದ್ರಿಂದ ನಾವು ಮುಂದೆ ಸಾಗ್ತಿದ್ದೇವೆ. ಇಲ್ಲವಾದರೆ ದಾರಿ ಸವೆಯೋದು ಕಷ್ಟ. ಅಥವಾ ಮುಂದೆ ಸಾಗಲಾರದೇ ಅಲ್ಲೇ ನಿಂತು ಬಿಡ್ತಿದ್ವೋ ಏನೋ ಯಾರು ಬಲ್ಲರು? ಅದಕ್ಕೇ ಏನೋ ಆ ಸೃಷ್ಟಿಕರ್ತ ಎಲ್ಲರ ಜೀವನದಲ್ಲೂ ದೂರದಲ್ಲಿ ಆಸೆಯ ಮಿಣುಕು ದೀಪ ಒಂದನ್ನು ಬೆಳಗಿಸಿ ಇಟ್ಟಿರತಾನೆ. ಬಲು ಜಾಣ ಆತ. ನಮ್ಮ ತಿಳವಳ್ಳಿಯ ಮೊದಲ ಭೇಟಿ ಮುಗಿಸಿ ಮರಳಿ ಬರುವ ದಾರಿಗುಂಟ ಅದೇ ಆಸೆಯ ಮಿಣುಕು ದೀಪದ ಬೆಳಕು ಕಂಡೂ ಕಾಣದ ನಗೆ ಮಿಂಚನ್ನು ನನ್ನ ಮುಖದಲ್ಲಿ ಮೂಡಿಸಿತ್ತು ಅನಿಸ್ತದೆ. ಬಂಕಾಪುರ ತಲುಪಿ ಮಕ್ಕಳನ್ನು ನೋಡಿದಾಗ ಅದರ ಪ್ರಕಾಶ ಚೆನ್ನಾಗೇ ಮಿಂಚಿ ಮಾಮೂಲಿನ ನನ್ನತನಕ್ಕೆ ನಾನು ಮತ್ತೆ ಮರಳಿ ಬಂದಿದ್ದೆ.

ತಿಳವಳ್ಳಿ ಮಲೆನಾಡಿನ ಮಡಿಲಲ್ಲಿರುವ ಹಳ್ಳಿಯಾದ್ರಿಂದ ಊರು ಬಲು ಸುಂದರ. ಅಲ್ಲಿಗೆ ಮುಟ್ಟುವ ದಾರಿಯೂ ಹಾಗೇ. ಹಾನಗಲ್ ದಾಟಿ ಮಕರವಳ್ಳಿ ಕ್ರಾಸ್ ದಾರಿ ಸೇರಿದ್ವಿ ಅಂದರೆ ಪೂರ್ತಿ ಕಾಡಲ್ಲೇ ಪ್ರವೇಶಿಸಿದ ಅನುಭವ. ನನ್ನ ನಿಸರ್ಗಪ್ರೇಮ ಎಚ್ಚರಾಗಿ ಒಂದು ಹೊಸ ಲೋಕ ನಿರ್ಮಾಣ ಆಯ್ತು. ಮಕರವಳ್ಳಿ ಕ್ರಾಸಿನಿಂದ ತಿಳವಳ್ಳಿ ಸುಮಾರು 27 ಕಿಮೀ ದೂರ. ಅಲ್ಲಿಂದ ಹೊಂಕಣ ದಾಟಿನೇ ನಾವು ತಿಳವಳ್ಳಿಗೆ ಹೋಗಬೇಕು.

ಹೊಂಕಣದ ನದಿ ದಾಟಿದ್ರೆ ತಿಳವಳ್ಳಿ ಬಂದಂತೆಯೇ ಲೆಕ್ಕ. ಕುಲಕರ್ಣಿ ಸಿಸ್ಟರ್ ಹೇಳಿದ ಹೊಂಕಣದ ದಾರಿಯಲ್ಲೇ ಸಾಗಬೇಕು ನಾವು ತಿಳವಳ್ಳಿಗೆ. ನಮ್ಮ ಹಿರಿಯರು ಎಷ್ಟು ಜಾಣತನದಿಂದ ಈ ಗಾದೆ ಮಾತು, ಹೇಳಿಕೆಗಳನ್ನು ಮಾಡಿದಾರಲ್ಲ ಅಂತ ನಾನು ಅನ್ಕೊಂಡೆ. ಮಕ್ಕಳ ಕುತೂಹಲ ಭರಿತ ಪ್ರಶ್ನೆಗಳಿಗೆಲ್ಲ ನನ್ನ ಕಲ್ಪನೆಯ ಬಣ್ಣವನ್ನೂ ಬಳಿದು ತಿಳವಳ್ಳಿ ಅಂದರೆ ಸುಂದರವಾದ ಪುಟ್ಟ ಊರು ಅಂತ ಮನದಟ್ಟು ಮಾಡಿಸಿದಾಗ ಅವಕ್ಕೂ ಖುಷಿ ಆಯ್ತು.

ದೊಡ್ಡ ಮಗ ಅಂತೂ ತನ್ನ 'ಉನ್ನತ ವ್ಯಾಸಂಗಕ್ಕಾಗಿ' ನನ್ನ ತೌರೂರಿನಲ್ಲಿದ್ದ. ಇಲ್ಲಿ ನನ್ನ ಮಗಳು ಮತ್ತು ಚಿಕ್ಕಮಗ ನಮ್ಮೊಂದಿಗೆ. ಅವರು ಅಲ್ಲಿನ ತಮ್ಮ ಸ್ನೇಹಿತರ ದಂಡು, ಆ ದೊಡ್ಡ ಕ್ಯಾಂಪಸ್ ಬಿಟ್ಟು ಹೊರಡಲು ಅವರು ತಯಾರಾಗುವ ಹಾಗೆ ಅವರಲ್ಲಿ ಒಂದು ಹುರುಪು, ಉತ್ಸಾಹ ತುಂಬುವ ಮಟ್ಟಿಗೆ ನಾನೂ ತಯಾರಾಗಿದ್ದೆ.

ನಮಗೆ ಬಂಕಾಪುರ ಬಿಟ್ಟು ಹೊರಡಲು ಇನ್ನು ಕೇವಲ ಒಂದು ವಾರವಷ್ಟೇ ಟೈಂ ಉಳಿದಿತ್ತು. ಪ್ಯಾಕಿಂಗ್ ಕೆಲಸ ಭರದಲ್ಲಿ ನಡೆದು ತಿಳವಳ್ಳಿಯ ಕಾಳಜಿ ಸ್ವಲ್ಪ ದೂರ ಸರಿದು ಹೊಸದೊಂದು ದಾರಿಯತ್ತ ಕಣ್ಣು, ಮನಸ್ಸು ಆಗಾಗ ಹೊರಳುತ್ತಿತ್ತು. ಕೊನೆಗೂ ನಾವು ಬಂಕಾಪುರ ಬಿಡುವ ದಿನ ಬಂದೇ ಬಿಟ್ಟಿತು. ಯಾವುದೇ ತೋರಿಕೆಯ ಆಡಂಬರದ ಬೀಳ್ಕೊಡುಗೆ ಅದಲ್ಲ. ಜನರಿಂದ ಆಸ್ಪತ್ರೆಯ ಆವರಣ ತುಂಬಿ ಹೋಗಿತ್ತು. ಹಾಗೇ ನಮ್ಮ ಮನವೂ ತುಂಬಿ ಬಂದಿತ್ತು. ಆ ಬಯಲು ಸೀಮೆಯ ವೈಶಾಲ್ಯವನ್ನು ಬಿಟ್ಟು, ಹಸಿರು ತುಂಬಿದ್ದರೂ, ಬೆಟ್ಟ ಗುಡ್ಡಗಳಿರುವ ಕಾಡನ್ನು ಪ್ರವೇಶಿಸುತ್ತಿದ್ದೇವೆಂಬ ಭಾವನೆ ಯಾಕೋ ಫಳಕ್ಕನೇ ಮಿಂಚಿ ಮರೆಯಾಯ್ತು. ತುಂಬಿನಿಂದ ಕಣ್ಣೀರಲ್ಲೇ ಆ ಹಸಿರು ಸಿರಿಯ ಸೌಂದರ್ಯ ಮಿನುಗಿ ಅಳುಕು ಕೊಂಚ ಮರೆಯಾದಂತಾಗಿ, ಅಗಮ್ಯದತ್ತ ನೆಟ್ಟ ದೃಷ್ಟಿಯೊಡನೆ ತಿಳವಳ್ಳಿಯತ್ತ ನಾವು ನಡೆದೆವು.

ಸಾಮಾನು ತುಂಬಿದ ಲಾರಿಯ ಜೊತೆ ರಾಮಣ್ಣ, ಸೀತವ್ವ ಸೋಮಣ್ಣ ಮುಂದೆ ಹೋದ್ರು, ನಾವು ಜೀಪಿನಲ್ಲಿ ಅವರ ಹಿಂದೆ. ನಾವಲ್ಲಿಂದ ಹೊರಟಿದ್ದು ಬೆಳಗಿನ ಒಂಬತ್ತು ಗಂಟೆಗೆ. ಅಂದರೆ ಊಟದ ಸಮಯಕ್ಕೆ ತಿಳವಳ್ಳಿಗೆ ತಲುಪುವ ನಿರೀಕ್ಷೆ

ಇತ್ತು. ಬಂಕಾಪುರಕ್ಕಿಂತಲೂ ಅಧ್ವಾನ ತಿಳವಳ್ಳಿ. ಚಿಕ್ಕ ಪುಟ್ಟ ಹೋಟೆಲುಗಳಿದ್ದವು. ಆದರೆ ನಮಗೆ ಎಲ್ಲ ಹೊಸದು.

ನಾವಿಬ್ಬರು, ನಮ್ಮ ಎರಡು ಮಕ್ಕಳು, ರಾಮಣ್ಣ, ಸೋಮಣ್ಣ, ಸೀತವ್ವ, ಡ್ರೈವರ್ ಬಿಸ್ತಿ ಇಷ್ಟು ಜನರ ಊಟದ ಯೋಚನೆ ಮಾಡಬೇಕಿತ್ತು. ಯಾರ ಗುರುತು ಪರಿಚಯ ಇರದ ಊರು, ಅಂಥ ಮನೆ! ಸ್ವಲ್ಪ ಅಳುಕು ಇದ್ದೇ ಇತ್ತು. ಅದಕ್ಕೇ ಅಲ್ಲಿಂದಲೇ ತಯಾರಿ ಮಾಡಿಕೊಂಡೇ ಬಂದಿದ್ದೆ. ಕುಕ್ಕರ್ ಡಬ್ಬಿಗಳಲ್ಲಿ ಅಕ್ಕಿ, ಬೇಳೆ, ತರಕಾರಿ ಹೋಳುಗಳನ್ನೂ ಹೆಚ್ಚಿ ಹಾಕಿ ಕುಕ್ಕರ್ ಮುಚ್ಚಿ ಬ್ಯಾಗಿನಲ್ಲಿಟ್ಟುಕೊಂಡಿದ್ದೆ. ಗ್ಯಾಸ್ ಸ್ಟೌ, ಸಿಲಿಂಡರನೂ ನಮ್ಮ ಜೊತೆಗೇ ಇತ್ತು. ಹಾಗೇ ಒಂದು ಮುತ್ತುಗದೆಲೆಯ ಕಟ್ಟೂ ಇಟ್ಟುಕೊಂಡಿದ್ದೆ.

ಅಲ್ಲಿಳಿದ ಮೇಲೆ ಸಾಮಾನು ಇಳಿಸೋದ್ರಲ್ಲಿ ಕುಕ್ಕರ್ ಕೂಗಿಸೋ ತಯಾರಿ ನಂದು. ಅಲ್ಲೇ ಹಿತ್ತಿಲು ಬಾವಿಯ ನೀರು ಸಿಹಿನೇ ಇತ್ತು. ಯಾರಾದ್ರೂ ಒಂದು ಕೊಡ ನೀರು ಸೇದಿ ಕೊಟ್ರೆ ಸಾಕಿತ್ತು. ಈಗ ಮಕ್ಕಳನ್ನು ಅಲ್ಲಿನ ವಾತಾವರಣ, ಸ್ಥಿತಿ ಗತಿಗೆ ಹೇಗೆ ಹೊಂದಿಸೋದು ಅನ್ನೋದು ದೊಡ್ಡ ಯೋಚನೆ ಆಗಿತ್ತು ನಂಗೆ. ಮಗಳು ನಾಲ್ಕನೇ ಕ್ಲಾಸ್, ಮಗ ಎರಡನೇ ಕ್ಲಾಸ್. ಶಾಲೆ ಹೇಗೋ. ಈ ಎಲ್ಲ ಯೋಚನೆಗಳ ತಲೆಬಿಸಿಯಲ್ಲಿ ನಾವು ಮಕರವಳ್ಳಿ ಕ್ರಾಸ್ ದಾರಿ ಸೇರಿದ್ದೇ ಗೊತ್ತಾಗಲಿಲ್ಲ ನಂಗೆ.

ಅಲ್ಲಿಯ ದಟ್ಟ ಕಾಡು, ಹಸಿರನ್ನು ತುಂಬ ಖುಷಿ, ಬೆರಗಿನಿಂದ ನೋಡ್ತಿದ್ರು ಮಕ್ಕಳು. ಆ ಹಸಿರು ಕಾಡಿನ ನಡುವೆ ಒಂದು ಜಿಂಕೆ ಹಿಂಡು ಜಿಗಿದು ಓಡಿ ಹೋದದ್ದನ್ನು ಕಂಡು ಅವಕ್ಕೆ ಬಲು ಅಚ್ಚರಿ, ಖುಷಿ. ಮಧ್ಯೆ ಮಧ್ಯೆ ತಮಗೆ ತಿಳಿದ ಹಾಗೆ ಕಾಮೆಂಟ್ ಬೇರೆ! ನನ್ನ ಮನವೂ ಕೊಂಚ ಹಗುರವಾಗಿ, ಅಲ್ಲಿಳಿದ ಮೇಲಿನ ಕೆಲಸಗಳ ಪ್ಲಾನಿನಲ್ಲಿ ಮುಳುಗಿ ಹೋದೆ. ಸೀತವ್ವ ಸ್ವಲ್ಪ ದಿನ ಜೊತೆಗೆ ಇರ್ತಾಳೆ ಎಂಬುದೊಂದು ಸಮಾಧಾನದ ವಿಷಯವಾಗಿತ್ತು.

ಇದ್ದಕ್ಕಿದ್ದಂತೆ ಬಿಸ್ತಿ ಬ್ರೆಕ್ ಹಾಕಿದಾಗ ಕೆಟ್ಟ ಸದ್ದು ಮಾಡುತ್ತಾ ಜೀಪು ನಿಂತಿತು. ಆ ಜರ್ಕಿಗೆ ನಾ ಮುಂದಕ್ಕೆ ವಾಲಿ ಒಮ್ಮೆಲೇ ಈ ಲೋಕಕ್ಕೆ ಮರಳಿದೆ. 'ಏನಾಯ್ತು' ಅಂದೆ ಗಾಬರಿಯಿಂದ. ನನ್ನ ಪತಿ ಏನೂ ಮಾತಾಡಲಿಲ್ಲ. ಬಿಸ್ತಿ ಕೈಚಾಚಿ ರಸ್ತೆಯೆಡೆ ತೋರಿಸಿದ. ಮಕ್ಕಳೂ ಎದ್ದೆದ್ದು ಬಗ್ಗಿ ಬಗ್ಗಿ ನೋಡಿ 'ಅಮ್ಮಾ' ಅಂತ ಭಯದಿಂದ ನನ್ನ ಗಟ್ಟಿಯಾಗಿ ಹಿಡಕೊಂಡ್ರು. ನಾ ಅತ್ತ ನೋಡಿದಾಗ ನನ್ನ ಕಣ್ಣೂ ಇಷ್ಟಗಲ ಆಗಿ ಭಯದಿಂದ ನಡುಗಿದೆ ಒಂದು ಕ್ಷಣ.

ಅಲ್ಲಿ ರಸ್ತೆಯ ಮೇಲೆ ಅಡ್ಡಲಾಗಿ ಇಷ್ಟು ದಪ್ಪದ, ಕರ್‍ರಗೆ ಮಿಂಚುವ ಹೆಬ್ಬಾವು! ಅದರ ತಲೆ, ಬಾಲ ಒಂದೂ ಕಾಣ್ತಿಲ್ಲ. ಅಷ್ಟುದ್ದದ ಹಾವು ಅದು! ನಾ ಹೆಬ್ಬಾವು ನೋಡಿದ್ದು

ಅದೇ ಮೊದಲು. ಆ ದಾರಿಯಲ್ಲಿ ವಾಹನಗಳ ಓಡಾಟವೂ ತುಂಬಾ ಕಮ್ಮಿ, ಇಲ್ಲವೇ ಇಲ್ಲ ಎನ್ನುವಷ್ಟು. ಹೀಗಾಗಿ ಆ ಹೆಬ್ಬಾವು ಬಿಸಿಲಿಗೆ ಮೈಯೊಡ್ಡಿ ಹಾಯಾಗಿ ಮಲಗಿತ್ತು. ಮಾಡೋದೇನೀಗ? ನಮ್ಮ ಜೀಪಿನಿಂದ 10 ಘೂಟಿನ ಅಂತರದಲ್ಲಿ ಆ ಕರೀ ಹೆಬ್ಬಾವು ದಾರಿಗೆ ಅಡ್ಡವಾಗಿ ಮಲಗಿದೆ.

ಹೋಗೋದು ಹೇಗೆ ಈಗ? ಏನು ಎಂತ ಒಂದೂ ತಿಳಿಯದ ಸ್ಥಿತಿ. ಪೂರ್ತಿ ದಾರಿ, ಕಣ್ಣು ಹರಿದಷ್ಟು ದೂರ ಹಿಂದಕ್ಕೂ ಮುಂದಕ್ಕೂ ಏಕ್ದಂ ಸ್ತಬ್ಧ, ನಿಶ್ಯಬ್ದ! ಆ ಹಾವು ಸರಿದು ಹೋಗುವ ದಾರಿ ಕಾಯುತ್ತಾ ನಾವೂ ಹಾಗೇ ಸ್ತಬ್ಧ, ನಿಶ್ಯಬ್ದವಾಗಿಯೇ ಇರಬೇಕಾಯ್ತು. ಚೀರದಂತೆ ಮಕ್ಕಳನ್ನು ಗಟ್ಟಿಯಾಗಿ ತಬ್ಬಿ ಹಿಡಿದುಕೊಂಡು ಕುಳಿತೆ. ಏನಾದರೂ ಗದ್ದಲವಾದ್ರೆ ಆ ಹೆಬ್ಬಾವು ಕೆರಳೀತು ಎಂಬ ಹೆದರಿಕೆ.

ನಡುಗುವ ಎದೆಯೊಡನೆ ಸುಮಾರು ಅರ್ಧಗಂಟೆ ಹೀಗೆಯೇ ಕಳೀತು. ನಮ್ಮ ಪುಣ್ಯವೋ ಏನೋ ಅದು ಮೆಲ್ಲಗೆ ತೆವಳುತ್ತಾ ಕಾಡಿನತ್ತ ಚಲಿಸಿತು. ಅದು ಸರಿದು ಹೋಗಲು ಮತ್ತೆ ಸುಮಾರು ಅರ್ಧ ಗಂಟೆಯೇ ಬೇಕಾಯ್ತು. ತಾಸುಗಟ್ಟಲೇ ಹೆಬ್ಬಾವು ಹಾಗೆಯೇ ಅಲುಗದೇ ಒಂದೇ ಜಾಗದಲ್ಲಿ ಇದ್ದ ರೀತಿಯೇ ಇರತಾವೆ ಅಂತ ಕೇಳಿ ಗೊತ್ತಿತ್ತು. ಅಬ್ಬಾ ಎಂದು ಉಸಿರು ಬಿಟ್ರೂ ಇನ್ನೊಂದು ಯೋಚನೆ ಕಾಡಲಾರಂಭಿಸಿತು. ನಾವಿರಬೇಕಾದ ಆ ಮನೆಯ ಹೆಂಚಿನ ಸಂದಿಯಲ್ಲೂ ಹಾವು ಹರಿದಾಡಿಯಾವೇ ಅಂತ. ಈ ವಿಷಯ ತಲೆಗೆ ಹೊಳೆದಿದ್ದೇ ಇಲ್ಲ! ಏನೂ ತಿಳಿಯದೇ ಕಣ್ಮುಚ್ಚಿ ನಮ್ಮನೆ ದೇವರಲ್ಲಿ ಪ್ರಾರ್ಥಿಸಿ ಉಸಿರುಬಿಟ್ಟೆ ನೀಳವಾಗಿ. ಜೀಪ್ ಮೆಲ್ಲಗೆ ಚಲಿಸಿ ಮುಂದೆ ಸಾಗಿತು. ಹೊಂಕಣ ದಾಟಿ ತಿಳವಳ್ಳಿ ಪ್ರವೇಶಿಸಿ ಆ ನಮ್ಮದಾಗಲಿರುವ ಮನೆ ಮುಂದೆ ನಿಂತಿತು. ಮಕ್ಕಳಿಗೋ ಕುತೂಹಲ. ಅತ್ತಿತ್ತ ನೋಡುತ್ತ ಕೆಳಗಿಳಿದರು.

ಹೌದು, ಮಕ್ಕಳು ಕೆಳಗಿಳಿದರು. ಒಮ್ಮೆ ನನ್ನತ್ತ ಒಮ್ಮೆ ಮನೆಯತ್ತ, ಒಮ್ಮೆ ಸುತ್ತಲೂ ನೋಡುತ್ತ ಮನೆ ಒಳ ಹೊಕ್ಕರು ನನ್ನ ಮಕ್ಕಳು! ಬಿಸ್ತಿ ಜೀಪಿನಲ್ಲಿಯ ನಮ್ಮ ಸಾಮಾನೆಲ್ಲ ಒಳಗೆ ತಂದು ಇಡೋಷ್ಟ್ರಲ್ಲಿ ನಮ್ಮ ಸಾಮಾನು ತುಂಬಿದ ಲಾರೀನೂ ಬಂದು ನಿಂತಾಯ್ತು. ತಿಳವಳ್ಳಿಯ ಆಸ್ಪತ್ರೇಲಿ ಆಯಾ ಇರಲಿಲ್ಲ. ಮೂರು ಜನ ಮೇಲ್ ಅಟೆಂಡರ್ಸ್ ಇದ್ರು. ಅವರೂ ಬಂದಿದ್ರು. ಭರಮಣ್ಣ, ಅಲ್ಲಿನ ಒಬ್ಬ ಅಟೆಂಡರ್, ಅವನಿಗೆ ಹೇಳಿ ಒಂದು ಕೊಡ ನೀರು ತರಿಸಿಕೊಂಡೆ. ಸೀತವ್ವ ಒಳಗೆ ಬಂದು ಸುಮ್ಮನೇ ನಿಂತಳು ನನ್ನ ಕಡೆ ನೋಡುತ್ತಾ.

ನಾ ನಕ್ಕು ಯಾಕ ಸೀತವ್ವ ಏನಾತು ಅಂದೆ. ಏನೂ ಹೇಳಲಿಲ್ಲ ಆಕೆ. ಕಣ್ಣು ಕೊಳಗಳಾಗಿ ಮುಖ ಮಂಕಾಗಿತ್ತು. ನನ್ನತ್ತ ಒಮ್ಮೆ ಮನೆಯಲ್ಲಾ ಕಣ್ಣಾಡಿಸುತ್ತಾ ಒಮ್ಮೆ ಸೀರೆ ಸೆರಗು ಹಿಡಿದು ಸುಮ್ಮನೆ ನಿಂತಳು. ನನಗೂ ತಳಮಳ. ನಾನೂ ಮತ್ತೆ ಏನೂ ಕೇಳಲಿಲ್ಲ. ಬಿಸ್ತಿ ಜೋಡಿಸಿಟ್ಟ ಗ್ಯಾಸ್ ಸ್ಟೌ ಮೇಲೆ ಆ ಹಿಂದಿನ ಕೊನೇಲಿದ್ದ ಅಡಿಗೆ ಕೋಣೆಯಲ್ಲಿ,

ಒಂದು ಕಡೆ ಕುಕ್ಕರ್ ಇಟ್ಟು ಇನ್ನೊಂದು ಸ್ಟೌ ಮೇಲೆ ಚಹಾಕ್ಕಿಟ್ಟೆ. ಸೀತವ್ವನೂ ಮೆಲ್ಲಗೆ ಬಂದು ನನ್ನ ಜೊತೆ ಕೆಲಸಕ್ಕೆ ಕೈ ಜೋಡಿಸಿದ್ಲು. ಸುಮಾರು ನಾಲ್ಕೂವರೆ ತಾಸಾಗಿತ್ತು ನಾವು ಬಂಕಾಪುರ ಬಿಟ್ಟು. ಆ ಹೆಬ್ಬಾವಿನ ಸಲುವಾಗಿ ಒಂದು ತಾಸು ಲೇಟಾಯ್ತು. ಮಕ್ಕಳೂ ಹಸಿದಿದ್ರು.

ಆದರೂ, ಕುತೂಹಲ ಅವಕ್ಕೆ. ಒಳಹೊರಗೆ ಸುತ್ತಾಡಿ ಬಂದು ನನ್ನ ಸುತ್ತ ಸುಳಿದಾಡಲಾರಂಭಿಸಿದ್ರು. ನನ್ನ ಮಗಳಿಗೆ ಏನೋ ಹೇಳಬೇಕಾಗಿತ್ತು. ಅದು ತಿಳೀತು ನಂಗೆ. "ಏನು ಪುಟ್ಟಾ, ಏನು ಬೇಕು? ಆ ಡಬ್ಬದಲ್ಲಿ ಬೇಸನ್ ಲಾಡು ಇದೆ, ಚೂಡಾ ಇದೆ. ನೀನೂ ತಗೋ, ತಮ್ಮನಿಗೂ ಕೊಡು," ಅಂದೆ. ಬೇಡ ಅಂತ ತಲೆ ಅಲ್ಲಾಡಿಸಿ ಹಾಗೇ ನಿಂತ್ಲು. "ಮತ್ತೇನು ಹೇಳು," ಅಂದೆ. "ಅಮ್ಮಾ ಮನಿ ಹೆಂಗ ಅದಲಾ? ಹೆಂಗಮ್ಮ ಇಲ್ಲಿ ಇರೂದು? ಈ ಹೆಂಚು ಎಷ್ಟರೇ ಕರ್‍ರಗ, ಹೊಲಸ ಅವಲಾ? ಇಲ್ಲೇ ಅಡಿಗಿ ಮಾಡೂದ? ಛೀ," ಅಂದ್ಲು. "ಇಲ್ಲವಾ ಈಗಷ್ಟೇ ಇಲ್ಲಿ ಮಾಡ್ತೀನಿ. ಆ ಮೇಲೆ ಆ ಕೋಣೆ ಅದಲಾ, ನಡುವಿಂದು ಅಲ್ಲಿ ಎಲ್ಲಾ ಹೊಂದಿಸಿಕೋತೀನಿ," ಅಂದೆ. ಸುಮ್ಮನೇ ಹೊರಗೆ ಹೋದ್ಲು. ಏನು ಹೇಳಬೇಕೋ ನನಗೂ ಯಾಕೋ ತಿಳೀಲಿಲ್ಲ.

ಹೊರಗೆ ಲಾರಿ ಸಾಮಾನು ಇಳಿಸಲು ಹರಸಾಹಸ ನಡೆದಿತ್ತು. ಯಾವುದೋ ಒಂದು ಕಗ್ಗಂಟು ಬಿಚ್ಚಲಾಗದೇ ಹೆಣಗಾಡುತ್ತಿದ್ರು ಅವರೆಲ್ಲ. ಯಾಕೋ ಆ ಲಾರಿಗೆ ಖಾಲಿ ಆಗೋ ಮನಸ್ಸಿಲ್ಲೋ ಏನೋ! ನನ್ನಂತೆಯೇ ಎಲ್ಲಾ ತನ್ನೊಳಗೇ ತುಂಬಿಕೊಂಡು ನಿಲ್ಲಬೇಕೆಂದು ಅನಕೊಂಡಿದೆಯೋ ಏನೋ ಅಂತ ಅನಿಸ್ತು ಒಂದು ಗಳಿಗೆ. ಆದರೆ ಮರುಕ್ಷಣವೇ ಬಂಕಾಪುರದಿಂದ ಬೆಳೆದು ಬಂದಿದ್ದ ನಾನು ಈಗ ಹೊಸ ಪರಿಸರದಲ್ಲಿ ಹೊಸಬಳಾಗಿ ಇನ್ನಷ್ಟು ಬೆಳೀಬೇಕು ಅಂತ ನಿಡಿದಾದ ಉಸಿರು ಬಿಟ್ಟಾಗ ಏನೋ ಹಗುರ ಭಾವ ಮೂಡಿದಂತಾಯ್ತು.

ಅಲ್ಲಿ ಹೊರಗೆ ಆ ಲಾರಿಯ ಕಗ್ಗಂಟು ಬಿಚ್ಚಿ ಸಾಮಾನು ಇಳಿಸಲಾರಂಭಿಸಿದ್ರು ಅವರೆಲ್ಲ. ನನ್ನ ಮಗ ಓಡಿ ಬಂದು, "ಅಮ್ಮಾ ಲಾರಿ ತುಂಬ ಭಾರೀ ಒಜ್ಜಾ ಸಾಮಾನ ಅವ. ಆ ಭಾರ ಇಳಿಸೋದ ಹೆಂಗ ಅಮ್ಮಾ?" ಅಂದ. ಮಗಳು, "ಇಷ್ಟು ಸಣ್ಣ ಬಾಗಲಾದಾಗ ದೊಡ್ಡ ಸಾಮಾನೆಲ್ಲ ಹೆಂಗ ಹಾಯ್ತಾವ ಅಮ್ಮಾ? ಆ ಕಪಾಟಿನ ಕನಡಿ ಒಡದ್ರ? ಶೋಕೇಸಿನ ಗ್ಲಾಸು?" ಅಂದ್ಲು. ಮಕ್ಕಳ ಪ್ರಶ್ನೆ ಕೇಳಿ ಅರ್ಥವಾಗದ ನಗು ಬಂತು ನನಗೆ. "ಎಲ್ಲಾದಕ್ಕೂ ಒಂದು ದಾರಿ ಇರ್ತದೆ," ಅಂತ ನಕ್ಕೆ ನಾ ಏನೋ ಯೋಚಿಸುತ್ತ. ಆ ಮನೆಯುದ್ದಕೂ ದೃಷ್ಟಿ ಹಾಯಿಸಿ, ಹಿತ್ತಿಲಲ್ಲಿ ಅರಳಿ ನಿಂತ ಗುಲಾಬಿಯನ್ನೇ ಮತ್ತೆ ಮತ್ತೆ ನೋಡುತ್ತ!

ಲೋಕೋ ಭಿನ್ನ ಜನಃ

ಈ ಗೊತ್ತು ಗುರಿಯಿಲ್ಲದ ತಿರುಗಾಟದ ದಾರಿಯಲ್ಲಿನ ಪ್ರತಿ ಅನುಭವಗಳು ತೋರಿಸಿ ತಿಳಿಸಿಕೊಟ್ಟ ಒಂದೊಂದು ಆಯಾಮವೂ ಜೀವನದ ನಿತ್ಯ ಸತ್ಯ. ಜೀವನ ಪಯಣದ ದಾರಿ ದೀಪಗಳು ಅನಕೋತೀನಿ. ಕಹಿಯೋ, ಸಿಹಿಯೋ, ನೋವೋ, ನಲಿವೋ ಪ್ರತಿಯೊಂದರಲ್ಲೂ ಒಂದು ಪಾಠ, ಒಂದು ಕಲಿಕೆ, ಒಂದು ತಿಳಿವು.

ಈ ಸೃಷ್ಟಿ ವೈಚಿತ್ರ್ಯಗಳ ಅಗಾಧ ಗೂಡು. ಒಂದರಂತೆ ಇನ್ನೊಂದಿಲ್ಲ. ಅಲ್ಲಿನ ಮಾತನಾಡದ ಮೌನ ಗಿಡ, ಮರ, ಬಳ್ಳಿಗಳು, ಕಿಚಗುಟ್ಟುವ ಪಕ್ಷಿ, ಪ್ರಾಣಿ ಸಂಕುಲದಲ್ಲೇ ಅಷ್ಟೊಂದು ಭಿನ್ನತೆ ಇರೋವಾಗ ಎಲ್ಲವನ್ನೂ ಹೇಳಬಲ್ಲ, ತನಗೆ ಅನಿಸಿದ್ದನ್ನು ನೇರವಾಗಿ ವ್ಯಕ್ತಪಡಿಸಬಲ್ಲ ಮನುಷ್ಯರಲ್ಲಿ ಅದೆಷ್ಟು ಭಿನ್ನತೆ ಇರಬೇಡ? ಒಂದೂರಿನಂತೆ ಇನ್ನೊಂದು ಊರಿಲ್ಲ. ಅಂದ ಮೇಲೆ ಒಂದು ಪ್ರದೇಶದ ಜನರಂತೆ ಇನ್ನೊಂದು ಪ್ರದೇಶದ ಜನರೂ ಇರಬೇಕು ಅಂತೇನಿಲ್ಲವಲ್ಲ? ಲೋಕೋ ಭಿನ್ನ ರುಚಿಃ ಅನ್ನುವಂತೆ ಲೋಕೋ ಭಿನ್ನ ಜನಾನೂ ಇರಲೇ ಬೇಕಲ್ಲ!

ಈ ಊರೂರಿನ ತಿರುಗಾಟ ನನಗೆ ಇದನ್ನು ಬಲು ಚೆನ್ನಾಗಿ ಹೇಳಿ ಕೊಟ್ಟು ಅನ್ನೋದ್ರಲ್ಲಿ ಸಂಶಯವೇ ಇಲ್ಲ. ಈ ಗೊತ್ತು ಗುರಿಯಿಲ್ಲದ ತಿರುಗಾಟದ ದಾರಿಯಲ್ಲಿನ ಪ್ರತಿ

ಅನುಭವಗಳು ತೋರಿಸಿ ತಿಳಿಸಿಕೊಟ್ಟ ಒಂದೊಂದು ಆಯಾಮವೂ ಜೀವನದ ನಿತ್ಯ ಸತ್ಯ. ಜೀವನ ಪರ್ಯಂತ ಪಯಣದ ದಾರಿ ದೀಪಗಳು ಅನಕೋತೀನಿ. ಕಹಿಯೋ, ಸಿಹಿಯೋ, ನೋವೋ, ನಲಿವೋ ಪ್ರತಿಯೊಂದರಲ್ಲೂ ಒಂದು ಪಾಠ, ಒಂದು ಕಲಿಕೆ, ಒಂದು ತಿಳಿವು. ಇದರಿಂದಾಗಿ ಒಂದೊಂದು ದಿನಕ್ಕೂ ಒಂದೊಂಚೂರು ನನ್ನ ಪ್ರಪಂಚ ತೆರೆದುಕೊಳ್ಳುತ್ತಾ ಹೋಯ್ತು.

ಎಲ್ಲಕ್ಕೂ ಒಂದು ದಾರಿ ಇರ್ತದೆ ಅಂತ ನಾ ನನ್ನ ಮಕ್ಕಳಿಗೆ ಹೇಳಿದ ಮಾತು, ನಿಧಾನವಾಗಿ ನಿಜವಾಗ್ತ ಹೋಯ್ತು. ತಿಳವಳ್ಳಿಯಲ್ಲಿ ಮೆಲ್ಲ ಮೆಲ್ಲಗೆ ಎಲ್ಲದಕ್ಕೂ ಮಾನಸಿಕವಾಗಿ, ದೈಹಿಕವಾಗಿ ಹೊಂದಿಕೊಳ್ಳುತ್ತ ಸಾಗಿತು ನಮ್ಮ ಜೀವನ. ಅಷ್ಟು ದೊಡ್ಡ ಕ್ವಾರ್ಟರ್ಸಿನಿಂದ ಮೂರು ಕೋಣೆಗಳ ಈ ಚಿಕ್ಕ ಮನೆಗೆ ಒಗ್ಗಿತು ನಮ್ಮ ಬದುಕು. ಮಕ್ಕಳೂ ಹೊಂದಿಕೊಳ್ಳುವ ದಾರಿಯಲ್ಲಿ ಸಾಗಿದರು. ನನಗೆ ಬಲು ಹೆಮ್ಮೆ ನನ್ನ ಮಕ್ಕಳ ಅಗಾಧ ತಿಳಿವಳಿಕೆಯ ಬಗ್ಗೆ; ಅಲ್ಲಿ ಆ ದೂರದ ನನ್ನ ತೌರಿನಲ್ಲಿ ನನ್ನ ತಂದೆ ತಾಯಿಯೊಂದಿಗೆ ತನ್ನ ತಂದೆ ತಾಯಿಯಿಂದ ದೂರವಾಗಿ ಇದ್ದ ನನ್ನ ದೊಡ್ಡ ಮಗ, ಇಲ್ಲಿ ಗೊತ್ತೇ ಇರದ, ಯಾವುದೇ ಸುಖ ಸಾಧನಗಳಿಲ್ಲದ ಸ್ಥಳಗಳ ಪರಿಸರಕ್ಕೆ ಹೊಂದಿಕೊಂಡು ಹೋಗುತ್ತ ನಮ್ಮೊಡನಿರುವ ಈ ಪುಟ್ಟ ಕಂದಮ್ಮಗಳು.

ಅವರ ಈ ಚಿಕ್ಕ ವಯಸ್ಸಿನಲ್ಲೇ ವಿವೇಚನೆಯುಳ್ಳ ನಡವಳಿಕೆಗೂ ಈ ಗೊತ್ತು ಗುರಿಯಿಲ್ಲದ ತಿರುಗಾಟವೇ ಕಾರಣ ಅನಕೋತೀನಿ. ಈ ಇಬ್ಬರೂ ಮಕ್ಕಳೂ ಸಣ್ಣಗೆ ಸ್ನೇಹಿತರ ಬಳಗವನ್ನು ಹೆಚ್ಚಿಸಿಕೊಳ್ಳುತ್ತ ಹೋದರು. ಮೂರನೇ ಮನೇಲಿದ್ದ ಸಿಸ್ಟರ್ ಮಕ್ಕಳೂ ನನ್ನ ಮಕ್ಕಳ ವಯಸ್ಸಿನವರೇ. ಪೋಸ್ಟ್ ಮಾಸ್ತರರ ಮಗಳು ನನ್ನ ಮಗಳಿಗಿಂತ ಎರಡು ಮೂರು ವರ್ಷ ದೊಡ್ಡವಳು. ಆದರೂ ಸ್ನೇಹಕ್ಕೇನೂ ಬಾಧೆ ಬರಲಿಲ್ಲ. ನಮ್ಮ ಪಕ್ಕದ ಮನೆಯ ಪೋಲೀಸ್ ಅವರ ಮಕ್ಕಳೂ ಸುಮಾರು ಅದೇ ವಯಸ್ಸಿನವರು. ನಡೀತು ಹೀಗೇ ನಮ್ಮ ಜೀವನ.

ಸುರೇಶ ಆಸ್ಪತ್ರೆಗೆ ಸ್ಕೂಟರಿನಲ್ಲಿ ಹೋದ್ರೆ ಏಳೆಂಟು ನಿಮಿಷಗಳ ದಾರಿ. ನಿಧಾನಕ್ಕೆ ಎಲ್ಲ ಒಂದು ಮಟ್ಟಿಗೆ ಕೂತಂತಾದ್ರೂ ನನ್ನ ಮನದಲ್ಲಿ ಒಂದು ಅಳುಕು, ಅಪರಾಧಿ ಭಾವ, ಇಂದಿಗೂ ಮಾಯ ಆಗಿಲ್ಲ ಅದು. ನಮ್ಮ ಜೊತೆ ನಮ್ಮ ಮಕ್ಕಳನ್ನೂ ಎಂಥೆಂಥಾ ಕಷ್ಟದ ಪರಿಸ್ಥಿತಿಗೆ ಸಿಕ್ಕಿಸಿದೆವಲ್ಲ ಅಂತ. ಬೇರೆ ದಾರಿ ಇರಲಿಲ್ಲ ಅದರ ಹೊರತು ಅಂತ ನಾನೇ ಸಮಾಧಾನ ಮಾಡ್ಕೋತೀನಿ.

ಆದರೂ ಮತ್ತೆ ಧುತ್ತೆಂದು ಬಂದು ಎದುರಿಗೆ ನಿಂತು ತಿವಿಯುವುದನ್ನು ನನಗೆ ತಡೆಯಲಾಗಿಲ್ಲ. ಅಲ್ಲಿನ ಅಂದರೆ ತಿಳವಳ್ಳಿಯಲ್ಲಿನ ಸ್ಕೂಲ್ ಮಾತ್ರ ತುಂಬ ಚೆನ್ನಾಗಿತ್ತು. ಮಗಳದೂ ಅಷ್ಟೇ, ಮಗಂದೂ ಅಷ್ಟೇ. ನನಗೆ ಅದೊಂದು ಸಮಾಧಾನದ ಸಂಗತಿ ಆಗಿತ್ತು. ಮಗಳು ನಾಲ್ಕನೇ ಕ್ಲಾಸ್, ಮಗ ಎರಡನೇ ಕ್ಲಾಸ್. ಮಗಳ ಸ್ಕೂಲ್ ತುಂಬ

ದೂರ, ಊರ ಆರಂಭಕ್ಕೇ, ನಮ್ಮ ಮನೆ ಈ ಕೊನೆಗೆ. ಮಗನ ಸ್ಕೂಲ್ ಮಾತ್ರ ಹತ್ರ ಇತ್ತು.

ತಿಳವಳ್ಳಿಯಲ್ಲಿ ನಾವಿದ್ದದ್ದು 1985ರಿಂದ 1989ರವರೆಗೆ, ಸುಮಾರು ನಾಲ್ಕೂವರೆ ವರ್ಷಗಳು. ನಾ ಈಗಲೇ ಹೇಳಿದಂತೆ ಅದು ತುಂಬು ಮಲೆನಾಡಿನ ಒಂದು ಪುಟ್ಟ ಸುಂದರ ಹಳ್ಳಿ. ಯಾವ ದೊಡ್ಡ ಊರೂ ಹತ್ರ ಇರಲಿಲ್ಲ. ಇದ್ದ ಹತ್ತಿರದ ಊರುಗಳಿಗೂ ಹೋಗುವುದು ಅಷ್ಟು ಸರಳ ಇರಲಿಲ್ಲ. ಅಸ್ತವ್ಯಸ್ತ ಸಾರಿಗೆ ಸಂಚಾರ, ಕೆಟ್ಟ ಸ್ಥಿತಿಯ ರಸ್ತೆಗಳು!

ಹೀಗಾಗಿ ಜನ ತಮಗೆ ಬೇಕಾದ ಅನುಕೂಲಗಳನ್ನು ತಕ್ಕ ಮಟ್ಟಿಗೆ ಅಲ್ಲೇ ಮಾಡ್ಕೊಂಡಿದ್ರು ತಮಗೆ ಬೇಕಾದ ರೀತಿ ಅಂತ ನಂಗೆ ಅನಿಸ್ತು. ಲೋಕೋ ಭಿನ್ನ ಜನಾಃ ಎಂಬಂತೆ ಬಂಕಾಪುರದ ಜನತೆಗೂ, ಇಲ್ಲಿನ ಜನಕ್ಕೂ ಸ್ವಲ್ಪ ವ್ಯತ್ಯಾಸ ಕಂಡು ಬರುತ್ತಿತ್ತು, ಎಂಥದು ಎಂದು ಪಕ್ಕಾ ಗುರುತಿಸಲಾಗದ್ದು ಅದು. ಅಲ್ಲಿ ನಾವು ದವಾಖಾನೆಯ ಆವರಣದಲ್ಲಿಯೇ ಇದ್ದುದರಿಂದ ನಮಗೆ ಸ್ಥಳೀಕರ ಸಂಪರ್ಕ ಅಷ್ಟಾಗಿ ಬರುತ್ತಿರಲಿಲ್ಲ.

ಬರೀ ಪೇಷಂಟುಗಳದ್ದಷ್ಟೇ. ನಮ್ಮದೇ ಒಂದು ಲೋಕ ಇತ್ತು ಅಲ್ಲಿ. ಆದರೆ ಇಲ್ಲಿ ನಾವಿದ್ದದ್ದೂ ಒಂದು ಬಾಡಿಗೆ ಮನೆಯಲ್ಲಿ. ಆದ್ರಿಂದ ನಮಗೆ ಊರಿನ ಸಂಪರ್ಕ ತುಸು ಹೆಚ್ಚೇ ಇರ್ತಿತ್ತು ಇಲ್ಲಿ. ಇಲ್ಲಿನ ಜನರೂ ಮುಗ್ಧರೇ ಆದರೆ ಆ ಮುಗ್ಧತೆ ಕೊಂಚ ಭಿನ್ನ. ಹೀಗಾಗಿ ತರಹೇವಾರಿ ಅನುಭವಗಳು ನನ್ನ ಗಂಟಿನಲ್ಲಿ! ಅನುಸೂಯ ಅಂತ ಒಂದು ಹುಡುಗಿ ಸಿಕ್ಕಿದ್ಲು ಮನೆಗೆಲಸಕ್ಕೆ. ದವಾಖಾನೆಯಲ್ಲಿ ಅಟೆಂಡರ್ ಆಗಿದ್ದ ಭರಮಣ್ಣ ನೀರು ಸೇದಿ ಕೊಡ್ತಿದ್ದ. ಕೆಲ ದಿನಗಳಲ್ಲಿ ಮನೆ ಮಾಲೀಕರು ನಲ್ಲಿ ರಿಪೇರಿ ಮಾಡಿಸಿದ್ರಿಂದ ನೀರು ಸರಬರಾಜು ಶುರು ಆಯ್ತು. ಹೀಗಾಗಿ ನೀರಿನದೇನೂ ಅಷ್ಟು ತಾಪತ್ರಯ ಆಗಲಿಲ್ಲ. ಮಲೆನಾಡು ಅದು, ನೀರೂ ಸಾಕಷ್ಟಿತ್ತು.

ನಾವಿದ್ದ ಮನೆಯ ಹತ್ರ ಮೂಲೆಯಲ್ಲಿ ಒಂದು ಲೈಟ್ ಕಂಬ ಇತ್ತು. ಆದರೆ ಏನು ಸಮಸ್ಯೆಯೋ ಏನೋ, ಆ ಲೈಟೇ ಹತ್ತುತ್ತಿರಲಿಲ್ಲ. ಮನೆ ಮುಂದೆ ನಾವೇ ಬಲ್ಬ್ ಹಾಕಿ ದೀಪ ಹಾಕಬೇಕು ಅಂದ್ರೆ ಅದಕ್ಕೆ ಯಾವ ವ್ಯವಸ್ಥೆಯೂ ಇರಲಿಲ್ಲ. ಹೀಗಾಗಿ ಮನೆ ಮುಂದೆ ಗವ್ವೆನ್ನೋ ಕತ್ತಲು ರಾತ್ರಿ ವೇಳೆ. ಮಲೆನಾಡು; ಹುಳುಗಳ ಕಾಟ ಜಾಸ್ತಿ. ಸುರೇಶ ಹಗಲು ರಾತ್ರಿ ಎನ್ನದೆ ಆಸ್ಪತ್ರೆಗೆ ಓಡಾಡಬೇಕಾಗ್ತಿತ್ತು. ಆ ಕತ್ತಲೇಲಿ ಏನಾದರೂ ಹುಳು ಹುಪ್ಪಡಿ ಬಂದ್ರೆ ಅನ್ನೋ ಹೆದರಿಕೆ ನಂಗೆ. ಮಕ್ಕಳೂ ಒಳ ಹೊರಗೆ ಓಡಾಡುತ್ತಿದ್ದರು. ಏನು ಮಾಡೋದು ಅಂತ ಯೋಚನೆಯಾಗಿತ್ತು.

ಆ ದಿನ ಅಕಸ್ಮಾತ್ತಾಗಿ ಲೈನ್ಮನ್ ಬಂದ. ಡಾಕ್ಟರ್ ಇದ್ದಾರಾ ಅಂತ ಕೇಳಿದ. ಆಗ ಮಧ್ಯಾಹ್ನ ನಾಲ್ಕು ಗಂಟೆ ಆಗಿತ್ತು. ನನ್ನ ಪತಿ ಊಟ ಮುಗಿಸಿ ಆಸ್ಪತ್ರೆಗೆ ಹೋಗಿದ್ರು.

ನಾನು ಆತಗೆ, "ಡಾಕ್ಟರು ದವಾಖಾನೆಗೆ ಹೋಗ್ಯಾರ. ನೀ ಬಂದಿ ಭಾಳ ಛಲೋ ಆತ ನೋಡು. ಈ ಮೂಲೆ ಕಂಬದ ಲೈಟ್ ಯಾಕೋ ಹತ್ತೋದೇ ಇಲ್ಲ. ಸ್ವಲ್ಪ ನೋಡಿ ದೀಪ ಹತ್ತೋ ಹಾಂಗ ಮಾಡು. ರಾತ್ರಿ ಡಾಕ್ಟರಿಗೆ ಆಸ್ಪತ್ರೆಗೆ ಓಡಾಡಬೇಕಾಗ್ತದ. ಈ ದಾರಿ ಉದ್ದಕ್ಕೂ ಕತ್ತಲ ಆಗಿಬಿಡ್ತದ. ಕತ್ತಲದಾಗ ಓಡಾಡೋದು ಕಷ್ಟ," ಅಂದೆ. "ಮೊದಲ ಹೇಳಬಾರದೇನ್ರೀ ಅಕ್ಕಾರ. ಹಂಗೆಲ್ಲ ಕತ್ತಲದಾಗ ಹೋಗಬ್ಯಾಡನ್ರಿ ಸಾಹೇಬ್ರಿಗೆ. ಹುಳದ (ಹಾವು) ಕಾಟ ಭಾಳ ಇಲ್ಲಿ. ಅದೆಷ್ಟೊತ್ತಿನ ಕೆಲಸ್ರೀ. ಈಗ ಮಾಡ್ತೀನಿ," ಅಂತ ಹೇಳಿ ಹೋದ. ಮುಂದೆ ಒಂದು ತಾಸಿನಲ್ಲಿಯೇ ಸಾಮಾನು ತಗೊಂಡು ಬಂದು ರಿಪೇರಿ ಮಾಡಿ ಲೈಟ್ ಹತ್ತೋ ಹಾಗೆ ಮಾಡಿದ. ಮನೆ ಮುಂದೆ ಬೆಳಕು ತುಂಬಿಕೊಂಡ್ತು. ನಾ ನಿರಾಳ ಆದೆ.

ಮಾಮೂಲಿನಂತೆ ಪಕ್ಕದ ಮನೆಯ ಪೋಲೀಸ್ ಅವರ ಹೆಂಡತಿ ಬಂದು ಮಾತಾಡ್ತಾ ಕೂತಿದ್ರು. ಲೈಟ್ ಹತ್ತಿದ್ದು ನೋಡಿ, "ನೋಡ್ರಿ ಅಕ್ಕಾರ ಎಷ್ಟು ಪಟ್ಟನ ಕೆಲಸಾ ಮಾಡ್ಯಾನ ನೋಡ್ರಿ. ನಾ ನಮ್ಮ ಯಜಮಾನ್ರಿಗೆ ಹೇಳಿದ್ದೆ; ಡಾಕ್ಟರ್ ಮನಿ ಮುಂದ ಭಾಳ ಕತ್ತಲಾಗ್ತತಿ. ಲೈನ್ಮನ್ನಗ ಹೇಳಿ ಲೈಟ್ ಹಾಕಸ್ರಿ ಅಂತ. ಅವರು ಹೇಳಿದ ಕೂಡಲೇ ರಿಪೇರಿ ಮಾಡೇ ಬಿಟ್ಟಾನ ನೋಡ್ರಿ," ಅಂದ್ರು. ನಾ ಏನೋ ಹೇಳೋಷ್ಟ್ರಲ್ಲಿ ಮನೆ ಮಾಲೀಕರು ಬಂದು, "ಅಕ್ಕಾರ ಎಷ್ಟು ಲಗೂನ ಕೆಲಸ ಆಗಿ ಹೋತು ನೋಡ್ರಿ ನನ್ನ ಮಾತ ಹಂಗ್ರಿ. ನಮ್ಮ ಸಾಹೇಬ್ರ ಮನೀ ಮುಂದ ಕತ್ತಲಾಗೇತೋ ತಮ್ಮಾ, ಒಂಚೂರ ನೋಡು ಅನೂದ್ರಾಗ ಲೈಟ್ ಹಾಕಿ ಹೋಗ್ಯಾನ," ಅಂದ್ರು.

ನನಗೆ ಏನು ಹೇಳಲೂ ಗೊತ್ತೇ ಆಗಲಿಲ್ಲ! ನಾ ನನ್ನ ಮಾತು ನನ್ನಲ್ಲೇ ಉಳಿಸಿಕೊಂಡು ಸಣ್ಣಗೆ ನಕ್ಕು ಹೇಳಿದೆ, "ಛಲೋ ಆತ ನೋಡ್ರಿ. ಯಾರ ಹೇಳಿದ್ದಕ್ಕರೇ ಮಾಡವಲ್ಲನ್ಯಾಕ, ನಮ್ಮ ಮನೆ ಮುಂದೆ ಬೆಳಕಾತು. ಕತ್ತಲಾಗ ಮಕ್ಕಳು, ನಿಮ್ಮ ಸಾಹೇಬ್ರು ಅಡ್ಡಾಡೋದ ತಪ್ಪೀತು," ಅಂದೆ. ಅವರ ತಮ್ಮಿಂದಲೇ ಈ ಕೆಲಸ ಆತು ಅನ್ನೋ ಭಾವನೆಗೆ ನಾ ಯಾಕೆ ಧಕ್ಕೆ ತರಬೇಕು? ಏನಾಗಬೇಕಾಗಿದೆ ಅದರಿಂದ? ಇದರಲ್ಲಿ ಯಾವ ವಿಶೇಷ ಇಲ್ಲ. ಹೋಗಲಿ ಬಿಡು ಅನ್ನೋದನ್ನು ಕಲೀಬೇಕು ಅಂತ ಅನಿಸ್ತು ನನಗೆ. ಒಂದೊಳ್ಳೆ ವಿಷಯ ನನ್ನ ಖಜಾನೆಗೆ ಅನ್ಕೊಂಡೆ. ಆದರೆ ಇಂಥದೇ ವಿಷಯ ಮತ್ತೆ ಮತ್ತೆ ಮರುಕಳಿಸಿ ಒಂಥರಾ ಇರಿಸು ಮುರಿಸಾಗೋದು. ಜೊತೆಗೇ ಈ ಥರ ಮಾತನ್ನು ತಮ್ಮ ನೇರಕ್ಕೇ ತಿರುಗಿಸಿಕೊಳ್ಳುವ ಅವರ ರೀತಿ ಯಾಕೋ ಅರಿಯದ ಭೀತಿ ಉಂಟು ಮಾಡುತ್ತಿತ್ತು.

ನಲ್ಲಿ ನೀರಿನ ಸರಬರಾಜು ಶುರು ಆಗಿದ್ರೂ ನೀರು ಸರೀಗೆ ಬರ್ತಿರಲಿಲ್ಲ. ನಾ ಮತ್ತೆ ಮತ್ತೆ ಭರಮಣ್ಣಗೆ ನೀರು ಸೇದಿ ಕೊಡಪಾ ಅನ್ನಬೇಕಾಗ್ತಿತ್ತು. ನನಗೆ ಒಂಥರಾ ಸಂಕೋಚ. ಆತಗೆ ಆ ಕೆಲಸಕ್ಕೆ ದುಡ್ಡು ಕೊಡ್ತಿದ್ರೂನೂ ನನಗ್ಯಾಕೋ ಒಂದು ನಮೂನೆ

ಆಗ್ತಿತ್ತು. ಅಲ್ಲಿನ ಜನ ಸ್ವಲ್ಪ ಮುಂಗಾಲುಪುಟಿಗೆ ಜನ. ಆದರೆ ಅನಿವಾರ್ಯ ಪರಿಸ್ಥಿತಿ. ನನ್ನ ಪುಣ್ಯ; ಆ ದಿನ ನೀರು ಬಿಡಲು ಬಂದ ವಾಲ್ಮನ್‌ನನ್ನು ನೋಡಿದೆ. ಆತಗೆ ಆ ಬಗ್ಗೆ ಹೇಳಿದಾಗ, "ಹಿಂಗೇನ್ರೀ ಅಕ್ಕಾರ. ನಂಗ ಗೊತ್ತ ಇರಲಿಲ್ರೀ. ಆತರೀ ಅಕ್ಕಾರ ಏನಾಗೇತಿ ಅಂತ ನೋಡಿ ಸರಿ ಮಾಡಿ ಕೊಡ್ತೀನಿ," ಅಂತ ಹೇಳಿ ಹೋದ ಆತ. ಮಾರನೇ ದಿನ ಬಂದು ಪೈಪ್ ಬದಲೀ ಮಾಡಿ ಸರಿ ಆಯ್ತು ಅಂತ ನೋಡಿ, ನಾ ಕೊಟ್ಟ ದುಡ್ಡು ಬೇಡ ಬೇಡ ಅನತಾ ತಗೊಂಡು ಚಹಾ ಅವಲಕ್ಕಿ ಮುಗಿಸಿ ಹೋದ.

ಸಂಜೆ ಮಕ್ಕಳು ಐದು ಗಂಟೆಗೆ ಶಾಲೆಯಿಂದ ಬಂದು ಅವರ ಹಾಲು, ತಿಂಡಿ ನಡೆದಿತ್ತು. ನಾ ಹಾಲು ಹಾಕಿ ಕೊಡೋವಾಗ ಪೋಸ್ಟ್ ಮನ್ ಬಂದು, "ಅಕ್ಕಾರ ಏನು ಮಾಡ್ಲಿಕ್ಹತ್ತೀರಿ?" ಅಂದ. ಅಲ್ಲೇ ಪಕ್ಕದಲ್ಲೇ ಪೋಸ್ಟ್ ಆಫೀಸ್. "ಬಾರಪಾ ಶ್ರೀಪಾದ. ಮಕ್ಕಳಿಗೆ ತಿಂಡಿ, ಹಾಲು ನಡೆಸಿದ್ದೆ. ನೀ ಚಹಾ ತಗೋತಿ ಏನು," ಅಂದೆ. "ಹೇ ಬ್ಯಾಡ್ರೀ. ನಳಾ ರಿಪೇರಿ ಮಾಡಪಾ. ನೀರು ಸಣ್ಣಗೆ ಬರತದ. ಅಕ್ಕಾರಿಗೆ ನೀರಿನ ತ್ರಾಸ ಆಗಗೊಡಬ್ಯಾಡ ನೋಡ ಅಂತ ಒಂದ ಮಾತ ನಿನ್ನೆ ನೀರ ಬಿಡಾಂವಗ ಹೇಳಿದ್ದೆ. ಈ ಹೊತ್ತು ಬಂದು ಪೈಪ್ ಬದಲೀ ಮಾಡಿ ಹೋಗ್ಯಾನ ನೋಡ್ರಿ. ಅದನ ಹೇಳಲಿಕ್ಕೆ ಬಂದಿದ್ದೆ," ಅಂದ ಅವನು.

"ಭಾಳ ಛಲೋ ಮಾಡಿದಿ ನೋಡಪ್ಪಾ," ಅಂದೆ ನಗು ನುಂಗಿ. ಮತ್ತೆ ಇಲ್ಲೂ ಅದೇ. ಅವರ ಹೆಗ್ಗಳಿಕೆಗೆ ಅಡ್ಡಿ ಯಾಕೆ ಮಾಡಬೇಕು ಅಂತ ಮತ್ತೊಮ್ಮೆ ಅನ್ಕೊಂಡೆ. ಒಳ್ಳೆ ಪಾಠ ಇದು ಅನಿಸ್ತು ನನಗೆ. "ಶ್ರೀಪಾದಾ ನೀವೆಲ್ಲ ಭಾಳ ಕಾಳಜಿ ತಗೋತಿರಪಾ ನಮ್ದು. ಛಲೋ ಅನಸ್ತದ ನೋಡಪ್ಪಾ," ಅಂದೆ. ಅವನ ಮುಖ ಇಷ್ಟಗಲ ಆತು. ಒಂದು ಒಳ್ಳೇ ಮಾತಿನ ಶಕ್ತಿ, ಪ್ರಭಾವ ಅದು. ಯಾವ ಲುಕ್ಸಾನು, ಖರ್ಚು ಇಲ್ಲದೇ ಸಿಗುವ ಖುಷಿ! ಆದರೆ ಹೆಜ್ಜೆ ಹೆಜ್ಜೆಗೂ, ಪ್ರತಿ ಕ್ಷಣಕ್ಕೂ ಜೋಕೆಯಿಂದ ಇರಬೇಕಾದ ಪರಿಸ್ಥಿತಿ ಸ್ವಲ್ಪ ಕಠಿಣ ಆಗ್ತಿತ್ತು. ಅದರಿಂದ ನನ್ನ ತಾಳ್ಮೆಯ ಮಟ್ಟ ಬಹುಶಃ ಸ್ವಲ್ಪ ಏರಿತು ಅನಸ್ತದೆ.

ಆದರೆ ಈ ಥರದ ಹೋಗಲಿ ಬಿಡು ಅನ್ನೋ ಭಾವ ಕಷ್ಟಕ್ಕೆ ಸಿಕ್ಕಿಸುವ ಪರಿಸ್ಥಿತಿನೂ ಒಮ್ಮೊಮ್ಮೆ ತಂದಿಡ್ತಿತ್ತು. ನಮಗೆ ಗ್ಯಾಸ್ ಸಿಲಿಂಡರ್ ಹಾವೇರಿಯಿಂದ ತರಬೇಕಾಗ್ತಿತ್ತು ಬಂಕಾಪುರದಲ್ಲೂ ಅಷ್ಟೇ. ಅದನ್ನೇ ಇಲ್ಲಿಯೂ ಮುಂದುವರಿಸೋದಿತ್ತು. ಅಲ್ಲಿ ರಾಮಣ್ಣ ತಂದು ಕೊಡ್ತಿದ್ದ. ಈಗ ಇಲ್ಲಿ ಭರಮಣ್ಣ, "ನೀವೇನೂ ಕಾಳಜಿ ಮಾಡಬ್ಯಾಡ್ರಿ ಅಕ್ಕಾರ. ನಾ ತಂದ ಕೊಡ್ತೀನಿ. ನಂಗೆಲ್ಲಾ ಗೊತ್ತೈತಿ ತಗೋರಿ," ಅಂತ ಹೇಳಿ ಖಾಲಿ ಸಿಲಿಂಡರ್ ತಗೊಂಡು ಹೊರಟ. ಆಗ ನಾ ಅವನಿಗೆ ಹೇಳಿದೆ, "ನೋಡು ಭರಮಣ್ಣ ಸೀಲ್ ಚೆಕ್ ಮಾಡಿ ತಗೊಂಡು ಬಾ. ಗ್ಯಾಸ್ ಲೀಕ್ ಆಗಬಾರದು..." ಇನ್ನೂ ನನ್ನ ಮಾತು ಮುಗಿದಿರಲಿಲ್ಲ, ಹೇಳಿದ ಆತ, "ಅಷ್ಟ ಗೊತ್ತಿಲ್ಲ ಏನ್ರೀ ಅಕ್ಕಾರ ನಂಗ? ಬಲೇ

ಹೇಳಾವ್ರು ನೀವೂ. ಅದು ಹಂಗೇನರ ಲೀಕ್ ಆಗ್ತಿದ್ರ ಅಲ್ಲೇ ವೆಲ್ಡಿಂಗ್ ಅಂಗಡ್ಯಾಗ ವೆಲ್ಡಿಂಗ್ ಮಾಡಿಸಿ ಗಟ್ಟಿ ಮಾಡಸೇ ತಗೊಂಡು ಬರ್ತೀನಿ," ಅಂದ.

ನನಗೆ ಗಾಬರಿಯಿಂದ ಜೀವ ಹೋಗೋ ಹಾಗಾಯ್ತು. ಗಡಿಬಡಿಸಿ ಹೇಳ್ದೆ ಅವನಿಗೆ, "ಅಪ್ಪಾ ಭರಮಣ್ಣ ಹಂಗೆಲ್ರೆ ಮಾಡೀ ಮತ್ತ. ಸಿಲಿಂಡರ್ ಫಟ್ ಅಂತ ಹಾರಿ ಬೆಂಕಿ ಹತ್ತೀತು ಎಲ್ಲರೇ. ಸುಮ್ಮನೆ ಎಲ್ಲಾ ಸರಿ ಇದ್ದ ಸಿಲಿಂಡರ್ ನೋಡಿ ತಗೋಂಡು ಬಾ. ಸರಿ ಇರಲಿಲ್ಲ ಅಂದರ ಹಂಗೇ ಬಾ ಇನ್ನೊಂದ ಸಿಲಿಂಡರ್ ಅದ," ಅಂತ ಹೇಳಿ ಇನ್ನೊಮ್ಮೆ ಇವನ್ನ ಕಳಿಸೋದು ಬೇಡ ಅನ್ಕೊಂಡೆ. ಆಗಲೇ ಬೇಡ ಅಂದ್ರೆ ಏನನಕೋತಾನೋ ಅನ್ನೋ ಆತಂಕ. ಒಟ್ಟಲ್ಲಿ ಫಜೀತಿ. ಆ ದಿನ ಆತ ಸಿಲಿಂಡರ್ ತಗೊಂಡು ಬರೋವರೆಗೆ ನನ್ನ ಪರಿಸ್ಥಿತಿ ಹೇಗಿತ್ತು ಅಂತ ಹೇಗೆ ಹೇಳಲಿ?

ಈ ರೀತಿಯ ಹೆಚ್ಚುಗಾರಿಕೆ ಗತ್ತು ಕಂಡಾಗ ನಾ ಅನಕೋತಿದ್ದೆ; ಇವರೂ ಎಲ್ಲ ಹುಡಿ ರಾಜಕಾರಣಿಗಳೇ ಅಂತ. ಅಲ್ಲಿನ ವಾತಾವರಣ ಹಾಗೇ ಇತ್ತು. ಸರ್ಕಾರಿ ಸೇವೆಯಲ್ಲಿರುವ ವೈದ್ಯರಿಗೆ ಇಂಥ ಹುಡಿ ರಾಜಕಾರಣಿಗಳ ಒತ್ತಡ ಬಹಳ. ಅದರ ಪ್ರಭಾವ ಅವರ ಹೆಂಡತಿಯನ್ನೂ ಕಾಡುತ್ತಿತ್ತು, ಸಣ್ಣಗೆ ಮಕ್ಕಳನ್ನೂ. ಇಲ್ಲೊಂದು ಘಟನೆ ಹೇಳ್ತೀನಿ.

ಅಲ್ಲಿನ ಒಂದು ಪ್ರತಿಷ್ಠಿತ ಕುಟುಂಬದ ಹೆಣ್ಣುಮಗಳು ಬಂದು ನನ್ನ ಪರಿಚಯ ಮಾಡಿಕೊಂಡ್ರು. ಡಾಕ್ಟರ ಪತ್ನಿ ಅಲ್ವ ನಾನು? ಅವರು ಸಮಾಜಕಾರ್ಯ, ಸಣ್ಣಮಟ್ಟ ರಾಜಕಾರಣ ಅಂತ ಓಡಾಡೋರು. ಆ ದಿನ ಆಸ್ಪತ್ರೆಯಲ್ಲಿ ಒಂದು ಆತ್ಮಹತ್ಯೆ ಕೇಸಿನ ಪೋಸ್ಟ್ ಮಾರ್ಟಂ ಆಗಿತ್ತು. ಸಂಜೆ ನಾನು ಪರಿಚಿತರೊಬ್ಬರ ಮನೇಲಿ ಮಗುನ ಹುಟ್ಟುಹಬ್ಬದ ಕಾರ್ಯಕ್ರಮಕ್ಕೆ ಹೋಗಿದ್ದೆ. ಅಲ್ಲಿ ಆ ಲೇಡಿನೂ ಬಂದಿದ್ರು. ಔಪಚಾರಿಕ ಮಾತು ಆದ ಮೇಲೆ ಆಕೆ, "ಏನ್ರೀ ಅಕ್ಕಾರ, ನಿಮ್ಮ ಡಾಕ್ಟ್ರ ಈ ಹೊತ್ತು ಆ ಮನುಷ್ಯನ ಜೀವ ಇದ್ದಾಗಲೇ ಪೋಸ್ಟ್ ಮಾರ್ಟಂ ಮಾಡ್ಯಾರಂತಲ್ರೀ?" ಅಂದ್ರು.

ನನ್ನ ತಲೆ ಕೆಟ್ಟು ಹೋಯ್ತು, "ನಿಮಗೆ ಹೇಗೆ ಗೊತ್ತು," ಅಂದೆ. "ಹೇ ನನಗೆಲ್ಲ ಗೊತ್ತಿರತೈತ್ರಿ," ಅಂದ್ರು. ನಾ ನಯವಾಗಿಯೇ, ಆದರೆ ಸ್ಪಷ್ಟವಾಗಿ ಹೇಳಬೇಕಾಯ್ತು ಆಕೆಗೆ, ಹೇಳಿಯೂ ಬಿಟ್ಟೆ, "ಡಾಕ್ಟ್ರ ಇರೋದು ಸಾಯೋರನ್ನ ಬದುಕಿಸಲಿಕ್ಕೆ ಹೊರತು ಬದುಕಿರೋರನ್ನ ಸಾಯಿಸಲಿಕ್ಕಲ್ರಿ. ಇಂಥಾ ಮಾತು ನಾ ಕೇಳಿದ್ದು ಇದೇ ಮೊದಲು. ಈ ವಿಷಯ ಸಾಮಾನ್ಯರಿಗೆ ಗೊತ್ತಾಗೋದಲ್ಲ. ಆದ್ರ ನಿಮಗೆ ಅರ್ಥಾಗ್ತದ ಅನಕೋತೀನಿ. ಇಲ್ಲಾಂದ್ರ ತಿಳ್ಕೊಂಡ ಮಾತಾಡೋದು ಭಾಳ ಛಲೋ. ನಿಮಗೆ ಗೊತ್ತಿರಬೇಕು, ವೈದ್ಯೋ ನಾರಾಯಣೋ ಹರಿಃ ಅಂತಾರೆ. ಆದರೆ, ಕಾಯುವ ಆ ದೇವರ ದಾರೀಲಿ ದೆವ್ವಗಳು ಬಂದ್ರೆ ಕಷ್ಟ. ಹೂಂ, ಆತ್ರೀ ಅಕ್ಕಾರ ಮತ್ತ ಸಿಗೋಣಂತ ಬರತೀನಿ," ಅಂತ ಹೇಳಿ ಎದ್ದೆ.

ಆಕೆ ಮುಖ ಕಪ್ಪಿಟ್ಟಿತ್ತು. ಆ ಮೇಲೆ ಮನೆಗೆ ಬಂದು ಕ್ಷಮೆ ಕೇಳಿದ್ಲು, "ನಗೆಚಾಟಿಕೆಗೆ ಅಂದನ್ರಿ ಅಕ್ಕಾರ," ಅಂದ್ಲು. ಆದರೂ ನನಗೆ ಭಾಳ ಬೇಜಾರಾಗಿತ್ತು ಆಕೆಯ ಮಾತು ಕೇಳಿ. ಯಾವ ಮಟ್ಟದ ಮಾತು ಹೇಳಲೂ ಹಿಂದೆ ಮುಂದೆ ನೋಡುವ ಜನರಲ್ಲ ಇವರು ಅಂತ ಅನಿಸಿತು. ಸುಧಾರಿಸಿಕೊಂಡು, "ಇದ್ಯಾವ ಸೀಮೆಯ ನಗೆಚಾಟಿಕೆ ತಿಳೀಲಿಲ್ಲ ಬಿಡ್ರಿ ಅಕ್ಕಾರ," ಅಂದು ಸುಮ್ಮನಾದೆ. ಸಲಿಗೆಯಲ್ಲಿ ಅಡ್ಡಾದಿಡ್ಡಿ ಮಾತು ಬರಬಾರದು ಅನ್ನೋ ಒಂದೇ ಕಾರಣಕ್ಕೆ ನಾನು ಊರವರ ಸಂಪರ್ಕ ಸ್ವಲ್ಪ ಕಮ್ಮಿನೇ ಇಟ್ಟುಕೋತಿದ್ದೆ.

ಒಣ ಠೆಮ್ಮೆಯ ಈ ರೋಗಕ್ಕೆ ಏನು ಔಷಧಿ ಅಂತ ಯೋಚಿಸಿ ನಕ್ಕು ಸುಮ್ಮನಾದೆನಾದರೂ ಯಾವಾಗಲೂ ಅದೊಂದು ಎಚ್ಚರಿಕೆಯ ಗಂಟೆ ಥರ ಇತ್ತು ಮನದಲ್ಲಿ. ಈ ಥರದ ನಡವಳಿಕೆ ಮುಗ್ಧತೆಯ ಪರಮಾವಧಿಯೋ ಅಥವಾ ಇದಕ್ಕೆ ಮತ್ತೇನಾದರೂ ಹೆಸರಿದೆಯೋ ಎಂಬ ಪ್ರಶ್ನೆ ಪ್ರಶ್ನೆಯಾಗಿಯೇ ಉಳಿದಿದೆ ಇನ್ನೂ! ಅದೇನಾದರೂ ಆಗಿರಲಿ, ಸೂಕ್ಷ್ಮ ಪರಿಸ್ಥಿತಿಯನ್ನು ಹೇಗೆ ಸಂಭಾಳಿಸಿ ವ್ಯವಹರಿಸಬೇಕು ಎಂಬುದರಲ್ಲಿ ನಂಗೆ ಒಳ್ಳೇ ಟ್ರೇನಿಂಗ್ ಸಿಕ್ತು ತಿಳವಳ್ಳೀಲಿ. ಅದು ನನಗೆ ಇಂದಿಗೂ ಅಮೂಲ್ಯ ಪಾಠ, ಮುಂದೆಯೂ, ಎಂದೆಂದಿಗೂ!

ತಿಳವಳ್ಳಿ ಮನೆಯ ಅನಾಹ್ವಾನಿತ ಅತಿಥಿಗಳು

"ಗೋಧಿಬಣ್ಣದ ದೊಡ್ಡ ಗಾತ್ರದ ನಾಗರ ಹಾವೊಂದು ಹೆಂಚಿನ ಕೆಳಗಿರುವ ತೊಲೆಯ ಮೇಲಿಂದ ಜೋತು ಬಿದ್ದು ನೇತಾಡುತ್ತಿತ್ತು. ನನ್ನ ಹಿಂದೆಯೇ ಓಡಿ ಬಂದ ಮಗಳು ಹೆದರಿಕೆಯಿಂದ ಜೋರಾಗಿ ಕಿರಚಿದಳು. ಈ ಗಲಾಟೆಗೆ ಹೆದರಿಯೋ, ಸಿಟ್ಟಿನಿಂದಲೋ ಆ ಹಾವು ಭುಸ್ ಭುಸ್ ಅಂತ ಭುಸಗುಡಲಾರಂಭಿಸ್ತು. ಹಾವಿನ ಭುಸಗುಡುವಿಕೆ ನಾನು ಕೇಳಿಯೇ ಇರಲಿಲ್ಲ.

ಈ ಬದುಕು ಸಾಗುವ ದಾರಿಯುದ್ದಕ್ಕೂ ಪ್ರತಿ ಗಳಿಗೆಯಲ್ಲೂ ಏನೋ ಒಂದು ಆಶ್ಚರ್ಯವೋ, ನಂಬಲಾಗದ ಘಟನೆಗಳೋ ತಮ್ಮ ತಮ್ಮ ನೆರಳನ್ನು ಹಾಸಿಯೇ ಮುಂದೆ ಸಾಗ್ತಾವೆ. ಅದರ ಅರಿವು ನಮಗೆ ಆ ಕ್ಷಣಕ್ಕೆ ಅಷ್ಟೊಂದು ಮಹತ್ವದ್ದು, ಕಷ್ಟದ್ದು ಅನಿಸದೇ ಸಹಜವಾಗಿಯೇ ಇದು ಹೀಗೇ ಇರೋದು ಅನ್ಕೊಂಡು ನಡೆದು ಬಿಡ್ತೀವಿ. ಮುಂದೆ ಮುಂದೆ ಸಾಗಿ ಒಂದು ಹಂತಕ್ಕೆ ಬಂದು ತಿರುಗಿ ನೋಡಿದಾಗ, ಅಚ್ಚರಿಯೋ, ಆಘಾತವೋ ಹೇಳಲಾಗದಂಥದ್ದು ಒಂದು ಮಿಶ್ರಭಾವ ಉಂಟಾಗಿ, ನಾನೇನಾ ಈ ದಾರಿಗುಂಟ ಸಾಗಿ ಬಂದದ್ದು? ಅದು ಹೇಗೆ ಎದುರಿಸಿದೆ ನಾ ಅದನ್ನೆಲ್ಲ? ಆ ಕಗ್ಗಂಟುಗಳನ್ನು ಹೇಗೆ ಬಿಚ್ಚಿ ಪಾರಾದೆ ಎಂಬ ಯೋಚನೆ ಗಾಢವಾಗಿ ಆವರಿಸಿ ಕೊಳ್ಳುವುದಂತೂ ಖಂಡಿತ.

ನನಗಂತೂ ಇಂತಹ ನೂರಾರು ಪ್ರಶ್ನೆಗಳು ಎಡೆ ಬಿಡದೆ ಕಾಡ್ತಾನೇ ಇರ್ತವೆ. ಹಿಂದಿನದನ್ನೆಲ್ಲ ನೆನಪಿಸಿಕೊಳ್ಳುತ್ತ, ಅದೇ ದಾರಿಯಲ್ಲಿ ನಡೆದು ಬಂದ ನಾನೇ ಅದನ್ನು ನಂಬಲಾಗದಂಥ ವಿಚಿತ್ರ ಮನಃಸ್ಥಿತಿಗೆ ದೂಡುತ್ತವೆ ಈ ಕಾಡುವ ಪ್ರಶ್ನೆಗಳು. ನನ್ನದೇ ಈ ಅಯೋಮಯ ಸ್ಥಿತಿಯಾದರೆ ಇದನ್ನು ಕೇಳಿದ ಎರಡನೆಯವರಿಗೆ? ನಿಜ ಅದೊಂದು ಜೀರ್ಣಿಸಿಕೊಳ್ಳಲಾಗದ ಕಟು ಸತ್ಯ! ಇದನ್ನೆಲ್ಲ ಬರೆಯುವಾಗ ನನಗೇ ಗೊತ್ತಿಲ್ಲದಂತೆ ಒಂದು ನಡುಕ ಮೈಯಲ್ಲಿ ತುಂಬಿಕೊಂಡ ಅನುಭವವಾಗಿ ಎಷ್ಟೋ ಸಲ ಅಲ್ಲಿಗೇ ನಿಲ್ಲಿಸಿ ಮತ್ತೆ ಮುಂದುವರಿಸೀನಿ!

ನಾವು ತಿಳವಳ್ಳಿಯಲ್ಲಿದ್ದ ಬಾಡಿಗೆ ಮನೆಯ ಪರಿಸ್ಥಿತಿ ಎಷ್ಟು ವರ್ಣಿಸಿದರೂ, ಬರೆದರೂ ಕಮ್ಮಿಯೇ. ಎಷ್ಟು ಬೇಕೋ ಅಷ್ಟೇ ಸಾಮಾನುಗಳನ್ನು ಬಿಚ್ಚಿ ತೆಗೆದುಕೊಂಡು ಉಳಿದ ಪ್ಯಾಕ್ ಎಲ್ಲ ಹಾಗೇ ದೂರದ ಆಸೆಯ ಮಿಣುಕು ದೀಪದ ಬೆಳಕಿನ ನೆರಳಲ್ಲಿ ಇಟ್ಟು ಬಿಟ್ವಿ. ಹೊರಗಿನ ವರಾಂಡಾ ಬರೀ ಸಿಟ್ಔಟೇ. ನಮ್ಮ ಆ ಎರಡು ದೊಡ್ಡ ಪೆಟ್ಟಿಗೆಗಳನ್ನು ಜೋಡಿಸಿ ಹಾಕಿ ಮಾಡಿದ ಮಂಚ, ಎರಡು ಸಿಂಗಲ್ ಸೋಫಾ ಚೇರ್ ಅಷ್ಟೇ ಅಲ್ಲಿ ಇಡಲಾಯ್ತು.

ಮಡಚಲು ಬರೋವನ್ನೆಲ್ಲ ಮಡಿಚಿಟ್ಟು ದೊಡ್ಡ ಸೋಫಾ ಒಂದನ್ನು ಎರಡನೇ ಕೋಣೆ ಅದೇ ಹಾಲ್ ಜೊತೆಗೆ ಊಟದ ಕೋಣೆಯೂ ಆಗಿದ್ದ ಕೋಣೆಯಲ್ಲಿ ಇಟ್ಟಿದ್ದಾಗಿತ್ತು. ಮೂರನೇ ಕೋಣೆ ಬೆಡ್ ರೂಮ್ ಸೇರಿ ಅಡಿಗೆಮನೆ. ಇನ್ನುಳಿದಂತೆ ಆ ಎರಡು ಕೋಣೆಗಳಲ್ಲಿ ಸಾಮಾನು ಹಾಗೇ ಕಟ್ಟು ಬಿಚ್ಚಿಸಿಕೊಳ್ಳದೇ ಕೂತಿದ್ವು! ಆ ಮನೆಯ ಒಂದೇ ಒಂದು ಬಾಗಿಲನ್ನೂ ಸರಿಯಾಗಿ ಮುಚ್ಚಲು ಬರ್ತಿರಲಿಲ್ಲ. ಇಷ್ಟು ದೊಡ್ಡ ಕಿಂಡಿ ಬಿಡೋದು. ಆ ಪೊಳ್ಳಿನಿಂದ ಏನು ಬೇಕಾದ್ರೂ ಒಳಗೆ ನುಸುಳಿ ಬರಬಹುದಿತ್ತು. ಹೀಗಾಗಿ ನಾನು ಮೈಯೆಲ್ಲಾ ಕಣ್ಣಾಗಿರಬೇಕಾಗಿತ್ತು.

ತಿಳವಳ್ಳಿಯ ದುಸ್ತರ ದುರ್ಗಮ ಹಾದಿಯತ್ತ ಯಾವ ಅಧಿಕಾರಿಯೂ ತಿರುಗಿ ನೋಡುವ ಸಾಹಸ ಮಾಡುತ್ತಿರಲಿಲ್ಲ. ನಾವು ಗೊತ್ತಾಗದೇ ಸವಣೂರು ಹತ್ರ ಅನ್ನೋ ಒಂದೇ ಒಂದು ಕಾರಣಕ್ಕೆ ಆ ಊರಿಗೆ ಬಂದಾಗಿತ್ತು. ಹೀಗಾಗಿ ಅತಿಥಿಗಳು ಧುತ್ತೆಂದು ಬರೋದು, ಚಹಾ, ಕಾಫಿ, ತಿಂಡಿ, ಊಟಗಳ ಸರಬರಾಜಿನ ಗೊಂದಲ, ಗದ್ದಲ ಕಡಿಮೆಯಾಗಿತ್ತು.

ನಮಗೇ ಕುಳಿತು ಮಾತಾಡಲು, ಹಾಯಾಗಿ ಕಾಲು ನೀಡಿ ಮಲಗಲು ಸ್ಥಳ ಇರದ ಆ ಮನೆಗೆ ಯಾರನ್ನೂ ಕರೆಯುವ ಸಾಧ್ಯತೆಯೂ ಇರಲಿಲ್ಲ. ಅದಕ್ಕೂ ಮಿಕ್ಕಿ ಯಾರಾದರೂ ಬಂದ್ರೆ ನನಗೆ ನನ್ನ ಸತ್ವ ಪರೀಕ್ಷೆ ನಡೀತಿದೆ ಅನ್ನೋ ಭಾವನೆ ಇರ್ತಿತ್ತು. ಆದರೂ ಸಮರ್ಥವಾಗಿ ನಿಭಾಯಿಸ್ತಿದ್ದೆ. ಇದು ನನಗೆ ತಿಳವಳ್ಳಿ ವಾಸದ ಬಳುವಳಿ, ಇಂದಿಗೂ ನನ್ನ ಕೈ ಬಿಟ್ಟಿಲ್ಲ ಅದು! ಒಟ್ಟಿನಲ್ಲಿ ನವರಸಭರಿತ ಅಂತೂ ಹೌದೇ ಹೌದು,

ಅದರ ಜೊತೆಗೆ ಹೊಸ ರಸವೊಂದನ್ನು ಸೇರಿಸಿಕೊಂಡಿದ್ದೆ ನನ್ನ ಜೀವನದಲ್ಲಿ ಅದು ಸಮಯಾನುಸಂಧಾನ ರಸ (ಇದು ನನ್ನ ನಾಮಕರಣ, ಕ್ಷಮಿಸಿ) ಈ ರಸ ನನ್ನಲ್ಲಿ ಆ ಮನೆಯಲ್ಲಿ ಕ್ಷಣ ಕ್ಷಣಕ್ಕೂ ಉಕ್ಕಿ ನನ್ನನ್ನು ಅದರಲ್ಲಿ ಮೀಯಿಸುತ್ತಿತ್ತು. ಡಾಕ್ಟರ್ ಸಾಹೇಬ್ರ ಹೆಂಡತಿ, ಮಕ್ಕಳು! ಅವರಿಗೇನು ಕಮ್ಮಿ? ಮಜವಾಗಿ ಆರಾಮಾಗಿ ಇರ್ತಾರೆ ಅನ್ನುವ ಸಾಮಾನ್ಯ ಮಾತಿಗೆ, ನಮ್ಮ ಜೀವನ ಶೈಲಿ, ಸ್ಥಿತಿ ಗತಿ ಒಂದು ಸವಾಲಾಗಿತ್ತು.

ಯಾವ ಗಳಿಗೆಯಲ್ಲಿ ನನ್ನ ಮನದಲ್ಲಿ ತಿಳವಳ್ಳಿಯ ಹಂಚಿನ ಮನೆ, ತೂಗು ಹಾಕಿದ ಲಾಟೀನು, ಹೆಂಚುಗಳ ಸಂದೀಲಿ ಓಡಾಡೋ ಇಲಿಗಳ ಚಿತ್ರಣ ಮೂಡಿ ಬಂತೋ ಏನೋ! ನಿಜವೇ ಆಗಬೇಕಾ ಅದು? ಕಿಚನ್ ಕಂ ಬೆಡ್ ರೂಮಿಗೆ ಖಡೇಪಾಟ (ಅಟ್ಟ) ಇತ್ತಾದ್ರೂ ರಾತ್ರಿ ಆದಂತೆ ಎಲ್ಲಿಂದ ಆ ಇಲಿಗಳ ದಂಡು ನುಗ್ಗಿ ಬರುತ್ತಿತ್ತೋ ಅನ್ನೋದು ನನಗೆ ಒಂದು ಒಗಟಾಗಿತ್ತು.

ರಾತ್ರಿ ಪೂರ್ತಿ ಎಚ್ಚರಿದ್ದು ಮಕ್ಕಳನ್ನು ಕಾಯಬೇಕಾಗ್ತಿತ್ತು. ಪೇಷಂಟುಗಳ ಹೋಗಬರಾಟ, ರಾತ್ರಿ ಎಲ್ಲ ನನ್ನ ಪತಿಯ ಓಡಾಟ, ಅದರ ಜೊತೆ ಇಲಿಗಳ ಹರಿದಾಟ, ಒಂದು ಬಾಗಿಲೂ ಸರಿಯಾಗಿ ಮುಚ್ಚಲಾಗದೇ ಪರದಾಟ; ಅಬ್ಬಬ್ಬ! ನೂರೆಂಟು ಥರದ ಆಟಗಳ, ಸಮಯಾನುಸಂಧಾನ ರಸಗಳ ಮಿಶ್ರಕೂಟ ನನ್ನ ಅಲ್ಲಿನ ಜೀವನ!

ಆ ಉಪಯೋಗವಿಲ್ಲದ, ಮೆಟ್ಟಿಲಿಲ್ಲದ ಅಟ್ಟದ ಪ್ರವೇಶ ದ್ವಾರ ಅಲ್ಲೇ ನಾವು ಮಲಗುವ ಸ್ಥಳದ ಮೇಲೇ ಇರ್ತಿತ್ತು. ಅಲ್ಲಿಂದಲೇ ಆ ಮೂಷಿಕ ದಂಡು ದಾಳಿ ಇಡ್ತದೋ ಏನೋ ಅಂತ ಮಾಲೀಕರಿಗೆ ದುಂಬಾಲು ಬಿದ್ದು ಅದನ್ನೂ ಮುಚ್ಚಿಸಿ ಆಯ್ತು. ಆದರೂ ಆ ಇಲಿಗಳ ಕಾಟ ನಿಲ್ಲಲಿಲ್ಲ. ಗೊತ್ತಾಯ್ತು ಕೊನೆಗೆ ಎಲ್ಲಿಂದ ಬರತಾವೆ ಅನ್ನೊದು! ಈ ಕೋಣೆಯ ನಂತರ ಬರುವ ಆ ಕತ್ತಲು ಕೋಣೆ, ಹಿಂದಿನ ಬಚ್ಚಲು ಕೋಣೆ ಆ ಇಲಿಗಳ ಭದ್ರಕೋಟೆ ಆಗಿತ್ತು.

ಮಧ್ಯದ ಬಾಗಿಲುಗಳನ್ನು ಮುಚ್ಚಿದ್ರೂ ಆ ತೆರೆದ ಸಂದಿಯಿಂದ ಅವು ಅಟ್ಟಹಾಸಗೈಯುತ್ತ ನುಗ್ಗುತ್ತಿದ್ವು! ಎಲ್ಲಾ ಕಡೆ ಲೈಟ್ಸ್ ಹಾಕೇ ಇಟ್ಟು ಸಂದೀಲಿ ಬಟ್ಟೆ ತುರುಕಿ ಬಂದ್ ಮಾಡಿದ್ರೂ ಕಿತ್ತು ಹಾಕಿ ನುಗ್ಗೋವು ಅವು. ಒಂದೊಂದು ಇಲಿಗಳೂ ಚಿಕ್ಕ ಬೆಕ್ಕಿನ ಮರಿ ಸೈಜಿನವು. ತರಹೇವಾರಿ ಆಟ ಅವುಗಳದು. ಯಾವ ಮುಲಾಜಿಲ್ಲದೆ ನಮ್ಮ ಮಂಚಕ್ಕೆ ಹಾಕಿದ ಸೊಳ್ಳೆಪರದೆಯ ಮೇಲೆ ಹೊರಳಾಟ, ಜಿಗಿದಾಟ! ಮಂಚದ ಸರಳುಗಳಗುಂಟ ಹರಿದಾಟ! ನಾನಾ ಥರದ ಸರ್ಕಸ್ಸು ಅವುಗಳದು.

ಅಸಹಾಯಕತೆಯ ಪರಮಾವಧಿ ನನ್ನದು. ಮಕ್ಕಳು ಇಡೀ ದಿನ ಶಾಲೆ, ಆಟ, ಅಭ್ಯಾಸ ಅಂತ ಸಾಕಾಗಿ ಮಲಗಿ ಬಿಡ್ತಿದ್ವು; ಸುರೇಶ ಅವರೂ ದಣಿದು ಮಲಗಿ ಬಿಡೋರು. ನನಗೂ ಕೆಲಸ, ಅಲ್ಲಿನ ಪರಿಸ್ಥಿತಿಯೊಡನೆ ಏಗಿ ನಿಭಾಯಿಸಿ ಸಾಕಾಗಿ ಹೋಗ್ತಿದ್ರೂ

ಮಲಗೋದೇ ಸಾಧ್ಯವಾಗದ ಪರಿಸ್ಥಿತಿ! ಮೊದಲೇ ನನಗೆ ನಿದ್ದೆ ಅಷ್ಟಕ್ಕಷ್ಟೇ. ಇಲ್ಲಂತೂ ಇನ್ನಷ್ಟು ನಿಚ್ಚಳವಾಗಿ ಬಿಡ್ತಿದ್ದೆ ರಾತ್ರಿಯಾದಂತೆ. ನಿದ್ರೆ ಹತ್ರಾನೂ ಸುಳೀತಿರಲಿಲ್ಲ. ಅವೆಲ್ಲಿಯಾದ್ರೂ ಸೊಳ್ಳೆಪರದೆ ಕಚ್ಚಿ ಒಳಗೆ ಬಂದ್ರೆ ಅಂತ ವಿಚಿತ್ರ ಭಯ ಆಗೋದು.

ಆದರೆ, ಯಾಕೋ ಆ ಇಲಿಗಳು ಆ ಕೆಲಸಕ್ಕೆ ಕೈ ಹಾಕಿರಲಿಲ್ಲ. ಒಂದು ಚಿಕ್ಕ ಜಿರಳೆ ಕಂಡ್ರೆ ಹೆದರಿ ಚೀರೋಳು ನಾನು. ಇಲ್ಲೂ ಮೊದಲೆರಡು ದಿನ ಗಾಬರಿಯಲ್ಲಿ ಹಾರ್ಟ್ ಫೇಲ್ ಆಗ್ತದೋ ಎಂಬಂತಹ ಪರಿಸ್ಥಿತಿಯಲ್ಲಿ ಅರಿಯದೇ ಚೀತ್ಕಾರ ಹೊರಡುತ್ತಿತ್ತು. ಇದರಿಂದ ಮಕ್ಕಳೂ ಹೆದರಲಾರಂಭಿಸಿದ್ವು. ಅದಕ್ಕೇ ಕಷ್ಟಪಟ್ಟು ಬಾಯಿ ಮುಚ್ಚಿಕೊಂಡು, ಕಣ್ಣು ಅಗಲವಾಗಿ ತೆರೆದುಕೊಂಡು ಮಕ್ಕಳಿಗೆ ಕಾವಲಾಗಿ ಕೂತು ಬಿಡುತ್ತಿದ್ದೆ. ಯಾವಾಗಲೋ ಒಮ್ಮೆ ತೂಕಡಿಕೆ. ಲೈಟ್ ಆರಿಸೋ ಹಾಗಿರಲಿಲ್ಲ. ಲೈಟ್ ಹಾಕಿನೇ ಜೀವ ಮುಷ್ಟಿಯಲ್ಲಿ ಹಿಡಿದು ಮಲಗಬೇಕು. ಇದೊಂದು ಕಲ್ಪನೆಯಲ್ಲೂ ಊಹಿಸಲಾಗದ ಭಯಾನಕ ಅನುಭವ ನನಗೆ. ಇನ್ನು ನನ್ನ ಪತಿಗೆ ದವಾಖಾನೆಗೇನಾದ್ರೂ ಹೋಗಬೇಕಾಗಿ ಬಂದ್ರೆ ನನ್ನ ಪರಿಸ್ಥಿತಿ ವಿಚಿತ್ರ ಆಗಿರುತ್ತಿತ್ತು. ಅದು ಹೇಗೆ ಏನು ಅಂತ ವಿವರಿಸಲು ತಾಕತ್ತಿಲ್ಲ ನನಗೆ!

ತಿಳವಳ್ಳಿಗೆ ಬರೋವಾಗ ದಾರೀಲಿ ಅಡ್ಡಲಾಗಿ ಮಲಗಿದ್ದ ಹೆಬ್ಬಾವು ನನ್ನ ಮನದಿಂದ ಸರಿದಿರಲೇ ಇಲ್ಲ ಇನ್ನೂ. ಅದು ಹುಟ್ಟು ಹಾಕಿದ ಹೆದರಿಕೆ ಮನೆಯ ಹೆಂಚುಗಳಲ್ಲಿ ಹರಿದಾಡಿಯಾವೇ ಹಾವು ಎಂಬ ಚಿಂತೆ ಈ ಭಯಂಕರ ಇಲಿಗಳ ಕಾಟದಿಂದ ಇನ್ನೂ ಪ್ರಖರವಾಗಿ ಧಮನಿ ಧಮನಿಗಳಲ್ಲೂ, ಅನುಕ್ಷಣವೂ ಹರಿದಾಡಲಾರಂಭಿಸ್ತು.

ಆ ಕೊನೆಯ 'ಅಡಿಗೆ ಕೋಣೆ' ಎಂಬ ಹೆಂಚು ಹೊದಿಸಿದ್ದ ಆ ಕೋಣೆಯ ಮೂಲೆಯಲ್ಲಿ ಇದ್ದ ಬಚ್ಚಲು ಮನೆಯಲ್ಲಿ ಸ್ನಾನ ಮಾಡುವಾಗ ಹಾವು ಹೆಂಚಿನ ಸಂದಿಯಿಂದ ನುಸುಳಿ ಬಂದ್ರೇನು ಗತಿ ಎಂಬ ಭೀತಿ ಯಾವಾಗಲೂ ಕಾಡ್ತಿತ್ತು. ದೇವರು 'ತಥಾಸ್ತು' ಎಂದನೋ ಏನೋ, ಅಷ್ಟೇ ಸುಮಾರು ಮೂರು ವಾರಗಳಾಗಿರಬೇಕು ನಾವಲ್ಲಿಗೆ ಬಂದು, ಆ ದಿನ ಬೆಳಗ್ಗೆ ಏಳು ಗಂಟೆ. ಮಕ್ಕಳಿಗೆ ಸ್ಕೂಲ್ ಗಡಿಬಿಡಿ. 7.30ಕ್ಕೆಲ್ಲ ಅವರು ಹೊರಡಬೇಕಿತ್ತು. ಸ್ನಾನ ಮುಗಿಸಿ ಬಂದ ಮಗಳಿಗೆ ಶಾಲಾ ಸಮವಸ್ತ್ರ ಕೊಟ್ಟು ತಲೆ ಬಾಚಲು ಕೈಯಲ್ಲಿ ಬಾಚಣಿಗೆ ತಗೊಂಡೆ; ಸ್ನಾನಕ್ಕೆ ಹೋದ ಮಗ ಕೆಟ್ಟ ದನಿಯಲ್ಲಿ 'ಅಮ್ಮಾ' ಅಂತ ಕಿರುಚಿದ. ಧಡಬಡಿಸಿ ಹೋದೆ. ಎಷ್ಟು ವೇಗದಿಂದ ಹೋಗಿದ್ದೆನೋ ಅಷ್ಟೇ ರಭಸದಿಂದ ಬ್ರೆಕ್ ಹಾಕಿದಂತೆ, ಮಗ ಕೈ ತೋರಿಸಿದತ್ತ ನೋಡುತ್ತಾ ನಿಂತುಬಿಟ್ಟೆ!

ಗೋಧಿಬಣ್ಣದ ದೊಡ್ಡ ಗಾತ್ರದ ನಾಗರ ಹಾವೊಂದು ಹೆಂಚಿನ ಕೆಳಗಿರುವ ತೊಲೆಯ ಮೇಲಿಂದ ಜೋತು ಬಿದ್ದು ನೇತಾಡುತ್ತಿತ್ತು. ನನ್ನ ಹಿಂದೆಯೇ ಓಡಿ ಬಂದ ಮಗಳು ಹೆದರಿಕೆಯಿಂದ ಜೋರಾಗಿ ಕಿರಚಿದಳು. ಈ ಗಲಾಟೆಗೆ ಹೆದರಿಯೋ, ಸಿಟ್ಟಿನಿಂದಲೋ

ಆ ಹಾವು ಭುಸ್ ಭುಸ್ ಅಂತ ಭುಸಗುಡಲಾರಂಭಿಸ್ತು. ಹಾವಿನ ಭುಸಗುಡುವಿಕೆ ನಾನು ಕೇಳಿಯೇ ಇರಲಿಲ್ಲ. ಬರೀ ಪುಸ್ತಕದಲ್ಲಿ ಓದಿದ್ದು. ನಮ್ಮ ಕಿರುಚಾಟ, ಹಾವಿನ ಭುಸಗುಡುವಿಕೆ ಕೇಳಿ ಪಕ್ಕದ ಮನೆಯ ಪೊಲೀಸ್ ಅವರ ಹೆಂಡತಿ ಓಡಿ ಬಂದು 'ಏನಾತ್ರಿ ಅಕ್ಕಾರ' ಅಂದ್ಲು. ತೋರಿಸಿದೆ ನನ್ನ ಮತ್ತು ನನ್ನ ಮಗನ ನಡುವೆ ನೇತಾಡುವ ದಪ್ಪ ಹಾವನ್ನು.

ನನ್ನ ಪತಿ ಏನೋ ಎಮರ್ಜೆನ್ಸಿ ಕೇಸ್ ಅಂತ ಹಾಸ್ಪಿಟಲ್ಲಿಗೆ ಹೋಗಿದ್ರು. ಇಲ್ಲಿ ಇವರೊಬ್ಬರೇ ಡಾಕ್ಟ್ರು. ಅದಿರಲಿ. ಈಗ ಇಲ್ಲಿ ಆಕೆ ಹಿಂದಿನಿಂದ ಮೆಲ್ಲಗೆ ಬಂದು ಟವೆಲ್ ಸುತ್ತಿ, ನನ್ನ ಮಗನನ್ನು ಆಚೆ ಕರೆದುಕೊಂಡು ಹೋದ್ರು (ಒಂದು ವಿಷಯ, ಪಕ್ಕದ ಮನೆಯವ್ರಿಗೆ ಹಿಂದಿನ ಮೂರು ಕೋಣೆಗಳನ್ನಷ್ಟೇ ಕೊಟ್ಟು ಮಾಲೀಕರು ಮುಂದಿನೆರಡು ಕೋಣೆಲಿ ತಮ್ಮದೇನೋ ಸಾಮಾನಿಟ್ಟಿದ್ರು. ಹೀಗಾಗಿ ನಮ್ಮ ಹಿಂಬಾಗಿಲು ಅವರ ಮುಂಬಾಗಿಲು ಪಕ್ಕ ಪಕ್ಕ ಇದ್ದವು). ಆಮೇಲೆ ಮನೆ ಸುತ್ತು ಹಾಕಿ ಮಗನನ್ನು ನಮ್ಮ ಮುಂಬಾಗಿಲಿಗೆ ತಂದು ಬಿಟ್ರು. ಜನ ಎಲ್ಲ ಕೂಡಿದ್ರು. ಅದರಲ್ಲಿ ಯಾರೋ ಓಡಿ ಹೋಗಿ ಅಲ್ಲಿದ್ದ ಹಾವು ಹಿಡಿಯುವವನನ್ನು ಕರೆದುಕೊಂಡು ಬಂದ್ರು. ಅವರಿಗೆ ಇದೆಲ್ಲ ಮಾಮೂಲು. ನಮಗೆ ಹೊಸ ಅನುಭವ.

ಟಾಯ್ಲೆಟ್ ಬಗ್ಗೆ ನಾ ಹಿಂದೆ ಬರೆದ ಹಾಗೆ ಅಲ್ಲಿದ್ದ ಕಾಮನ್ ಟಾಯ್ಲೆಟ್ ಬಳಸಬೇಕಿತ್ತು. ಅಲ್ಲಿ ನಮ್ಮ ಹಿತ್ತಿಲು ದಾಟಿ ಆಚೆ ಬದಿಗೆ, ಆ ಕೊನೇ ಎರಡು ಮನೆಗಳ ಹಿತ್ತಿಲಲ್ಲಿ ಅದರ ಬಾಗಿಲು. ಅಲ್ಲಿನ ಪ್ರತಿಯೊಬ್ಬರ ಮನೆ ಹಿತ್ತಿಲಲ್ಲೂ ಪುಟ್ಟ ಕಾಡೇ. ದಟ್ಟವಾದ ಹಸಿರಿನ ರಾಶಿ. ಆ ದಟ್ಟವಾದ ಹಸಿರಿನ ನಡುವೆ ಹಾವುಗಳ ಹರಿದಾಟ. ಆ ದಟ್ಟ ಕಾಡಿನಂಥಲ್ಲೆ ಟಾಯ್ಲೆಟ್. ಒಮ್ಮೆ ನನ್ನ ಮಗಳು ಅಲ್ಲಿ ಹೋದಾಗ ಮೂಲೆಯಲ್ಲಿ ಸುರುಳಿ ಸುತ್ತಿ ಕೂತಿದೆ ಒಂದು ಚಿಕ್ಕ ಹಾವು ಬೆಚ್ಚಗೆ. ಗಾಬರಿಯಿಂದ ಓಡಿ ಬಂತು ಮಗು.

ನಾವೆಲ್ಲ ಟಾರ್ಚ್, ಕೋಲು ತಗೊಂಡು ಹೋಗೋಷ್ಟ್ರಲ್ಲಿ ಅದು ಅಲ್ಲಿಂದ ಸರಿದು ಹೋಗಿತ್ತು. ಇದು ಒಂದಿನದ ಅನುಭವ ಅಲ್ಲ, ಸುಮಾರು ಸಲ. ಮಳೆಗಾಲದಲ್ಲಂತೂ ಬಹಳ. ಅದಕ್ಕೇ ಅಂದಿನಿಂದ ಮಕ್ಕಳ ಜೊತೆ ನಾನೂ ಹೋಗಿ, ಮೊದಲು ಟಾರ್ಚ್ ಬೆಳಕಿನಲ್ಲಿ ಎಲ್ಲ ಕಡೆ ನೋಡ್ತೋದು. ಆ ಟಾಯ್ಲೆಟಿಗೆ ಒಂದು ಚಿಕ್ಕ ಕಿಟಕಿ, ಒಂದು ಝೀರೋ ಬಲ್ಬು. ಆ ಮಬ್ಬು ಬೆಳಕಿನಲ್ಲಿ ಏನೂ ಕಾಣುತ್ತಿರಲಿಲ್ಲ. ಆ ಮೇಲೆ ಮಕ್ಕಳನ್ನು ಒಳಗೆ ಬಿಟ್ಟು, ಅಲ್ಲೇ ನಿಂತು ಅವರನ್ನು ಕರೆದುಕೊಂಡು ಬರ್ತಿದ್ದೆ. ಮೈಯೆಲ್ಲ ಕಣ್ಣಾಗಿರಬೇಕು ಅಂದುಕೊಂಡ ಆ ರೂಢಿಯನ್ನು ಇಂದಿಗೂ ನನಗೆ ಬಿಡಲಾಗಿಲ್ಲ. ಅಚ್ಚೊತ್ತಿ ಆಳವಾಗಿ ಮನದಲ್ಲಿಳಿದು ಬಿಟ್ಟಿದೆ ಅದು. ನನಗೆ ಇಂದಿಗೂ ಆ ಹಾವಿನ ಭಯದಿಂದ ಹೊರ ಬರಲಾಗಿಲ್ಲ ಹಾಗೇ ಆ ಹಾವು ಹಿಡಿಯುವವನ ನೆನಪಿಂದ್ಲೂ!

ಹೌದು, ಹಾವು ಹಿಡಿಯುವ ಆ ಮನುಷ್ಯನ್ನ ಕಂಡ್ರೆ ನನಗೆಂಥದೋ ವಿಚಿತ್ರ ಭಯ ಆವರಿಸುತ್ತಿತ್ತು. ಕಪ್ಪಗಿನ ಮನುಷ್ಯ ಆತ. ಒಂದು ಲುಂಗಿ ಸುತ್ತಿ ಎತ್ತಿ ಮೇಲಕ್ಕೆ ಕಟ್ಟಿದ್ರೆ ಆಯ್ತು, ಅದೇ ಅವನ ವೇಷಭೂಷಣ. ನಮ್ಮ ಮನೆಯ ಮುಂದಿನಿಂದಲೇ ಆತ ತನ್ನ ಮನೆಗೆ ಹೋಗಬೇಕಿತ್ತು. ಹೀಗಾಗಿ ದಿನಕ್ಕೆ ಎರಡು ಮೂರು ಸಲವಾದ್ರೂ ಆತನ ದರ್ಶನ. ದೊಡ್ಡ ಕುಡುಕ ಆತ. ಆತನ ಕೈಯಲ್ಲಿಯ ಹಾವು ಜಿಗಿದು ಕಿಟಕಿಯಿಂದ ಒಳಗೆ ಬಂದೀತಾ ಅಂತ ಹೆದರಿಕೆ ನಂಗೆ. ಕುಡಿದ ಮತ್ತಿನಲ್ಲಿ ಕೈಯಲ್ಲಿ ಹಿಡಿದ ಹಾವನ್ನು ರಸ್ತೆ ಮೇಲೆ ಹರಿಯಬಿಟ್ಟು ಮತ್ತೆ ಅದನ್ನು ಹಿಡಿಯೋದು ಅವನಿಗೆ ಒಂದು ಮೋಜಿನ ಆಟ ಆಗಿತ್ತು.

ಇನ್ನೊಂದು ಕೆಟ್ಟ ಚಟ ಆತಗೆ, ಹಾವನ್ನು ಕಿಟಕಿಯಿಂದ ಒಳಗೆ ಬಿಟ್ಟು ಆ ಮನೆಯವರನ್ನು ಹೆದರಿಸಿ ದುಡ್ಡು ಕೀಳ್ತಿದ್ದನಂತೆ. ನಮ್ಮನೆ ಮಾಲೀಕರ ಮಗಳು ಹೇಳಿದ್ಲು. ಹುಷಾರಾಗಿರಿ ಅಕ್ಕಾರ ಅಂತ ಎಚ್ಚರಿಕೆನೂ ಕೊಟ್ಟಿದ್ಲು! ಆತ ಹಾವು ಒಳಗೆ ಬಿಟ್ರೇನು ಮಾಡೋದು ಅಂತ ಭಯ ಆಗ್ತಿತ್ತು. ಆತ ಅಲ್ಲಿಂದ ಸರಿದು ಹೋಗುವವರೆಗೂ ನನಗೆ ಜೀವದಲ್ಲಿ ಜೀವ ಇರ್ತಿರಲಿಲ್ಲ. ವಿಪರ್ಯಾಸವೆಂದರೆ ಹಾವು ಹಿಡಿಯುವ ಆ ಮನುಷ್ಯ, ಹಾವಿನೊಂದಿಗೆ ಸರಸ ಆಡುವ ಆ ಮನುಷ್ಯ ಒಮ್ಮೆ ಹಾವು ಹಿಡಿಯುವಾಗ ಹಾವು ಕಚ್ಚಿಯೇ ಸತ್ತ! ನಾವು ಅಲ್ಲಿಗೆ ಹೋದ ಮೂರು ವರ್ಷಗಳ ನಂತರ. ಆಗ ನಾವು ಹೊಸ ಕ್ವಾರ್ಟರ್ಸಿಗೆ ಶಿಫ್ಟ್ ಆಗಿದ್ವಿ.

ಇಂತಹ ನೂರಾರು ಎಂದೆಂದಿಗೂ ಮರೆಯಲಾಗದ ಅನುಭವಗಳ ಗೂಡು ಮಲೆನಾಡಿನ ಆ ಸುಂದರ ಪುಟ್ಟ ಊರು.

ಆ ಮಳೆಯೂರಿನ ಸಾರಿಗೆ ಸಂಚಾರ

ಯಾವ ಗಳಿಗೆಯಲ್ಲಿ ಮತ್ತೆ ಏನೋ ಅಂತ ಅನಕೋತಿದ್ದ ಹಾಗೇನೇ ಮತ್ತೇ ಬಸ್ಸನ್ನು ಜೋರು ಬ್ರೆಕ್ ಹಾಕಿ ನಿಲ್ಲಿಸಿದ ಡ್ರೈವರ್. ನೋಡ ನೋಡುತ್ತಿದ್ದಂತೆಯೇ, ನಮ್ಮ ಕಣ್ಮುಂದೆಯೇ ದೊಡ್ಡ ಮರವೊಂದು ಧಡಾರ್ ಅಂತ ಉರುಳಿ ಬಿತ್ತು. ಒಂದೇ ಒಂದು ಸೆಕೆಂಡಿನ ಅಂತರದಲ್ಲಿ ದೊಡ್ಡ ಅನಾಹುತ ಒಂದರಿಂದ ಬಚಾವಾಗಿದ್ವಿ, ಚಾಲಕನ ಚಾಣಾಕ್ಷತೆಯಿಂದ!

ಯೋಚಿಸುತ್ತ ಹೋದಂತೆ ಏಸೊಂದು ಮುಖಗಳು ಒಂದು ವಿಷಯಕ್ಕೆ, ವಸ್ತುವಿಗೆ ಅನ್ನಿಸಿ ಅಚ್ಚರಿಯಿಂದ ತುಂಬಿ ಹೋಗಿ ಮೂಕ ವಿಸ್ಮಿತವಾಗ್ತದೆ ಈ ಜೀವ. ಅದೇ ಈ ಸೃಷ್ಟಿಯ ವೈಶಿಷ್ಟ್ಯ, ಅದರ ಪ್ರತಿಬಿಂಬ ಈ ಜೀವನ. ಎಲ್ಲವೂ ದಿನದಿಂದ ದಿನಕ್ಕೆ ಬದಲಾಗುತ್ತ ಹೋಗೋದು ಸೃಷ್ಟಿಯ ಇನ್ನೊಂದು ವಿಶೇಷ ಅಂತ ನಾ ಅನಕೋತೀನಿ. ಹಾಗೆಯೇ ನಮ್ಮ ಜೀವನವೂ.

ಅಂತೆಯೇ ನಮಗೂ ಆ ಬಾಡಿಗೆ ಮನೆಯಿಂದ ಎರಡು ವರ್ಷಗಳ ನಂತರ ಮುಕ್ತಿ ಸಿಕ್ತು. ಆಸ್ಪತ್ರೆ ಕಟ್ಟಡ, ಕ್ವಾರ್ಟರ್ಸ್ ಎಲ್ಲಾ ರೆಡಿಯಾಗಿ, ನಾವು ಆ ಅನಾಹ್ವಾನಿತ ಅತಿಥಿಗಳಿಗೇ ಆ ಮನೆ ಬಿಟ್ಟು ಕ್ವಾರ್ಟರ್ಸಿಗೆ ಬಂದೆವು. ಅಥವಾ ನಾವೇ ಅನಾಹ್ವಾನಿತ ಅತಿಥಿಗಳೋ? ಒಟ್ಟಿನಲ್ಲಿ ಒಂದು ಸಮಾಧಾನದ ಉಸಿರು ಬಿಡುವಂತಾಯ್ತು. ನಮ್ಮ

ಕಳೆದುಹೋದ ಜೀವನಕ್ಕೆ ಮತ್ತೆ ಮರಳಿದಂತಾಗಿತ್ತು, ಯಾವುದೋ ಭಯಾನಕ ಸ್ವಪ್ನವೊಂದು ಕೊನೆಗೊಂಡ ಅನುಭವ!

ತಿಳವಳ್ಳಿಯ ಚೆಲುವು, ಮಳೆ, ಜೊತೆಗೇ ಸಾರಿಗೆ ವ್ಯವಸ್ಥೆಯ ಬಗ್ಗೆ ಹೇಳದಿದ್ದರೆ ಈ ಕಥನ ಅಪೂರ್ಣ. ಮಲೆನಾಡಿನ ಮಡಿಲಲ್ಲಿ ನಿಂತ ಆ ಪುಟ್ಟ ಗ್ರಾಮ ಸುಂದರ ಊರು. ಎತ್ತ ನೋಡಿದತ್ತ ಕಣ್ಣು ತುಂಬುವ ಹಸಿರು. ಪ್ರತಿಯೊಬ್ಬರ ಹಿತ್ತಿಲಲ್ಲೂ ಕಾಶ್ಮೀರವೇ ಇಳಿದು ಬಂದಂತೆ ಅನಿಸೋದು. ನನ್ನ ನಿಸರ್ಗಪ್ರೇಮ ಇಲ್ಲಿ ಫಲದುಂಬಿ ನಿಂತಂತೆ ನನಗೆ ಭಾಸವಾಗುತ್ತಿತ್ತು.

ಅರ್ಧ ರೂಪಾಯಿಗೆ ಮಲ್ಲಿಗೆಯ ರಾಶಿ ಮನೆತುಂಬ. ತಲೆ ತುಂಬಾ ಮಲ್ಲಿಗೆ ಮುಡಿದು ಸಂತೃಪ್ತವಾಯ್ತು ಈ ಜೀವ. ಹೂವು, ಹಾಡು, ಮಳೆ ಅಂದರೆ ನನಗೆ ಹುಚ್ಚು ಪ್ರೀತಿ. ಅಲ್ಲಿನ ಮಳೆಯ ಸೊಬಗು ನನಗೆ ತನ್ನ ವಿಧವಿಧವಾದ ರೂಪ, ಭಂಗಿ, ಹಾವಭಾವ ತೋರಿಸ್ತು. ಅಲ್ಲಿನ ಮಳೆಯ ಅಬ್ಬರಕ್ಕೆ ಮನೆ ಅದುರಿ ಹೋಗಬೇಕು. ಆ ಥರ ರಭಸದಿಂದ, ಬಾನಿಗೆ ರಂಧ್ರಗಳಾಗಿ ಸೋರಿದಂತೆ ಧಾರೆ ಧಾರೆಯಾಗಿ, ಚಿಮ್ಮಿ ಚಿಮ್ಮಿ ಸುರಿದು ಅದು ನನಗೆ ನನ್ನ ತೌರನ್ನು ನೆನಪಿಸುತ್ತಿತ್ತು.

ಅಲ್ಲಿನ ಪ್ರಮಾಣ ಕೊಂಚ ಕಡಮೆಯೋ ಏನೋ ಅನಿಸಿದ್ರೂ, ಅದೇ ಕೆಸರು ಸಿಡಿದ ಯುನಿಫಾರ್ಮ್, ಕೊಡೆ, ರೇನ್‌ಕೋಟ್ ಇದ್ರೂ ಒದ್ದೆ ಮುದ್ದೆ ಕೂದಲು, ಪಾಟೀಚೀಲ ಹೆಗಲಿಗೇರಿಸಿ ಬರುವ ಮಗಳು ನನಗೆ ನನ್ನ ಬಾಲ್ಯವನ್ನು ನೆನಪಿಸುತ್ತಿದ್ದಳು. ಆಕೆಯ ಶಾಲೆ ತುಂಬ ದೂರ. ಹೀಗಾಗಿ ಆಕೆಗೆ ತುಂಬಾ ಕಷ್ಟವಾಗೋದು. ಮಗನ ಸ್ಕೂಲ್ ಹತ್ರ ಇದ್ರೂ ಆತನಿಗೂ ಕಷ್ಟವೇ. ನಾವು ಕ್ವಾರ್ಟರ್ಸಿಗೆ ಬಂದ ಮೇಲೆ ಆ ದೂರ ಇನ್ನೂ ಹೆಚ್ಚು ಆಗಿ ಮಕ್ಕಳು ಕಷ್ಟ ಪಡಬೇಕಾಯಿತು. ಏನೇ ಆಗಲಿ ಸುತ್ತಲೂ ಚೆಲುವು ಹಾಸಿ ಹರಡಿ ಏನೋ ಒಂಥರಾ ಖುಷಿ ಆಗ್ತಿತ್ತು.

ಈ ಸೌಂದರ್ಯಕ್ಕೆ ದೃಷ್ಟಿಬೊಟ್ಟು ಅಲ್ಲಿನ ಸಾರಿಗೆ ವ್ಯವಸ್ಥೆಯ ದುಸ್ಥಿತಿ. ಹೌದು ಪರಿಸ್ಥಿತಿ ಬಹಳೇ ಅಸ್ತವ್ಯಸ್ತ. ಆ ಊರಿಗೆ ಬಸ್ಸುಗಳೇ ಇಲ್ಲವೇನೋ ಎಂಬಂತ ಪರಿಸ್ಥಿತಿ. ಇದ್ದ ನಾಲ್ಕಾರು ಬಸ್ಸುಗಳು ದಾರಿಯಲ್ಲಿ ಸಿಗುವ ಎಲ್ಲ ಹಳ್ಳಿಗಳಿಗೂ ಭೇಟಿಕೊಟ್ಟು ಹೊರಬಂದು ಪ್ರಯಾಣ ಮುಂದುವರಿಸ್ತಿದ್ವು. ಹೀಗಾಗಿ ಬಸ್ಸು ಹತ್ತಿ ಕಣ್ಣುಮುಚ್ಚಿ ಕುಳಿತು ಬಿಡೋದೇ ವಾಸಿ ಅನಿಸ್ತಿತ್ತು.

ರಸ್ತೆಗಳ ಪರಿಸ್ಥಿತಿ ಅಂತೂ ಊಹೆಗೂ ನಿಲುಕದ್ದು, ಅಷ್ಟು ಕೆಟ್ಟ ರಸ್ತೆಗಳು. ರಾತ್ರಿ ಎಂಟೂವರೆ, ಒಂಬತ್ತು ಗಂಟೆಗೆ ಬೆಳಗಾವಿಯಿಂದ ಬಂದು ಹಿರೇಕೆರೂರಿಗೆ ಹೋಗೋ ಬಸ್ಸು ಹೋಯ್ತು ಅಂದ್ರೆ ತಿಳವಳ್ಳಿ ಬಿಟ್ಟು ಆಚೆ ಹೋಗೋ ದಾರಿ ಎಲ್ಲಾ ಬಂದ್ ಆದಂತೆಯೇ ಲೆಕ್ಕ. ನಮಗೆ ನನ್ನ ತೌರು, ಹುಕ್ಕೇರಿಗೆ ಹೋಗಬೇಕಾದ್ರೆ ಇದೇ ಒಂದೇ ಬಸ್ಸು. ಮುಂಜಾನೆ ಎಂಟು ಗಂಟೆಗೆ ಇಲ್ಲಿಂದ ಹೊರಟು 2.30ಕ್ಕೆ ಬೆಳಗಾವಿ,

ನಾನು ಅಲ್ಲಿಂದ ಬೇರೊಂದು ಬಸ್ ಹಿಡಿದು ಹೋಗಬೇಕು ನನ್ನೂರಿಗೆ. ತಿರುಗಿ ಬರುವಾಗ ಬೆಳಗಾವಿಯಿಂದ ಮಧ್ಯಾಹ್ನ ನಾಲ್ಕು ಗಂಟೆಗೆ ಹೊರಟು ರಾತ್ರಿ ಒಂಬತ್ತು ಗಂಟೆಗೆ ತಿಳವಳ್ಳಿ ಸೇರುತ್ತಿತ್ತು. ಹುಬ್ಬಳ್ಳಿಯಿಂದ ತಡಸ ಮಾರ್ಗದಲ್ಲಿ ಅದು ಬರೋದು; ಪೂರ್ತಿ ದಟ್ಟ ಕಾಡು. ಕಾಡಿನ ಪಯಣ ಛಂದ, ಆದರೆ ಮಳೆ ಇದ್ದಾಗ ಬಹಳೇ ತ್ರಾಸದಾಯಕ. ಆ ಅನುಭವಗಳಲ್ಲಿ ಈಗ ಒಂದು ಹೇಳ್ತೀನಿ ಇಲ್ಲಿ.

ಎಂದಿನಂತೆ ಆ ಸಲವೂ ತೌರಲ್ಲಿರುವ ನನ್ನ ಮಗನ ಭೇಟಿಗೆ ಹೋಗಿದ್ದೆ ಇಬ್ಬರೂ ಮಕ್ಕಳೊಡನೆ. ಎರಡು ಮೂರು ದಿನ ಇದ್ದು ಮರುಪಯಣ. ಬಸ್ಸು ಬೆಳಗಾವಿಯಿಂದ ನಾಲ್ಕು ಗಂಟೆಗೆ ಹೊರಟರೂ ಹುಬ್ಬಳ್ಳಿಗೆ ಬರೋದು ತಡವೇ ಆತು ಮಳೆ ಇದ್ದಿದ್ರಿಂದ. ಹುಬ್ಬಳ್ಳಿಗೆ ಬಂದಾಗ ಏಳು ಗಂಟೆ. ಇಲ್ಲಿನ ಮಳೆ ಆಕಾರ ಯಾಕೋ ಭಯಂಕರ ಅನಿಸ್ತು. ಗಾಳಿ ಶುರು ಆಗಿ ಮೋಡ ಕವೀತಿತ್ತು ಅದು ಅಕ್ಟೋಬರಿನ ಅಡ್ಡಮಳೆ ದಿವಸಗಳು. ಗಾಳಿ ಬಲು ಬಿರುಸಾಗಿ ಬೀಸೋಕೆ ಶುರು ಆಯ್ತು. ಬಸ್ ಹುಬ್ಬಳ್ಳಿ ಬಿಡ್ತು, ಮಳೆ ಶುರುವಾಯಿತು.

ತಡಸಕ್ಕೆ ಏಳು ಗಂಟೆಗೆ ಬರಬೇಕಾದ ಬಸ್ಸು 7.45ಕ್ಕೆ ಬಂತು. ಆ ದಿನ ಡ್ರೈವರ್ ಅಲ್ಲಿ ಟೀಗೆ ಸಹ ನಿಲ್ಲದೇ ಹೊರಟು ಬಿಟ್ಟ. "ಜಂಗಲ್ ಸಹವಾಸೋ ಮಾರಾಯಾ ಇನ್ನ. ಮಳೀ ಗಾಳಿ ಬ್ಯಾರೆ ಭಾಳ ಜೋರ ಕಾಣಾಕ್ಹತ್ತೇತಿ," ಅಂತ ಹೊರಟೇಬಿಟ್ಟ. ಪೂರ್ತಿ ಕಗ್ಗತ್ತಲು. ದಟ್ಟಡವಿ, ಅದರ ಮಧ್ಯೆ ಒಂದು ಬಸ್ಸು ಹೋಗುವಷ್ಟು ದಾರಿ, ಅದೂ ಪೂರ್ತಿ ಖಾಲಿ. ಒಟ್ಟಿನಲ್ಲಿ ಬೇರೆ ವಾಹನಗಳ ಸಂಚಾರವೇ ಇಲ್ಲವೇನೋ ಎಂಬಂತಿಂತ್ತು. ಗುಡುಗು ಮಿಂಚು ಮಳೆ ಗಾಳಿ ಆರ್ಭಟ ಭಯಾನಕ ಅನ್ನಿಸ್ತಿತ್ತು.

ಮಿಂಚಿದಾಗ ಫಳಕ್ಕನೇ ಬೆಳಕು ಹೊಳೆದು ಮತ್ತೆ ಕಪ್ಪು ಕತ್ತಲು. ಮಳೆ ಅಂದ್ರೆ ಹುಚ್ಚು ಪ್ರೀತಿ ಇದ್ದ ನಾನೂ ಯಾಕೋ ಸ್ವಲ್ಪ ಹೆದರಿದ್ದೆ. ಜೊತೆಗೆ ಪುಟ್ಟ ಮಕ್ಕಳು, ಒಬ್ಬಳೇ ಇದ್ದೆ, ದಟ್ಟ ಕಾಡಿನ ನಡುವೆ ಪಯಣ; ಸ್ವಲ್ಪ ಭಯ ಅನಿಸ್ತು. ಮೆಲ್ಲಗೆ ಚಲಿಸುತ್ತಿದ್ದ ಬಸ್ಸು ಗಕ್ಕನೇ ನಿಂತಾಗ ಎಲ್ರೂ ಯಾಕೆ ಯಾಕೆ ಏನಾಯ್ತು ಅಂತ ಕೇಳಿದರು. ಡ್ರೈವರ್ ಹೇಳಿದ, "ನೋಡ್ರಿ ಅಲ್ಲಿ, ಅಡ್ಡ ಮರಾ ಬಿದ್ದೈತ್ರಿ, ಒಂದ ನಾಕ ಜನಾ ಆ ಮರಾ ಸರಸಬೇಕು," ಗದ್ದಲೋ ಗದ್ದಲ ಕೋಲಾಹಲ!

ಸರಿ, ಸ್ವಲ್ಪ ಜನ ಕೆಳಗಿಳಿದ್ರು ಆ ಸುರಿಯೋ ಮಳೆಯಲ್ಲೇ! ಕಷ್ಟಪಟ್ಟು ಆ ಬಿದ್ದ ಮರವನ್ನ ಪಕ್ಕಕ್ಕೆ ಸರಿಸಿ, ಬಸ್ಸೇರಿದ್ರು. ಹೊರಟಿತು ಸವಾರಿ.

ಕೊಂಚ ದೂರ ಸಾಗಿದ ಬಸ್ಸು ಮತ್ತೆ ನಿಂತಿತು. ಅದೇ ಪುನರಾವರ್ತನೆ! ಹೀಗೇ ದಾರಿಗುಂಟ ಬಿದ್ದ ಮರಗಳನ್ನು ಸರಿಸಿ ದಾರಿ ಮಾಡಿಕೊಳ್ಳುತ್ತ ಸಾಗಿತು ನಮ್ಮ ಪಯಣ. ಮಕ್ಕಳು ಪೂರ್ತಿ ಹೆದರಿ ಕಂಗಾಲಾಗಿದ್ರು. ಹಸಿವೂ ಆಗಿತ್ತು. ಆದರೆ ಹೆದರಿಕೆ, ಗದ್ದಲದಲ್ಲಿ ತಿನ್ನೋದು ಅಸಾಧ್ಯದ ಮಾತೇ ಆಗಿತ್ತು. "ಅಮ್ಮಾ ಇನ್ನೂ

ಎಷ್ಟೊತ್ತು ಅಮ್ಮಾ," ಅಂತ ಕೇಳೋರು. 'ಆಯ್ತು ಇನ್ನು ಸ್ವಲ್ಪ ದೂರ ಅಷ್ಟೇ. ನೀವು ಮಲಕೋರಿ. ತಿಳವಳ್ಳಿ ಬಂದ ಮೇಲೆ ನಾ ಎಬ್ಬಸ್ತೀನಿ," ಅಂದೆ. ಆ ಗಾಳಿ ಮಳೆ, ಗುಡುಗು ಸಿಡಿಲಿನ ಅಬ್ಬರ, ಮರ ಎತ್ತೋ ಗಲಾಟೆ ಇದರಲ್ಲಿ ಹೇಗೆ ಮಲಗಿಯಾವು ಅವು? ಹಾಗೇ ಮುದುರಿ ಕೂತಿದ್ರು.

ಯಾವ ಗಳಿಗೆಯಲ್ಲಿ ಮತ್ತೆ ಏನೋ ಅಂತ ಅನಕೋತಿದ್ದ ಹಾಗೇನೇ ಮತ್ತೆ ಬಸ್ಸನ್ನು ಜೋರು ಬ್ರೆಕ್ ಹಾಕಿ ನಿಲ್ಲಿಸಿದ ಡ್ರೈವರ್. ನೋಡ ನೋಡುತ್ತಿದ್ದಂತೆಯೇ, ನಮ್ಮ ಕಣ್ಮುಂದೆಯೇ ದೊಡ್ಡ ಮರವೊಂದು ಧಡಾರ್ ಅಂತ ಉರುಳಿ ಬಿತ್ತು. ಒಂದೇ ಒಂದು ಸೆಕೆಂಡಿನ ಅಂತರದಲ್ಲಿ ದೊಡ್ಡ ಅನಾಹುತ ಒಂದರಿಂದ ಬಚಾವಾಗಿದ್ವಿ, ಚಾಲಕನ ಚಾಣಾಕ್ಷತೆಯಿಂದ! ಇಲ್ಲವಾದರೆ ಬಸ್ಸಿನ ಮೇಲೆಯೇ ಆ ಮರ ಬಿದ್ದಿರೋದು! ಎಲ್ಲಾ ಒಂದು ಕ್ಷಣ ಏಕ್ದಂ ಸ್ತಬ್ಧ ಆಯ್ತು.

ಆ ಮರ ಅಂತೂ ಎತ್ತಬೇಕಲ್ಲ? ಹಾನಗಲ್ ಸ್ವಲ್ಪವೇ ದೂರ ಇತ್ತು. ಮತ್ತೆ ಕೆಲ ಜನ ಇಳಿದು ಆ ಮರ ಎತ್ತಿದ್ರು. ಹುಷ್ ಅನ್ನೋಷ್ಟ್ರಲ್ಲಿ ಯಾರೋ ಕೆಳಗಿಳಿದವರಲ್ಲಿ ಒಬ್ಬರು ಭಯಂಕರವಾಗಿ ಚೀರಿದ್ರು. ಏನೂಂತ ಕೇಳೋದ್ರಲ್ಲಿ ಗೊತ್ತಾಯ್ತು; ಮರ ಎತ್ತುವಾಗ ಆ ಮನುಷ್ಯನಿಗೆ ದೊಡ್ಡ, ಕಪ್ಪಾದ ರೆಕ್ಕೆ ಚೇಳು ಕಚ್ಚಿತಂತೆ. ಅದಕ್ಕೆ ಹಾವಿನ ಜೊತೆ ಆಡುವ ಚೇಳು ಅಂತಲೂ ಹೇಳ್ತಾರೆ. ತುಂಬಾ ವಿಷಕಾರಿ ಚೇಳು ಅದು. ಅಲ್ಲಿ ಆ ಕಾಡಲ್ಲಿ ಕಗ್ಗತ್ತಲಲ್ಲಿ ಏನು ಮಾಡಬೇಕು? ಹೇಗೆ ಮಾಡೋದು? ಅವನನ್ನು ಎತ್ತಿಕೊಂಡು ಬಂದು ಮಲಗಿಸಿದ್ರು.

ಕಾಲು ಆಗಲೇ ನೀಲಿಗಟ್ಟತೊಡಗಿತ್ತು. ಯಾರೋ ವಿಷ ಏರದಂತೆ ಚೇಳು ಕಚ್ಚಿದ ಜಾಗ ಬಿಟ್ಟು ಸ್ವಲ್ಪ ಮೇಲೆ ಒಂದು ಟವೆಲ್ ಬಿಗಿದು ಕಟ್ಟಿದ್ರು. ಹೀಗೇ ಮುಕ್ಕಾಲು ಗಂಟೆ ಕಳೀತು. ಬಸ್ಸು ಹಾನಗಲ್ ತಲುಪಿತು. ಆತ ಎಚ್ಚರ ತಪ್ಪಿದಂತೆ ಮಲಗಿದ್ದ. ಬಸ್ಸನ್ನು ನೇರವಾಗಿ ಅಲ್ಲಿನ ಪ್ರಾಥಮಿಕ ಆರೋಗ್ಯ ಕೇಂದ್ರಕ್ಕೆ ಒಯ್ದು ಆತನನ್ನು ಅಲ್ಲಿಯ ಡಾಕ್ಟರಗೆ ಒಪ್ಪಿಸಿ, ಎಲ್ಲಾ ವಿಷಯ ಹೇಳಿ ನಮ್ಮ ಪಯಣ ಮುಂದುವರಿಯಿತು. ಆಗ ಟೈಂ ನೋಡಿದ್ರೆ 12.30. ನಾವು ಹುಬ್ಬಳ್ಳಿ ಬಿಟ್ಟು ಐದೂವರೆ ತಾಸು ಆಗಿತ್ತು. ಇಲ್ಲೂ ಕರೆಂಟ್ ಇರಲಿಲ್ಲ. ಕಗ್ಗತ್ತಲು. ಆದರೆ ಮಳೆ ಕಡಿಮೆ ಆಗಿತ್ತು. ಮುಂದೆ ಯಾವ ತೊಂದರೆ ಆಗಲಿಲ್ಲ. ಆದರೆ ನಿಧಾನವಾಗಿ ಹೋಗಬೇಕಾಯ್ತು.

ನನಗೆ ಈಗ ಸುರೇಶ ಅವರತ್ತ ಧ್ಯಾನ ಹೋಯಿತು. ಅವರು ಗಾಬರಿಯಾಗಿ ಕಾಯುತ್ತಿರಬಹುದು ಎನಿಸಿದ್ರೂ ಏನೂ ಮಾಡುವಂತಿರಲಿಲ್ಲ. ಮೊಬೈಲ್ ಫೋನ್ ಬಂದೇ ಇರಲಿಲ್ಲ ಆಗ. ತಿಳಿಸೋದು ಹೇಗೆ ಅವರಿಗೆ? ಸುಮ್ಮನೇ ಕುಳಿತೆ. ಮಕ್ಕಳೂ ಪಾಪ ಒಂದೂ ಪ್ರಶ್ನೆ ಕೇಳದೇ, ಮಾತೂ ಆಡದೆ ಗಪ್ ಚುಪ್ ಆಗಿದ್ರು, ಕಣ್ಣು ಕೊಂಚವೂ ಮುಚ್ಚದೆ ಕಂಗಾಲಾಗಿ ಕುಳಿತಿದ್ವು.

ಕೊನೆಗೊಮ್ಮೆ ಮಳೆ ಶಾಂತವಾಯ್ತು, ನಮ್ಮ ಬಸ್ಸೂ ತಿಳವಳ್ಳಿ ತಲುಪಿತು 1.45ಕ್ಕೆ. ಈ ಬಸ್ಸು ಹಾನಗಲ್ಲಿನಿಂದ ನೇರವಾಗಿ ತಿಳವಳ್ಳಿಗೆ ಹೋಗ್ತಿದ್ರೂ ಒಂದೂಕಾಲು ತಾಸು ಬೇಕಾಯ್ತು ಅಲ್ಲಿ ತಿಳವಳ್ಳಿಯಲ್ಲಿ ಬಸ್ ನಿಲ್ದಾಣ ಇರಲಿಲ್ಲ. ರೋಡ್ ಮೇಲೇ ಒಂದು ಅಂಗಡಿಯ ಮುಂದೆ ಬಸ್ಸು ನಿಲ್ಲುತ್ತಿತ್ತು. ಅಲ್ಲಿ ಸುರೇಶ ಕಾಯ್ತಾ ಕೂತಿದ್ರು ಆ ಬಾಗಿಲು ಮುಚ್ಚಿದ ಅಂಗಡಿಯ ಮುಂದಿನ ಬೆಂಚಿನ ಮೇಲೆ ಕತ್ತಲಲ್ಲಿ. ಅವರ ಜೊತೆಗೆ ಅಟೆಂಡರ್ ದೀಪಕ್ ಇದ್ದ. ಅಲ್ಲೂ ಕರೆಂಟ್ ಇರಲಿಲ್ಲ. ಅಂತೂ ಇಂತೂ ನಮ್ಮ ಕ್ವಾರ್ಟರ್ಸ್ ಮುಟ್ಟಿದಾಗ ರಾತ್ರಿ ಎರಡು ಗಂಟೆ! ಹುಕ್ಕೇರಿ ಬಿಟ್ಟು ಬರೋಬ್ಬರಿ ಹನ್ನೊಂದೂವರೆ ತಾಸಾಗಿತ್ತು!

ಈ ಅವ್ಯವಸ್ಥೆಯ ಸಾರಿಗೆ ವ್ಯವಸ್ಥೆ ಮಾಡಿದ ಇನ್ನೊಂದು ಫಜೀತಿಯ ಅನುಭವ ಹೇಳ್ತೀನಿ:

ಆಗ ದೊಡ್ಡ ಊರುಗಳಿಗೇ ಅಷ್ಟೊಂದು ಅನುಕೂಲ ಇಲ್ಲದಿದ್ದಾಗ, ಈ ಹಳ್ಳಿಗಳ ಬಗ್ಗೆ ಹೇಳೋದೇ ಬೇಕಿಲ್ಲ. ಸವಣೂರಿನಿಂದ ಹಾನಗಲ್ ಇಲ್ಲ ಹಾವೇರಿಗೆ ಬಂದು ತಿಳವಳ್ಳಿ ಬಸ್ಸು ಹಿಡೀಬೇಕಿತ್ತು. ಎಲ್ಲೇ ಹೋದ್ರೂ ತಿಳವಳ್ಳಿಗೆ ಇಡೀ ದಿನದಲ್ಲಿ ಎರಡೋ ಮೂರೋ ಬಸ್ಸುಗಳು, ಅಷ್ಟೇ. ಅದೂ ಆ ದಿನ ಬಸ್ಸುಬಿಟ್ರೆ ಉಂಟು. ಮಳೆಗಿಳೆ ಏನಾದರೂ ಶುರು ಆದ್ರೆ ಮುಲಾಜಿಲ್ಲದೆ ಕ್ಯಾನ್ಸಲ್ ಮಾಡಿ ಬಿಡ್ತಿದ್ರು. ರಸ್ತೆ ಸರಿ ಇಲ್ಲದ್ದು ದೊಡ್ಡ ಕಾರಣ. ಆ ದಿನ ಅದೇ ಆಯ್ತು.

ನಾವು ಗಣೇಶ ಚತುರ್ಥಿಗೆ ನನ್ನ ಪತಿಯ ಊರಾದ ಸವಣೂರಿಗೆ ಬಂದಿದ್ವಿ. ಹಬ್ಬಕ್ಕೇಂತ ನನ್ನ ದೊಡ್ಡ ಮಗನೂ ಬಂದಿದ್ದ. ಸುರೇಶ ಆ ದಿನವೇ ವಾಪಸ್ಸು ಹೋಗಿದ್ರು. ನಾನು ಮಕ್ಕಳೊಂದಿಗೆ ಅಲ್ಲೇ ಇದ್ದು, ಅಷ್ಟಮಿ ಹಬ್ಬ ಮುಗಿಸಿಕೊಂಡು ಮಧ್ಯಾಹ್ನ 4.30ಕ್ಕೆ ಹೊರಟೆ. ಐದು ಗಂಟೆಯ ಸಿರ್ಸಿ ಬಸ್ಸಿನಲ್ಲಿ ಹಾನಗಲ್ಲಿಗೆ ಹೋಗಿ ಅಲ್ಲಿಂದ 6.30ಕ್ಕಿದ್ದ ತಿಳವಳ್ಳಿ ಬಸ್ಸು ಹಿಡಿಯೋ ವಿಚಾರ ಇತ್ತು. ಆದರೆ ಆ ದಿನ ಆ ಸಿರ್ಸಿ ಬಸ್ಸು ಬರಲೇ ಇಲ್ಲ. ಹಾನಗಲ್ಲಿಗೆ ಮತ್ಯಾವ ಬಸ್ಸೂ ಇರಲಿಲ್ಲ. ಅದಕ್ಕೇ ಹಾವೇರಿಯಿಂದ ತಿಳವಳ್ಳಿಗೆ ಏಳು ಗಂಟೆಗೆ ಹೊರಡೋ ಕೊನೇ ಬಸ್ಸು ಹಿಡಿಯೋಣಾಂತ ಹಾವೇರಿಗೆ ಹೊರಟಿದ್ದ ಬಸ್ಸು ಹತ್ತಿದೆ ಮಕ್ಕಳೊಂದಿಗೆ. ಆಗ ಐದೂ ಮುಕ್ಕಾಲು.

ಬಸ್ಸು ಹಾವೇರಿ ಸಮೀಪ ಹೋದ ಹಾಗೆ ಜೋರದಾರ ಮಳೆ ಶುರುವಾಯಿತು. ಅಂಥ ಮಳೆಯಲ್ಲೇ ಹಾವೇರಿ ಬಸ್ ನಿಲ್ದಾಣದಲ್ಲಿ ಮಕ್ಕಳೊಂದಿಗೆ ಇಳಿದು ತಿಳವಳ್ಳಿ ಬಸ್ಸಿಗೆ ಕಾಯುತ್ತ ನಿಂತಿದ್ದೆ. ಮಳೆ ಜೋರಾಗಿದ್ದರಿಂದ ಬಸ್ ಸ್ಟ್ಯಾಂಡ್ ತುಂಬ ಗಿಜಿ ಗಿಜಿ ಜನ. ಏಳು, ಏಳೂವರೆ, ಎಂಟು ಗಂಟೆಯಾದ್ರೂ ತಿಳವಳ್ಳಿ ಬಸ್ಸಿನ ಸುದ್ದೀನೇ ಇಲ್ಲ! ಜೋರು ಮಳೆ, ವಿಪರೀತ ಗದ್ದಲು, ಕತ್ತಲು, ಒಬ್ಬಳೇ ಮಕ್ಕಳೊಡನೆ! ನನಗೆ ಹುಚ್ಚು ಹಿಡಿದ ಹಾಗಾಗಿತ್ತು.

ಕಂಟ್ರೋಲರ್ ಹತ್ರ ಬಸ್ಸಿನ ಬಗ್ಗೆ ವಿಚಾರಿಸಬೇಕಾದ್ರೂ, ಎಲ್ಲ ಸಾಮಾನು, ಮಕ್ಕಳನ್ನೂ ಕರೆದುಕೊಂಡೇ ಹೋಗಬೇಕು. ಆ ಗದ್ದಲು, ಕತ್ತಲಲ್ಲಿ ಎಲ್ಲಿ ಹೇಗೆ ಬಿಡಲಿ ಮಕ್ಕಳನ್ನು? ಯಾವಾಗ 8.15 ಆಯ್ತೋ ಆಗ ಎಲ್ಲ ಸಾಮಾನು ತಗೊಂಡು ಮಕ್ಕಳೊಂದಿಗೆ ಹೋಗಿ ಆಫೀಸಿನಲ್ಲಿ ವಿಚಾರಿಸಿದಾಗ ಆತ, "ಇಲ್ರೀ ಅಕ್ಕಾರ ಈ ಹೊತ್ತು ತಿಳವಳ್ಳಿ ಬಸ್ಸು ಬಹುಶಃ ಬಿಡೂದಿಲ್ರೀ. ಅಲ್ಲೂ ಮಳಿ ಭಾಳಂತ್ರೀ. ಮೊದಲ ಕಚ್ಚಾ ರೋಡ್ರೀ. ಬಸ್ಸು ಕೆಸರಿನ್ಯಾಗ ಸಿಕ್ಕೊಂಡ್ರ ಕಷ್ಟರೀ," ಅಂದಾ ಶಾಂತವಾಗಿ.

ಏನು ಮಾಡೋದು ಅಂತ ಯೋಚಿಸಿ ವಾಪಸ್ಸು ಸವಣೂರಿಗೇ ಹೋಗೋದು ಛಲೋ ಅನಿಸ್ತು. ಆಫೀಸಿನಲ್ಲಿ ವಿಚಾರಿಸಿದಾಗ, ಒಂದೇ ಕೊನೇ ಬಸ್ಸು ಅದ ಬರಬಹುದು ಈಗ, ಅಂದ್ರು. ಆಯ್ತು ಅಂತ ಮತ್ತೆ ಕಾಯ್ತಾ ನಿಂತಂತೆ ಆ ಬಸ್ಸು ಬಂತು. ಆ ಗದ್ದಲ ನೋಡಿ ಎದೆ ಧಸ್ ಅಂತು. ಆದರೆ ಬೇರೆ ದಾರಿ ಇರಲಿಲ್ಲ. ಗುದ್ದಾಡಿ ಮಕ್ಕಳು, ಲಗೇಜಿನೊಡನೆ ಬಸ್ಸು ಹತ್ತಿ ಆಯ್ತು. ಹಾಗೂ ಹೀಗೂ ಸವಣೂರು ತಲುಪಿದೆ ಮಕ್ಕಳೊಡನೆ ರಾತ್ರಿ 10.15ಕ್ಕೆ. ಒಂದೂ ಜಟಕಾ ಇಲ್ಲ, ಕೂಲಿ ಇಲ್ಲ. ಆಟೋ ಅಂತೂ ಆಗ ಅಲ್ಲಿ ಇರಲೇ ಇಲ್ಲ. ಮನೆ ಸ್ವಲ್ಪ ದೂರಾನೇ ಇತ್ತು. ಮಗನ ಕೈಲೊಂದು ಸೂಟ್ಕೇಸ್, ಮಗಳ ಕೈಲೊಂದು ಬ್ಯಾಗು, ನನ್ನ ಕೈಲೊಂದು ಬ್ಯಾಗು. ಆತ ಆಗಾಗ ಕೈ ಬದಲಾಯಿಸ್ತಿದ್ದ. ನನ್ನ ಚಿಕ್ಕ ಮಗ, "ಅಮ್ಮಾ ಅವನಿಗೆ ಒಜ್ಜಾ ಆಗೇದ ಅಮ್ಮಾ," ಅನ್ನಾವ. ಏನು ಮಾಡಲಿ ತಿಳೀದ ಸ್ಥಿತಿ ನಂದು. ಸಂಕಟಾದ್ರೂ ಸುಮ್ಮನಿದ್ದೆ. ಒಟ್ಟಲ್ಲಿ ಮನೆ ಮುಟ್ಟಿ ಹುಷ್! ಅಂದೆ. ಅಲ್ಲಿ ಎಲ್ಲರಿಗೂ ಅಚ್ಚರಿ, ಗಾಬರಿ. ನಮ್ಮ ಭಾವನವರು ಹೇಗೋ ಸುರೇಶ್ಗೆ ಸುದ್ದಿ ಮುಟ್ಟಿಸಿದರು. ತಿಳವಳ್ಳಿ ಆಸ್ಪತ್ರೆಲಿ ಆಗ ಫೋನ್ ಬಂದಿತ್ತು.

ಮಾರನೇ ದಿನ ಮುಂಜಾನೆ 7.30ಕ್ಕೇ ಹೊರಟು ಹಾವೇರಿಯಿಂದ ತಿಳವಳ್ಳಿಗೆ ಒಂಬತ್ತು ಗಂಟೆಗೆ ಹೊರಡುವ ಬಸ್ಸು ಹತ್ತಿ ಕುಳಿತೆ ಮಕ್ಕಳ ಜೊತೆ. ಈ ಬಸ್ಸು ಚಿಕ್ಕಬಾಸೂರು ದಾರೀಲಿ ಹೋಗುತ್ತಿತ್ತು. ಅಲ್ಲೊಂದು ದೊಡ್ಡ ಆಳ, ವಿಸ್ತಾರ ಇರೋ ಕೆರೆ. ಅದಕ್ಕೊಂದು ಕಚ್ಚಾ ಬ್ರಿಡ್ಜ್, ಸುಮಾರು ಮೂರು ಕಿಮೀ ಉದ್ದದ್ದು. ಅದರ ಮೇಲೆ ಒಂದೇ ಬಸ್ಸು ಹೋಗೋ ಅಷ್ಟು ಸ್ಥಳ. ಇದಿರಿಗೇನಾದ್ರೂ ವೆಹಿಕಲ್ ಬಂದ್ರೆ ಗೋವಿಂದ! ನಾ ಯಾವಾಗಲೂ ಸವಣೂರಿನಿಂದ ತಿಳವಳ್ಳಿಗೆ ಇದೇ ಬಸ್ಸಲ್ಲಿ ಹೋಗ್ತಿದ್ದೆ ಬೆಳಕಿನಲ್ಲಿ ಹೋಗ್ತೀನಿ ಅಂತ. ಆಗ ಪ್ರತೀ ಸಲಾನೂ ಇದೇ ಪ್ರಶ್ನೆ ನನ್ನ ಕಾಡೋದು. ಈ ಸಲ ಹಿಂದಿನ ದಿನದ ಅನುಭವ ನನ್ನ ಗೊಂದಲಕ್ಕೀಡು ಮಾಡಿದ್ದಕ್ಕೋ ಏನೋ ಕೇಳಿಯೇ ಬಿಟ್ಟೆ ಚಾಲಕನನ್ನು.

ಆತ ಹೇಳಿದ್ದು: "ಏನೂ ಮಾಡಾಂಗಿಲ್ರೀ ಅಕ್ಕಾರ ಒಬ್ಬರನ್ನು ಮಲಗಿಸಿ ಹೋಗಿ ಬಿಡೋದ್ರೀ," ಅಂತ. ಅಬ್ಬಾ! ಹೀಗೂ ಉಂಟೆ ಅಂತ ಸುಮ್ಮನೆ ಕುಳಿತೆ ಕಮಕ್ ಕಿಮಕ್ ಎನ್ನದೇ, ಒಮ್ಮೆ ತಿಳವಳ್ಳಿ ಮುಟ್ಟಿದ್ರೆ ಸಾಕು ಅಂತ.

"ಅಮ್ಮಾ ಬಂತು ಊರು" ಮಕ್ಕಳ ಕೂಗಿಗೆ ಗಡಬಡಿಸಿ ಎದ್ದೆ. ಬಿಡುಗಡೆಗೊಂಡಂತೆ ಮಕ್ಕಳು ಖುಷಿಯಿಂದ ಬಸ್ಸಿನಿಂದ ಇಳಿದ್ರು. ನಾನೂ ಕೆಳಗೆ ಇಳಿದೆ. ಯಾಕೋ ಏನೋ ನನಗೇ ಗೊತ್ತಿಲ್ಲದಂತೆ ನನ್ನ ಕಣ್ಣು ಕೋಡಿಯೊಡಿತು. ಆ ಮುಗ್ಧ ಮಕ್ಕಳನ್ನು, ನಿನ್ನೆಯಿಂದ ಗದ್ದಲ ಗೊಂದಲದಲ್ಲಿ ಹೈರಾಣಾಗಿ ಹೋದ ಎಳೆ ಜೀವಗಳನ್ನು ನೋಡಿ. ಎಲ್ಲಾ ಮಸುಕು ಮಸುಕಾಯ್ತು ಏನೂ ಕಾಣದಂತೆ!

ಓಡುವ ದಿನಗಳ ಹಿಂದೆ

“ನಾ ಎದ್ದು ಕಿಟಕಿಯಿಂದ ನೋಡಿದಾಗ ಹೊರಗೆ ಐದಾರು ಜನ ಗಾಬರಿ, ಗಡಿಬಿಡಿಯಲ್ಲಿ, “ಆಕ್ಕಾರ ಸಾಹೇಬ್ರನ ಕರೀರಿ,” ಅಂದ್ರು. ಯಾಕೆ ಏನಾಯ್ತು ಅಂದ್ರೆ, “ಭಟ್ರ ಮನೆಗೆ ಡಕಾಯಿತರು ನುಗ್ಗಿ ಹೊಡೆದು ಬಡದು ಮಾಡಿ ಏನೇನೋ ಕದ್ದುಕೊಂಡು ಹೋಗ್ಯಾರ್ರೀ. ಅಕ್ಕಾರಿಗೆ, ಅವರ ಮಗನಿಗೆ ಭಾಳ ಪೆಟ್ಟಾಗತ್ರಿ.” ಅಂದ್ರು. ನನ್ನ ಪತಿಯೂ ಎದ್ದು ಬಂದ್ರು.

ಅನುಕ್ಷಣ ಮಗ್ಗಲು ಬದಲಿಸುವ ಈ ಜೀವನ ಅಂದೂ ನನಗೆ ಒಂದು ಗೂಢ ಪ್ರಶ್ನೆಯೇ ಆಗಿತ್ತು, ಇಂದಿಗೂ. ಆದರೂ ಎಲ್ಲೂ ನಿಲ್ಲದೇ ಓಡುತ್ತಲೇ ಸಾಗುತ್ತವೆ ದಿನಗಳು, ಅದರ ಹಿಂದೆ ತಿರುಗಿ ಬರದ ನಮ್ಮ ಜೀವನನೂ ಓಡ್ತದೆ. ನದಿ ಮುಂದೆ ಹರೀತದೆ ಹಿಂದೆ ಅಲ್ಲ ಅಂತ ಸುಮ್ಮನೆ ಹೇಳಿದ್ದಾರಾ ಹಿರಿಯರು? ಆದರೆ ನೆನಪುಗಳಿಗೆ ಆ ಸ್ವಾತಂತ್ರ್ಯ ಉಂಟು. ಅದಕ್ಕೇ ಆ ಮನೆಯಲ್ಲೇ ಹಾಗೇ ಸಾಗಿದ ನಮ್ಮ ಜೀವನದ ನೆನಪು ಮತ್ತೆ ಮತ್ತೆ ಹಣಕುತ್ತಿತ್ತು.

ನಾವು ಕ್ವಾರ್ಟರ್ಸಿಗೆ ಬಂದ ಮೇಲೂ ಬಿಡದೆ ಕಾಡುತ್ತಿತ್ತು. ತಿಳವಳ್ಳಿಯಲ್ಲಿ ಇದ್ದುದರಲ್ಲಿ ಕೊಂಚ ಚೆನ್ನಾದ ಅಂದ್ರೆ ಒಂದು ಪ್ರತ್ಯೇಕ ಟಾಯ್ಲೆಟ್ ಇದ್ದ, ಈ ಇಲಿಗಳ ಕಾಟ ಸ್ವಲ್ಪ ಮಟ್ಟಿಗಾದರೂ ಕಡಿಮೆ ಇದ್ದ ಮನೆ ಸಿಗಲೇ ಇಲ್ಲ ನಮಗೆ. ಆ ಊರಲ್ಲಿ ಬ್ಯಾಂಕ್ ನೌಕರರಿಗೆ ಸ್ವಲ್ಪ ಮಟ್ಟಿಗೆ ಸರಳವಾಗಿ ಮನೆ ಸಿಗುತ್ತಿತ್ತು ಅನಿಸ್ತು. ಈ ಮಧ್ಯೆ ನಮ್ಮ

ಸಾಲು ಮನೆಗಳ ಮೂರನೇ ಮನೇಲಿದ್ದ ಸಿಸ್ಟರ್ ಬೇರೆ ಊರಿಗೆ ಹೋಗಿ, ಆ ಮನೆಗೆ ಶೇಷಗಿರಿ ಸರ್ಕಾರಿ ಆಸ್ಪತ್ರೆಯ ಮೆಡಿಕಲ್ ಆಫೀಸರ್ ಬಾಡಿಗೆಗೆ ಬಂದಿದ್ರು.

ಅವರೂ ತಮ್ಮ ಕುಟುಂಬ ಸಹಿತ ನಾವಿನ್ನೂ ಅದೇ ಮನೆಯಲ್ಲಿ ಇದ್ದಾಗಲೇ ಬಂದಿದ್ರು ಶೇಷಗಿರಿ ತಿಳವಳ್ಳಿಯಿಂದ ಅಷ್ಟೇನೂ ದೂರ ಇಲ್ಲ. ಅವರ ಇಬ್ಬರೂ ಮಕ್ಕಳೂ ನನ್ನ ಮಕ್ಕಳ ಜೊತೆಯವರೇ. ಅವರ ಪತ್ನಿ ಸುಧಾ ನನಗೆ ಜೊತೆ ಆದ್ರು. ಮುಂದೆ ಸ್ವಲ್ಪ ದಿನಗಳಲ್ಲೇ ಆಸ್ಪತ್ರೆ ಕಟ್ಟಡ ಕ್ವಾರ್ಟರ್ಸ್ ಎಲ್ಲ ತಯಾರಾಗಿ ನಾವೂ ಒಂದು ಸಣ್ಣ ಪೂಜೆ ಮಾಡಿ ಆ ದೊಡ್ಡ, ಹೊಸ ಕ್ವಾರ್ಟರ್ಸಿಗೆ ಶಿಫ್ಟ್ ಆದ್ವಿ. ಒಂದು ಸಮಾಧಾನದ ಉಸಿರು ಬಿಟ್ಟು ನಮ್ಮ ಕಳೆದು ಹೋದ ಮಾಮೂಲಿನ ಜೀವನಕ್ಕೆ ತಿರುಗಿ ಬಂದ್ವಿ ಅನ್ಕೊಂಡೆ.

ಈಗ ಸುಮಾರು ಎಲ್ಲ ಅಧಿಕಾರಿಗಳು ಇತ್ತ ಮುಖ ತಿರುವಿ ನೋಡುವಂತಹ ಪರಿಸ್ಥಿತಿ ತಿಳವಳ್ಳಿಯಲ್ಲೂ ಉಂಟಾಗಿತ್ತು. ಅಲ್ಲೂ ಮತ್ತೆ ಕ್ರಮೇಣವಾಗಿ ಮಾಮೂಲಿನಂತೆ ಅತಿಥಿಗಳು ಬರೋದು, ಹೋಗೋದು ಶುರು ಆಯ್ತು. ಮೊದಲಿನ ಆಸ್ಪತ್ರೆಯ ಪಕ್ಕದಲ್ಲೇ ನಮ್ಮ ಹೊಸಲೋಕ ನಿರ್ಮಾಣ ಆಗಿತ್ತು. ನಮ್ಮ ಕ್ವಾರ್ಟರ್ಸ್ ಪಕ್ಕದಲ್ಲೇ ಇದ್ದ ಆ ಬಿಲ್ಡಿಂಗ್ ಬೀಗ ಹಾಕಿ ಇಟ್ಟಿದ್ದರು. ಏಳನೇ ಕ್ಲಾಸಿನ ಪರೀಕ್ಷೆ ಮುಗಿಸಿ ಬೇಸಿಗೆ ರಜೆಯಲ್ಲಿ ತಿಳವಳ್ಳಿಗೆ ಬಂದ ನನ್ನ ಮಗ ಆ ದೊಡ್ಡ ಗ್ರೌಂಡ್ ನೋಡಿ, ಒಳ್ಳೇ ಕ್ರಿಕೆಟ್ ಪಿಚ್ ಆಗ್ತದಿದು ಅಂತ ಇಲ್ಲೇ ನಮ್ಮೊಂದಿಗೇ ಉಳಿದು ಬಿಟ್ಟ, ಇಲ್ಲಿನ ಸ್ಕೂಲ್ ಸರಿ ಹೋಗದೇ ಮರುವರ್ಷ ಮತ್ತೆ ವಾಪಸ್ಸು ಹುಕ್ಕೇರಿಗೆ ಹೋದ. ಇಲ್ಲಿನ ಪ್ರಾಥಮಿಕ ಆರೋಗ್ಯ ಕೇಂದ್ರದಲ್ಲಿ ಮೆಡಿಕಲ್ ಆಫೀಸರ್ ಪೋಸ್ಟ್ ಒಂದೇ ಇತ್ತು. ಹೀಗಾಗಿ ನನ್ನ ಪತಿಗೆ ಕೆಲಸದ ಒತ್ತಡ ಜಾಸ್ತಿ ಆಗ್ತಿತ್ತು. ಜೊತೆಗೆ ನನಗೂ.

ಆ ದಿನ ನನ್ನ ಪತಿ ತಿಂಗಳ ಮೀಟಿಂಗಿಗೆ ಧಾರವಾಡ ಜಿಲ್ಲಾ ಆರೋಗ್ಯಾಧಿಕಾರಿ ಆಫೀಸಿಗೆ ಹೋಗಿದ್ರು. ತಿಳವಳ್ಳಿ ಧಾರವಾಡ ಜಿಲ್ಲೆಯ ಕಟ್ಟಕಡೆಯಂಚಿನೂರು, ಶಿವಮೊಗ್ಗ ಜಿಲ್ಲೆಯ ಬಾರ್ಡರಿಗೆ ಇತ್ತು. ಹೀಗಾಗಿ ಜಿಲ್ಲಾ ಕೇಂದ್ರ ಧಾರವಾಡಕ್ಕೆ ತುಂಬ ದೂರ. ಮೇಲೆ ಆ ಕೆಟ್ಟ ಸ್ಥಿತಿಯಲ್ಲಿ ಇರುವ ರಸ್ತೆಗಳು. ಹೀಗಾಗಿ ಮೀಟಿಂಗ್ ಮುಗಿಸಿ ರಾತ್ರಿ ವಾಪಸ್ ಬರೋದು ದುಸ್ಸಾಧ್ಯವೇ ಆಗಿತ್ತು. ಅಲ್ಲಿನ ಜೀಪ್ ಕೆಟ್ಟು ನಿಂತಿತ್ತು. ರಿಪೇರಿಯ ಕೆಲಸ ಬಲು ಕಷ್ಟದ್ದು. ಸರ್ಕಾರಿ ಕೆಂಪು ಬಸ್ಸುಗಳೇ ಸಾರಿಗೆ ಸಾಧನ. ಅವೂ ಬಹಳೇ ಕಡಿಮೆ ಇದ್ದದ್ದು. ಹಿರೇಕೆರೂರು ಬಸ್ಸು ಹೋದಮೇಲೆ ತಮ್ಮ ಅಪ್ಪ ಈ ದಿನ ಬರಲಿಕ್ಕಿಲ್ಲ ಅಂತ ಚಿಕ್ಕವರಿಬ್ಬರೂ ಊಟ ಮುಗಿಸಿ ಮಲಗಿದ್ರು.

ದೊಡ್ಡ ಮಗ ಇನ್ನೂ ಓದಿನಲ್ಲಿ ಮುಳುಗಿದ್ದ. ಹತ್ತು ಗಂಟೆ ಮೇಲಾಗಿತ್ತು, ಎದ್ದು ಬಂದ ಊಟಕ್ಕೆ. ನಮ್ಮಿಬ್ಬರದೂ ಊಟ ಆಯ್ತು. ನಾ ಕೆಲಸ ಮುಗಿಸಿ ಕೈ ತೊಳೆಯಲು ಬಾತ್ ರೂಮಿಗೆ ಹೋಗೀನಿ; ಹೊರಗೆ ಯಾರೋ ದಬ ದಬ ಬಾಗಿಲು ಬಡೀತಿದಾರೆ.

ಗಡಬಡಿಸಿ ಹೊರ ಬರುವಾಗ ಅಲ್ಲಿದ್ದ ಕಾಲೊರಸು ಜಾರಿ ಧಪ್ಪಂತ ಬಿದ್ದೆ. ತಲೆ ಗೋಡೆಗೆ ಫುಟ್ಬಾಲ್ ಥರ ಬಡೆದು ಚಿಮ್ಮಿ ಮತ್ತೆ ಗೋಡೆಗೆ ಬಡೀತು.

ಬಲಗಾಲ ಮಂಡಿ ಮಡಿಚಿ ಏಳಲಾಗಲಿಲ್ಲ. ನಾ ಬಿದ್ದ ಸದ್ದಿಗೆ ಮಗ ಗಾಬರಿಯಿಂದ ಓಡಿ ಬಂದ. ಆತನ್ನ ಹಿಡ್ಕೊಂಡು ಹೇಗೋ ಸಾವರಿಸಿಕೊಂಡು ಎದ್ದು ಹಾಲಿನಲ್ಲಿ ಇದ್ದ ದಿವಾನಾ ಮೇಲೆ ಮಲಗಿದೆ. ನನ್ನ ಮಗ ಹೊರಗೆ ಬಂದ ಪೇಷಂಟಿಗೆ ಡಾಕ್ಟರ್ ಇನ್ನೂ ಬಂದಿಲ್ಲ ಅಂತ ಹೇಳಿ ಕಳಿಸಿ ಒಳ ಬಂದು ನನ್ನ ಸ್ಥಿತಿ ನೋಡಿ ಹೆದರಿ ನಿಂತು ಬಿಟ್ಟಿದ್ದ. "ಏನಾಗಿಲ್ಲ, ಹೆದರಬೇಡ," ಎಂದೆ. ಆದರೆ ಯಾಕೋ ತಲೆ ವಿಪರೀತ ಸುತ್ತಲಾರಂಭಿಸ್ತು.

ಹೊಡೆತ ಬಲು ಜೋರಾಗಿ ಬಿದ್ದಿತ್ತು. ಆ ಕತ್ತಲಲ್ಲೇ ನನ್ನ ಮಗ ಸೈಕಲ್ ತಗೊಂಡು, ಬೇಡ ಅಂದ್ರೂ ಕೇಳದೇ, ಅಲ್ಲಿರುವ ಒಬ್ಬ ಖಾಸಗಿ ಪ್ರಾಕ್ಟೀಸ್ ಮಾಡುವ ಡಾಕ್ಟರನ ಕರೆದುಕೊಂಡು ಬರಲು ಹೊರಟ. ನನ್ನ ಪುಣ್ಯ, ಅಷ್ಟರಲ್ಲಿ ನನ್ನ ಪತಿ ಬಂದ್ರು ಹಾನಗಲ್ ಪ್ರಾಥಮಿಕ ಆರೋಗ್ಯ ಕೇಂದ್ರದ ಜೀಪಿನಲ್ಲಿ! ನನಗೆ ಆಶ್ಚರ್ಯ ಆದರೂ ಬಹಳ ಯೋಚಿಸುವ ಸ್ಥಿತಿಯಲ್ಲಿ ಇರಲಿಲ್ಲ. ಸ್ವಲ್ಪ ಧೈರ್ಯ ಬಂತು. ನನ್ನ ಮಗನ ಮುಖ ಗಾಬರಿಯಿಂದ ಕೂಡಿದ್ರೂ ಕೊಂಚ ಗೆಲುವಾಯ್ತು. ಅಪ್ಪನಿಗೆ ಎಲ್ಲ ಹೇಳಿದ. ಏನೋ ಮಾತ್ರೆ ಕೊಟ್ಟು ರೆಸ್ಟ್ ಮಾಡಲು ಹೇಳಿದ್ರು ಸುರೇಶ. ಇಲ್ಲಿಗೆ ಮುಗಿಯಲಿಲ್ಲ.

ಮಾರನೇ ದಿನ ಮುಂಜಾನೆ ನನಗೆ ಏಳಲಾಗಲಿಲ್ಲ. ಮಕ್ಕಳು ತಾವೇ ರೆಡಿಯಾಗಿ ಹಾಲು ಕುಡಿದು ಸ್ಕೂಲಿಗೆ ಹೋದ್ರು. ಆಗ ಸಣ್ಣಗೆ ನನ್ನ ಪತಿ ಹೇಳಿದ್ರು, "ಈ ಹೊತ್ತು ಲ್ಯಾಪ್ರೋಸ್ಕೋಪಿಕ್ ಆಪರೇಷನ್ ಕ್ಯಾಂಪ್ ಇದೆ." ನನ್ನ ಪ್ರಶ್ನೆಗೆ ಉತ್ತರ ಸಿಕ್ತು. "ಓ ಹೌದೇನ?" ಅಂತ ಹೇಳಿ ಸುಮ್ಮನಾದೆ. ಇಲ್ಲಿ ಈಗ ಮತ್ತೆ ಈ ಕ್ಯಾಂಪ್ ಗಲಾಟೆ ಶುರುವಾಗಿತ್ತು. ಬಂಕಾಪುರಗೆ ಬರುತ್ತಿದ್ದ ಹಾವೇರಿಯ ಸರ್ಜನ್ ಈಗ ಇಲ್ಲೂ ಬರ್ತಿದ್ರು. ಬಂಕಾಪುರ, ಶಿಗ್ಗಾವಿ, ಹಾನಗಲ್ ಮುಗಿಸಿ ಕೊನೆಗೆ ತಿಳವಳ್ಳಿಗೆ ಬರೋರು. ಎಂದಿನಂತೆ ಈ 'ಭಾಭೀ'ಯ ಕೈಯೂಟವೇ ಆಗ ಬೇಕಿತ್ತು ಅವರಿಗೆ. ಆ ದಿನ ನನಗೆ ಎದ್ದು ನಿಲ್ಲಲೂ ಕಷ್ಟ ಆಗ್ತಿತ್ತು. ಅಷ್ಟು ತಲೆ ಸುತ್ತು! ಬಂಕಾಪುರದಷ್ಟು ಜನ ಇರ್ಲಿಲ್ಲ ಇಲ್ಲಿ ಊಟಕ್ಕೆ, ಆದರೂ ಏಳೆಂಟು ಜನರ ಊಟವಾದ್ರೂ ಆಗ್ತಿತ್ತು. ಏನು ಮಾಡೋದು ತಿಳಿಯಲಿಲ್ಲ. ಸುಮ್ಮನೇ ಕುಳಿತೆ. ಪಟ್ಟನೇ ಒಂದು ಉಪಾಯ ಹೊಳೆಯಿತು. ಸುಧಾ ಅವರ ಸಹಾಯ ಕೇಳಿದ್ರೆ ಹೇಗೆ ಅಂತ. ಸರಿ ಅವರನ್ನೆಲ್ಲ ಇಲ್ಲಿಯೇ, ನಮ್ಮನೆಗೆ ಊಟಕ್ಕೆ ಕರೆದೆ. ಸುಧಾ ಅವರ ಸಹಾಯದಿಂದ ಆ ಹೊತ್ತಿನದನ್ನು ನಿಭಾಯಿಸಿದೆ ಕಷ್ಟಪಟ್ಟು! ಬೇರೆ ದಾರಿ ಇರಲಿಲ್ಲ.

ಬಿದ್ದ ಹೊಡೆತದ ಉಡುಗೊರೆ ತಲೆಸುತ್ತಿನಿಂದ ನಿಧಾನವಾಗಿ ಸುಧಾರಿಸಿಕೊಂಡು ಮಾಮೂಲು ಸ್ಥಿತಿಗೆ ಬಂದಿದ್ರೂ ಇನ್ನೂ ಸುಸ್ತು ಇತ್ತು. ಆವಾಗಲೇ ತಿಳವಳ್ಳಿಯಲ್ಲಿ

ಇದ್ದಕ್ಕಿದ್ದಂತೆ ಡಕಾಯಿತರ ಹಾವಳಿ ಶುರು ಆಯ್ತು. ಅದೇ ವೇಳೆಗೆ ಸರಿಯಾಗಿ ನನ್ನ ಪತಿಗೆ ಬೆಂಗಳೂರಿಗೆ ಒಂದು ಟ್ರೇನಿಂಗಿಗಾಗಿ ವಾರದ ಮಟ್ಟಿಗೆ ಹೋಗಬೇಕಾಯ್ತು. ತಪ್ಪಿಸೋ ಹಾಗಿರಲಿಲ್ಲ. ಅವರೂ ತುಸು ಕಾಳಜಿಯಿಂದಲೇ ಹೋದ್ರು. ಒಳಗೆ ಭಯ ತುಂಬಿಕೊಂಡು ಅವರಿಗೆ ನಾನೇ ಸಮಾಧಾನ ಹೇಳಿ ಕಳಿಸಿದೆ. ಚಿಕ್ಕ ಊರು ಒಬ್ಬರ ಮನೇಲಿ ಸೀನಿದ್ರೂ ಊರೆಲ್ಲಾ ಗುಲ್ಲು ಆಗೋ ಹಾಗೆ ಅಲ್ಲಿನ ವಾತಾವರಣ.

ಅದೂ ಅಲ್ಲದೆ ಆಸ್ಪತ್ರೆಯಲ್ಲಿರುವ ಒಬ್ಬರೇ ಡಾಕ್ಟರೂ ಅಲ್ಲಿಲ್ಲ ಎಂದಾಗ ಎಲ್ಲರಿಗೂ ಡಾಕ್ಟರು ಊರಲ್ಲಿಲ್ಲ ಎಂದು ಗೊತ್ತಾಗೇ ಆಗ್ತಿತ್ತು. ಅದು ಸಹಜವೇ. ದವಾಖಾನೆಗೆ ಫೋನ್ ಇತ್ತು. ಆದರೆ ಮನೆಯಲ್ಲಿ ಇರಲಿಲ್ಲ. ಇಲ್ಲಿ ಕಾಂಪೌಂಡ್ ಗೋಡೆ ಇಲ್ಲದ ದೊಡ್ಡ ಬಟಾ ಬಯಲಿನಲ್ಲಿ ನಮ್ಮ ಕ್ವಾರ್ಟರ್ಸ್ ಇದ್ವು. ನಮ್ಮ ಮನೆಯ ಮುಂಬಾಗಿಲು ರೋಡಿನತ್ತ ಮುಖ ಮಾಡಿತ್ತು. ಇನ್ನುಳಿದವುಗಳು ನಮ್ಮ ಮನೆಯ ಹಿಂದುಗಡೆ ಆ ಕಡೆ ಮುಖಮಾಡಿ. ನಮ್ಮ ಮನೆ ಹೀಗಾಗಿ ಈ ಕಡೆ ಒಂದೇ ಆಗಿತ್ತು. ಅಕ್ಕ ಪಕ್ಕ ಯಾರ ಮನೆಯೂ ಇಲ್ಲ. ದವಾಖಾನೆ ಮೂವತ್ತು ಮೀಟರ್ ದೂರದಲ್ಲಿ.

ಎಡಪಕ್ಕಕ್ಕೆ ಇದ್ದದ್ದು ಹಳೆಯ ಆಸ್ಪತ್ರೆಯ ಖಾಲಿ ಕಟ್ಟಡ ಅದೂ ಬೀಗ ಹಾಕಿದ್ದು. ಮಕ್ಕಳೂ ಸ್ವಲ್ಪ ಹೆದರಿದ ಹಾಗಿತ್ತು. ಡಾಕ್ಟರ್ ಇಲ್ಲಾಂತ ಆಸ್ಪತ್ರೇನೂ ಹೆಚ್ಚು ಕಡಿಮೆ ಖಾಲಿ ಖಾಲಿ. ರಾತ್ರಿ ಅಟೆಂಡರ್ ಯಾರಾದರೂ ಮಲಗೋದು ಖಾತ್ರಿ ಇಲ್ಲ. ಅದಕ್ಕೇ ಸಂಜೆಯೇ ಭರಮಣ್ಣನ ಕೈಲಿ ಸುಧಾ ಅವರಿಗೆ ಮಕ್ಕಳೊಂದಿಗೆ ನಮ್ಮಲ್ಲೇ ಮಲಗೋಕೆ ಬರಲು ಹೇಳಿ ಕಳಿಸಿದೆ. ಸರಿ ಅಂತ ಅವರು 8.30ಕ್ಕೆ ಬರುವುದಾಗಿ ಹೇಳಿ ಕಳಿಸಿದ್ರು. ನಮ್ಮನೆಗೆ ಅವರ ಮನೆಯಿಂದ ಹತ್ತು ನಿಮಿಷದ ದಾರಿ. 8.45 ಆದ್ರೂ ಅವರು ಬರಲಿಲ್ಲ ಅಂತ ಹೊರಗೆ ಬಾಗಿಲಲ್ಲಿ ಕಾಯ್ತಾ ನಿಂತಿದ್ದೆ.

ಮನೇಲಿ ಲೈಟಿತ್ತು, ಆದರೆ ರಸ್ತೆ ದೀಪ ಹತ್ತಿರಲಿಲ್ಲ. ಅಷ್ಟರಲ್ಲಿ ಒಬ್ಬ ಮನುಷ್ಯ ಓಡುತ್ತಾ, ಜೋರಾಗಿ ಕೂಗುತ್ತ ಹೋದ, "ದೊಡ್ಡ ಗುಂಪು ಬಂದೈತೆ ಡಕಾಯಿತರದು. ಮನೇಲಿ ಒಬ್ಬೊಬ್ಬರೇ ಇರೋರು ಒಳಗೆ ಹೋಗ್ರಿ. ಬಾಗಲಾ ಗಟ್ಟಿ ಬಂದ ಮಾಡ್ಕೋರೀ. ಯಾರೇ ಬಂದ್ರೂ ಕಿಟಕಿಯಿಂದ ಸುದ್ದಾ ನೋಡಬ್ಯಾಡ್ರಿ. ಹುಷಾರ್ ಹುಷಾರ್," ಅಂತ!

ಅಂದರೆ ಮಕ್ಕಳೊಂದಿಗೆ ನಾ ಒಬ್ಬಳೇ ಇದ್ದದ್ದು ಎಲ್ಲರಿಗೂ ಗೊತ್ತಾಗಿ ಹೋಗಿದೆಯೋ ಏನೋ ಅನಿಸಿದ್ರೂ ನಾನಾಗ ಏನು ಮಾಡೋ ಹಾಗಿರಲಿಲ್ಲ. ಕಕ್ಕಾಬಿಕ್ಕಿಯಾಗಿ ನೋಡುತ್ತಿದ್ದಂತೆ ಅಲ್ಲಿ ಸುಧಾ ಮಕ್ಕಳ ಜೊತೆ ಓಡಿ ಓಡಿ ಬರ್ತಿರೋದು ಕಂಡಿತು. ಅವರು ಆಸ್ಪತ್ರೆ ಆವರಣದಲ್ಲಿ ಬಂದ ಮೇಲೆ ನಾ ಮೆಟ್ಟಲಿಳಿದು ಹೋಗಿ ಮಕ್ಕಳ ಕೈ ಹಿಡಿದು ಕರೆದುಕೊಂಡು ಬಂದೆ. ಅವರೂ ಒಳಗೆ ಬಂದ ತಕ್ಷಣ ಬಾಗಿಲು ಬಂದ್ ಮಾಡಿದೆ. ಆದರೆ ಬಾಗಿಲು ಪಕ್ಕದ ದೊಡ್ಡ ಕಿಟಕಿ ಇಲ್ಲೂ ಓಪನ್ನೇ! ತಿಳವಳ್ಳಿ ಸ್ಟೈಲ್!

ಒಂದು ಸಮಾಧಾನ ಅಂದರೆ ಕಿಟಕಿ ತುಂಬಾ ಸಿಮೆಂಟ್ ಡಿಸೈನ್ ಇದ್ದದ್ರಿಂದ ಗಟ್ಟಿ ಇತ್ತು. ಆ ವರಾಂಡಾ ಮತ್ತು ಹಾಲ್ ನಡುವಿನ ಬಾಗಿಲು ಭದ್ರಪಡಿಸಿದೆ. ಸೋಫಾದಲ್ಲಿ ಮಕ್ಕಳು ಮುದ್ದೆಯಾಗಿ ಕೂತಿವೆ. ಕುರ್ಚಿಯಲ್ಲಿ ಸುಧಾ!

ಬಹಳೇ ಹೆದರಿದ್ರು ಅವರು. ಹಣೆ ತುಂಬ ಬೆವರು. ಮೈಯೆಲ್ಲ ಥರಗುಟ್ಟುತ್ತಿತ್ತು! ನನಗೋ ಗಾಬರಿ ಇದೇನಾತು ಅಂತ. "ಏನಾಗೂದಿಲ್ಲ ಸುಧಾ. ಗಾಬರಿಯಾಗ ಬ್ಯಾಡ್ರಿ," ಅಂದೆ. "ವೈನೀ ನಿಮಗ ರಾಮರಕ್ಷಾ ಬಂದ್ರ ಅನ್ರಿ," ಅಂದ್ರು. ಅವರಿಗೆ ನೀರು ಕೊಟ್ಟು ಕುಡೀರಿ ಅಂತ ಹೇಳಿ ನಾ ರಾಮರಕ್ಷಾ, ಭೀಮರೂಪಿ (ಹನುಮಂತನ ಸ್ತೋತ್ರ) ಅಂದೆ. ಅವರ ನಡುಕ ಸ್ವಲ್ಪ ಕಡಿಮೆ ಆಯ್ತು. ನಮ್ಮ ಊಟ ಆಗಿರಲಿಲ್ಲ ಇನ್ನೂ. ಅವರು ಊಟ ಆಗಿದೆ ಅಂದ್ರು. ನಾನೂ ಮಕ್ಕಳ ಊಟ ಮುಗಿಸಿ, ಮಜ್ಜಿಗೆ ಮಾಡಿ ಅವರಿಗೂ ಕೊಟ್ಟು ನಾನೂ ಕುಡಿದೆ. ಊಟ ಮಾಡುವ ಮನಃಸ್ಥಿತಿ ಇರಲಿಲ್ಲ.

ಅಲ್ಲೇ ಹಾಲಿನಲ್ಲೇ ಹಾಸಿಗೆ ಹಾಕಿ, ಎಲ್ಲ ಬಾಗಿಲು ಬಂದ್ ಮಾಡಿ, ಲೈಟ್ ಆಫ್ ಮಾಡಿ ಒಂದು ಲಾಟೀನು ಇಟ್ಟು ಅವರಿಗೆ ಮಲಗಿ ಅಂತ ಹೇಳಿ, ನಾನು ಓದ್ತಾ ಕೂತೆ. ಕಾವಲು ಕಾಯುವಂತೆ! ನನಗೆ ಎದೆ ತುಂಬ ನಡುಕ, ಗಾಬರಿಗೆ ಇವರಿಗೇನಾದ್ರೂ ಆದ್ರೆ ಅಂತ. ಡಕಾಯಿತರ ಹೆದರಿಕೆ ಕೊಂಚ ಸರಿದು ಈ ಗಾಬರಿ ಕಾಡಲಾರಂಭಿಸಿತ್ತು. ಮಾರನೇ ದಿನದಿಂದ ಒಬ್ಬಳೇ ಮಕ್ಕಳೊಡನೆ ಮಲಗೋದು ಅಂತ ಠರಾಯಿಸಿ ಬಿಟ್ಟೆ. ಮುಂಜಾನೆ ಎದ್ದು ಟೀ ಕುಡಿದು ಹೊರಟ ಸುಧಾಗೆ ಹೇಳ್ದೆ, "ಸುಧಾ ಈ ಹೊತ್ತು ನಮ್ಮ ಭಾವನ ಮಗ ಬರತಾನ್ರಿ ಹುಬ್ಬಳ್ಳಿಯಿಂದ. ಈ ಹೊತ್ತು ರಾತ್ರಿ ಏನ ಬರಬ್ಯಾಡ್ರಿ," ಅಂತ. ಹೂಂ ಅಂದ್ರು ಅವರೂ, ಹೋದ್ರು ಮನೆಗೆ. ಹುಷ್ ಅಂತ ಕೂತೆ ನಾನು!

ಆ ದಿನ ಒಬ್ಬಳೇ ಮಕ್ಕಳೊಡನೆ ಮಲಗಿದೆ. ಏನೂ ಗಲಾಟೆ ಇರ್ಲಿಲ್ಲ. ಆದರೆ ಮಾರನೇ ದಿನ ರಾತ್ರಿ ಪೂರ್ತಿ ಏನೋ ಓಡಾಟದ ಸದ್ದು, ಗುಜುಗುಜು ಮಾತು, ಯಾರೋ ಓಡಿ ಹೋದ ಹಾಗೆ. ರೂಮಿನ ಕಿಟಕಿಯಿಂದ ಹೊರಗೆ ಇಣುಕಿ ನೋಡಿದಾಗ ರಸ್ತೆಯಲ್ಲಿ ಐದಾರು ಜನ ಏನೋ ಸನ್ನೆ ಮಾಡುತ್ತಾ ನಿಂತಿದ್ದು ಕಂಡು ನನಗೂ ಬೆವರು. ಮತ್ತೆ ಹಾಲಿನಲ್ಲಿ ಬಂದು ಕೂತೆ. ಮಕ್ಕಳು ಮಲಗಿದ್ದರು. ಟೈಂ ನಿಂತಲ್ಲೇ ನಿಂತಿದೆ ಎಂಬ ಅನಿಸಿಕೆ ನಂಗೆ. ಕೊನೆಗೊಮ್ಮೆ ನಮಾಜು ಕೇಳಿ ನಿಟ್ಟುಸಿರು ಬಿಟ್ಟು ಒಂದು ತಾಸು ಮಲಗಿ ಎದ್ದೆ. ಅಲ್ಲಿನ ಸ್ಟಾಫ್ ನರ್ಸ್ ಒಬ್ಬರೇ ಇರತಿದ್ರು. ಅವರಿಗೇ ಮರುದಿನ ಬರಲು ಹೇಳಿದೆ. ಮುಂದೆ ಎರಡು ದಿನಗಳ ನಂತರ ಸುರೇಶ ಬಂದ್ರು.

ಡಕಾಯಿತರ ಹಾವಳಿ ಕಡಿಮೆಯಾಗಿದ್ರೂ ಇನ್ನೂ ಅಲ್ಲಿ ಇಲ್ಲಿ ಸುದ್ದಿ ಇರ್ತಿತ್ತು. ಆದರೂ ಈಗ ಮತ್ತೆ ಹಾಸ್ಪಿಟಲ್ ಭರ್ತಿ ಇತ್ತು. ಹಗಲೂ ರಾತ್ರಿ ನನ್ನ ಪತಿಯ ಓಡಾಟ ಇರ್ತಿತ್ತು ಆಸ್ಪತ್ರೆಗೆ. ಹೀಗಾಗಿ ನಮ್ಮ ಕ್ಯಾಂಪಸ್ಸಿನಲ್ಲಿ ನನಗೇನು ಹೆದರಿಕೆ ಅನಿಸ್ತಿರಲಿಲ್ಲ. ಮಕ್ಕಳಿಗೆ ಪರೀಕ್ಷೆ ಹತ್ತಿರ ಬಂದಿತ್ತು. ನನ್ನ ದೊಡ್ಡ ಮಗ 2.30ಕ್ಕೇ

ಓದಲು ಏಳ್ತಿದ್ದ. ಆ ದಿನ ನಾಲ್ಕನೇ ಕ್ಲಾಸಿನಲ್ಲಿದ್ದ ಚಿಕ್ಕ ಮಗನೂ ಎದ್ದ ಓದಕೋತೀನಿ ನಾನೂ ಅಣ್ಣನೊಂದಿಗೆ ಅಂತ. ಅವರಿಬ್ಬರಿಗೂ ಟೀ ಮಾಡ್ತಿದ್ದೆ ಅಡಿಗೆ ಕೋಣೆಯಲ್ಲಿ, ಯಾರೋ ಹೊರಗೆ ಧಡಾ ಧಡಾ ಓಡಿದಂತಾಯ್ತು.

ಕಿಟಕಿ ತೆಗೆಯದೇ ಹಾಗೇ ಕಾಲು ಎತ್ತರಿಸಿ ಗಾಜಿನಿಂದ ನೋಡಿದರೆ ಆಸ್ಪತ್ರೆ ಬಿಲ್ಡಿಂಗ್ ದಾಟಿ ಯಾರೋ ಓಡೋದು ಕಂಡಿತು. ನಾ ಮೆತ್ತಗೆ ಲೈಟ್ ಆಫ್ ಮಾಡಿ, ಟೀ ಮಕ್ಕಳಿಗೆ ಕೊಟ್ಟು ಎಲ್ಲ ಬಾಗಿಲು ಚೆಕ್ ಮಾಡಿ, ಯಾರು ಬಂದ್ರೂ ಬಾಗಿಲು ತೆಗೀಬೇಡಿ ಅಂತ ತಾಕೀತು ಮಾಡಿ ಬಂದು ಮಲಗಿದಾಗ 3.15 ಆಗಿತ್ತು. ಬೆಳಗಿನ 5.30 ಆಗಿತ್ತು; ಯಾರೋ ಜೋರಾಗಿ ಕೂಗುತ್ತಾ ಬಾಗಿಲು ತಟ್ಟುತ್ತ ಬೆಲ್ ಮಾಡಿದಾಗ, ನನ್ನ ಮಗ ಬಂದು ನನ್ನ ಎಬ್ಬಿಸಿದ.

ನಾ ಎದ್ದು ಕಿಟಕಿಯಿಂದ ನೋಡಿದಾಗ ಹೊರಗೆ ಐದಾರು ಜನ ಗಾಬರಿ, ಗಡಿಬಿಡಿಯಲ್ಲಿ, "ಆಕ್ಕಾರ ಸಾಹೇಬ್ರನ ಕರೀರಿ," ಅಂದ್ರು. ಯಾಕೆ ಏನಾಯ್ತು ಅಂದ್ರೆ, "ಭಟ್ರ ಮನೆಗೆ ಡಕಾಯಿತರು ನುಗ್ಗಿ ಹೊಡೆದು ಬಡದು ಮಾಡಿ ಏನೇನೋ ಕದ್ದುಕೊಂಡು ಹೋಗ್ಯಾರ್ರೀ. ಅಕ್ಕಾರಿಗೆ, ಅವರ ಮಗನಿಗೆ ಭಾಳ ಪೆಟ್ಟಾಗತ್ರಿ," ಅಂದ್ರು. ನನ್ನ ಪತಿಯೂ ಎದ್ದು ಬಂದ್ರು.

ನಮ್ಮ ಆವರಣದ ಎದುರಿಗೇ, ರಸ್ತೆ ಆಚೆ ಬದಿಯ ಒಂದು ಮನೇಲಿ ಕಳವು ಮಾಡಿ ಭಟ್ರ ಮನೀಗೆ ಹೋಗ್ಯಾರ ಕಳ್ಳರು. ನಾ ಟೀ ಮಾಡೋವಾಗ ಓಡಿ ಹೋದದ್ದು ಅವರೇ! ಸಣ್ಣಗೆ ಬೆವರಿದೆ. ಭಟ್ರ ಮಗನಿಗೆ ಮೂಗಿಗೆ ಏಟು ಬಿದ್ದಿತ್ತು, ಅವರ ತಾಯಿಗೆ ತಲೆಗೆ. ಇಬ್ಬರಿಗೂ ಗಾಯವಾದಲ್ಲಿ ಹೊಲಿಗೆ ಹಾಕಿ ಬ್ಯಾಂಡೇಜ್ ಮಾಡಿ ಮಾತ್ರೆ, ಇಂಜೆಕ್ಷನ್ ಎಲ್ಲಾ ಮುಗಿಸಿ ಬಂದ್ರು ಸುರೇಶ.

ಆ ಭಟ್ರ ಮಗ ಯಾರು ಗೊತ್ತೇ? ಸ್ಯಾಂಡಲ್‌ವುಡ್ಡಿನ ಪ್ರಸಿದ್ಧ ನಿರ್ದೇಶಕ 'ಯೋಗರಾಜ್ ಭಟ್ರು!' ತಿಳವಳ್ಳಿಯಲ್ಲಿ ನಮ್ಮ ಮನೆಯಿಂದ ಐದು ನಿಮಿಷಗಳ ದಾರಿ ಅವರ ಮನೆಗೆ. ನನ್ನ ದೊಡ್ಡ ಮಗನಿಗಿಂತ ಒಂದೆರಡು ವರ್ಷ ದೊಡ್ಡವರು. ಆದರೆ ಇವರೆಲ್ಲ ಒಟ್ಟಿಗೆ ಆ ನಮ್ಮ ಆಸ್ಪತ್ರೆಯ ಬಯಲಲ್ಲಿ ಕ್ರಿಕೆಟ್ ಆಡಿದ ಬಾಲ್ಯ ಸ್ನೇಹಿತರು. ನಮ್ಮನೆ ತುಂಬ ಗಲಾಟೆ ಮಾಡೋ ತುಂಟ ಹುಡುಗರು ಆಗ. ನನಗೆ ಈಗ ಹೆಮ್ಮೆ. ನಮ್ಮ ಕಣ್ಮುಂದೆಯೇ ಆಡಿ ಬೆಳೆದ ಆ ಹುಡುಗರ ಸಾಧನೆ ನೋಡಿ! ನನ್ನ ಮಗ ಈಗ ಅಮೆರಿಕದಲ್ಲಿ.

ಅದಕ್ಕೇ ನಾ ಯಾವಾಗಲೂ ಅನಕೋತೀನಿ ಈ ಜಗತ್ತು ತುಂಬ ಚಿಕ್ಕದು; ಅದರ ತುಂಬ ಹೆಜ್ಜೆ ಇಟ್ಟಲ್ಲಿ ಏನೋ ಒಂದು ಅಚ್ಚರಿ ಅಂತ. ಅಲ್ವಾ?

ಅರೆಗಳಿಗೆ ಬಿಟ್ಟಗಲದ ನೆರಳು ಅವು

> **"ಆಗ ದೀಪಕ ಇದ್ದಕ್ಕಿದ್ದಂತೆ, "ಅಕ್ಕಾರ, ಸಾಹೇಬ್ರ?" ಅಂತ ಕೂಗಿದ. ಏನಾಯ್ತು ಅಂತ ತಿರುಗಿ ನೋಡಿದಾಗ, ಲಾರಿ ಮುಂದೆ ಹಳ್ಳಿ ಜನ ಸಾಲಾಗಿ ಮಲಗಿ ಬಿಟ್ಟಿದ್ದಾರೆ, ಹೇಗೆ ಹೋಗ್ತಿರೋ ಹೋಗ್ರಿ ಅಂತ! ಮೂಕರಾಗಿ ನಿಂತುಬಿಟ್ವಿ! ಅರಿಯದೇ ನಮ್ಮ ತಲೆ ಬಾಗಿತು, ಕೈ ಜೋಡಿಸಿತು. ಕೊನೆಗೆ ಊರ ಮುಖಂಡರು, ಸ್ಟಾಫಿನವರು ಎಲ್ಲ ಸೇರಿ ಆ ಜನರನ್ನು ಸಮಾಧಾನ ಪಡಿಸಿ ನಮಗೆ ಹೊರಡಲು ದಾರಿ ಮಾಡಿಕೊಟ್ರು.**

ಹೀಗೇ ಏನೋ ಯೋಚಿಸುತ್ತ ಕುಳಿತಾಗ ಯಾವುದೋ ನೆನಪಿನ ಎಳೆಯಲ್ಲಿ ಸಿಲುಕಿ ಹಿಗ್ಗಾಮುಗ್ಗಾ ಜಗ್ಗಾಡಿದ್ರೂ, ಒಂದಿನಿತೂ ಅಲುಗದೇ ಅಲ್ಲೇ ಸಿಲುಕಿಕೊಂಡಾಗ ಹತ್ತು ಹಲವು ಅನುಭವಗಳು ತಕಧೀಂ ಅಂತ ಕಣ್ಮುಂದೆ ಕುಣೀತಾವೆ. ಅವನ್ನು ಅಲ್ಲಿಯೇ ಬಿಟ್ಟು ಮುನ್ನೋಡಿ ನಡೆದು ಸಾಗಿ ಬಂದಿದ್ರೂ, ಅರೆಗಳಿಗೆ ಬಿಡದ ನೆರಳು ಅವು. ಬಗೆದಷ್ಟೂ, ಬತ್ತದ ನೀರಿನ ಒರತೆಯಂತೆ ಪುಟಿಯುತ್ತಲೇ ಇರ್ತವೆ ಆ ನೆನಪುಗಳು.

ತಿಳವಳ್ಳಿಯೇ ಪುಟ್ಟ ಗ್ರಾಮವಾದರೆ ಅದರ ಸುತ್ತಲೂ ಇನ್ನೂ ಚಿಕ್ಕ ಚಿಕ್ಕ ಹಳ್ಳಿಗಳು. ಆ ಎಲ್ಲ ಊರಿನ ಜನತೆಗೂ ಇದೇ ಒಂದೇ ಆಸ್ಪತ್ರೆ. ಹಾಗೇನಾದರೂ ಪೇಶಂಟ್ ಸ್ಥಿತಿ ಗಂಭೀರ ಅನಿಸಿ ಮುಂದೆ ದೊಡ್ಡಾಸ್ಪತ್ರೆಗೆ ಕಳಿಸಬೇಕು ಅಂದ್ರೆ ಕಳಿಸೋದಾದ್ರೂ ಎಲ್ಲಿಗೆ? ಕಳಿಸಿದ್ರೂ ಆ ಪೇಷಂಟುಗಳು ಅಲ್ಲಿಗೆ ಹೋಗೋದ್ಹೇಗೆ? ಅಲ್ಲಿ ಯಾವುದೇ

ಟ್ಯಾಕ್ಸಿ ಇಂಥಾದ್ದು ಸಿಗ್ತಿದ್ದಿಲ್ಲ. ಬಸ್ಸುಗಳದಂತೂ ಈ ಕಥೆ, ಆ ಅಧ್ವಾನ ರಸ್ತೆಯಲ್ಲಿ ಆ ದೊಡ್ಡಾಸ್ಪತ್ರೆಗೆ ಹೋಗಿ ಮುಟ್ಟೋದ್ರಲ್ಲಿ ದಾರೀಲೇ ಏನಾದರೂ ಅವಘಡ ಸಂಭವಿಸಿದ್ರೆ ಅದರಲ್ಲಿ ಆಶ್ಚರ್ಯವೇನೂ ಇರಲಿಲ್ಲ. ಹಾಗೆಯೇ ಇತ್ತು ಪರಿಸ್ಥಿತಿ.

ಶತಾಯಗತಾಯ ಇಲ್ಲೇ ಗುಣಪಡಿಸಲು ಪ್ರಯತ್ನಿಸಬೇಕು. ನಿಜಕ್ಕೂ ಅದೊಂದು ದೊಡ್ಡ ಸವಾಲು! ಅದ್ರಲ್ಲಿ ನನ್ನ ಪತಿ ಮುಳುಗಿ ಹೋಗಿದ್ರೆ, ಆ ರೋಗಿ ಗುಣವಾಗುವವರೆಗೂ ನನಗೆ ಟೆನ್ಷನ್! ಅದು ಸಹಜವೇ ಆಗಿತ್ತು. ದವಾಖಾನೆ, ಮನೆ ಆಜುಬಾಜೂನೇ, ಒಂದು ಮೂವತ್ತು ಘೂಟಿನ ಅಂತರದಲ್ಲಿರುವಾಗ, ಅದೂ ಆ ಪುಟ್ಟ ಹಳ್ಳಿಗಳಲ್ಲಿ ಯಾವುದೇ ಅನುಮಾನ ಏಚುಪೇಚಿಲ್ಲದೇ ಆ ರೋಗಿಗಳ ಸಂಬಂಧಿಕರು ನಮ್ಮ ಮನೆಗೆ ಬಂದು ಏನು ಬೇಕಾದರೂ ತಗೊಂಡು ಹೋಗೋದು, ಕೇಳೋದು, ಹೇಳೋದು ಮಾಡೋವಾಗ ನನಗೆ ಗೊತ್ತೇ ಆಗದಂತೆ ನಾನೂ ಅದರಲ್ಲಿ ಬೆರೆತು ಬಿಡ್ತಿದ್ದೆ.

ಅದೂ ಅಲ್ಲದೆ ನಾ ಹಿಂದೆ ಹೇಳಿದಂತೆ ಅಲ್ಲಿ ಆ ಹಳ್ಳಿಗಳ ಆಸ್ಪತ್ರೆ ಆವರಣದಲ್ಲಿ ಮನೆ, ದವಾಖಾನೆಗಳಲ್ಲಿ ವ್ಯತ್ಯಾಸವೇ ಇಲ್ಲದಂತಹ ವಾತಾವರಣ. ಹೀಗಾಗಿ ರೋಗಿಗಳ ವಿಷಯ ವೈದ್ಯರಾದ ನನ್ನ ಪತಿಗಷ್ಟೇ ಸಂಬಂಧ ಪಟ್ಟಿದ್ದು ಅಂತ ನನಗೆ ಎಂದೂ ಅನ್ನಿಸಲೇ ಇಲ್ಲ. ಆ ರೋಗಿಗಳು, ಅವರ ಸಂಬಂಧಿಕರು ಏನೇನೂ ಸಂಬಂಧ ಇಲ್ಲದ ಹೊರಗಿನವರು, ಅರಿಯದವರು ಆದ್ರೂ ಅದ್ಹೇಗೋ ಏನೋ ಒಂದು ಅನುಬಂಧದ ಬಂಧ ಹೆಣೆದುಕೊಂಡು ಬಿಡ್ತಿತ್ತು; ನಾನೂ ಅದರ ಭಾಗವೇ ಅಂತ ಅನಿಸೋದು. ಬಹುಶಃ ಇದು ದೊಡ್ಡೂರು, ಹಳ್ಳಿಗಳ ಮಧ್ಯೆ ಇರುವ ವ್ಯತ್ಯಾಸ. ಪ್ರತಿ ಸಂಬಂಧವೂ ಅಲ್ಲಿ ಪ್ರೈಮರಿ ಸಂಬಂಧವೇ ಆಗಿಬಿಡ್ತಿತ್ತು.

ಆ ದಿನ ಬೆಳಗ್ಗೆ ಮಕ್ಕಳು ಸ್ಕೂಲಿಗೆ ಹೋಗಿ ಆಗಿತ್ತು. ನನ್ನ ಪತಿ ಸುರೇಶ ಅವರೂ ರೆಡಿಯಾಗಿ ಇನ್ನೇನು ತಿಂಡಿ ತಗೋಬೇಕು ಅಷ್ಟ್ರಲ್ಲಿ, ಸರ್ ಸರ್ ಅಂತ ಕೂಗುತ್ತ ಏದುಸಿರು ಬಿಡುತ್ತ ಓಡಿ ಬಂದಿದ್ದ ದೀಪಕ. "ಯಾಕೆ ಹೀಗೆ ಗಾಬರಿ ಆಗಿ? ಏನಾಯ್ತು" ಅಂದೆ. ದವಾಖಾನೆ ಮುಂದೆ ಒಂದು ಚಕ್ಕಡಿ ಗಾಡಿ, ಹಿಂಡು ಜನ, ಯಾರೋ ತಡೆಯಲಾರದ ನೋವಿನಿಂದ ಕೂಗುತ್ತಿದ್ದರು. ಮತ್ತೆ ಕೇಳಿದೆ 'ಏನಾಯ್ತು' ಅಂತ. "ಅಕ್ಕಾರ ಲಗೂನ ಸಾಹೇಬ್ರನ್ನ ಕಳಸ್ರಿ. ಒಂದು ಸೀರಿಯಸ್ ಕೇಸ್ ಐತ್ರಿ. ವಯಸ್ಸಾದ ಮನುಷ್ಯ," ಅಂದ. ಅಷ್ಟ್ರಲ್ಲಿ ಈ ಗಲಾಟೆ ಕೇಳಿ ಸುರೇಶ ಅವರೂ ತಿಂಡಿ ಬಿಟ್ಟು ಬಂದಿದ್ರು. ಅವಸರವಸರವಾಗಿ ಆಸ್ಪತ್ರೆಗೆ ಹೋದರು.

ಆ ಪೇಷಂಟ್ ಅಲ್ಲೇ ಪಕ್ಕದ ಹಳ್ಳಿಯವನು. ಆ ದಿನ ಕಾರಹುಣ್ಣಿಮೆ. ಎತ್ತುಗಳನ್ನು ಅಲಂಕರಿಸಿ ತಯಾರು ಮಾಡೋವಾಗ ಏನಾಯ್ತೋ ಆ ಎತ್ತಿಗೆ, ಗೊತ್ತಿಲ್ಲ. ಯಾವಾಗಲೂ ತಮ್ಮ ಜೊತೆಗೆ ಇರ್ತಿದ್ದ ಈ ತಮ್ಮ ಮನುಷ್ಯನನ್ನೇ, ತನ್ನ ಕೋಡಿನಿಂದ ಆತನ ತೊಡೆಗೆ ಇರಿದು ಮೇಲಕ್ಕೆತ್ತಿ ಆತನನ್ನು ನೆಲಕ್ಕೆ ಅಪ್ಪಳಿಸಿ ಕೆಡವಿತ್ತು.

ಅವನ ಸ್ಥಿತಿ ಊಹಿಸಲಾಗದಷ್ಟು ಭಯಾನಕ ಆಗಿತ್ತು. ತೊಡೆಯ ಕೆಳಗೆ ಇಷ್ಟುದ್ದ ಕೊಯ್ದುಕೊಂಡು ಹೋಗಿ ಅಗಲವಾಗಿ ಬಾಯಿ ತೆರೆದು, ಒಳಗಿನಿಂದ ಖಂಡ, ಮಾಂಸ, ಚರ್ಮ ಎಲ್ಲ ಜೋತಾಡುತ್ತಿತ್ತು. ಪಾಪ ಆ ಮನುಷ್ಯನ ಯಾತನೆ ನೋಡಿ ಕರುಳು ಕಿತ್ತು ಬರುವಂಥ ಸಂಕಟ ಆಗ್ತಿತ್ತು ಯಾರಿಗಾದ್ರೂ. ಆ ಸ್ಥಿತಿಯಲ್ಲಿ ಆತನ್ನ ಕಳಿಸುವುದ್ಯಾವ ದೊಡ್ಡಾಸ್ಪತ್ರೆಗೆ? ಅಂಥ ಅಸ್ತವ್ಯಸ್ತ ದಾರೀಲಿ? ದವಾಖಾನೆಯ ಜೀಪು ಕೆಟ್ಟು ತಣ್ಣಗೇ ನಿಂತು ಬಿಟ್ಟಿತ್ತು.

ಅಲ್ಲಿನ ಜನಕ್ಕೆ ಆಂಬ್ಯುಲೆನ್ಸ್ ಹೆಸರಾದರೂ ಗೊತ್ತಿತ್ತೋ ಇಲ್ವೋ ಅನಕೋತೀನಿ. ಸುರೇಶ ಅವರೇ ಗುದ್ದಾಡಿ ಅದನ್ನೆಲ್ಲ ಜೋಡಿಸಿ ಹೊಲಿಗೆ ಹಾಕಿ ಆತನ್ನ ಅಲ್ಲೇ ಅಡ್ಮಿಟ್ ಮಾಡಿಕೊಂಡರು. ಆ ಪೇಷಂಟ್ ಆಸ್ಪತ್ರೆಯಲ್ಲಿ ಸುಮಾರು ಎರಡೂವರೆ, ಮೂರು ತಿಂಗಳವರೆಗೆ ಇದ್ದ. ಆತನಿಗೆ ಬೇಕಾದ ಗಂಜಿ, ಹಾಲು, ಟೀ ಆಗಾಗ ನಮ್ಮ ಮನೆಯಿಂದಲೇ ಕಳಿಸ್ತಿದ್ದೆ. ಅವನಿಗಾಗಿ ನಮ್ಮ ಮನೆಯಿಂದ ಬಿಸಿ ಅನ್ನ, ಉಪ್ಪಿನಕಾಯಿ ಅವನ ಜೊತೆ ಇದ್ದವ್ರು ತಗೊಂಡು ಹೋಗ್ತಿದ್ರು ಆತನ ತೊಡೆಯ ಗಾಯ ಕಡಿಮೆಯಾಗಿ ನಿಧಾನಕ್ಕೆ ಕೋಲು ಹಿಡಿದು ಓಡಾಡಲಾರಂಭಿಸಿದ.

ನನಗೆ ಒಂಥರಾ ಭಾರ ಇಳಿದು ಹಗುರವಾದ ಭಾವ. ಆತ ಮನೆಗೆ ಹೋಗುವಾಗ ಬಂದು ನಮ್ಮಿಬ್ಬರ ಕಾಲು ಗಟ್ಟಿಯಾಗಿ ಹಿಡಿದುಕೊಂಡು ಅಳೋದು ನೋಡಿ ನನ್ನ ಕಣ್ಣೊ ತುಂಬಿ ಬಂತು. ಆಗ ನನಗೆ ಪಟ್ಟನೇ ಆ ಮಹಿಳೆಯ (ಪೋಸ್ಟ್ ಮಾರ್ಟಂ ಬಗ್ಗೆ ಮಾತಾಡಿದವಳು) ನೆನಪು ಬಂತು. ನನಗೆ ನಾನೇ ಹೇಳಿಕೊಂಡೆ; ಮನುಷ್ಯ ಅದೆಷ್ಟು ಅಸಹಾಯಕನಾಗ್ತಾನಲ್ಲ ಒಮ್ಮೊಮ್ಮೆ! ಇಂಥ ಅಸಹಾಯಕರನ್ನು ಕಂಡು ಮರುಗಿ ಇಲ್ಲಿರಬೇಕೋ, ಅಂಥವರನ್ನು ನೋಡಿ ಎದ್ದು ಹೋಗಬೇಕೋ ಅಂತ ಪ್ರಶ್ನೆ. ಇದಕ್ಕೆ ಒಂದೇ ಉತ್ತರ, ಸಮಾಜ ಅಂದ ಮೇಲೆ ಜನ ಹಾಗೂ ಇರ್ತಾರೆ, ಹೀಗೂ ಇರ್ತಾರೆ. ಯಾವುದು ಬೇಕು ಅದನ್ನು ತಗೊಂಡು ಇನ್ನುಳಿದದ್ದನ್ನು ಅಲ್ಲಿಯೇ ಅದರ ಜಾಗದಲ್ಲಿಯೇ ಬಿಟ್ಟು ಹೊರಡುವದೊಂದೇ ದಾರಿ. ಅಷ್ಟೇ.

ಈಗ ಇನ್ನೊಂದು ಇಂತಹುದೇ ಅನುಭವ ಹೇಳ್ತೀನಿ. ಆ ದಿನ ರಾತ್ರಿ 12.30 ಆಗಿದೆ. ಬೆಲ್ ಮಾಡೋದು, 'ಅಕ್ಕಾರ' ಅಂತ ಕೂಗೋದು ನಡೆದೇ ಇತ್ತು. ಡಾಕ್ಟ್ರ ಮನೇಲಿ, ಆಸ್ಪತ್ರೆಯ ಆವರಣದಲ್ಲಿ ಹಗಲು ರಾತ್ರಿಗೆ ವ್ಯತ್ಯಾಸವೇ ಇರುವುದಿಲ್ಲ. ಎದ್ದು ಹೋಗಿ ಕಿಟಕಿಯಿಂದ ನೋಡಿದಾಗ ಹೊರಗೆ ಬಾಗಿಲ ಮುಂದೆ ಭರಮಣ್ಣಾ ನಿಂತಿದ್ದ. ಕೆಟ್ಟ ಚಳಿ ಬೇರೆ. "ಯಾಕೋ ಭರಮಣ್ಣಾ ಏನಾತೋ," ಎಂದೆ. "ಅಕ್ಕಾರ, ಅಲ್ಲಿ ದವಾಖಾನೆ ಕಟ್ಟೀ ಮ್ಯಾಲೆ ಯಾರೋ ಒಬ್ಬ ಮನುಷ್ಯ ಮಲಗ್ಯಾನ್ರಿ. ಅಂವಗ ಎಚ್ಚರ ಇದ್ದಾಂಗಿಲ್ರೀ. ಲಗೂನ ಸಾಹೇಬ್ರನ್ನ ಕಳಸ್ರೀ," ಅಂದ.

ಆ ದಿನ ಪೇಷಂಟುಗಳ ಗಲಾಟೆ ಜಾಸ್ತಿ ಇತ್ತು ದಿನಕ್ಕಿಂತ. ಎರಡು ಹೆರಿಗೆ ಕೇಸುಗಳು, ಐದಾರು ಕುಟುಂಬ ಯೋಜನೆ ಆಪರೇಶನ್ ಕೇಸುಗಳು. ಹೀಗಾಗಿ ದಣಿದು ಮಲಗಿದ ನನ್ನ ಪತಿಯನ್ನು ಎಬ್ಬಿಸಿ ಹೇಳಿದೆ. ಬೇರೆ ದಾರಿ ಇರಲಿಲ್ಲ. ಅವರೂ ಎದ್ದು ಆಸ್ಪತ್ರೆಗೆ ಹೋಗಿ ಎಚ್ಚರ ತಪ್ಪಿದ ಆ ಮನುಷ್ಯನ್ನ ಚೆಕ್ ಮಾಡಿ ನೋಡಿದರೆ ಶುಗರ್ ಲೆವೆಲ್ ಪೂರ್ತಿ ಕೆಳಗೆ ಇಳಿದು ಹೋಗಿತ್ತು. ತಕ್ಷಣ ಗ್ಲೂಕೋಸ್ ಏರಿಸಿ ಅಲ್ಲೇ ಕುಳಿತು ಆತನ ಶುಗರ್ ಲೆವೆಲ್ ಏರಿದಂತೆ ಸ್ವಲ್ಪ ಹುಷಾರಾದದ್ದನ್ನು ನೋಡಿ ಸುರೇಶ ಅವರು ಮನೆಗೆ ಬಂದಾಗ ಬೆಳಗಿನ ಜಾವ ನಾಲ್ಕು ಗಂಟೆ. ಅವರಿಗೂ ಜಾಗರಣೆ, ನನ್ನ ನಿದ್ದೆ ಅಂತೂ ಸಂಚಾರಕ್ಕೆ ಹೋಗಿರ್ತದೆ ಅಂಥ ಪರಿಸ್ಥಿತಿಯಲ್ಲಿ. ಆ ಪೇಷಂಟ್ ಸ್ಥಿತಿ ಪರವಾಗಿಲ್ಲ ಈಗ ಅಂತ ಸುರೇಶ ಹೇಳಿದಾಗ ನಾನೂ ಮಲಗಿದೆ.

ಮುಂಜಾನೆ ಎದ್ದು ಆ ಮನುಷ್ಯ ಓಡಾಡಲಾರಂಭಿಸಿದ್ದ. ಆಗ ಬಸ್ಸೊಂದು ಆಸ್ಪತ್ರೆ ಆವರಣದಲ್ಲಿಯೇ ಬಂದು ನಿಂತಿತು. ಮತ್ತೇನಪಾ ಇದು ಅನೋಷ್ತ್ರಲ್ಲಿ ಕಂಡಕ್ಟರ್ ಡ್ರೈವರ್ ಕೆಳಗೆ ಇಳಿದು ಬಂದರು. ಆತ ಅಡ್ಡಾಡುವುದನ್ನು ನೋಡಿ ಆಶ್ಚರ್ಯ ಅವರಿಗೆ! ಹಿಂದಿನ ದಿನ ನಡೆದಿದ್ದು ಇಷ್ಟು: ಸಂಜೆ ಹಾನಗಲ್ಲಿನಿಂದ ಹೊರಟ ತಿಳವಳ್ಳಿ ಬಸ್ಸು ಹತ್ತಿದ್ದ ಆತ ಬಸ್ಸು ಊರು ದಾಟೋ ಮೊದಲೇ ಎಚ್ಚರ ತಪ್ಪಿದನಂತೆ. ಜೊತೇಲಿ ಯಾರೂ ಇಲ್ಲ. ಏನು ಮಾಡೋದು? ಡ್ರೈವರ್ ಮತ್ತೆ ಬಸ್ ತಿರುಗಿಸಿ ಹಾನಗಲ್ ಪ್ರಾಥಮಿಕ ಆರೋಗ್ಯ ಕೇಂದ್ರಕ್ಕೆ ಒಯ್ದು ಆತನನ್ನು ಅಲ್ಲಿಯ ಡಾಕ್ಟರಿಗೆ ತೋರಿಸಿ ಹೇಳಿದಾಗ ಅವರು, ಪೇಷಂಟ್ ಸ್ಥಿತಿ ಭಾಳ ಚಿಂತಾಜನಕ ಇದೆ. ಹುಬ್ಬಳ್ಳಿಗೆ ಕರೆದೊಯ್ಯುವುದು ವಾಸಿ. ಅದೂ ಆದಷ್ಟು ಬೇಗ," ಅಂದ್ರಂತೆ.

ಏನು ಮಾಡಬೇಕು ಅವರು? ಆತನ ಜೊತೆಗೂ ಯಾರೂ ಇರಲಿಲ್ಲ. ಅದ್ಕೇ ಇಲ್ಲಿ ತಂದು ಮಲಗಿಸಿ ಹೋಗಿ ಬಿಟ್ಟಿದ್ರು. ಸುರೇಶ ಸಿಟ್ಟಿನಿಂದ, "ಒಳಗೆ ಬಂದು ಯಾರಿಗಾದರೂ ಹೇಳಿ ಹೋಗಬೇಕಲಾ? ಇನ್ನರ್ಧ ಗಂಟೆ ಯಾರೂ ನೋಡಿರಲಿಲ್ಲ ಅಂದರೆ ಆತನದು ಮುಗಿದ ಕಥೆ ಆಗಿರೋದು," ಅಂದ್ರು. ಅದಕ್ಕೆ ಆ ಡ್ರೈವರ್, "ಏನ ಮಾಡೋಣ್ರಿ ಸರ್? ಅಲ್ಲಿ ಹಾನಗಲ್ ಡಾಕ್ಟರ್ ಹಂಗಂದ್ರು. ನೀವು ಮತ್ತೇನರ ಹೇಳಿದ್ರ ನಾವೇನ ಮಾಡಬೇಕಿತ್ರಿ ಸರ್? ಅದ್ಕೇ ಹಂಗೇ ಹೋಗಿ ಬಿಟ್ವಿ," ಅಂದ.

ಪಾಪ ಆ ಮನುಷ್ಯ ಸುರೇಶ ಅವರ ಕಾಲಿಗೆ ಬಿದ್ದ. ಆತನ ಹತ್ರ ದುಡ್ಡೂ ಇರಲಿಲ್ಲ. ನಮ್ಮ ಮನೇಲಿ ಆತನಿಗೆ ಚಹಾ, ತಿಂಡಿ ತಿನಿಸಿ, ಆತ ಆರಾಮ ಇದ್ದದ್ದು ಖಾತ್ರಿ ಮಾಡಿಕೊಂಡು, ಬಸ್ ಚಾರ್ಜ್ ಕೊಟ್ಟು ಕಳಿಸಿ ಆಯ್ತು. ಏನೋ ಸಮಾಧಾನ ಮನಸ್ಸು ಈಗ. ಇದನ್ನೆಲ್ಲ ಕೆನ್ನೆಗೆ ಕೈ ಆನಿಕೆ ಕೊಟ್ಟು ನೋಡುತ್ತ ಕುಳಿತ ಮಕ್ಕಳನ್ನು ನೋಡಿ ನಕ್ಕು ಒಳಗೆ ಹೋದೆ. ಇಂಥ ಎಷ್ಟೋ ಕೇಸುಗಳು. ಮನಕಲಕಿ ಅಲ್ಲಾಡಿ ಹೋಗಿದೆ ನನಗೇ ಗೊತ್ತಿಲ್ಲದಂತೆ.

ಅಲ್ಲಿ ಬಡತನವೂ ಸ್ವಲ್ಪ ಜಾಸ್ತಿಯೇ. ನಮಗೆ ಅಲ್ಲಿಂದ ವರ್ಗ ಆದಾಗ ಮನೆ ಮುಂದೆ ಜನಜಂಗುಳಿ. ಒಬ್ಬನಂತೂ, "ನಾ ಒಂದ ಮಾತ ಹೇಳಲ್ರಿ? ಅಕ್ಕಾರ, ಸಾಹೇಬ್ರ ನಂದು ಎಂಟೆಕರೆ ಗದ್ದಿ ಐತ್ರಿ. ಅದರಾಗಿಂದ ನಾಕ ಎಕರೆ ನಿಮ್ಮ ಹೆಸರಿಗೆ ಹಚ್ಚತೇನ್ರಿ. ನಮ್ಮನ್ನ ಬಿಟ್ಟು ಹೋಗಬ್ಯಾಡ್ರೀ," ಅಂದಾಗ ನಾ ಕಣ್ಣೀರು ಒರೆಸಿಕೊಂಡು ಸುಮ್ಮನೇ ನಿಂತಿದ್ದೆ.

ಬಂಕಾಪುರ ನಿರ್ಲಕ್ಷ್ಯಕ್ಕೆ ಒಳಗಾದ ಸ್ಥಳ ಅಂದುಕೊಂಡ ನಮಗೆ ಈ ಪ್ರದೇಶ ಅದಕ್ಕೂ ಮೀರಿದ್ದು ಅನಿಸಿತ್ತು ಸಾವಿರಾರು ಸಲ. ದೂರದ ಈ ಕಾಡಿನಲ್ಲಿ ಬದುಕುತ್ತಿದ್ದ ಈ ಅಸಹಾಯಕ ಜನ ಹೊರ ಜಗತ್ತಿಗೆ ತಮ್ಮನ್ನು ತೆರೆದುಕೊಳ್ಳದೇ ಮುಗ್ಧತೆಯಲ್ಲೋ, ಅಜ್ಞಾನದಲ್ಲೋ ಮುಳುಗಿರುವಾಗ, ಇದಕ್ಕೆ ತದ್ವಿರುದ್ಧವಾಗಿ ಹೊರ ಜಗತ್ತಿಗೆ ತಮ್ಮನ್ನು ತೆರೆದುಕೊಳ್ಳದೇ ತಮ್ಮದೇ ಶ್ರೇಷ್ಠತೆಯನ್ನು ಪ್ರತಿಷ್ಠಾಪಿಸುವ ಜನತೆಯೂ ಇಲ್ಲಿದೆ. ಲೋಕೋ ಭಿನ್ನ ಜನಾಃ ಈಗ ಅಲ್ಲೂ ಕೂಡ ಬದಲಾವಣೆ ಗಾಳಿ ಬೀಸಿರಬಹದು.

ಇದ್ಯಾವುದರ ಪರಿವೆಯೇ ಇಲ್ಲದೆ ತನ್ನ ಚೆಲುವಿನ ಸೆರಗು ಹಾಸಿ ಎಲ್ಲವನ್ನೂ ತನ್ನ ಮಡಿಲಲ್ಲಿ ಹುದುಗಿಸಿಟ್ಟು ಕೊಂಡಿದೆ ನಿಸರ್ಗ ತಿಳವಳ್ಳಿಯಲ್ಲಿ. ಎಲ್ಲದಕ್ಕೂ, ಎಲ್ಲರಿಂದಲೂ ದೂರ ನಿಂತ ಅಲ್ಲಿನ ಜನ ತಮ್ಮವೇ ಆದ ಅಭಿರುಚಿ ಆಸಕ್ತಿಯನ್ನು ಬೆಳೆಸಿಕೊಂಡಿದ್ರು ತಮಗೆ ಬೇಕಾದ ರೀತಿ. ತಮ್ಮವೇ ಕೆಲವು ಚಟುವಟಿಕೆಗಳು. ನನ್ನ ಮಗಳನ್ನೂ ಅಲ್ಲಿಯೇ ಭರತ ನಾಟ್ಯ ಕ್ಲಾಸಿಗೆ ಸೇರಿಸಿದ್ದೆ. ಮೂರು ವರ್ಷ ಕಲಿತು, ಆ ಮೇಲೆ ನಿಂತು ಹೋಯಿತು ಅಲ್ಲಿಂದ ಹೊರ ಬಂದ ಮೇಲೆ. ನನಗೆ ಸಂಗೀತದ ಹುಚ್ಚು. ಆದರೆ ಅಲ್ಲಿ ಹಿಂದೂಸ್ತಾನಿ ಸಂಗೀತ ಇರ್ಲಿಲ್ಲ. ಹೀಗಾಗಿ ಅಲ್ಲಿನ ಕರ್ನಾಟಕಿ ಸಂಗೀತ ಕ್ಲಾಸಿಗೆ ಸೇರಿ ಸ್ವಲ್ಪ ಕಲಿತೆ. ಕೆಲವೇ ದಿನಗಳು ಮಾತ್ರ.

ಊರಿನ ಮಧ್ಯದಲ್ಲಿ ಶ್ರೀಮಂತ ವಾಸ್ತುಶಿಲ್ಪದ ಕಲಾಕೃತಿ ಶಾಂತೇಶ್ವರ ದೇವಾಲಯ. ಅದೂ ಜಕಣಾಚಾರ್ಯರ ಕಟ್ಟಡ ಅಂತ ಹೇಳ್ತಾರೆ. ಆ ಪ್ರದೇಶದ ಸುತ್ತಲೂ ಇದೇ ಥರದ ಶಿವನ ದೇವಾಲಯಗಳು. ಇವೆಲ್ಲವೂ ದ್ರಾವಿಡ ಶೈಲಿಯ, ಒಂದೊಂದು ಒಂದು ಬಗೆಯ ವೈವಿಧ್ಯಮಯ ವೈಶಿಷ್ಟ್ಯ ಹೊಂದಿದ ದೇವಾಲಯಗಳು. ಶಿವರಾತ್ರಿಯ ದಿನ ಶಾಂತೇಶ್ವರ ದೇವಾಲಯದಲ್ಲಿ ರಾತ್ರಿ ಪೂರ್ತಿ ಪೂಜೆ, ಅಭಿಷೇಕ, ಮಂಗಳಾರತಿ ನಡೀತಿತ್ತು. ನಾವು ಆ ದಿನ ರಾತ್ರಿ ಎರಡು ಗಂಟೆ ಸುಮಾರಿಗೆ ದೇವಾಲಯಕ್ಕೆ ಹೋಗ್ತಿದ್ವಿ. ವಿದ್ಯುತ್ ದೀಪ ಇಲ್ಲದೇ ಬರೀ ಎಣ್ಣೆ ದೀಪಗಳ ತಂಪು ಬೆಳಕಿನಲ್ಲಿ ಶಾಂತೇಶ್ವರನ ಪ್ರಶಾಂತ ಸನ್ನಿಧಾನ! ಅದೊಂದು ಅದ್ಭುತ ದೈವಿಕ ಅನುಭವ!

ಅಲ್ಲಿಯೇ ಹತ್ತಿರದಲ್ಲಿ ಇದ್ದ ಶೇಷಗಿರಿಯಲ್ಲಿ ನಾನು ಒಂದು ಅಪರೂಪದ ಕಲಾಕೃತಿ ನೋಡ್ದೆ. ಅಲ್ಲಿ ಒಬ್ಬರ ಮನೇಲಿ ಎರಡು ಪುರಾತನ ಕಾಲದ ಕೌದಿಗಳನ್ನು ಸಾರ್ವಜನಿಕ ದರ್ಶನಕ್ಕೆ ಇಡ್ತಿದ್ರು ವರ್ಷದಲ್ಲಿ ಒಂದು ಬಾರಿ ಮಾತ್ರ; ಗಣೇಶ ಚತುರ್ಥಿ, ಅಷ್ಟಮಿ ಮುಗಿದ ಮೇಲೆ ಬರುವ ದಶಮಿ ದಿನದಂದು. ಆ ಎರಡು

ಕೌದಿಗಳಲ್ಲಿ, ಒಂದರಲ್ಲಿ ಸಂಪೂರ್ಣ ರಾಮಾಯಣ, ಇನ್ನೊಂದರಲ್ಲಿ ಮಹಾಭಾರತ! ಕಸೂತಿಯಲ್ಲಿ ಹೆಣೆದಿದ್ದಾರೆ, ಬಣ್ಣ ಬಣ್ಣದ ರೇಷ್ಮೆ ದಾರದಲ್ಲಿ. ಅವು ಎಂಟು ನೂರು ವರ್ಷಗಳ ಹಿಂದಿನದು ಅಂತ ಆ ಅಜ್ಜ ಹೇಳಿದರು. ಆದರೆ ಇಂದಿಗೂ ವರುಷಗಳೇ ಉರುಳಿದ್ದರೂ, ಒಂಚೂರೂ ಬಣ್ಣ ಮಾಸಿರಲಿಲ್ಲ, ಬಟ್ಟೆ ಹರಿದಿರಲಿಲ್ಲ. ನಿಜಕ್ಕೂ ಅದ್ಭುತ ಅದು!

ತಿಳವಳ್ಳಿಯಲ್ಲೂ ಕೂಡ ಮಕ್ಕಳಿಗೆ ಯಾವುದೇ ಮನರಂಜನೆ ಸಾಧನಗಳು ಇರ್ಲಿಲ್ಲ. ಒಂದು ಸಿನಿಮಾ ಥೇಟರ್ ಇತ್ತು. ಮಕ್ಕಳು ಆಗಾಗ ಹೋಗ್ತಿದ್ರು. ಇನ್ನುಳಿದಂತೆ ಎಲ್ಲ ಸಾಮಾನ್ಯವಾಗಿ ನಡೆದಿತ್ತು. ನಾವು ತಿಳವಳ್ಳಿ ಬಿಡೋವರೆಗಂತೂ ಯಾವ ಸುಧಾರಣೆಯನ್ನೂ ಕಂಡಿರಲಿಲ್ಲ ಆ ಊರು. ಹಾಗೇ ನಮ್ಮ ಆಸ್ಪತ್ರೆಯ ಕ್ಯಾಂಪಸ್ಸಿನಲ್ಲೂ ವಿಶೇಷ ಚಟುವಟಿಕೆಗಳು ಇರ್ಲಿಲ್ಲ. ಬಹಳ ಜನ ತಮ್ಮ ಕುಟುಂಬ ಸಹಿತ ಇರಲೇ ಇಲ್ಲ ಅಲ್ಲಿ. ಒಬ್ಬೊಬ್ರೇ ಇರತಿದ್ರು. ತಮ್ಮ ಕುಟುಂಬವನ್ನು ದೊಡ್ಡೂರಲ್ಲಿ ಬಿಟ್ಟಿರುತ್ತಿದ್ರು. ಅಲ್ಲಿದ್ದದ್ದು ನಮ್ಮದೂ ಸೇರಿ ಒಟ್ಟು ಮೂರು ಮನೆಗಳು, ಅಷ್ಟೇ. ನನಗೆ ಈಗ ಒಮ್ಮೊಮ್ಮೆ ಅನಿಸುತ್ತದೆ, ನಾವೂ ಹಾಗೇ ಮಾಡಬಹುದಿತ್ತು ಏನೋ ಅಂತ. ಆದರೆ ಆ ಊರಿನ ಪರಿಸ್ಥಿತಿ ನೋಡಿದ್ರೆ ಅದು ಅಸಾಧ್ಯದ ಮಾತೇ. ಆ ಅಸಹಾಯಕ ಜನತೆ ನೆನಪಾದಾಗ ನಮ್ಮ ನಿರ್ಧಾರ ಸರಿಯಾದದ್ದೇ ಅನಿಸ್ತದೆ.

ನಮಗೆ 1989ರ ಜೂನ್, ಧಾರವಾಡ ಹತ್ತಿರದ ಗರಗ ಪ್ರಾಥಮಿಕ ಆರೋಗ್ಯ ಕೇಂದ್ರಕ್ಕೆ ವರ್ಗ ಆಯ್ತು. ಧಾರವಾಡದಿಂದ 15 ಕಿಮೀ. ದೂರ ಅಷ್ಟೇ. ಮಗಳು ಎಂಟನೇ ಕ್ಲಾಸಿನಲ್ಲಿ, ಮಗ ಆರನೇ ಕ್ಲಾಸಿನಲ್ಲಿ. ದೊಡ್ಡ ಮಗ ಹತ್ತನೇ ಕ್ಲಾಸು ಅಲ್ಲೇ ಹುಕ್ಕೇರಿಯಲ್ಲಿ. ಆತನ ಪಿಯುಸಿಗೆ ಬಹಳ ಅನುಕೂಲ ಆಯ್ತು, ಧಾರವಾಡ ಸಮೀಪದ ಗರಗಕ್ಕೆ ವರ್ಗ ಆದದ್ದು. ಸರಿಯಾದ ಸಮಯಕ್ಕೆ ಸರಿಯಾದ ಸ್ಥಳಕ್ಕೆ ವರ್ಗಾವಣೆ ಆಗಿದ್ದು ಖುಷಿ ತಂದಿತ್ತು. ಯಾರೂ ಒಂದೆರಡು ವರ್ಷ ಕೂಡ ಇರದ ಆ ಊರು ತಿಳವಳ್ಳಿಯಲ್ಲಿ ಮಕ್ಕಳು ಮರಿ ಸಹಿತ ನಾಲ್ಕೂವರೆ ವರ್ಷ ಇದ್ವಿ, ಚಿತ್ರ ವಿಚಿತ್ರ ಅನುಭವಗಳಲ್ಲಿ ಮುಳುಗೇಳುತ್ತ! ಆದರೆ ನಾವು ಅಲ್ಲಿಂದ ಹೊರಡೋ ದಿನದ ಆ ಅನುಭವ, ಆ ಚಿತ್ರ ಮಾತ್ರ ನಾ ಕೊನೇವರೆಗೂ ಮರೆಯಲು ಸಾಧ್ಯವೇ ಇಲ್ಲ.

ನಮ್ಮ ಸಾಮಾನೆಲ್ಲ ಲಾರೀಲಿ ತುಂಬಿ ಆಗಿತ್ತು. ಲಾರಿ ಜೊತೆ ನನ್ನ ತಮ್ಮ ಹೊರಟಿದ್ದ. ನಾವು ಹಾನಗಲ್ ಪ್ರಾಥಮಿಕ ಆರೋಗ್ಯ ಕೇಂದ್ರದ ಜೀಪಿನಲ್ಲಿ ಹೋಗೋದು ಅಂತ ಆಗಿತ್ತು, ಜೀಪು ಬಂದೂ ನಿಂತಿತ್ತು. ಕೆಲಸದ ಹುಡುಗಿ ಅನಸೂಯಳ ತಾಯಿನೂ ಬಂದ್ಲು ನಮ್ಮ ಜೊತೆ ಗರಗಕ್ಕೆ. ನಮ್ಮನ್ನು ಬೀಳ್ಕೊಡಲು ಆಸ್ಪತ್ರೆ ಸ್ಟಾಫ್, ಊರ ಮುಖಂಡರು ಎಲ್ಲ ಬಂದಿದ್ರು.

ಆಗ ದೀಪಕ ಇದ್ದಕ್ಕಿದ್ದಂತೆ, "ಅಕ್ಕಾರ, ಸಾಹೇಬ್ರ?" ಅಂತ ಕೂಗಿದ. ಏನಾಯ್ತು ಅಂತ ತಿರುಗಿ ನೋಡಿದಾಗ, ಲಾರಿ ಮುಂದೆ ಹಳ್ಳಿ ಜನ ಸಾಲಾಗಿ ಮಲಗಿ ಬಿಟ್ಟಿದ್ದಾರೆ, ಹೇಗೆ ಹೋಗ್ತಿರೋ ಹೋಗ್ರಿ ಅಂತ! ಮೂಕರಾಗಿ ನಿಂತುಬಿಟ್ವಿ! ಅರಿಯದೇ ನಮ್ಮ ತಲೆ ಬಾಗಿತು, ಕೈ ಜೋಡಿಸಿತು. ಕೊನೆಗೆ ಊರ ಮುಖಂಡರು ಸ್ಟಾಫಿನವರು ಎಲ್ಲ ಸೇರಿ ಆ ಜನರನ್ನು ಸಮಾಧಾನ ಪಡಿಸಿ ನಮಗೆ ಹೊರಡಲು ದಾರಿ ಮಾಡಿಕೊಟ್ರು. ಆ ತಿಳವಳ್ಳಿಯನ್ನು, ಆ ಜನರನ್ನು ಕಣ್ಣಲ್ಲಿ ತುಂಬಿಕೊಳ್ಳುತ್ತಾ ನಿಧಾನವಾಗಿ ಸಾಗಿದೆವು ಗರಗದತ್ತ. ಭಾರವಾದ ಮನದಲ್ಲಿ ನುಸುಳಿದ ಬಿಡುಗಡೆಯ ಒಂದು ಎಳೆಯೊಂದಿಗೆ ಹೊಸ ಅನಭವಗಳ ಲೋಕದತ್ತ.

ಇಲ್ಲ್ಯಾವ ಜಾತಿ, ಮತ, ಅಂತಸ್ತು ಲೆಕ್ಕಕ್ಕೇ ಇರಲಿಲ್ಲ. ನಾ ಅದೊಂದು ದೊಡ್ಡ ವರ ಅನಕೋತೀನಿ. ಆ ಎಲ್ಲ ಮುಗ್ಧ ಮಕ್ಕಳು ಯಾವುದೇ ಸಂಕೋಚ ಇಲ್ಲದೇ ನಾ ಮುಂದು ತಾ ಮುಂದು ಅಂತ ಅಲ್ಲಿನ ಎಲ್ಲ ವಿಷಯ, ವಿಶೇಷಗಳ ವರದಿ ಒಪ್ಪಿಸುವಾಗ ಒಂಥರಾ ಮುದ. ಅಷ್ಟರಲ್ಲಿ ಗಫಾರ್ ಸಕ್ಕರೆ ಚಹಾ ಪುಡಿ ತಗೊಂಡು ಬಂದ.

ಮಲೆನಾಡಿನಿಂದ ಮಲೆನಾಡ ಸೆರಗಿಗೆ

ಆ ಪುಟ್ಟ ಸುಂದರಹಳ್ಳಿ ತಿಳವಳ್ಳಿಯಲ್ಲಿ ನಾಲ್ಕೂವರೆ ವರ್ಷ ಕಳೆದೆವು. 1985ರಿಂದ 1989 ಜೂನ್‌ವರೆಗೂ ಆ ಮುಗ್ಧ ಜನರನ್ನು, ಅವರ ಮನ ತಟ್ಟಿ ಹನಿದುಂಬಿಸಿ ಒಂದು ವಿಚಿತ್ರ ಮನಃಸ್ಥಿತಿಯಲ್ಲಿ ನಮ್ಮನ್ನು ಮುಳುಗಿಸಿದ ಅವರ ಆ ಬೀಳ್ಕೊಡುಗೆಯಲ್ಲಿ ತೇಲುತ್ತ ಅವರನ್ನೆಲ್ಲ ಬಿಟ್ಟು ಮಲೆನಾಡಿನಿಂದ ಮಲೆನಾಡ ಸೆರಗಿನತ್ತ ಹೊರಟೆವು. ಧಾರವಾಡದ ನೆರಳಿನಲ್ಲಿಯೇ ನಿಂತ ಇನ್ನೊಂದು ಪುಟ್ಟ ಹಳ್ಳಿ ಗರಗದತ್ತ ನಮ್ಮ ಸಂಸಾರ ಹೊಸ ಕನಸು, ಹೊಸ ಆಸೆ ಹೊತ್ತು ಹೊರಟಿತು.

ಈಗ ಈ ಇಬ್ಬರೂ ಮಕ್ಕಳೂ ದೊಡ್ಡ ಕ್ಲಾಸಿಗೆ ಬಂದಿದ್ರು. ಮಗಳು ಎಂಟನೇ ಕ್ಲಾಸು, ಚಿಕ್ಕ ಮಗ ಆರನೇ ಕ್ಲಾಸ್. ಅಲ್ಲಿ ನನ್ನ ತೌರೂರಿನಲ್ಲಿದ್ದ ದೊಡ್ಡ ಮಗ ಈ ವರ್ಷ ಎಸ್‌ಎಸ್‌ಎಲ್‌ಸಿಗೆ ಬಂದಿದ್ದ. ಮಕ್ಕಳ ಶಿಕ್ಷಣ ಒಂದು ನಿರ್ಣಾಯಕ ಘಟ್ಟದಲ್ಲಿ

ಇರುವಾಗ ನಮಗೆ ಧಾರವಾಡದ ಸಮೀಪ ಇರುವ ಗರಗ, ಅದೂ ಒಂದು ಪುಟ್ಟ ಹಳ್ಳಿಯೇ ಆದ್ರೂ ಅಲ್ಲಿಗೆ ಬಂದಿದ್ದು ಒಂಥರಾ ಸಮಾಧಾನ ತಂದಿತ್ತು. ಮಕ್ಕಳು ಅಲ್ಲಿಂದ ದಿನಾಲೂ ಧಾರವಾಡ ಸ್ಕೂಲಿಗೆ ಬಸ್ಸಿನಲ್ಲಿ ಓಡಾಡಬಹುದಿತ್ತು. ಅಲ್ಲಿಂದ ನನ್ನೂರು ಹುಕ್ಕೇರಿಯೂ ಬರೀ ಮೂರು ತಾಸಿನ ಪ್ರವಾಸ. ಬೆಳಗಿನ 6.30ಕ್ಕೆ ಗರಗದಿಂದ ಬೆಂಗಳೂರು, ಚಿಕ್ಕೋಡಿ ಬಸ್ಸಿಗೆ ಹೊರಟ್ರೆ 9.30ಕ್ಕೆಲ್ಲ ಹುಕ್ಕೇರಿ ತಲುಪಿ ಬಿಡ್ತಿದ್ವಿ. ಏನೇನೋ ವಿಚಾರ ಹಳವಂಡಗಳ ಮಧ್ಯೆ ಗರಗ ಪ್ರಾಥಮಿಕ ಆರೋಗ್ಯ ಕೇಂದ್ರದ ಆವರಣವನ್ನು ನಮ್ಮ ಜೀಪು ಪ್ರವೇಶಿಸಿದ್ದೇ ಗೊತ್ತಾಗಲಿಲ್ಲ.

ಜೀಪ್ ಡ್ರೈವರ್ ಬಾರೂದವಾಲೆ ಬ್ರೇಕ್ ಹಾಕಿದಾಗಲೇ ಎಚ್ಚರ; ಆ ಹೊಂಕಣ ನದಿ, ಮಕರವಳ್ಳಿ ಕ್ರಾಸ್ ಎಲ್ಲ ಅಲ್ಲೇ ಬಿಟ್ಟು ಬೇರೆ ಲೋಕಕ್ಕೆ ಬಂದ್ವಿ ಅಂತ ಅರಿವಾದದ್ದು. ಸುತ್ತಲೂ ನೋಡಿದಾಗ ಬಹಳ ವ್ಯತ್ಯಾಸ ಏನೂ ಕಾಣಲಿಲ್ಲ. ಗೇಟ್ ಒಳಗೆ ಬಂದೊಡನೆ ಗರಗ ಪ್ರಾಥಮಿಕ ಆರೋಗ್ಯ ಕೇಂದ್ರದ ಹಳೆಯ ಕಟ್ಟಡ; ಬಹುಶಃ ನಿರ್ಲಕ್ಷ್ಯಕ್ಕೆ ಒಳಗಾದದ್ದು, ಧಾರವಾಡ ಮಗ್ಗುಲಲ್ಲಿ ಇದ್ದದ್ರಿಂದ ಅನಕೊಂಡೆ.

ಒಂದು ಮೂವತ್ತು ಮೀಟರ್ ಅಂತರದಲ್ಲಿ ನಮ್ಮ ಕ್ವಾರ್ಟರ್ಸ್. ಅವೂ ಎಲ್ಲ ಹಳೆಯ, ಕೆಂಪು ಹೆಂಚಿನ ಕಟ್ಟಡಗಳು. ಬರೀ ನಾಲ್ಕು ಮನೆಗಳು. ಇನ್ನುಳಿದ ಎಲ್ಲ ಸ್ಟಾಫ್ ಧಾರವಾಡದಿಂದ ಓಡಾಡ್ತಿದ್ರು ಅನಸ್ತದೆ. ಅಲ್ಲೇ ಧಾರವಾಡ ಪಕ್ಕದಲ್ಲೇ ಇತ್ತಲ್ಲ! ಏನೋ ಒಂದು ನನಗೇ ಅರಿವಾಗದಂಥ ಮನಃಸ್ಥಿತಿಯಲ್ಲಿ ಕೆಳಗಿಳಿದೆ, ನನ್ನೊಂದಿಗೆ ಮಕ್ಕಳೂ.

ಈಗವರು ಎಲ್ಲವನ್ನೂ ಅಚ್ಚರಿಯಿಂದ ನೋಡುವ ವಯಸ್ಸಿನಿಂದ ಸ್ವಲ್ಪ ಮೇಲೆ ಬಂದಿದ್ರು. ನಮ್ಮದೇ ಮೊದಲನೇ ಕ್ವಾರ್ಟರ್ಸ್. ಅದರ ಪಕ್ಕದಲ್ಲೇ ಒಂದು ದೊಡ್ಡ ಬೇವಿನಮರ, ಇಷ್ಟಗಲ ರೆಂಬೆ ಕೊಂಬೆ ಚಾಚಿ ನಿಂತಿತ್ತು. ಗಿಡದ ತುಂಬಾ ಮಂಗಗಳು, ಇಣುಕಿಣುಕಿ ಬಂದ ಹೊಸ ಮುಖಗಳತ್ತ ನೋಡ್ತಿದ್ವು. ನಮ್ಮ ಮನೆಯ ಹೆಂಚಿನವರೆಗೂ ಚಾಚಿದ ಕೊಂಬೆ ಅವುಗಳಿಗೆ ಸೇತುವೆ ಥರಾ ಆಗಿತ್ತು. ಮನೆಯ ಮುಂದೆ ಒಂದು ಕೆಂಪು ಹೂವಿನ ಗಿಡ. ಅದರಲ್ಲೂ ಒಂದೆರಡು ಪುಟ್ಟ ಪುಟ್ಟ ಮಂಗಗಳು! ಹೆಂಚು ಹೊದಿಸಿದ ಹಳೇ ಕ್ವಾರ್ಟರ್ಸ್! ಪಕ್ಕದಲ್ಲೇ ಮಂಗಗಳ ವಾಸ್ತವ್ಯ! ಹೊಸ ಅನುಭವಕ್ಕೆ ರೆಡಿಯಾಗು ಅಂತ ಎಚ್ಚರಿಸ್ತು ನನ್ನ ಮನಸ್ಸು! ಡ್ರೈವರ್ ಜೀಪಿನಲ್ಲಿನ ಸಾಮಾನು ತೆಗೆದಿಡುವಾಗ ಅಲ್ಲಿನ ಅಟೆಂಡರ್ ಮುಲ್ಲಾನೂ ಬಂದಿದ್ದ.

"ಸಾಮಾನಿನ ಲಾರಿ ಇನ್ನೂ ಬರಲೇ ಇಲ್ಲಲಾ," ಅಂತ ನನ್ನವರು ನನ್ನ ಕೇಳಿದಾಗಲೇ ನನಗೂ ಆ ಕಡೆ ಗಮನ ಹೋಯ್ತು, "ಅರೇ ಹೌದಲಾ?" ಅಂದೆ. ನಮಗಿಂತಲೂ ಮೊದಲೇ ಹೊರಟಿತ್ತು. ಅಂದರೆ ಈಗ ಸುಮಾರು ನಾಲ್ಕೈದು ತಾಸುಗಳ ಮೇಲಾಗಿತ್ತು ಅವರು ಹೊರಟು! ಯಾಕೋ ಮನದಲ್ಲಿ ಸ್ವಲ್ಪ ಗೊಂದಲ. ಬರಬಹುದು ಈಗ

ಅಂದೆ. ವಿಚಾರ ಮಾಡ್ತಾ ನಿಲ್ಲಲು ಸಮಯ ಇರಲಿಲ್ಲ. ಪ್ರತಿ ಸಲದಂತೆ ತಯಾರಿ ಮಾಡಿಕೊಂಡು ಬಂದ ಕುಕ್ಕರ್ ಕೂಗಿಸಿ ಊಟದ ತಯಾರಿ ಮಾಡಬೇಕಿತ್ತು.

ಇದೂ ಕುಗ್ರಾಮವೇ, ಧಾರವಾಡ ಪಕ್ಕದ್ದು, ಆದರೂ ಧಾರವಾಡ ಅಲ್ಲಲಾ! ಈ ಬಾರಿ ಇನ್ನೊಂದು ಪ್ರಗತಿ ಆಗಿತ್ತು. ಅಲ್ಲಿ ತಿಳವಳ್ಳಿಯಲ್ಲಿ ನಮಗೆ ರೊಟ್ಟಿ ಮಾಡಿ ಕೊಡ್ತಿದ್ದ ರಾಜಮ್ಮನ ಕಡೆಯಿಂದ ಚಪಾತಿ ಪಲ್ಯ ಮಾಡಿಸಿಕೊಂಡು ತಂದಿದ್ದೆ. ಹೀಗಾಗಿ ಒಂಚೂರು ಒತ್ತಡ ಕಡಿಮೆ ಇತ್ತು. ತಿಳವಳ್ಳಿಯಿಂದ ನಮ್ಮ ಜೊತೆ ಅಲ್ಲಿನ ಮನೆಗೆಲಸದ ಹೆಣ್ಣುಮಗಳು, ಅನುಸೂಯಾಳ ತಾಯಿ ಗಿರಿಜವ್ವನ್ನ ನಮ್ಮೊಂದಿಗೆ ಕರೆದುಕೊಂಡು ಬಂದಿದ್ದೆ.

ಗರಗದ ಆಸ್ಪತ್ರೆಯಲ್ಲಿ ಒಬ್ಬನೇ ಅಟೆಂಡರ್ ಇದ್ದ, ಒಬ್ಬ ಹೆಣ್ಣುಮಗಳು, ವಯಸ್ಸಾದ ಅಜ್ಜಿ ನಾನಿ ಅಂತ ಕರೀತಿದ್ರು ಅವಳನ್ನು. ಅವಳೇ ಅಲ್ಲಿನ ಅನಧಿಕೃತ ಆಯಾ! ಅಲ್ಲೇ ದವಾಖಾನೆಯಲ್ಲೇ ಅವಳ ವಸತಿ. ಅಲ್ಲಿನ ಪೇಷಂಟ್ಸ್, ಅವರ ಸಂಬಂಧಿಕರು ಕೊಡುವುದನ್ನೇ ತಿಂದು, ಹೆರಿಗೆ ಕೇಸ್ ಬಂದಾಗ ನರ್ಸಿಗೆ ಸಹಾಯಕಳಾಗಿಯೂ ಇದ್ಲು. ಆಸ್ಪತ್ರೆಯ ಸ್ವಚ್ಛತೆ ಕೆಲಸ ಅವಳದೇ. ಅವಳೂ ಬಂದ್ಲು. ಗಿರಿಜವ್ವ ಮತ್ತು ನಾನಿ ಇಬ್ರೂ ಸೇರಿ ಇನ್ನೊಮ್ಮೆ ಮನೇನ ಗುಡಿಸಿ, ಒರೆಸಿ ಸ್ವಚ್ಛ ಮಾಡಿದ್ರು. ನಾನು ನನ್ನ ಜೊತೆ ತಂದಿದ್ದ ನಮ್ಮ ಮನೆ ದೇವರ ಫೋಟೋ ಒಂದನ್ನು ಅಡುಗೆ ಮನೆಯಲ್ಲಿ ಇದ್ದ ಜಗುಲಿಯ ಮೇಲಿರಿಸಿ ದೀಪ ಹಚ್ಚಿ ಕೈ ಮುಗಿದೆ.

ಗ್ಯಾಸ್ ಸಿಲಿಂಡರ್, ಸ್ಟೌ ಎಲ್ಲಾ ಜೋಡಿಸಿ ಕುಕ್ಕರ್ ಏರಿಸಿ ಹೊರ ಬಂದ್ರೂ ಇನ್ನೂ ಲಾರಿ ಸುದ್ದೀನೇ ಇಲ್ಲ! ತಿಳವಳ್ಳಿಯಿಂದ ಹೊರಟು ಈಗ ಸುಮಾರು ಆರು ತಾಸಾಗಿತ್ತು. ಇದೇನು ಹೊಸ ಸಮಸ್ಯೆ ಅಂತ ನನಗೆ ದಿಗಿಲು. ಫೋನ್ ಮಾಡೋದಾದರೂ ಎಲ್ಲಿಗೆ, ಹೇಗೆ? ಆಗಿನ್ನೂ ಮೊಬೈಲ್ ಫೋನ್ ಬಂದಿರಲಿಲ್ಲ. ದವಾಖಾನೆಯಲ್ಲೇ ಹೆಸರಿಗೆ ಒಂದು ಫೋನ್ ಇತ್ತು ಅಷ್ಟೇ. ಕುಕ್ಕರ್ ಕೂಗಿ ಅಡುಗೆ ಆದ್ರೂ ಊಟ ಮಾಡುವ ಮನಸ್ಸೇ ಇರಲಿಲ್ಲ. ಸಾಮಾನಿನ ಜೊತೆ ನನ್ನ ತಮ್ಮನೂ ಇದ್ದ. ತಿಳವಳ್ಳಿಯ ಇಬ್ಬರು ಅಟೆಂಡರ್ಸ್ ಇದ್ದರು. ಹುಡುಗರ, ಗಿರಿಜವ್ವನ ಊಟ ಮುಗಿಸಿ ಹೊರ ಬಂದು ಲಾರಿ ದಾರಿ ಕಾಯ್ತಾ ನಿಂತೆ.

ನನ್ನ ಪತಿ ಆಗಲೇ ಏನೋ ಕೇಸ್ ಬಂದಿದೆ ಅಂತ ಆಸ್ಪತ್ರೆಗೆ ಹೋಗಿ ಆಗಿತ್ತು. ಇಲ್ಲಿನೂ ಅವರೊಬ್ರೇ ಡಾಕ್ಟ್ರು. ಲಾರಿದು ಇನ್ನೂ ಸುದ್ದಿನೇ ಇರಲಿಲ್ಲ. ನನಗ್ಯಾಕೋ ಸಣ್ಣಗೆ ಅಧೈರ್ಯ ಕಾಡಲಾರಂಭಿಸ್ತು. ಜೊತೆಗೆ ಗಿರಿಜವ್ವ ಬೇರೆ, "ಅಕ್ಕಾರ ಲಾರಿ ಯಾಕ್ರೀ ಇನ್ನೂ ಬರಲೇ ಇಲ್ಲ? ಸಾಮಾನ ಬ್ಯಾರೆ ಗಚ್ಚನ ತುಂಬಿತ್ರಿ. ಒಂದ ಕಡೆ ವಾಲಿದ್ಹಾಂಗ ಆಗಿತ್ರಿ," ಅಂತ ಶುರು ಮಾಡಿದ್ಲು. ಇದೇನ ಬಂತಪಾ ದೇವ್ರೇ ಅಂತ ಥಣ್ಣಗೇ ಕುಳಿತು ಬಿಟ್ಟೆ!

ಮನೆ ತುಂಬಾ ತಿರುಗಾಡಿ ಬಂದ ನನ್ನ ಮಗಳು ಹಿಂದಿನ ಬಾಗಿಲಿಂದ ಧಡಧಡನೇ ಓಡಿ ಬಂದಿದ್ದ ನೋಡಿ, "ಯಾಕ ಏನಾತು," ಅಂದೆ. 'ಅಲ್ಲಿ ನೋಡಲ್ಲೆ?' ಅಂತ ಕೈ ತೋರಿಸಿದ್ಲು. ನೋಡಿದ್ರ ಇಷ್ಟೆತ್ತರದ ಮಂಗ ಒಳಗೆ ಬಂದು ಅಡಿಗೆಮನೆ ಬಾಗಿಲಿಗೆ ಅಡ್ಡಲಾಗಿ ಕೂತು ಬಿಟ್ಟಿದೆ! ಕೈಕಾಲೇ ಆಡಲಿಲ್ಲ ನಂಗೆ. ಹೊಸ ಜಾಗ ಬೇರೆ, ಲಾರಿ ಬರದ ಟೆನ್ಷನ್ ಒಂದು. ಈಗ ಈ ಮಂಗ!

ಅಷ್ಟ್ರಲ್ಲಿ ನಾನಿ, ಬಲೇ ಗಟ್ಟಿ ಮುದುಕಿ, ಒಂದು ಕೋಲು ತಗೊಂಡು ಅದ್ಹೇಗೋ ಅದನ್ನು ಹೊರ ಹಾಕಿದ್ಲು. ಅದು ಹೋಗೋ ಮುಂದೆ ಅಡಿಗೆಮನೆಯ ಡಬ್ಬದಿಂದ ಚಪಾತಿ ಎತ್ಕೊಂಡೇ ಹೋಯ್ತು. "ವೈಸೆ ದರವಾಜಾ ಖುಲ್ಲಾ ನಂಹೀ ರಖನಾಗೇ ಮಾಂ! ಸಬ್ ಅಂದರ್ ಘುಸತೆ ಹೈಂ. ಬಿಲ್ಲಿ, ಚೂಹೇಂ ಭೀ ಬಹುತ ಯಹಾಂ," ಅಂದ್ಲು. ಆತ ಬಿಡವಾ ಇದೊಂದ ಹೆಚ್ಚಿನ ಅನುಭವ ನಂಗೆ ಅಂತ ಮತ್ತೆ ಹೊರಬಂದು ಗೇಟಿನತ್ತ ದೃಷ್ಟಿ ಬೀರಿ ನಿಂತೆ. ಹಾಗೇ ಸುಮಾರು ಅರ್ಧಗಂಟೆ ನಿಂತಿರಬಹುದು, ಲಾರಿ ಹಾರ್ನ್ ಆಯ್ತು. ಅಂತೂ ಒಮ್ಮೆ ಲಾರಿ ಬಂದು ಮನೆ ಮುಂದೆ ನಿಂತಾಯ್ತು. ಉಸ್ಸಪ್ಪ ಅಂದೆ.

ಬೆವರೊರೆಸಿಕೊಳ್ಳುತ್ತ ಲಾರಿಯಿಂದ ಕೆಳಗಿಳಿದು ಬಂದ ನನ್ನ ತಮ್ಮ. "ಯಾಕೋ ಇಷ್ಟು ತಡ?" ಅಂದೆ. ಲಾರಿ ಗಾಲಿ ಪಂಕ್ಚರ್ ಆಯ್ತಂತೆ. ವಾಲಿದಂತಾಗಿದ್ದ ಸಾಮಾನುಗಳ ಮೇಲ್ಭಾಗ ಪೂರ್ತಿ ಹೊಳ್ಳಿಧಾಂಗ ಆಯ್ತಂತೆ. ಆ ಗಾಲಿ ಸರಿ ಮಾಡಿ, ಹೇರಿದ್ದ ಸಾಮಾನೆಲ್ಲ ಸರಿ ಮಾಡ್ಕೊಂಡು ಬರೋಷ್ಟ್ರಲ್ಲಿ ಇಷ್ಟು ತಡಾ ಆತಂತೆ. "ಯಾವ ಸಾಮಾನೂ ಹೊರಗೆ ಬಂದು ಬಿದ್ದು ಹೋಗಿಲ್ಲಲಾ," ಅಂತ ಕೇಳಿ ಪರೀಕ್ಷಿಸಿ ಎಲ್ಲಾ ಸರಿ ಇದೆ ಅಂತ ಖಾತ್ರಿ ಮಾಡ್ಕೊಂಡೆ. ಆಗ ವೇಳೆ ಸುಮಾರು ನಾಲ್ಕು ಗಂಟೆ, ಇಳಿ ಮಧ್ಯಾಹ್ನ!

"ಮೊದಲು ನೀವೆಲ್ಲ ಊಟ ಮುಗಸ್ರಿ. ಆ ಮ್ಯಾಲನ ಲಾರಿ ಅನ್ಲೋಡ ಮಾಡ್ರೆಪಾ, ಭಾಳ ತಡಾ ಆಗೇದ," ಅಂದೆ. ಆದರೆ ಆ ಲಾರಿ ಆ ಹೊತ್ತೇ ವಾಪಸ್ಸು ತಿಳವಳ್ಳಿಗೆ ಹೋಗಬೇಕಿತ್ತು. ಹೀಗಾಗಿ ಅವರು ಧಡಾಭಡಾ ಸಾಮಾನು ಇಳಿಸಲಿಕ್ಕೆ ಶುರು ಮಾಡಿದ್ರು. ನನ್ನ ತಮ್ಮ ಆ ಹೊತ್ತೇ ಬೆಂಗಳೂರುಗೆ ವಾಪಸ್ಸು ಹೊರಡೋದಿತ್ತು. ಆಗಿನ್ನೂ ಪ್ರೈವೇಟ್ ಬಸ್ಸು ಅಷ್ಟಿರಲಿಲ್ಲ. ಒಂದೋ ಎರಡೋ ಅಷ್ಟೇ. ಜನತಾ, ನ್ಯಾಷನಲ್ ಟ್ರಾವೆಲ್ಸ್ ಅಂತಿದ್ವು. ಆದರೆ ಟಿಕೆಟ್ ಬುಕ್ ಮಾಡೋರ್ಯಾರು?

ಅದಕ್ಕೇ ಚಿಕ್ಕೋಡಿಂದ ನನ್ನೂರ ಮಾರ್ಗವಾಗಿ ಬರ್ತಿದ್ದ ಬೆಂಗಳೂರು ಬಸ್ಸಿಗೆ ಆತ ಹೋಗೋದಂತ ಇತ್ತು. ಸಂಜೆ ಆರು ಗಂಟೆಗೆ ಅದು ಗರಗಕ್ಕೆ ಬರತಿತ್ತು. ಅಲ್ಲೇ ಆಸ್ಪತ್ರೆ ಗೇಟಿನಿಂದ ಒಂದು ನಾಲ್ಕು ಹೆಜ್ಜೆ ದೂರದಲ್ಲಿ ರಸ್ತೆ ಬದಿಯಲ್ಲಿ ಬಸ್ಸು ನಿಲ್ಲುತ್ತಿತ್ತು. ಇಲ್ಲೂ ಅದೇ ಬಸ್ಸು ನಿಲ್ದಾಣ, ಥೇಟ್ ತಿಳವಳ್ಳಿಯಲ್ಲಿ ಇದ್ದಂಗೆನೇ. ನನ್ನ ತಮ್ಮನಿಗೆ

ಗಡಿಬಿಡಿ, ದಣಿವು. ಎಲ್ಲ ಕೆಲಸ ಮುಗಿದ್ರೂ ಸುರೇಶ ಬರಲೇ ಇಲ್ಲ. ನನ್ನ ತಮ್ಮ ಅಲ್ಲೇ ಆಸ್ಪತ್ರೆಯಲ್ಲೇ ಅವರನ್ನು ಭೇಟಿಯಾಗಿ ಊರಿಗೆ ಹೋದ.

ಮುಸ್ಸಂಜೆಯ ಏಳು ಗಂಟೆಗೆ ತಿಳವಳ್ಳಿ ಜನ ಹೊರಟು ನಿಂತ್ರು. ನಾನಿಯನ್ನ ಆಸ್ಪತ್ರೆಗೆ ಕಳಿಸಿ ನನ್ನ ಪತಿಯನ್ನ ಬರ ಹೇಳಿದೆ, ಬಂದ್ರು ಸುರೇಶ. ಅವರೆಲ್ಲ ಹನಿದುಂಬಿ, ಕಣ್ಣೊರೆಸಿಕೊಳ್ಳುತ್ತ ನಡೆದ್ರು. ನನ್ನ ಮನ ಮಣಭಾರ. ಹೆಜ್ಜೆ ಕದಲಿಸದೇ ನಿಂತಿದ್ದೆ ಏನೋ ಕಳೆದುಕೊಂಡ ಹಾಗೆ. ಅಲ್ಲಿದ್ದಾಗ ಬಿಡುಗಡೆಗೆ ಹಂಬಲಿಸಿದ ಜೀವ ಈಗ ಮರಳಿ ಹಾರಿ ಹಾರಿ ಅತ್ತಲೇ ಹೋಗಲೆಳೆಸುತ್ತಿತ್ತು. ಇದುವೇ ಜೀವನ ಅಲ್ವಾ? ಇಲ್ಲದುದರ ಕಡೆ ತುಡಿಯುವುದು, ಮಿಡಿಯುವುದು!

ಹೆಗಲ ಮೇಲೆ ಕೈ ಇಟ್ಟು ನನ್ನ ಮಗಳು ಅಮ್ಮಾ ನಿಮ್ಮ ಊಟ? ಅಂದ್ಲು. ನಾ ಮರೆತೇ ಬಿಟ್ಟಿದ್ದೆ. ಮೊದಲು ಸುರೇಶ ಅವರ ಊಟ ಮುಗಿಸಿದೆ. ನನಗ್ಯಾಕೋ ಹಸಿವು ಇಂಗೇ ಹೋಗಿತ್ತು. ಗಿರಿಜವ್ವ, "ಅಕ್ಕಾರ ಚಹಾ ಮಾಡೂಣೇನ್ರಿ?" ಅಂತ ಕೇಳಿ ಪರೋಕ್ಷವಾಗಿ ಚಹಾದ ಬೇಡಿಕೆ ಇಟ್ಲು. ಹೌದಲಾ ಬಂದಾಗಿನಿಂದ ಇನ್ನೂವರೆಗೂ ಯಾರದೂ ಚಹಾ ಆಗಿರಲಿಲ್ಲ. ಗಡಿಬಿಡಿಯಲ್ಲಿ ಸಕ್ಕರೆ ಟೀಪುಡಿ ಎಲ್ಲ ಲಾರಿ ಸಾಮಾನುಗಳ ಜೊತೆ ಸೇರಿ ಹೋಗಿತ್ತು. ನಾನಿಗೆ ಕೇಳ್ದೆ, "ಹತ್ರ ಎಲ್ಲಾದರೂ ಅಂಗಡಿ ಇದ್ಯಾ," ಅಂತ. "ಅಕ್ಕಾರ ತಡೀರಿ ಇಲ್ಲೇ ಐತಿ. ತಂದ ಕೊಡ್ತೀನಿ," ದನಿ ಬಂದ ಕಡೆ ತಿರುಗಿ ನೋಡಿದರೆ, ಹುಡುಗರ ಒಂದು ದಂಡೇ ಇದೆ ಅಲ್ಲಿ! ಅವರೆಲ್ಲ ನನ್ನ ಚಿಕ್ಕ ಮಗನ ಫ್ರೆಂಡ್ಸ್ ಆಗಿ ಬಿಟ್ಟಿದ್ರು.

ಈ ರೀತಿಯ ತ್ವರಿತ ಹೊಂದಾಣಿಕೆ ಈ ಊರೂರು ವಲಸೆಯಾಟ ನೀಡಿದ ತರಬೇತಿ ನನ್ನ ಮಕ್ಕಳಿಗೆ! ಸಕ್ಕರೆ ಟೀ ಪೌಡರ್ ತಂದ ಕೊಡ್ತೀನಿ ಅಂತ ಹೇಳಿದ ಹುಡುಗ ಗಫಾರ್, ಅವನಣ್ಣ ಮಕ್ತುಂ. ಅವನೇ ನನಗೆ ಪಕ್ಕದಲ್ಲೇ ಇರುವ ಬಾವಿಯಿಂದ ನೀರು ಸೇದಿ ತಂದು ಕೊಟ್ಟಿದ್ದ. ಇಲ್ಲೂ ನಲ್ಲಿ ಇರಲಿಲ್ಲ. ಬಾವಿ ನೀರೇ ಗತಿ. ಮರುದಿನದಿಂದ ಗಫಾರ್ ಮತ್ತು ಮಕ್ತುಂ ಇಬ್ರೂ ಸೇರಿ ನೀರು ತುಂಬಿಸುವುದಾಗಿ ಹೇಳಿದ್ರು. ಅವರು ನನ್ನ ಮಗನ ಸ್ನೇಹಿತರೂ ಹೌದು!

ಇಲ್ಯಾವ ಜಾತಿ, ಮತ, ಅಂತಸ್ತು ಲೆಕ್ಕಕ್ಕೇ ಇರಲಿಲ್ಲ. ನಾ ಅದೊಂದು ದೊಡ್ಡ ವರ ಅನಕೋತೀನಿ. ಆ ಎಲ್ಲ ಮುಗ್ಧ ಮಕ್ಕಳು ಯಾವುದೇ ಸಂಕೋಚ ಇಲ್ಲದೇ ನಾ ಮುಂದು ತಾ ಮುಂದು ಅಂತ ಅಲ್ಲಿನ ಎಲ್ಲ ವಿಷಯ, ವಿಶೇಷಗಳ ವರದಿ ಒಪ್ಪಿಸುವಾಗ ಒಂಥರಾ ಮುದ. ಅಷ್ಟರಲ್ಲಿ ಗಫಾರ್ ಸಕ್ಕರೆ ಚಹಾ ಪುಡಿ ತಗೊಂಡು ಬಂದ. ಹಾಲಿತ್ತು, ಇನ್ನೇನು ಚಹಾಕ್ಕೆ ನೀರು ಇಡೋಷ್ಟ್ರಲ್ಲಿ ಅಲ್ಲೇ ನಮ್ಮ ಆಸ್ಪತ್ರೆಯ ಆವರಣಕ್ಕೆ ಹೊಂದಿಯೇ ಇದ್ದ ಗೌಡರು, ಒಬ್ಬ ಆಳುಮಗನೊಡನೆ ಟೀಯೊಂದಿಗೆ

ಬಂದ್ರು. ಮನಸಿಗೆ ಹಾಯೆನ್ನಿಸ್ತು ಯಾಕೋ. ಅವರ ಜೊತೆ ಆಸ್ಪತ್ರೆಯ ಸ್ಟಾಫ್ ಒಬ್ರಿದ್ರು. ಎಲ್ಲರ ಪರಿಚಯ ಆಯ್ತು. ಹೊಸ ಪರಿಸರದಲ್ಲಿ ಮೆಲ್ಲನೆ ಮನ ಅರಳಿದ್ಹಾಂಗಾತು.

ಇನ್ನೂ ಎಲ್ಲಾ ಸಾಮಾನು ಅಲ್ಲಲ್ಲೇ ಇದ್ವು. ದಣಿದ ಮಕ್ಕಳು ಮಲಗಿದ್ವು. ರಾತ್ರಿ 10 ಗಂಟೆ ಆಗಿತ್ತು. ನಾನೂ ಹಾಗೇ ಹುಶ್ ಅಂತ ಕುಳಿತು ನನ್ನ ಪತಿಯನ್ನು ಕೇಳಿದೆ, "ಎಲ್ಲಾ ಬರೋಬ್ಬರಿ ಅದಲಾ?" ಅಂತ. ಯಾರೂ ಮೊದಲು ಬಂದು ನೋಡಿದ್ದಿಲ್ಲ. ಆ ಹೊತ್ತೇ ಬಂದಿದ್ದು. "ಹೂಂ..." ಅಂದ್ರು. "ಯಾಕ ದನಿ ಎಳೀತೀರಲಾ," ಅಂದಾಗ, "ಎಲ್ಲಾ ಛಲೋ ಅದ. ಆದರ ಹೊಡೆದಾಟ ಬಡೆದಾಟದ್ದು, ಕೊಲೆ ಪ್ರಕರಣಗಳೇ ಭಾಳಂತ," ಅಂದು ಸುಮ್ಮನಾದ್ರು.

ಬಂಕಾಪುರದಲ್ಲಿ ಹೈವೇ ಹತ್ರ ಇದ್ದದ್ದರಿಂದ ಅಪಘಾತದ ಪ್ರಕರಣಗಳು ಬಹಳ. ತಿಳವಳ್ಳಿಲೀ ಸ್ವಲ್ಪ ಕಡಿಮೆ. ಈಗ ಇಲ್ಲಿ ಹೀಗಾ? ತಿಳವಳ್ಳಿ ಜನ ಅಂದಿದ್ದು ಕಿವಿಗೆ ಅಪ್ಪಳಿಸ್ತು, "ಗರಗಕ್ಕೇನ ಹೋಕ್ಕೀರಿ ಅಪ್ಪಾರ, ಅಲ್ಲಿ ಹಾಡೇ ಹಗಲಿನ್ಯಾಗ ನರಿ ಓಡಾಡ್ತಾವಂತ್ರೀ. ಅಂಥಾ ಊರ ಯಪ್ಪಾ ಅದು," ಕಣ್ಮುಚ್ಚಿ ಹೊಸ ಅನುಭವಗಳಿಗೆ ತಯಾರಾಗ್ತಾ ಮಲಗುವ ಪ್ರಯತ್ನದಲ್ಲಿ ಮಗ್ಗಲು ಬದಲಿಸಿದೆ.

ಡಾಕ್ಟರ್ ಮಗಳು ಅಂತ ಕೊಟ್ರೇನವಾ...

ಆ ಕೆ ಎನ್ ಕೆ ಗರ್ಲ್ಸ್ ಹೈಸ್ಕೂಲಿಗೆ ಹೋದ್ವಿ. ಆಫೀಸಿನಲ್ಲಿ ವಿಚಾರಿಸಿ, ಮಾತುಕತೆ ಆಯ್ತು. ಸೀಟ್ ಇದೆ ಅಂದ ಪ್ರಿನ್ಸಿಪಾಲರು ನನ್ನ ಮಗಳ ಮಾರ್ಕ್ಸ್ ಕಾರ್ಡ್ ಕೇಳಿದಾಗ ಕೊಟ್ಟೆ. ನೋಡಿದ್ರು. "95%! ಒಳ್ಳೇ ಸ್ಕೋರ್! ಆದರೆ ತಿಳವಳ್ಳಿ ಶಾಲೆದು. ಡಾಕ್ಟರ್ ಮಗಳು ಅಂತ ಕೊಟ್ರೇನವಾ," ಅಂತ ಕೇಳಿದಾಗ ತಾಳ್ಮೆ ತಪ್ಪಿದರೂ ಸಹಿಸಿಕೊಂಡು ಹೇಳಿದೆ, "ಸರ್ ಅದು ಬೋರ್ಡ್ ಪರೀಕ್ಷೆ. ತಮಗೂ ಗೊತ್ತಿರಬಹುದು."

ಹೊಸ ಊರಿನ ಹೊಸ ಬೆಳಕಿನ ಬೆಳಗು ಆಯ್ತು. ಎಲ್ಲಿಂದ ಏನು ಹೆಂಗೆ ಶುರು ಮಾಡೋದು ಅಂತ ಒಂದು ನಿಮಿಷ ತಿಳೀಲಿಲ್ಲ. ನಾ ಎದ್ದಿದ್ದು ನೋಡಿ ಗಿರಿಜವ್ವನೂ ಎದ್ದು ಬಂದ್ಲು. ಅವಳು ಪೊರಕೆ ತಗೊಂಡು ಅಂಗಳ ಗುಡಿಸಿ ಸಾರಿಸಿ, "ರಂಗೋಲಿ ಹಾಕ್ರಿ ಅಕ್ಕಾರ," ಅಂದ್ಲು. ದೇವರ ಮುಂದೆ ದೀಪ ಹಚ್ಚಿ, "ಎಲ್ಲ ಸುಸೂತ್ರ ನಡೀಲೆಪಾ ದೇವ್ರೇ," ಅಂತ ಕೈ ಮುಗಿದು ಕೆಲಸ ಶುರು ಮಾಡಿದೆ. ಎಂದಿನಂತೆ ನಿಯಮಿತ ದಿನಚರಿ. ಹೊಸ ಊರು, ಹೊಸ ಜಾಗ ಎಂಬುದೊಂದನ್ನು ಬಿಟ್ಟು ಇನ್ಯಾವುದೇ ಬದಲಾವಣೆ ಇರಲಿಲ್ಲ.

ಯಾವ ಊರಾದ್ರೇನು, ಕೇರಿಯಾದ್ರೇನು? ಗಡಬಡ ಟೀ ಕುಡಿದು ನನ್ನ ಪತಿ ಸುರೇಶ ಸ್ನಾನದ ತಯಾರಿಲಿ ಮಗ್ನರಾಗಿದ್ರು. ನಾ ತಿಂಡಿ ತಯಾರಿ ಶುರು ಮಾಡ್ದೆ. ಮಕ್ಕಳೂ

ಎದ್ದು ಬಂದ್ರು. ಹಾಲು ಬಿಸಿ ಮಾಡಿ ಕೊಟ್ರೆ ಮೂಗು ಮುರಿದ ನನ್ನ ಮಗ. "ನಿನ್ನಿ ಹಾಲು ಹೌದಲ್ಲೋ," ಅಂದ. "ಛಲೋ ಅದನೋ ಕುಡಿ," ಅಂದ್ಲು ಮಗಳು. "ಈಗ ಗಫಾರ್ ಇಲ್ಲಾ ಮಕ್ತುಂ ಬಂದ್ರಂದ್ರ ಹಾಲು ತರಸ್ತೀನಿ. ಈ ಹೊತ್ತು ಒಂದಿನ ಕುಡೀಪಾ," ಅಂದೆ. ಕುಡಿದು ಹೋದ್ರು ಇಬ್ಬರೂ. ಸ್ವಲ್ಪ ಚುರ್ ಅಂತು ಜೀವ. ಏನು ಮಾಡೋದು ಎಲ್ಲ ಇನ್ನೂ ಸೆಟ್ ಆಗಬೇಕಿತ್ತು.

ಅಷ್ಟ್ರಲ್ಲಿ ಹಿಂದಿನ ದಿನ ಹೇಳಿದ ಹಾಗೆ ಗಫಾರ್ ಮತ್ತು ಮಕ್ತುಂ ಬಂದೇ ಬಿಟ್ರು. ಹತ್ತು ನಿಮಿಷಗಳಲ್ಲಿ ನೀರು ತುಂಬಿಸಿ ಬಿಟ್ರು. ಕುಡಿಯಲೂ ಅದೇ ನೀರು ಬಳಸಬೇಕಿತ್ತು. "ಛಲೋ ಅದ ಅಲ್ಲಪಾ ನೀರು ಕುಡೀಲಿಕ್ಕೆ ಮಕ್ತುಂ," ಅಂತ ಕೇಳಿದೆ. "ಹೇ ಫಸ್ಟ್ ಕ್ಲಾಸ್ ಐತ್ರೀ ಅಕ್ಕಾರ. ಇಚಾರ ಮಾಡಬ್ಯಾಡ್ರಿ. ಕಲ್ಲಾಗಿನ ನೀರರೀ ಅಕ್ಕಾರ. ಭಾಳ ಸ್ವಚ್ಛ, ಥಣ್ಣಗ್ರೀ. ಕುಡಿಧವರ ಹೊಟ್ಟಿ ನೆತ್ತಿ ತಂಪರೀ ಅಕ್ಕಾರ," ಅಂದ. ನಾ ಒಂದು ಕ್ಷಣ ಅಚ್ಚರಿಯಿಂದ ಮೂಕಳಾಗಿ ಅವನ ಮಾರಿನೇ ನೋಡಿ ನಕ್ಕು ಹೇಳಿದೆ, "ಛಂದ ಹೇಳಿದ್ಯೋ ಮಕ್ತುಂ," ಅಂತ. ತಲೆ ಕೆರಕೋತ ಆತನೂ ನಕ್ಕು ಕೇಳಿದಾ, "ಅಕ್ಕಾರ ಹಾಲಿಂದೇನ ಮಾಡಿದ್ರಿ?" ಅಂತ.

"ಈಗಂತೂ ಸ್ವಲ್ಪ ನಿನ್ನೀವ ಹಾಲಿದ್ದು, ಬಗೀಹರೀತು. ನಾನ ಈಗ ಕೇಳಾಕಿದ್ದೆ ನಿನ್ನ. ಯಾರ ಕೊಡ್ತಾರೇನಪಾ ಹಾಲು? ಹಾಲ ಮಾತ್ರ ಛಲೋ ಇರಬೇಕು. ಮಕ್ಳು ಕುಡೀತಾವ. ಮೊಸರೂ ಛಲೋ ಆಗಬೇಕು," ಅಂದೆ. ಅದಕ್ಕೆ ಆತ, "ಇಲ್ಲೆ ಡೇರಿ ಐತ್ರಿ ಅಕ್ಕಾರ. ಎಲ್ಲಾರೂ ಅಲ್ಲೇ ಹಾಕ್ತಾರ. ಡಿಗ್ರಿ ಹಚ್ಚಿ ತಗೋತಾರು. ಭಾಳ ಮಸ್ತ್ ಇರತಾವ್ರಿ. ಅಲ್ಲೇ ತಗೋರಿ, ಅಕಡೀ ಹಾಲ್ರೀ ಅಕ್ಕಾರ. ನಾ ತಂದ ಕೊಡ್ತೇನ್ರಿ," ಅಂತ ಒಂದೇ ಉಸರಿನಲ್ಲಿ ಹೇಳಿದ. ಸರಿ ಅಂದೆ. ಅಂವ ಹೇಳಿದ್ಹಾಂಗ ಹಾಲು ತುಂಬಾ ಚೆನ್ನಾಗಿತ್ತು. ಈ ಹಳ್ಳಿಗಳಲ್ಲಿ ಹಾಲು, ಮೊಸರು, ಬೆಣ್ಣೆ, ತುಪ್ಪ ಸಮೃದ್ಧಿ. ಎರಡು ಮಾತಿಲ್ಲ ಅದರಲ್ಲಿ.

ಗರಗನೂ ತುಂಬಾ ಚಿಕ್ಕ ಹಳ್ಳಿ. ಹೀಗಾಗಿ ಧಾರವಾಡದಿಂದಲೇ ದಿನಸಿ ತರಬೇಕಾಗ್ತಿತ್ತು. ಎರಡು ಮೂರು ತಿಂಗಳಿನ ದಿನಸಿ ತಂದು ಇಟ್ಟುಕೊಂಡು ಬಿಡೋದು ಅಲ್ಲಿ ಅಂದರೆ ನಾವು ತಿಳವಳ್ಳಿ, ಬಂಕಾಪುರದಲ್ಲಿ ಮಾಡ್ತಿದ್ದ ಥರಾನೇ ಅಂತ ಅನ್ಕೊಂಡ್ವಿ. ಇಲ್ಲಿಯದೂ ಪ್ರಾಥಮಿಕ ಆರೋಗ್ಯ ಕೇಂದ್ರವೇ. ಆದರೆ ಹೆಚ್ಚು ಕಡಿಮೆ ಹಾಸ್ಪಿಟಲ್ ಸಿಬ್ಬಂದಿ ಎಲ್ಲ ಧಾರವಾಡದಿಂದಲೇ ಓಡಾಡ್ತಿದ್ರು. ಡಾಕ್ಟ್ರು, ಒಬ್ರು ಸಿಸ್ಟರ್, ಕಾಂಪೌಂಡರ್, ಒಬ್ಬ ಅಟೆಂಡರ್ ಇಷ್ಟೇ ಜನಕ್ಕೆ ಅಲ್ಲಿ ಕ್ವಾರ್ಟರ್ಸ್ ಇದ್ದದ್ದು. ಹೀಗಾಗಿ ತಿಳವಳ್ಳಿಯಂತೆನೇ ಇಲ್ಲೂ ನಮಗೆ ಬಂಕಾಪುರದಂಥ ಕ್ಯಾಂಪಸ್, ವಾತಾವರಣ ಎರಡೂ ಸಿಗಲಿಲ್ಲ.

ಆದರೆ ಧಾರವಾಡ ಹತ್ರ ಇರೋದರಿಂದ ಆ ಬಗ್ಗೆ ಜಾಸ್ತಿ ಯೋಚನೆ ಇರಲಿಲ್ಲ. ನಮ್ಮ ಬಂಧು ಬಳಗ ಧಾರವಾಡದಲ್ಲಿ ತುಂಬಾ ಜನ ಇದ್ರು. ಒಂಥರಾ ಖುಷಿ

ಅನಿಸೋದು. ನಮ್ಮ ಸವಣೂರು ಭಾವನವರು ಮಕ್ಕಳ ವಿದ್ಯಾಭ್ಯಾಸದ ಸಲುವಾಗಿ ಈಗ ಧಾರವಾಡದಲ್ಲೇ ಮನೆ ಮಾಡಿದ್ರು. ಹೀಗಾಗಿ ಭಲೋ ಅನಸ್ತಿತ್ತು. ಎಲ್ಲಾ ಒಂದು ಹದಕ್ಕೆ ಬಂದಂತಾಯ್ತು ಮಕ್ಕಳ ಶಾಲೆಯದೊಂದನ್ನು ಬಿಟ್ಟು. ಆ ದಿನ ಒಂದು ಬಿಟ್ಟು ಮಾರನೇ ದಿನ ಧಾರವಾಡಕ್ಕೆ ಹೋಗಿ ಶಾಲೆಯ ಬಗ್ಗೆ ವಿಚಾರಿಸಿ, ದಾಖಲಾತಿ ಮಾಡಿಸಿಕೊಂಡು ಬರುವುದು ಅಂತ ಯೋಚಿಸಿದ್ವಿ, ಇಬ್ಬರೂ ಮಕ್ಕಳದು ಮಾರ್ಕ್ ಕಾರ್ಡ್, ಇನ್ನುಳಿದ ಎಲ್ಲ ಕಾಗದಪತ್ರ ತೆಗೆದಿಟ್ಟುಕೊಂಡೆ.

ಸರಿ, ಮಾರನೇ ದಿನ ಬೆಳಗ್ಗೆ ಬೇಗ ಎದ್ದು ತಯಾರಾದ್ವಿ. ಒಂಬತ್ತು ಗಂಟೆಯ ಸಿಟಿ ಬಸ್ಸು ಹಿಡಿದು ಧಾರವಾಡಕ್ಕೆ ಹೋಗೋ ವಿಚಾರ ಇತ್ತು. ಇನ್ನೇನು ಹೊರಡೋದೇ, ಅಷ್ಟ್ರಲ್ಲಿ ಅಲ್ಲಿನ ಅಟೆಂಡರ್ ಮುಲ್ಲಾ ಒಂದು ಹೆರಿಗೆ ಕೇಸ್ ಬಂದಿದೆ ಅಂತ ಸುರೇಶ ಅವರನ್ನು ಕರೆಯ ಬಂದ. ಆ ಕೇಸ್ ಸ್ವಲ್ಪ ಕಷ್ಟಕರ ಇತ್ತು. ಬಿಟ್ಟು ಬರೋ ಸಾಧ್ಯತೆ ಖಂಡಿತ ಇರಲಿಲ್ಲ. ಇದೇನು ನನಗೂ, ಮಕ್ಕಳಿಗೂ ಹೊಸದೇನಲ್ಲ!

ನಾನು, ಮಕ್ಕಳು ಅಷ್ಟೇ ಹೋಗಿ ಬರೋದು ಅಂತ ಠರಾಯಿಸಿ ಆ ಪ್ರಕಾರ ಹೋದ್ವಿ ಧಾರವಾಡಕ್ಕೆ. ಇಲ್ಲಿ ನಾ ಒಂದು ಮಾತು ಹೇಳಲೇಬೇಕು. ಇಲ್ಲದೇ ಹೋದ್ರೆ ನನಗೇ ನಾ ಮೋಸ ಮಾಡಿಕೊಂಡ ಹಾಗೆ. ಹಳ್ಳಿಗಳಲ್ಲಿ ಸೇವೆ ಮಾಡಿ ಅಂತ ವೈದ್ಯರುಗಳಿಗೆ ಒತ್ತಾಯ ಮಾಡುವ, ಕಡ್ಡಾಯ ಮಾಡುವ ಸರ್ಕಾರ ಅವರಿಗೆ ಅಲ್ಲಿ ಏನೇನು ಸವಲತ್ತುಗಳನ್ನು ಒದಗಿಸಿ ಕೊಟ್ಟಿದೆ ಅದಿನ್ನೂ ನನ್ನರಿವಿಗೆ ಬಂದೇ ಇಲ್ಲ. ಕೊನೇ ಪಕ್ಷ ಕನಿಷ್ಠ ಪ್ರಮಾಣದಲ್ಲಿಯಾದರೂ ಒದಗಿಸಿದೆಯಾ ಎಂಬುದು ನನ್ನ ಬುದ್ಧಿಗೂ ಎಟುಕಿಲ್ಲ!

ಇದು ಒಂದಾದ್ರೆ ಹಳ್ಳಿ ಸ್ಕೂಲಿನಿಂದ ಬಂದ ಮಕ್ಕಳ ಬುದ್ಧಿಮತ್ತೆಯನ್ನು ಅಳೆಯುವ ಅವಮಾನಕರ ರೀತಿ, ಆ ಮಕ್ಕಳನ್ನು underestimate ಮಾಡುವ ಶಾಲಾ ವ್ಯವಸ್ಥೆಯ ವ್ಯವಹಾರ, ವ್ಯವಸ್ಥೆ ತುಂಬಾ ಘಾಸಿ ಮಾಡುವಂಥದು. ಧಾರವಾಡದಲ್ಲಿ ನನ್ನ ಮಕ್ಕಳ ಸ್ಕೂಲ್ ಅಡ್ಮಿಷನ್ ಮಾಡುವಾಗ ನಾ ಕಂಡುಕೊಂಡ ಅಪ್ಪಟ ಸತ್ಯ ಇದು. ಉಳಿದೆಲ್ಲ ಅನುಭವಗಳಿಗಿಂತ ಆಳವಾದ ಗುರುತನ್ನು ನನ್ನಲ್ಲಿ ಉಳಿಸಿ, ಈ ಅನುಭವ ಕಥನ ಯಾಕೆ ಬರೀಬಾರದು ಅಂತ ಕೇಳಿ ನನ್ನನ್ನು ಒತ್ತಾಯಿಸಿದರೂ ಇದಕ್ಕೆ ಬುನಾದಿ, ಬಲು ಗಟ್ಟಿ ಬುನಾದಿ ಶುರು ಆಗಿದ್ದು ಬಂಕಾಪುರದಿಂದಲೇ.

ನಾನು ನನ್ನ ಜೀವನವನ್ನು ನನಗಾಗಿಯೇ ಎದುರಿಸಿದ ರೀತಿ ಅದಾದರೂ ಹಳ್ಳಿಗಳಲ್ಲಿ ಸೇವೆ ಮಾಡುತ್ತಿದ್ದ ನನ್ನ ವೈದ್ಯ ಪತಿಯ ಜೊತೆ ಅವರ ಕುಟುಂಬ ಸಹ ಎಂತಹ ಕಠಿಣ ಪ್ರಸಂಗಗಳನ್ನು ದಾಟಿ ಬರಬೇಕಾಯ್ತು ಎಂಬುದನ್ನು ತೆರೆದಿಡಬೇಕು ಅನಿಸ್ತು. ನಮ್ಮ ಮಕ್ಕಳು ಹಳ್ಳಿಗಳಲ್ಲಿ ಕಲಿತು ಬಂದವರು ಎಂಬ ಒಂದೇ ಕಾರಣಕ್ಕೆ ದೊಡ್ಡೂರಿನ ಶಾಲೆಯಲ್ಲಿ ಪ್ರವೇಶಕ್ಕೆ ಅದೆಷ್ಟು ಪರದಾಡುವಂತಾಯ್ತು ಎಂಬುದು ಕಲ್ಪನಾತೀತ. ಇದು

ಒಂದು ಉದಾಹರಣೆ ಅಷ್ಟೇ. ಇಂಥ ನೂರಾರು ಸಮಸ್ಯೆಗಳನ್ನು ಎದುರಿಸಬೇಕಾಗಿ ಬಂದದ್ದನ್ನು, ಎಷ್ಟೋ ಒಳ್ಳೆಯ ಅವಕಾಶಗಳನ್ನು ಕಳೆದುಕೊಂಡದ್ದನ್ನು ನಾ ಖಂಡಿತವಾಗಿಯೂ ಮರೆಯಲಾರೆ.

ನನ್ನ ಮಗಳು ಏಳನೇ ಕ್ಲಾಸಿನಲ್ಲಿ 95% ತೆಗೆದಿದ್ಲು. ಆಗ ಅದು ಬೋರ್ಡ್ ಪರೀಕ್ಷೆ ಆಗಿತ್ತು. ಮಧ್ಯೆ ನಾಲ್ಕು ವರ್ಷ ಕಾಲ ಶಿಕ್ಷಣ ಇಲಾಖೆ ಮತ್ತೆ ಏಳನೇ ಕ್ಲಾಸಿನ ಪರೀಕ್ಷೆನ ಮುಲ್ಕಿ ಪರೀಕ್ಷೆಯಂತೆ ಬೋರ್ಡ್ ಪರೀಕ್ಷೆ ಮಾಡಿ ಜಿಲ್ಲಾ ಕೇಂದ್ರಗಳಲ್ಲಿ ಪೇಪರ್ ತಪಾಸಣೆ ನಡೆಸಿ, ಅಲ್ಲಿಂದಲೇ ರಿಸಲ್ಟ್ ಅನೌನ್ಸ್ ಆಗುತ್ತಿತ್ತು. ಆ ಬೋರ್ಡ್ ಪರೀಕ್ಷೆಯಲ್ಲೇ ಅವಳಿಗೆ 95% ಬಂದಿತ್ತು. ಐದನೇ ಕ್ಲಾಸಿನಲ್ಲಿ ನನ್ನ ಚಿಕ್ಕ ಮಗನೂ ಒಳ್ಳೇ ಅಂಕ ಗಳಿಸಿದ್ದ. ಆತನದು ಸ್ಕೂಲ್ ಪರೀಕ್ಷೆ. ನನಗೆ ನನ್ನ ಮಕ್ಕಳನ್ನು ಕೆ ಇ ಬೋರ್ಡ್ ಇನ್ಸ್ಟಿಟ್ಯೂಟಿನ ಶಾಲೆಗಳಿಗೇ ಸೇರಿಸುವುದಿತ್ತು.

ನಾವು ವರ್ಗಾವಣೆ ಆಗಿ ಗರಗಕ್ಕೆ ಬಂದಿದ್ದೇ ಜೂನ್ ತಿಂಗಳ ಮೂರನೇ ವಾರದಲ್ಲಿ. ಹೀಗಾಗಿ ಶಾಲೆಗಳೆಲ್ಲ ಆರಂಭ ಆಗಿ ಬಿಟ್ಟಿದ್ದವು. ಹೆಚ್ಚು ಕಡಿಮೆ ದಾಖಲಾತಿನೂ ಎಲ್ಲಾ ಪೂರ್ತಿ ಆಗಿತ್ತು. ನನ್ನ ಮಕ್ಕಳಿಗೆ ಕೆ ಇ ಬೋರ್ಡ್ ಸ್ಕೂಲಿನಲ್ಲಿ ಸೀಟು ಸಿಗಲಿಲ್ಲ. ಕರ್ನಾಟಕ ಹೈಸ್ಕೂಲಿನಲ್ಲೂ ಸಿಗಲಿಲ್ಲ. ಸೀಟು ಪೂರ್ತಿ ಆಗಿದೆ ಅಂತ ಹೇಳಿ ಸುಮ್ಮನಿದ್ರೆ ಛಲೋ ಆಗ್ತಿತ್ತು. ಅವರು ಹೇಳಿದ ಒಂದು ಮಾತು ಭಾಳ ಇರಿಸು ಮುರಿಸು ಉಂಟು ಮಾಡ್ತು, ಸ್ವಲ್ಪ ಸಿಟ್ಟೂ ಬಂತು.

ಆದರೆ, ಮಾಡೋದೇನು? ಮಕ್ಕಳಿಗೆ ಸ್ಕೂಲಿನಲ್ಲಿ ಸೀಟಂತೂ ಬೇಕಲ್ಲವೆ? ಅವರು ಹೇಳಿದರು ಅಥವಾ ಕೇಳಿದರೋ ಅದೂ ಅರ್ಥ ಆಗಲಿಲ್ಲ ನಂಗೆ, "ತಿಳವಳ್ಳಿ ಸ್ಕೂಲಿನಲ್ಲಿ ಕಲಿತ ಹುಡಗ್ರಿಗೆ ಇಲ್ಲಿ ಹೊಂದಿಕೊಳ್ಳಲಾದೀತಾ," ಅಂತ. ನಾ ಹೇಳಿದೆ, "ಅಡ್ಮಿಷನ್ ಕೊಟ್ಟು ನೋಡ್ರಿ ಸರ್. ನಿಮ್ಮ ಸಂಶಯ ನಿವಾರಣೆ ಆದೀತು." "ಸಾರಿ ಮೇಡಂ, ಸೀಟು ಫುಲ್ ಆಗಿದೆ. ಮುಂದಿನ ವರ್ಷ ನೋಡೋಣ," ಈ ಥರ ಲೇಟಾಗಿ ಟ್ರಾನ್ಸಫರ್ ಆದದ್ದು ನಮ್ಮ ತಪ್ಪಾ? ತಿಳವಳ್ಳಿ ಸ್ಕೂಲಿನಿಂದ ಬಂದಿದ್ದು ನನ್ನ ಮಕ್ಕಳ ತಪ್ಪಾ? ಯಾರನ್ನ ಕೇಳಲಿ? ಉತ್ತರ ಎಲ್ಲಿ ಸಿಕ್ಕೀತು ಗೊತ್ತಾ ಯಾರಿಗಾದರೂ? ಚಿಕ್ಕ ಮಗನನ್ನಂತೂ ಆರನೇ ಕ್ಲಾಸಿಗೆ ಗರಗದಲ್ಲೇ ಸೇರಿಸೋದು ಗಟ್ಟಿ ಆದಂತಾಯ್ತು. ಕರ್ನಾಟಕ ಹೈಸ್ಕೂಲಿನವರು, "ನಮ್ಮದೇ ಗರ್ಲ್ಸ್ ಹೈಸ್ಕೂಲ್ ಇದೆ. ಅಲ್ಲಿ ನಿಮ್ಮ ಮಗಳಿಗೆ ಸೀಟು ಸಿಗಬಹುದು. ಕೇಳಿ ನೋಡಿ," ಅಂದ್ರು. ಅದೂ ಅಲ್ಲೇ ಈ ಸ್ಕೂಲಿನ ಎದುರುಗಡೆನೇ ಇದೆ. ಸರಿ ಅಂತ ಅಲ್ಲಿ ಹೋದೆ ಮಕ್ಕಳೊಂದಿಗೆ.

ಆ ಕೆ ಎನ್ ಕೆ ಗರ್ಲ್ಸ್ ಹೈಸ್ಕೂಲಿಗೆ ಹೋದ್ವಿ, ಆಫೀಸಿನಲ್ಲಿ ವಿಚಾರಿಸಿ, ಮಾತುಕತೆ ಆಯ್ತು. ಸೀಟ್ ಇದೆ ಅಂದ ಪ್ರಿನ್ಸಿಪಾಲರು ನನ್ನ ಮಗಳ ಮಾರ್ಕ್ಸ್ ಕಾರ್ಡ್ ಕೇಳಿದಾಗ ಕೊಟ್ಟೆ, ನೋಡಿದ್ರು. "95%! ಒಳ್ಳೇ ಸ್ಕೋರ್! ಆದರೆ ತಿಳವಳ್ಳಿ ಶಾಲೆದು. ಡಾಕ್ಟರ್

ಮಗಳು ಅಂತ ಕೊಟ್ರೇನವಾ," ಅಂತ ಕೇಳಿದಾಗ ತಾಳ್ಮೆ ತಪ್ಪಿದರೂ ಸಹಿಸಿಕೊಂಡು ಹೇಳಿದೆ, "ಸರ್ ಅದು ಬೋರ್ಡ್ ಪರೀಕ್ಷೆ. ತಮಗೂ ಗೊತ್ತಿರಬಹುದು. ಅಲ್ಲಿ ಅಂಕಪಟ್ಟಿಯಲ್ಲೂ ಅದನ್ನು ನಮೂದಿಸಿದಾರೆ." "ಹೌದು ಆದರೂ..." ಅಂತ ದನಿ ಎಳೆದಾಗ ನನ್ನ ಮಗಳು ಕೊಂಚ ಜೋರಾಗಿಯೇ ಹೇಳಿದ್ಲು, "ಸರ್ ನನಗೆ ಎಂಟ್ರನ್ಸ್ ಎಕ್ಸಾಮ್ ತಗೋಬಹುದು ನೀವು," ಅಂತ.

ಅವಮಾನ ಆದಂತಾಗಿತ್ತು ಅವಳಿಗೆ, ಅದಕ್ಕೂ ಹೆಚ್ಚು ನನಗೆ ನೋವಾಗಿತ್ತು ನನ್ನ ಮಕ್ಕಳನ್ನು ಅವರು ಪರೀಕ್ಷೆ ಮಾಡೋದು ನೋಡಿ! ಏನೇನೋ ಪ್ರಶ್ನೆಗಳನ್ನ ಕೇಳಿ ಸರಿ ಅಂದು ಅಡ್ಮಿಷನ್ ಕೊಟ್ರು. ಎಲ್ಲ ಮುಗಿಸಿಕೊಂಡು ಹೊರ ಬಂದಾಗ ಮೂರೂವರೆ ಗಂಟೆ. ಮುಂದೆ ಅದೇ ಸ್ಕೂಲಿನಲ್ಲೇ ನನ್ನ ಮಗಳು ಎಸ್‌ಎಸ್‌ಎಲ್‌ಸಿನಲ್ಲಿ ಕೇಂದ್ರಕ್ಕೆ ಮೊದಲು ಬಂದು, 90% ತೆಗೆದು ಪಾಸಾದಾಗ ಅವಳಿಗೆ ಅದೇ ಸ್ಕೂಲಿನಲ್ಲೇ ಸನ್ಮಾನ ಮಾಡಿದರು. ಆಗ ಅದೇ ಪ್ರಿನ್ಸಿಪಾಲರು ಅವಳನ್ನು ಹೊಗಳಿದ್ದು, ತಮ್ಮ ತಪ್ಪು ತಿಳಿವಳಿಕೆಯ ಬಗ್ಗೆ ಹೇಳಿ ಹಳಹಳಿಸಿದ್ದು ಕೇಳಿ ನನಗೆ ಹೆಮ್ಮೆಯಿಂದ ಎದೆ ತುಂಬಿ, ಗಂಟಲುಬ್ಬಿ ಬಂತು. ಡಾ. ಕಬ್ಬೂರ್ ಅವರು ಮುಖ್ಯ ಅತಿಥಿಗಳಾಗಿ ಬಂದಿದ್ರು. ಅವರೂ ಖುಷಿಯಿಂದ, ಮೆಚ್ಚುಗೆಯಿಂದ ಮಾತಾಡಿದ್ದು ಹಿಂದಾದ ಅವಮಾನ, ಗಾಯದ ಮೇಲೆ ಒಂದು ತೆರೆ ಎಳೀತು.

ಚಿಕ್ಕ ಮಗನ್ನ ಅಲ್ಲೇ ಗರಗದ ಸ್ಕೂಲಿಗೇ ಸೇರಿಸಬೇಕಾಯ್ತು ಆರನೇ ಕ್ಲಾಸಿಗೆ. ಬಹಳೇ ಅಧ್ವಾನದ ಸ್ಕೂಲ್. ಹೆಚ್ಚು ಕಡಿಮೆ ಎಲ್ಲ ಹುಡುಗರು ಧಾರವಾಡಕ್ಕೇ ಹೋಗೋರು. ಇಲ್ಲಿನ ಅಂದರೆ ಗರಗದ ಸ್ಕೂಲಿಗೆ ಬರುವ ಮಕ್ಕಳ ಸಂಖ್ಯೆ ಅಷ್ಟಕ್ಕಷ್ಟೇ. ಅದೊಂದು ವರ್ಷ ಅಲ್ಲಿ ಹೇಗೋ ಕಳೆದು ಏಳನೇ ಕ್ಲಾಸಿಗೆ ಧಾರವಾಡ ಕೆ ಇ ಬೋರ್ಡ್ ಸ್ಕೂಲಿಗೇ ಪ್ರವೇಶ ಸಿಕ್ತು. ಆದರೆ ಆರನೇ ಕ್ಲಾಸಿಗೆ ಮನೆಯಲ್ಲಿ ತುಂಬಾ ಓದಿಸಬೇಕಾಯ್ತು, ಮನೇನೂ ಇನ್ನೊಂದು ಶಾಲೆ ಥರಾನೇ ಅನ್ನೋ ಹಾಗೆ! ಈ ಸ್ಕೂಲಾಯಣದ ಅನುಭವ ಜೀವನ ಪರ್ಯಂತ ಮರೀಲಾಗದ್ದು.

ಇಂಥ ಮರೀಲಾಗದ ಅನುಭವಗಳು ನೂರೆಂಟು ನನ್ನ ಗಂಟಿನಲ್ಲಿ! ಈ ಹಳ್ಳಿ ಜೀವನ ನನ್ನ ಮಕ್ಕಳಿಗೂ ಅನುಭವಗಳ ಖಜಾನೆ ಆಯ್ತು. ಬೆಳಗಿನ ಒಂಬತ್ತೂವರೆ ಬಸ್ಸಿಗೆ ಹೋಗುವ ಮಕ್ಕಳು ಮನೆಗೆ ವಾಪಸ್ಸು ಬರಲು ಸಂಜೆ ಆರೂವರೆ, ಒಮ್ಮೊಮ್ಮೆ ಏಳು ಗಂಟೆ ಆಗೋದು. ಮಳೆಗಾಲದಲ್ಲಿ ಕೇಳುವುದೇ ಬೇಡ ಪಾಡು. ಧಾರವಾಡ ಮಳೆ! ಏನು ಹೇಳಲಿ? ಮಳೇಲಿ ನೆಂದು ಬರೋರು, ಕೊಡೆ, ರೇನ್ ಕೋಟ ಇದ್ರೂ. ಹೀಗಾಗಿ ಮೇಲಿಂದ ಮೇಲೆ ಕೆಮ್ಮು, ನೆಗಡಿ, ಜ್ವರ ತಪ್ಪಿರಲಿಲ್ಲ.

ಇಷ್ಟೆಲ್ಲ ತೊಂದರೆ, ಕಷ್ಟ ಎಲ್ಲವನ್ನೂ ಎದುರಿಸಿ ಕಲಿತು ತಮ್ಮ ತಮ್ಮ ಕ್ಷೇತ್ರದಲ್ಲಿ ಯಶಸ್ಸು ಗಳಿಸಿ ಇಂದು ನನ್ನ ಮಕ್ಕಳು ಜೀವನದಲ್ಲಿ ಗಟ್ಟಿ ನೆಲೆಯೂರಿರುವುದು

ನಮಗೆ ಹೆಮ್ಮೆಯ, ಸಾರ್ಥಕತೆಯ ಭಾವ ತಂದಿದೆ ಅಂದರೆ ತಪ್ಪಾಗಲಾರದು ಅನಕೋತೀನಿ. ಆದರೆ ಅದರ ಜೊತೆಗೆ ಒಂದು ನೋವು, ಒಂದು ತಪ್ಪಿತಸ್ಥ ಭಾವವೂ ನನ್ನ ಕಾಡ್ತಾನೇ ಇರತದೆ.

ಅದನ್ನೂ ಹೇಳದಿರಲಾರೆ. ಆಗ ನಾವು ಮಕ್ಕಳೊಂದಿಗೆ ಪಟ್ಟ ಪಾಡು, ಮಕ್ಕಳು ಪಡುವ ಕಷ್ಟ, ನನ್ನ ಪತಿಯ ಹಗಲು ರಾತ್ರಿ ವ್ಯತ್ಯಾಸವಿಲ್ಲದ ದುಡಿತ, ಮನೆ ಮಕ್ಕಳು ಎನ್ನದೇ 24 ತಾಸೂ ಆಸ್ಪತ್ರೆ ಅಲೆದಾಟ, ಅದರ ಮೇಲೆ ಎಷ್ಟೇ ದುಡಿದರೂ ಘನ ಸರ್ಕಾರದ ನಿರ್ಲಕ್ಷ್ಯ ಧೋರಣೆ! ಒಂಥರಾ ರೋಸಿ ಹೋಗಿತ್ತು ಜೀವ. ಎಷ್ಟರಮಟ್ಟಿಗೆ ಅಂದರೆ ನನ್ನ ಮಕ್ಕಳಲ್ಲಿ ಯಾರನ್ನೂ ನಾನು ಮೆಡಿಕಲ್‌ಗೆ ಸೇರಿಸಲಿಲ್ಲ! ತಪ್ಪು ಮಾಡಿದೆನೇ, ಮಕ್ಕಳಿಗೆ ಅನ್ಯಾಯ ಮಾಡಿದ್ನಾ ನಾನು ಎಂಬ ಕೊರಗು ನನಗೆ ಈಗಲೂ!

> ಇನ್ನೊಂದ್ಸಲ ನಮ್ಮ ಓರಗಿತ್ತಿ ಧಾರವಾಡದಿಂದ ಬಂದಿದ್ರು. ಊಟದ ಕೋಣೆಯಲ್ಲಿ ಮಾತಾಡ್ತ ಕೂತಿದ್ವಿ. ನಾವು ಮಾತಿನಲ್ಲಿ ಇಷ್ಟು ರಂಗಾಗಿದ್ವಲಾ ಮಂಗಣ್ಣ ಬಂದು ಅವರ ಪಕ್ಕದ ಚೇರಿನಲ್ಲಿ ಕೂತಿದ್ದು ಗೊತ್ತೇ ಆಗಿಲ್ಲ ನಮಗೆ! ಅದು ಮೆಲ್ಲನೆ ನಮ್ಮ ಓರಗಿತ್ತಿಯ ಹೆಗಲ ಮೇಲೆ ಕೈ ಇಟ್ಟಾಗ ಅವರ ಕಿರಿಚಾಟ, ಗದ್ದಲ, ಅದರ ಹಲ್ಲು ಕಿರಿಯುವಿಕೆ, ಘುರ್ ಅನ್ನುವಿಕೆ. ಏನು ಮಾಡುವುದು ತಿಳೀಲಿಲ್ಲ.

ಇದು ವೈದ್ಯಾಧಿಕಾರಿಗಳ ಕ್ವಾರ್ಟರ್ಸ್..!!

ದಿನ ಉರಳಿದಂತೆ ಗರಗದ ಜೀವನಕ್ಕೆ ಹೊಂದಿಕೊಳ್ತಾ ಹೋದ್ವಿ ನಾವೂ, ಮಕ್ಕಳೂ. ಗಿರಿಜವ್ವನೂ ವಾಪಸ್ಸು ತಿಳವಳ್ಳಿಗೆ ಹೋಗಿದ್ಲು. ನಾನಿನೇ ಮನೆಗೆಲಸ ಮಾಡಿ ಕೊಡುತಿದ್ಲು. ಅನುಸೂಯಳ ಸಂಬಳ ಈಗ ನಾನಿಗೆ. ತಿಳವಳ್ಳೀಲಿದ್ದಾಗ ಹುಕ್ಕೇರಿಗೆ ನನ್ನ ಮಗನ ಭೇಟಿಗೆ ಎರಡೂವರೆ ತಿಂಗಳಿಗೊಮ್ಮೆ ಹೋಗ್ತಿದ್ದೆ. ಈಗ ಪ್ರತಿ ತಿಂಗಳೂ ಹೋಗ್ತಿದ್ದೆ.

ಈಗ ಗರಗದ ಜನರೂ ನಮ್ಮವರೇ ಆಗಿದ್ರು. ನನ್ನ ಪ್ರಪಂಚ ವಿಸ್ತಾರವಾಗಿ ಬೆಳೀತಿತ್ತು. ಪೂನಾ, ಬೆಂಗಳೂರು ಹೈವೇಯಿಂದ ಒಂಬತ್ತು ಕಿಮೀ ಒಳಗೆ ಅಂದರೆ ಬೈಲಹೊಂಗಲಕ್ಕೆ ಹೋಗೋ ರೋಡಿನಲ್ಲಿ ಬಂದ್ರೆ ಸಿಗ್ತದೆ ಈ ಪುಟ್ಟ ಗ್ರಾಮ. ಅಲ್ಲೂ ಈಗ ಸುಧಾರಣೆಯ ಗಾಳಿ ಬೀಸಿರಬಹುದು. ಊರು ತುಂಬಾ ಚಿಕ್ಕದು. ಅಲ್ಲಿನ

ಮಡಿವಾಳೇಶ್ವರ ಅಜ್ಜನ ಮಠ ತುಂಬಾ ಪ್ರಸಿದ್ಧ, ಅಲ್ಲಿ ನಡೆವ ಜಾತ್ರೆಯೂ. ಹೀಗೇ ನಡೆದಿತ್ತು ಜೀವನ; ಧಾರವಾಡಕ್ಕೆ ಸಂಬಂಧಿಕರ ಕಡೆ ಹೋಗ್ತಾ, ಬರ್ತಾ.

ತಿಳವಳ್ಳಿ, ಬಂಕಾಪುರಕ್ಕೆ ಹೋಲಿಸಿದರೆ ಇಲ್ಲಿನ ದವಾಖಾನೆಗೆ ಬರೋ ಅತಿಥಿಗಳ ಪ್ರಮಾಣ ತುಂಬಾನೇ ಕಡಿಮೆ ಇತ್ತು. ಬಂದವರೂ ಭೇಟಿ ನೀಡಿ ಟೀ, ಕಾಫಿ ಮುಗಿಸಿ ಹೊರಟು ಬಿಡೋರು. ಪಕ್ಕದಲ್ಲೇ ಧಾರವಾಡ ಇತ್ತಲ್ಲ. ಆದರೆ ಮನೆಗೆ ಬರೋ ಹೋಗೋ ಜನ, ನೆಂಟರಿಷ್ಟರು ಜಾಸ್ತಿ ಆಗಿದ್ರು, ಹೀಗಾಗಿ ಉಳಿದೆಲ್ಲ ವ್ಯವಸ್ಥೆ ಹಾಗೇ ಮುಂದುವರಿದಿತ್ತು. ಹಾಗೇ ನನ್ನ ಕಾಳಜಿನೂ. ಎಲ್ಲದಕ್ಕೂ ಬೇಕೆಂದಾಗ ಧಾರವಾಡಕ್ಕೆ ಹೋಗಿ ಬರೋದು ಸುಲಭದ ಮಾತಾಗಿರಲಿಲ್ಲ. ಇಲ್ಲಿನ ಪ್ರಾಥಮಿಕ ಆರೋಗ್ಯ ಕೇಂದ್ರಕ್ಕೆ ಜೀಪ್ ಇರಲಿಲ್ಲ. ಒಂದು ಬೈಕ್ ಇತ್ತು. ಅಲ್ಲಿನ ವೈದ್ಯಾಧಿಕಾರಿ ಸಲುವಾಗಿ. ನಾವು ದಿನಸಿ ತರಲು ಹೋಗೋವಾಗ ಅಲ್ಲಿ ಬಾಡಿಗೆಗೆ ಸಿಗುವ ಟ್ಯಾಕ್ಸಿ ತಗೊಂಡು ಹೋಗ್ತಿದ್ವಿ. ಅದೊಂದು ನಮಗೆ ತುಂಬಾ ಅನುಕೂಲ ಆಗಿತ್ತು.

ಇಲ್ಲಿನ ಕ್ವಾರ್ಟರ್ಸ್ ಬಗ್ಗೆ ಹೇಳದೇ ಇರೋದು ಹೇಗೆ? ಡಿಸೈನ್ ಹೆಚ್ಚು ಕಡಿಮೆ ಬಂಕಾಪುರದ ಕ್ವಾರ್ಟರ್ಸ್ ಥರಾನೇ ಇತ್ತು. ಆದರೆ ಚಿಕ್ಕದು ಅಂದರೆ ಹಾಲ್, ಡೈನಿಂಗ್ ಹಾಲ್, ರೂಮುಗಳು ಎಲ್ಲಾ ತುಂಬಾ ಚಿಕ್ಕವು. ಹಿತ್ತಲಲ್ಲಿ ಸಿಮೆಂಟ್ ನೆಲ, ಅದಕ್ಕೊಂದು ಬಾಗಿಲು, ಅಲ್ಲೇ ಟಾಯ್ಲೆಟ್ ಇತ್ತು. ಒಟ್ನಲ್ಲಿ ಅನುಕೂಲವಾಗಿತ್ತು ಅಷ್ಟೇ ತೊಂದರೆಗಳೊಡನೆ.

ಕಟ್ಟಡ ತುಂಬ ಹಳೆಯದು, ಹೆಂಚು ಹೊದಿಸಿದ್ದು. ಮಳೆಯಲ್ಲಿ ನೆಂದ ಗೋಡೆಗಳು ಆ ಮನೆಯ ವಯಸ್ಸು ಹೇಳುವಂತಿತ್ತು. ಯಾರು ಬರಲಿ, ಬಿಡಲಿ ಮಂಗಗಳಂತೂ ದಿನ ನಿತ್ಯದ, ಕಾಯಂ ಅತಿಥಿಗಳು. ಹಿಂದಿನ ಬಾಗಿಲು ಏನಾದರೂ ಮುಚ್ಚಲು ಮರೆತೆನೋ ಕಥೆ ಗೋವಿಂದ! ಯಾವುದೇ ಭಿಡೇ ಇಲ್ಲದೆ ಒಳಗೆ ನುಗ್ಗಿ ಬಿಡೋವು. ಯಾರಾದರೂ ಬಂದು ಅವುಗಳನ್ನು ಓಡಿಸುವ ತನಕ ಮಂಗಗಳ ಪರಿವಾರ ಒಳಗೆ, ನಾ ಹೊರಗೆ! ಆ ಮಂಗಗಳ ಕಾರುಬಾರು ಎಷ್ಟರಮಟ್ಟಿಗೆ ಇತ್ತಂದ್ರೆ, ಮನೆ ಮಕ್ಕಳಿಗಿಂತ ಅವೇ ತಾವಾಗಿಯೇ ಹೆಚ್ಚಿನ ಸ್ವಾತಂತ್ರ್ಯ ಪಡಕೊಂಡು ಬಿಟ್ಟಿದ್ವು!

ಆ ದಿನ ಧಾರವಾಡದಿಂದ ಸುರೇಶ ಅವರ ಚಿಕ್ಕಮ್ಮ ಬಂದಿದ್ರು. ನನಗೆ ದೂರದ ತಿಳವಳ್ಳಿಯಂಥ ಅಡವಿಯಲ್ಲಿದ್ದು ಬಂದಿದ್ದಕ್ಕೊ, ಅಥವಾ ಸ್ವಭಾವತಃ ಅತಿಥಿ ಪ್ರಿಯಳಾಗಿದ್ದಕ್ಕೋ ಯಾರಾದರೂ ಬಂದ್ರೆ ಖುಷಿನೋ ಖುಷಿ! ನನ್ನ ಹಿಡಿಯೋರಿರಲಿಲ್ಲ. ಹೀಗಾಗಿ ಭರ್ಜರಿಯಾಗಿ ತಿಂಡಿ ತಯಾರಿ ನಡೆದಿತ್ತು. ಮಕ್ಕಳೂ ಸ್ಕೂಲಿನಿಂದ ಬರೋ ಟೈಂ ಆಗಿತ್ತು. ಉಪ್ಪಿಟ್ಟು, ಶಿರಾ ಮಾಡಿದ್ದೆ. ಜೊತೆಗೆ ನಾಲ್ಕು ಬಜ್ಜಿ ಕರೀಯೋಣಾಂತ ಹಿಟ್ಟು ಕಲಸಿಟ್ಟು ಎಣ್ಣೆ ಕಾಯಲಿಟ್ಟಿದ್ದೆ.

ಇಲ್ಲೂ ಗ್ಯಾಸ್ ಕಟ್ಟೆ ಇರಲಿಲ್ಲ. ನನ್ನ ಕಿಚನ್ ಟೇಬಲ್ಲೇ ನನಗೆ ಆಧಾರವಾಗಿತ್ತು. ಅಡಿಗೆಮನೆ ಬಾಗಿಲ ಇದಿರಿಗೇ ಇಟ್ಟಿದ್ದೆ ಅದನ್ನು. ಇದಿರು ಗೋಡೆಗಿಟ್ಟು ನಾ ಬಾಗಿಲಿಗೆ ಬೆನ್ನು ಮಾಡಿ ನಿಂತಾಗ ಹಿಂದಿನಿಂದ ಮಂಗಣ್ಣ ಬಂದು ಬೆನ್ನು ತಟ್ಟಿದರೆ ಅಂತ ಭಯ ನಂಗೆ! ಅಡಿಗೆಮನೆ ಬಾಗಿಲು, ಹಿಂದಿನ ಬಾಗಿಲಿಗೆ ನಾಲ್ಕು ಫೂಟ್ ಅಷ್ಟೇ ಅಂತರ; ಚಿಕ್ಕ ಪ್ಯಾಸೇಜಿತ್ತು. ಬಜ್ಜಿ ಕರೀಯೋ ಮುಂದೆ ಕಮರುವಾಸನೆ ಬರದಿರಲಿ, ಅಲ್ಲೆಲ್ಲಾ ತುಂಬಿಕೊಳ್ಳದಿರಲಿ ಅಂತ ಆ ಬಾಗಿಲು ತೆಗೆದಿಟ್ಟಿದ್ದೆ.

ಆ ಹಳೇ ಕ್ವಾರ್ಟರ್ಸ್ ತನಕ ಇನ್ನೂ ಎಕ್ಸಾಸ್ಟ್ ಫ್ಯಾನ್ ಬಂದಿರಲಿಲ್ಲ, ಬಹುಶಃ ಯಾವ ಸರ್ಕಾರಿ ಕ್ವಾರ್ಟರ್ಸ್‌ಗೂ ಇರಲಿಲ್ಲ. ಸರಿ ಹಿಂದಿನ ಬಾಗಿಲು ತೆರೆದಿಟ್ಟು, ಮಂಗಣ್ಣ ಬಂದ್ರೆ ಓಡಿಸಲು ಪಕ್ಕದಲ್ಲೇ ಒಂದು ಕೋಲೂ ಇಟ್ಕೊಂಡು (ನಾನಿ ಟ್ರೇನಿಂಗ್), ಬಜ್ಜಿ ಪ್ರೋಗ್ರಾಂ ಶುರು ಆಯ್ತು. ಚಿಕ್ಕಮ್ಮ ಅವರಿಗೆ ತಟ್ಟೆಯಲ್ಲಿ ತಿಂಡಿ ಹಾಕಿಕೊಟ್ಟು ಅವರ ಜೊತೆ ಹರಟೇಲಿ ಮಗ್ನಳಾಗಿದ್ದೆ. ಒಂದು ಸಾರಿ ಇಣುಕಿ ಹೋದ ಮಂಗಣ್ಣ. ಕೋಲು ತೋರಿಸಿದೆ. ಹಲ್ಲು ಕಿರಿಯುತ್ತ ಹೋದ. ಅಷ್ಟ್ರಲ್ಲಿ ಮಕ್ಕಳೂ ಬಂದ್ರು.

ಎಣ್ಣೆಯಲ್ಲಿನ ಬಜ್ಜಿ ತೆಗೆದು ಅಲ್ಲೇ ಪಕ್ಕದ ಚಿಕ್ಕ ಟೇಬಲ್ ಮೇಲಿಟ್ಟಿದ್ದ ಬುಟ್ಟಿಯಲ್ಲಿ ಹಾಕಿ, ಇನ್ನೊಂದು ಒಬ್ಬಿ ಕರಿಯಲಾರಂಭಿಸಿ ತಿರುಗಿ ನೋಡಿದ್ರೆ ಬುಟ್ಟಿ ಖಾಲಿ! ಬಜ್ಜಿ ಮಟಾಮಾಯ! ಮಕ್ಕಳು ತಗೊಂಡು ಹೋಗಿರಬೇಕು ಅನ್ಕೊಂಡು ಸುಮ್ಮನಾದೆ; ಹಸಿದು ಬಂದರ್ತಾರಲಾ. ಮತ್ತೆ ಕಡಾಯಿಯಲ್ಲಿನ ಬಜ್ಜಿ ತೆಗೆದು ಬುಟ್ಟಿಯಲ್ಲಿ ಹಾಕಿ, ಎಣ್ಣೆಯಲ್ಲಿ ಹಿಟ್ಟು ಬಿಡ್ತಿದ್ದೆ, ಕಾಕೂ ಕಿಟಾರನೇ ಕಿರುಚಿದ್ರು! ಗಾಬರಿಯಾಗಿ ಏನಾಯ್ತು ಅಂತ ನೋಡ್ದೋಷ್ಟ್ರಲ್ಲಿ ಗೊತ್ತಾಗ್ಹೋಯ್ತು ಬುಟ್ಟಿ ಖಾಲಿ ಮಾಡ್ತಿದ್ದದ್ದು ಮಕ್ಕಳಲ್ಲ, ಮಾರುತಿರಾಯ ಅಂತ. ಕೋಲು ತೋರಿಸಿ ಮಂಗನನ್ನು ಓಡಿಸಿ ಹಿಂದಿನ ಬಾಗಿಲು ಹಾಕಿ ಬಂದು ಮಾಡಿದೆ, ಮಾಡಲೇಬೇಕಿತ್ತು.

ಇನ್ನೊಂದ್ಸಲ ನಮ್ಮ ನೆಗೆಣ್ಣಿ ಅಂದ್ರೆ ಓರಗಿತ್ತಿ ಧಾರವಾಡದಿಂದ ಬಂದಿದ್ರು. ಊಟದ ಕೋಣೆಯಲ್ಲಿ ಮಾತಾಡ್ತ ಕೂತಿದ್ವಿ, ನಾವು ಮಾತಿನಲ್ಲಿ ಇಷ್ಟು ರಂಗಾಗಿದ್ವಲಾ ಮಂಗಣ್ಣ ಬಂದು ಅವರ ಪಕ್ಕದ ಚೇರಿನಲ್ಲಿ ಕೂತಿದ್ದು ಗೊತ್ತೇ ಆಗಿಲ್ಲ ನಮಗೆ! ಅದು ಮೆಲ್ಲನೆ ನಮ್ಮ ನೆಗೆಣ್ಣಿಯ ಹೆಗಲ ಮೇಲೆ ಕೈ ಇಟ್ಟಾಗ ಅವರ ಕಿರಿಚಾಟ, ಗದ್ದಲ, ಅದರ ಹಲ್ಲು ಕಿರಿಯುವಿಕೆ, ಘುರ್ ಅನ್ನುವಿಕೆ. ಏನು ಮಾಡುವುದು ತಿಳೀಲಿಲ್ಲ. ಅಷ್ಟ್ರಲ್ಲಿ ಏನೋ ಕೆಲಸ ಇತ್ತೂಂತ ಮುಲ್ಲಾ ಬಂದ. ನಮ್ಮ ಪುಣ್ಯ! ಆತ ಆ ಮಂಗಣ್ಣನನ್ನು ಓಡಿಸಿದ.

ಮನೆಯೊಳಗಣ ಅವುಗಳ ಆಟ ಈ ರೀತಿಯದಾದ್ರೆ, ಹೊರಗೆ, ಮನೆಯ ಹೆಂಚುಗಳ ಮೇಲೆ ಅವುಗಳ ಹಾರಾಟ ಏನ ಹೇಳಲಿ? ಹೆಂಚು ಯಾವಾಗಲೂ ತೂತೇ! ಮಳೆ ಬಂದ್ರೆ ಸೋರಾಟ ಖಾತ್ರೀನೇ. ಅಲ್ಲಿ ಮಳೆನೂ ಜೋರೇ. ಹೀಗಾಗಿ ಅಲ್ಲಿ ಬುಟ್ಟಿ, ಇಲ್ಲಿ ಪಾತ್ರೇಲಿ, ಇನ್ನೊಂದು ಕಡೆ ಪರಾತ ಹೀಗೇ ಮನೆ ತುಂಬ ಪಾತ್ರೆಗಳ ಜಾತ್ರೆ

ನೆರೆದಂತಿರತಿತ್ತು. ತಿಂಗಳಿಗೊಮ್ಮೆ ಅಥವಾ ಎರಡು ಬಾರಿ ಒಡೆದ ಹೆಂಚು ತೆಗೆದು ಹೊಸದು ಹಾಕಿಸಲೇ ಬೇಕಿತ್ತು.

ಹೊಸ ಹೆಂಚುಗಳು ಬಂದ್ರೆ ಅವಕ್ಕೆ ಖುಷಿ ಜಾಸ್ತಿ ಆಗ್ತಿತ್ತೋ ಏನೋ ಗೊತ್ತಿಲ್ಲ. ಹಾರಾಟ, ಜಿಗಿದಾಟ ಜಾಸ್ತಿ ಆಗಿ ಮತ್ತೆ ಹೆಂಚು ಸೀಳು ಬಿಡೋದೇ, ಸೋರಾಟ ಇರೋದೇ. ಮಕ್ತುಂ, "ಅಕ್ಕಾರ ಹಂಚಿನ ಒಳಗಿನ ಬಾಜೂಕೆಲ್ಲಾ ಪ್ಲಾಸ್ಟಿಕ್ ಹಾಳಿ ಅಂಟಿಸಿ ಬಿಡೋಣ್ರೀ. ಮೊದಲಿದ್ದ ಅಕ್ಕಾರು ಹಂಗ ಮಾಡಿದ್ದರ್ರಿ," ಅಂದ. ಅದೂ ಆಯ್ತು. ಆದರೂ ಮಾಳಿಗೆ ಸೋರೋದು ತಪ್ಪಲಿಲ್ಲ.

ಈಗ ಇಲ್ಲಿ ಇನ್ನೊಂದು ಘಟನೆ ಹೇಳ್ತೀನಿ ಎಂದೂ ಮರೆಯಲಾಗದ್ದು. ಇಂಥ ಪರಿಸ್ಥಿತಿಯಲ್ಲಿ ನಮ್ಮ ಮನೇಲಿ ನಮ್ಮ ದೊಡ್ಡ ಭಾವನವರ ಮಗಳ ಬಾಣಂತನ ನಡೆದಿತ್ತು. ಮನೇಲೇ ಡಾಕ್ಟ್ರು, ಹಳ್ಳಿಯೂರು; ಹಾಲು, ತುಪ್ಪ ಸಮೃದ್ಧಿ ಬೇರೆ! ಸರಿ, ಧಾರವಾಡದಲ್ಲಿ ಹೆರಿಗೆ ಆಯ್ತು. ಗರಗಕ್ಕೆ ಕರಕೊಂಡು ಬಂದ್ವಿ. ಏಪ್ರಿಲ್, ಮೇ ತಿಂಗಳು. ಅಡ್ಡಮಳೆ ದಿನಗಳು. ಮಳೆದು ದಿನಕ್ಕೊಂದು ರೂಪು, ರಂಗು! ಒಮ್ಮೆ ಮಂಚ ಆ ಕಡೆ ಎಳೀಯೋದು, ಒಮ್ಮೆ ಈ ಕಡೆ. ಬೇಡ ಆ ಪಡಿಪಾಟ್ಲು! ಕೊನೆಗೆ ಮಕ್ತುಂನ ಸಲಹೆ ಪ್ರಕಾರ ಎರಡು ಪದರು ಪ್ಲಾಸ್ಟಿಕ್ ಹಾಳೆ ಅಂಟಿಸಿ, ಸಣ್ಣ ಸಣ್ಣ ಮೊಳೆ ಹೊಡೆದು ಗಟ್ಟಿ ಮಾಡಿದ್ರೂ ಒಂದೆರಡು ದಿನಗಳಲ್ಲಿ ಮತ್ತೆ ಅದೇ ಪರಿಸ್ಥಿತಿ. ಹೇಗೆ ಸಂಭಾಳಿಸಿ ನಿಭಾಯಿಸಿದ್ವೋ ಆ ದೇವನೊಬ್ಬನೇ ಬಲ್ಲ!

ಮುಂದೆ ಜುಲೈನಲ್ಲಿ ಮಗೂನ ನಾಮಕರಣ ಇಟ್ಕೊಂಡ್ವಿ. ಮನೆ ತುಂಬ ಜನ. ನಮ್ಮವರೆಲ್ಲ ಹಿಂದಿನ ದಿನವೇ ಬಂದಿದ್ರು. ಬೀಗರು ನಾಮಕರಣದ ದಿನ ಮುಂಜಾನೆ ಬರೋವ್ರಿದ್ರು. ನಾಮಕರಣದ ದಿನ ಸುಮಾರು ನೂರು ಜನಕ್ಕೆ ಊಟ ಇತ್ತು. ಸ್ಟಾಫಿನವರೂ ನಮ್ಮವರೇ ಅಲ್ವಾ? ನಮ್ಮ ಮನೇ ಜನ, ಬೀಗರು 30 ಜನ. ಹೇಗೆ ಸಂಭಾಳಿಸೋದು ಎಣಿಕೆಗೆ ನಿಲುಕದೇ ಹೋಯ್ತು. ಈ ನಾಲ್ಕು ಕ್ವಾರ್ಟರ್ಸ್ ಜೊತೆ ಅಲ್ಲೇ ಕೊನೆಗೆ ಮುಲ್ಲಾನ ಮನೆ ಪಕ್ಕದಲ್ಲೇ ಒಂದು ಹೊಸ ಕ್ವಾರ್ಟರ್ಸ್ ಅದೇ ಕಟ್ಟಿ ಮುಗಿದಿತ್ತು. ಅದು ಲೇಡಿ ಡಾಕ್ಟರ್ ಕ್ವಾರ್ಟರ್ಸ್. ಸದ್ಯಕ್ಕೆ ಖಾಲಿ ಇತ್ತು. ನಾಮಕರಣ ಮನೇಲೇ ಮುಗಿಸೋದು, ಆ ಹೊಸ ಮನೆಯಲ್ಲಿ ಊಟ ಅಡಿಗೆ ವ್ಯವಸ್ಥೆ ಮಾಡೋದು ಅಂತ ಠರಾಯಿಸಿ ಆ ಪ್ರಕಾರ ಎಲ್ಲಾ ತಯಾರಿ ಮುಗೀತು, ಮಳೆಯದೊಂದನ್ನು ಬಿಟ್ಟು.

ಆಷಾಢ ಮಾಸದ ಗಾಳಿ, ಮಳೆ. ನಮ್ಮ ತಯಾರಿ ಜೋರಾದಂತೆ, ಅದರ ರಭಸವೂ ಜೋರಾಯ್ತು. ನಾಮಕರಣದ ಹಿಂದಿನ ದಿನ ರಾತ್ರಿ ಮಳೆ ಗಾಳಿಯ ಅಬ್ಬರಕ್ಕೆ ನಾನು ಹೇಗೆ ಮಾಡೋದು ಅಂತ ಗಾಬರಿಯಾಗಿ ಬಿಟ್ಟೆ. ಮನೆ ತುಂಬಾ ಜನ, ಸೋರುವ ಮಾಳಿಗೆ. ಆ ಗಾಳಿಯ ಸುಂಯ್ಯ್ ಅನ್ನೋ ನಾದ, ಕಾರ್ಗತ್ತಲ ರಾತ್ರಿ,

ಕರೆಂಟ್ ಇಲ್ಲದೇ ಲಾಟೀನು, ಕಂದೀಲು, ಮೇಣಬತ್ತಿ ಹಚ್ಚಿಕೊಂಡು ದುಂಡಗೆ ಎಲ್ರೂ ಡೈನಿಂಗ್ ಹಾಲಿನಲ್ಲಿ ಕುಳಿತಿದ್ದು ಕಣ್ಣಿಂದ ಇನ್ನೂ ಮರೆಯಾಗಿಲ್ಲ. ಸ್ವಲ್ಪ ಜನ ಆ ಹೊಸ ಮನೆಯಲ್ಲಿ ಮಲಗೋ ಯೋಚನೆ ಇತ್ತು. ಇಂಥಾ ಕಗ್ಗತ್ತಲ ರಾತ್ರಿ, ಮಳೆ ಗಾಳಿ ಆರ್ಭಟ. ಅಲ್ಲಿ ಹೋಗೋದು ಬೇಡ ಅಂತ ಇಲ್ಲೇ ಅಡ್ಜೆಸ್ಟ್ ಮಾಡಿ ಮಲಕೊಂಡ್ವಿ.

ನಾಮಕರಣದ ವೇಳೆಗೆ ಹೀಗೇ ಜೋರಾಗಿಯೇ ಮಳೆ ಇದ್ರೆ ಏನು ಮಾಡೋದು ಅಂತ ನನಗೆ ದಿಗಿಲು. ಹಾಗೇ ಆಯ್ತು. ಮಾರನೇ ದಿನ ಇನ್ನೂ ಜೋರಾಯ್ತು ಮಳೆ. ಯಾವ ಪ್ಲಾಸ್ಟಿಕ್ ಹಾಳೇನೂ ನಿಲ್ಲಲಿಲ್ಲ. ಊಟದ ವ್ಯವಸ್ಥೆ ಮಾಡಿದ ಮನೆ ಹೊಸದು; ಅಲ್ಲೇನೂ ಸಮಸ್ಯೆ ಇರಲಿಲ್ಲ. ಆದರೆ ಇಲ್ಲಿ ನಮ್ಮನೇಲಿ ನಾಮಕರಣ ಆಗಬೇಕಲ್ಲ? ಮಂಗಗಳೂ ಮಳೆ ಗಾಳಿಗೆ ಹೆದರಿ ಆಕಡೆ ಈಕಡೆ ಓಡಾಡಲಾರಂಭಿಸಿದ್ವು. ಚಾಚಿದ ಬೇವಿನ ಮರದ ಕೊಂಬೆಯನ್ನು ಸೇತುವೆ ಥರ ಉಪಯೋಗಿಸುತ್ತ ಅವುಗಳ ಓಡಾಟ ನಡೆದೇ ಇತ್ತು.

ನಮಗೋ ಹೆದರಿಕೆ; ಮೊದಲೇ ನೆಂದ ಹೆಂಚುಗಳು. ಮಂಗಗಳ ಓಡಾಡಕ್ಕೆ ಯಾವಾಗ ಯಾವ ಹೆಂಚು ಒಡೀತದೋ ಅಂತ. ಕೊನೆಗೆ ಏನು ಮಾಡಿದ್ವಿ ಗೊತ್ತಾ? ಊಹೆಗೂ ನಿಲುಕದ್ದು! ಲಾರಿ ಮೇಲೆ ಹಾಕಿ ಪ್ಯಾಕ್ ಮಾಡುವ ತಾಡಪತ್ರಿ ಇರತದಲಾ ಅಂಥಾವು ಎರಡು ಮೂರು ತಂದು ಪೂರ್ತಿ ಮನೆಯ ಛತ್ತಿನ ಮೇಲೆ ಹಾಸಿ ಹರಡಿ, ಹಾರದಂತೆ ಬಂದೋಬಸ್ತ ಮಾಡಿದ್ರು ಆಸ್ಪತ್ರೆ ಜನ, ಗೌಡರ ಮನೆ ಆಳುಮಕ್ಕಳು ಎಲ್ಲಾ ಸೇರಿ.

ಆ ತಾಡಪತ್ರಿಗಳೂ ಗೌಡರ ಮನೇವೇ. ಅವರು ಟ್ರ್ಯಾಕ್ಟರ್ ಮೇಲೆ ಹಾಕಿ ಮುಚ್ಚಿದ್ದನ್ನು ನಾನು ನೋಡಿದ್ದೆ. ಅಂದಿನ ಕಾರ್ಯಕ್ರಮ ಸುಸೂತ್ರವಾಗಿ ಮುಗೀತು. ನಮ್ಮ ಮಾನ ಕಾಯ್ದವು ಆ ತಾಡಪಾಲುಗಳು ಮಳೆಯಿಂದ ಮನೆಯನ್ನು ಸಂರಕ್ಷಿಸಿ, ಆ ದಿನದ ಮಟ್ಟಿಗಾದ್ರೂ ಸೋರಾಟ ಕಡಿಮೆ ಮಾಡಿ!

ಇನ್ನೊಂದು ಮಾತು: ಈ ವಿಚಾರ ಹೊಳೆದದ್ದೂ ನಂಗೇ. ಅಕ್ಷರಮಟ್ಟಿಗೆ ತಯಾರಾಗಿದ್ದೆ ಈ ಹಳ್ಳಿಗಳ ತಿರುಗಾಟದಲ್ಲಿ, ಕ್ವಾರ್ಟರ್ಸ್ ವಾಸದಲ್ಲಿ, ಸರ್ಕಾರಿ ಆಸ್ಪತ್ರೆ ವೈದ್ಯರ ಪತ್ನಿಯಾಗಿ! ಒಂದು ಗುಟ್ಟು: ಮನದಲ್ಲಿ ಅಳುಕಿತ್ತು ಆ ನೆಂದ ಹೆಂಚಿನ ಮೇಲೆ ಈ ಜನ ಕಾಲಿಟ್ಟು ಎಲ್ಲಿ ಹೆಂಚು ಒಡೀತದೋ ಅಂತ. ಹಾಗೇನೂ ಆಗಲಿಲ್ಲ. ಹಾಗೆಯೇ ಆ ನೆಂದ ಹೆಂಚುಗಳು ತಾಡಪತ್ರಿಗಳ ಭಾರಕ್ಕೆ ಸೀಳಲಿಲ್ಲ!

ಅಲ್ಲಿ ದವಾಖಾನೆಯಲ್ಲಿ ದಿನಕ್ಕೆ ಎರಡು ಮೂರು ಹೆರಿಗೆಗಳಾದ್ರೂ ಆಗ್ತಿದ್ವು, ಇಲ್ಲಿ ನಮ್ಮ ಮನೆಯಲ್ಲಿ ವರ್ಷಕ್ಕೆರಡಾದ್ರೂ ಆಗ್ತಿದ್ವು, ತಾನೇ ತಾನಾಗಿ ಬಂದು ನಮ್ಮ ಮನೆಯ ಸ್ಟೋರ್ ರೂಮು ವಾಸಿಯಾಗಿದ್ದ ಬೆಕ್ಕಿನದು. ಅಲ್ಲಿದ್ದ ಪೆಟ್ಟಿಗೆಯಲ್ಲಿ ನಾನು

ಇಟ್ಟಿದ್ದ ಹಳೆಯ ಬಟ್ಟೆಗಳನ್ನು ಎಳೆದುಕೊಂಡು ಹಾಸಿ ಮೆತ್ತಗೆ ಮಾಡಿಕೊಂಡಿತ್ತದು. ನನ್ನ ಆಶ್ಚರ್ಯಕ್ಕೆ ಪಾರವೇ ಇರಲಿಲ್ಲ!

ಅಲ್ಲಿ ಅದರ ಬಾಣಂತನ ನಡೀತಿತ್ತು. ಎಷ್ಟೋ ಸಲ ಹೊರ ಹಾಕಿದ್ರೂ, ಆ ರೂಮಿನ ಕಿಟಕಿಯ ಒಡೆದ ಗಾಜಿಗೆ ಬಡೆದ ರಟ್ಟಿನಂಥದನ್ನು ಸರಿಸಿ ಯಾವುದೇ ಅಳುಕಿಲ್ಲದೇ ಒಳನುಸುಳುತ್ತಿತ್ತು. ಅದರ ಹೆರಿಗೆಯಾದ ಎರಡು ಮೂರು ದಿನ ಆ ರೂಮಿಗೆ ನಮಗೂ ಪ್ರವೇಶ ಇರತಿರಲಿಲ್ಲ. ಒಳ ಹೋದ್ರೆ ಗುರ್ ಅನ್ನೋದು. ನನಗೋ ಬೆಕ್ಕು ಅಂದರೆ ಭಯ, ಒಂಥರಾ ಅನಿಸೋದು. ಆದರೆ ಅದು ಹೋಗ್ತಾನೇ ಇರತಿರಲಿಲ್ಲ. ಆ ಬೆಕ್ಕು ಇಲಿ ಹಿಡೀತಿರಲಿಲ್ಲ. ಅದಕ್ಕೂ ಇಲಿ ಕಂಡ್ರೆ ಹೆದರಿಕೆನೋ ಏನೋ ಅಂತ ನಾನು ಅಂದುಕೋತಿದ್ದೆ. ಇದೇನಪಾ ಇದು ಹೊರಗೆ ಮನೆ ಮೇಲೆ ಮಂಗಗಳು, ಒಳಗೆ ಬೆಕ್ಕು, ಇಲಿಗಳು, ಮೆಟ್ಟಿಲ ಮೇಲೆ ಸುಳಿದಾಡೋ ಹಾವುಗಳು ಅಂತ ನಾನು ಅಂತಿದ್ರೆ, ಮಕ್ಕಳಿಗೆ ಮನರಂಜನೆ. ಶಾಲೆ ಬಿಟ್ಟ ಮೇಲೆ ಹುಡುಗರ ದಂಡಿನ ಬೀಡು ನಮ್ಮನೇಲೇ. ಒಟ್ಟಿನಲ್ಲಿ ವೈದ್ಯಾಧಿಕಾರಿಗಳ ಕ್ವಾರ್ಟರ್ಸ್ ಸರ್ವ ಧರ್ಮಗಳ ಜೊತೆಗೇ ಸರ್ವ ಪ್ರಾಣಿಗಳ ಸಮನ್ವಯತೆಯ ತಾಣವೂ ಆಗಿತ್ತು!

ಹೀಗಿತ್ತು ಯುಗಾದಿಯ ಬೆಳಗು

> ಬಾಯ್ದೆರೆದರೂ ಚೀರಲಾಗದೇ ದನಿ ಗಂಟಲಲ್ಲೇ ಅಡಗಿ ಮೈ ನಡುಗಲಾರಂಭಿಸಿ ಕೈಯಲ್ಲಿದ್ದ ರಂಗೋಲಿ ಡಬ್ಬಿ ಕೆಳಗೆ ಬಿತ್ತು. ನನ್ನಿದಿರಿಗೆ ಒಂದು ಆರಡಿ ಎತ್ತರದ ಮನುಷ್ಯ ಉಟ್ಟ ಧೋತರ ಎತ್ತಿ ಕಟ್ಟಿ, ಹೆಗಲ ಮೇಲೆ ಒಬ್ಬನನ್ನ ಹೊತ್ತುಕೊಂಡು ನಿಂತಿದ್ದ. ಆತನ ಜೊತೆ ಮತ್ತೆ ಮೂರು ಜನ ಸುಮಾರು ಅವನ ಥರದವರೇ ಇದ್ರು.

ತ್ರಿಳವಳ್ಳಿ ಬಿಡೋವಾಗ ಅಲ್ಲಿನ ಜನ ಅಂದ ಮಾತು, "ಗರಗಕ್ಕೇನ ಹೋಗ್ತೀರಿ ಯಪ್ಪಾ?" ಅದನ್ನು ಗರಗ ನಮಗೆ ಪ್ರತಿದಿನ ನೆನಪು ಮಾಡ್ತಿತ್ತು. ಆ ಪ್ರಮಾಣದ ಹೊಡೆದಾಟ, ಬಡೆದಾಟ, ಕೊಲೆ ಪ್ರಕರಣಗಳು ನಾವು ಅಲ್ಲಿಗೆ ಬಂದಾಗ ಸ್ವಲ್ಪ ಕಡಿಮೆ ಆಗಿತ್ತು. ಆದ್ರೂ ದಿನ, ಎರಡು ದಿನಕ್ಕಾದ್ರೂ ಅಂಥ ಕೇಸುಗಳು ಇದ್ದೇ ಇರ್ತಿದ್ವು, ಅದು ಖಾತ್ರಿನೇ. ಈ ಮೆಡಿಕೋ ಲೀಗಲ್ ಕೇಸ್‌ಗಳ ಫೈಲ್ಸ್ ಕಾಯ್ದಿಡೋದೂ ಒಂದು ದೊಡ್ಡ ಕೆಲಸಾನೇ. ರಿಟೈರ್ ಆದ ಮೇಲೂ ಸಹ ಸುರೇಶ ಕೋರ್ಟ್ ಅಟೆಂಡ್ ಮಾಡಬೇಕಾಗ್ತಿತ್ತು. ಅಷ್ಟೊಂದು ಕೇಸುಗಳು, ಸುದೀರ್ಘ ವಿಚಾರಣೆಯ ಕೇಸುಗಳು. ದವಾಖಾನೆಯ ಗಲಾಟೆಯ ಮಧ್ಯೆ ಈ ಕೇಸುಗಳ ರಿಪೋರ್ಟ್ ರೆಡಿ ಮಾಡುವುದೂ ಒಂದು ದೊಡ್ಡ ಕೆಲಸವಾಗಿತ್ತು ನನ್ನ ಪತಿಗೆ. ನಾನೂ ಸಹಾಯ ಮಾಡ್ತಿದ್ದೆ, ಕೆಲವೊಂದನ್ನು ಬರೆದ ನೆನಪು. ಆದರೆ ಶವದ

ಭಯಾನಕ ಸ್ಥಿತಿಯ ಚಿತ್ರಣ ಎದೆ ನಡಗಿಸ್ತಿತ್ತು. ಅದಕ್ಕೇ ಆ ಕೆಲಸದಿಂದ ಕೊಂಚ ದೂರ ಇದ್ದೆ. ಇಲ್ಲಿ ಗರಗದಲ್ಲಿ ಒಂದೊಂದು ಸಲ ಅಂಥ ಭಯಾನಕ ಸ್ಥಿತಿಯಲ್ಲಿ ಜೀವಂತವಾಗೇ ಧುತ್ತೆಂದು ಮುಂದೆ ಬಂದು ನಿಲ್ಲುತ್ತಿದ್ದ ಪ್ರಸಂಗಗಳು ಇದಿರಾಗಿ ಸ್ವಲ್ಪಮಟ್ಟಿಗೆ ಗುಂಡಿಗೆ ಗಟ್ಟಿ ಆಯ್ತೋ ಏನೋ. ಖಾತ್ರಿ ಇಲ್ಲ!

ಆ ದಿನ ಯುಗಾದಿ. ಹುಕ್ಕೇರಿಯಿಂದ ನನ್ನ ದೊಡ್ಡ ಮಗ ಬಂದಿದ್ದ ಹಬ್ಬಕ್ಕೆ, ಎರಡು ದಿನ ಅಷ್ಟೇ. ಪರೀಕ್ಷೆ ಹತ್ತಿರ ಬಂದಿತ್ತು. ಜಾಸ್ತಿ ದಿನ ನಿಲ್ಲೋ ಹಾಗಿರಲಿಲ್ಲ. ಆ ದಿನ ಅಂದರೆ ಯುಗಾದಿ ದಿನಾನೇ ಊಟ ಮುಗಿಸಿ, ವಾಪಸ್ಸು ಹುಕ್ಕೇರಿಗೆ ಹೊರಡೋನಿದ್ದ. ನಾಲ್ಕೈದು ವರ್ಷಗಳ ತರುವಾಯ ಯುಗಾದಿ ಹಬ್ಬಕ್ಕೆ ನಮ್ಮ ಮಗ ನಮ್ಮ ಜೊತೆ ಇದ್ದ. ಹುರುಪು, ಖುಷಿ ಜೋರಾಗಿತ್ತು. ಆತಗೆ ಜಿಲೇಬಿ ಇಷ್ಟ ಅಂತ ಹಿಂದಿನ ದಿನ ರಾತ್ರಿಯೇ ಜಿಲೇಬಿ ಹಿಟ್ಟು ಕಲಿಸಿಟ್ಟಿದ್ದೆ. ಮತ್ತೆ ಆತನ ಪ್ರೀತಿಯ ಆಂಬೊಡೆ, ಚಿತ್ರಾನ್ನ ಎಲ್ಲಾ ಮಾಡೋ ತಯಾರಿ ಇಟ್ಟುಕೊಂಡಿದ್ದೆ.

ಆ ದಿನ ಬೆಳಗ್ಗೆ ಬೇಗನೇ ಎದ್ದು ಆರು ಗಂಟೆಯೊಳಗೆ ನಾನು ಎರೆದುಕೊಂಡೂ ಆಗಿತ್ತು. ಚುಮುಚುಮು ಬೆಳಕೂ ಆಗಿತ್ತು. ಒದ್ದೆ ಕೂದಲಿಗೆ ಟವೆಲ್ ಸುತ್ತಿ ಕಟ್ಟಿ, ಅಂಗಳ ಗುಡಿಸಲು ಪೊರಕೆ ತಗೊಂಡೆ. ನಾನೀನೇ ಮನೆಗೆಲಸ ಮಾಡ್ತಿದ್ಲು. ಆ ದಿನ ಅವಳ ದಾರಿ ಕಾಯ ಹೋಗಲಿಲ್ಲ. ನಾನೇ ಗುಡಿಸಿ, ಸಾರಿಸಿ ರಂಗೋಲಿ ಹಾಕ್ತಿದ್ದೆ, ಸಣ್ಣಗೆ ಹಾಡೂ ಗುನುಗ್ತಿದ್ದೆ. ಇದ್ದಕ್ಕಿದ್ದ ಹಾಗೆ ಧಡ್ ಧಡ್ ಅಂತ ನಾಲ್ಕಾರು ಜನ ಓಡಿ ಮುಂದೆ ಬಂದು ನಿಂತ ಭಾಸವಾಗಿ ತಟ್ಟನೇ ತಲೆ ಮೇಲೆತ್ತಿ ನೋಡಿದೆ. ಗಡಿಬಿಡಿಸಿ ಗಾಬರಿಯಿಂದ ಮೇಲೆದ್ದು ನಿಂತೆ.

ಬಾಯ್ದೆರೆದರೂ ಚೀರಲಾಗದೇ ದನಿ ಗಂಟಲಲ್ಲೇ ಅಡಗಿ ಮೈ ನಡುಗಲಾರಂಭಿಸಿ ಕೈಯಲ್ಲಿದ್ದ ರಂಗೋಲಿ ಡಬ್ಬಿ ಕೆಳಗೆ ಬಿತ್ತು. ನನ್ನಿದಿರಿಗೆ ಒಂದು ಆರಡಿ ಎತ್ತರದ ಮನುಷ್ಯ ಉಟ್ಟ ಧೋತರ ಎತ್ತಿ ಕಟ್ಟಿ, ಹೆಗಲ ಮೇಲೆ ಒಬ್ಬ ಮನುಷ್ಯನ್ನ ಹಾಕೊಂಡು ಬಂದು ನಿಂತಿದ್ದ. ಆತನ ಜೊತೆ ಮತ್ತೆ ಮೂರು ಜನ ಸುಮಾರು ಅವನ ಥರದವರೇ ಇದ್ರು, ಆತನ ಹೆಗಲಿಂದ ರಕ್ತ ಸೋರಿ ಮೈ ಮೇಲಿನ ಬಟ್ಟೆ ಎಲ್ಲಾ ನೆತ್ತರು ಮುಳುಗಿ ರಕ್ತಸ್ನಾನ ಮಾಡಿದವನ ಥರಾ ಕಾಣ್ತಿದ್ದ.

ಆತಗೂ ಗಾಯಗಳಾಗಿದ್ರೂ ಈ ರಕ್ತ ಬಹುಶಃ ಆತನ ಹೆಗಲ ಮೇಲಿನ ಮನುಷ್ಯನದು ಅನಸ್ತಿತ್ತು. ಇನ್ನುಳಿದವರ ಮೈ ಮೇಲೂ, ಬಟ್ಟೆ ಮೇಲೂ ರಕ್ತದ ಕಲೆಗಳು! ಎಲ್ಲರ ಮುಖವೂ ರೌದ್ರ ವಿಕಾರ! ಹೆಗಲ ಮೇಲಿದ್ದವನ ಸ್ಥಿತಿಯಂತೂ ಭಯಾನಕ. ಒಂದು ಕಣ್ಣುಗುಡ್ಡೆ ಹೊರಚಾಚಿದಂತೆ, ಕೈ ಕತ್ತರಿಸಿದ್ದು ಜೋತಾಡುತ್ತಿತ್ತು, ಕಾಲು, ಮಾಂಸದ ತುಂಡಿನ ಥರ! ಉಸಿರಾಡುತ್ತಿದ್ದ ಮನುಷ್ಯನೋ, ಶವವೋ ಗೊತ್ತಾಗಲಿಲ್ಲ. ಆತಗೆ

ಎಚ್ಚರಂತೂ ಇರಲಿಲ್ಲ. ಆಸ್ಪತ್ರೆಯ ಹತ್ರಾನೂ ಜನ. ಒಂದು ನಿಮಿಷದಲ್ಲಿ ಗಾಬರಿಯಲ್ಲಿ ಮುಳುಗೇ ಇಷ್ಟು ನೋಡಿದೆ. ಮಾತನಾಡಲಾಗಲಿಲ್ಲ.

ಆ ಮನುಷ್ಯನೇ ಹೇಳಿದ, "ಅಕ್ಕಾರ ನೀವು ಒಳಗ ಹೋಗ್ರಿ ಯವ್ವಾ, ಸಾಹೇಬ್ರನ್ನ ಕಳಸ್ರಿ. ಮೊದಲ ನೀವು ಒಳಗ ಹೋಗ್ರಿ, ಬವಳಿ ಬಂದ ಬಿದ್ದೀರಿ ಯವ್ವಾ, ನೀವ ನೋಡೂದಲ್ರಿ ಯವ್ವಾ ಇದೆಲ್ಲಾ," ಬಡಬಡ ಒದರಿದಂತಿತ್ತು ಆತನ ಮಾತು. ನನಗೆ ಕಾಲೇ ಕೀಳಲಾಗಲಿಲ್ಲ. ಈ ಗಲಾಟೆ ಕೇಳಿ ಸುರೇಶ ಹೊರ ಬಂದವ್ರು, ಒಂದೇ ಹಾರಿಗೆ ಅಲ್ಲಿದ್ದ ನಾಲ್ಕೈದು ಮೆಟ್ಟಿಲು ಇಳಿದು ಬಂದು ನನ್ನ ರೆಟ್ಟೆ ಹಿಡಿದು ಒಳ ತಂದು ಬಿಟ್ಟು ನಡುವಿನ ಬಾಗಿಲು ಹಾಕಿದ್ರು.

ನನಗೇನೂ ತಿಳಿಯದೇ ಡೈನಿಂಗ್ ಹಾಲಿನ ಚೇರ್ ಮೇಲೆ ಒಂದೈದು ನಿಮಿಷ ಹಾಗೇ ಕುಳಿತಿದ್ದೆ. ಅಷ್ಟರಲ್ಲಿ ಸುರೇಶ ಬಾಗಿಲು ತೆಗೆದು ಒಳ ಬಂದು ಪಟಪಟ ಪ್ಯಾಂಟ್ ಶರ್ಟ್ ಹಾಕಿಕೊಂಡು, ಬ್ಯಾಗ್ ತಗೊಂಡು, "ನಾ ಹಾಸ್ಪಿಟಲ್ಲಿಗೆ ಹೋಗ್ತೀನಿ. ನನ್ನ ಹಾದಿ ಕಾಯದೇ ನಿಮ್ಮ ಕೆಲಸ ಎಲ್ಲಾ ಮುಗಿಸ್ಕೋರಿ. ನಂದು ಭಾಳ ತಡಾ ಆಗಬಹುದು," ಅಂತ ಒಂದೇ ಉಸುರಿನಲ್ಲಿ ಹೇಳಿ ಹೊರಟೇಬಿಟ್ರು. ನಾ ಸುಮ್ಮನೇ ತಲೆ ಆಡಿಸಿದೆ. ಸ್ವಲ್ಪ ಹೊತ್ತು ಹಾಗೇ ಕುಳಿತಿದ್ದು ಮೆಲ್ಲಗೆ ಹೊರ ಬಂದು ಆಸ್ಪತ್ರೆಯತ್ತ ನೋಡಿದೆ. ಜನಜಾತ್ರೆ, ನಾನಿ ಇತ್ತ ಬರ್ತಿದ್ಲು. ಸಿಸ್ಟರ್, ಅಟೆಂಡರ್ ಮುಲ್ಲಾ ಹಾಗೂ ಕಾಂಪೌಂಡರ್‌ನ ಆಸ್ಪತ್ರೆಗೆ ಕಳಿಸಿದ್ಲು ಅನಿಸ್ತು.

ಹೊರಗೆ ಚೆಲ್ಲಾಡಿದ ರಂಗೋಲಿ, ರಕ್ತ ಎಲ್ಲಾನೂ ಮತ್ತೊಮ್ಮೆ ನೀರು ಹಾಕಿ ತೊಳೆದು ಗುಡಿಸಿ, "ಯವ್ವಾ, ಹಾಕ್ತಿ ಏನ ರಂಗೋಲಿ," ಅಂತ ನಾನಿ ಅಂದಾಗಲೇ ನಾ ಕೊಂಚ ನಿಚ್ಚಳಾದದ್ದು. ಆರೂ ಮುಕ್ಕಾಲು ಗಂಟೆ ಆಗಿತ್ತು. ಎದ್ದು ಒಂದೆಳೆ ರಂಗೋಲಿ ಹಾಕಿ ಹೊಸಿಲಿಗೆ ಕುಂಕುಮ ಹಚ್ಚಿ ಒಳಗೆ ಹೋದೆ. ಹುಡುಗ್ರೂ ಎದ್ದಿದ್ರು. ಅವರೇನೂ ಕೇಳಲಿಲ್ಲ. ಎಲ್ಲಾ ಗೊತ್ತಾಗಿತ್ತು ಅವರಿಗೆ, ನನಗಿಂತ ತುಸು ಹೆಚ್ಚೇ ಗೊತ್ತಾಗಿತ್ತು. ನಾನಿ ಆ ಸುದ್ದಿ ಎಲ್ಲ ಹೇಳೋವಾಗ ಮಕ್ಕಳು ಎದ್ದಿದ್ರು, ನಾನೇ ಮಂಪರಿನಲ್ಲಿದ್ದೆ.

ಒಟ್ಟು ನಾಲ್ಕೈದು ಜನ ಗಾಯಗೊಂಡಿದ್ರು; ಒಬ್ಬ ಹೆಣ್ಣು ಮಗಳೂ ಸೇರಿ. ಆತನ ಹೆಗಲ ಮೇಲಿನವ ಕೊನೆಯುಸಿರೆಳೆದನಂತೆ ಆಸ್ಪತ್ರೆಯಲ್ಲಿ. "ಬಾಬಾ ಕಾ ಆನಾ ಬಹುತ ದೇರ ಹೋಗಾ ಅಮ್ಮಾ. ಬಚ್ಚೋಂ ಕೋ ಖಿಲಾ ದೇ. ತೂ ಭೀ ಕುಛ ಖಾ, ಪೀ ಲೇಗೆ ಅಮ್ಮಾ," ತಾನು ನನ್ನ ಮಗಳು ಮಾಡಿಕೊಟ್ಟ ಚಹಾ ಕುಡಿಯುತ್ತ ನಾನಿ ಹೇಳಿದ್ಲು. ಅಡಿಗೆ ಮನೇಲಿಟ್ಟಿದ್ದ ಜಿಲೇಬಿ ಹಿಟ್ಟಿನ ಮುಖವೂ ನನ್ನಂತೆಯೇ ಮಂಕಾದ ಹಾಗನ್ನಿಸ್ತು. "ಅಮ್ಮಾ ಆ ಸೀರಿ ಚೇಂಜ್ ಮಾಡು. ಅಂಚಿಗೇನೋ ಹತ್ತೇದ," ಅಂದ ನನ್ನ ದೊಡ್ಡ ಮಗ. ಏನೂಂತ ನೋಡದೇ ನಾ ಉಟ್ಟ ಜರೀ ಸೀರೆ ತೆಗೆದು ಬೇರೆ

ಸೀರೆ ಉಟ್ಟು, ನಾನಿಗೆ ಆ ಸೀರೆ ತೊಳೆದು ಹಾಕಲು ಹೇಳಿ ಅಡಿಗೆಮನೆಗೆ ಹೋದೆ. ಇದು ನಮ್ಮನೆಯ ಯುಗಾದಿ ಹಬ್ಬ ಆ ಸಲದ್ದು. ತಾಯಿ ಕರುಳು ಕೇಳ್ತದಾ? ಜಿಲೇಬಿ ಮಾಡಿ ಮಕ್ಕಳಿಗೆ ಊಟ ಮಾಡಿಸಿದೆ. ನಾನು, ನನ್ನ ಪತಿ ಮಾತ್ರ ತಿನ್ನಲಿಲ್ಲ.

ಗರಗದಲ್ಲಿ ಆರೋಗ್ಯ ವಿಭಾಗದ ಅಧಿಕಾರಿಗಳಿಗಿಂತ ಪೊಲೀಸರು, ಪಿಎಸ್‌ಐ, ಎಸ್ಪಿ, ಡಿಎಸ್ಪಿ ಇವರುಗಳೇ ಮನೆಗೆ ಬರೋದು ಹೆಚ್ಚಾಗಿತ್ತು. ಇಲ್ಲಿನ ಜನ ಹಳ್ಳಿಯವರಾದ್ರೂ ಧಾರವಾಡದ ನೆರಳಲ್ಲಿದ್ದವ್ರು, ಹೀಗಾಗಿ ಮುಗ್ಧತೆಯ ಪರದೆ ಕೊಂಚ ಸರಿಸಿ ಹೊರ ಬಂದವ್ರು ಅನಿಸುತ್ತಿತ್ತು. ಇಲ್ಲಿ ಕುಟುಂಬ ಯೋಜನೆಯ ಟ್ಯೂಬೆಕ್ಟಮಿ ಆಪರೇಷನ್ ಕ್ಯಾಂಪುಗಳು ಆಗ್ತಿದ್ವು, ಲ್ಯಾಪ್ರೋಸ್ಕೋಪಿಕ್ ಕೇಸುಗಳನ್ನು ಧಾರವಾಡಕ್ಕೇ ಕಳಿಸ್ತಿದ್ರು.

ಆ ದಿನವೂ ಆವರಣದಲ್ಲಿ ತುಂಬ ಗಜಿಬಿಜಿ, ಗಲಿಬಿಲಿ, ಗದ್ದಲ. ಆಪರೇಷನ್ ಕ್ಯಾಂಪ್ ಏನಾದರೂ ಇರಬಹುದು, ಸುರೇಶ ಹೇಳಲೇ ಇಲ್ಲ ಅನಕೊಂಡೆ. ಮತ್ತೆ ಆ ಕಡೆ ನೋಡಿದ್ರೆ ಎರಡು ಮೂರು ಪೋಲಿಸ್ ಜೀಪುಗಳು ಕಂಡ್ವು, ಓ ಆಪರೇಷನ್ ಅಲ್ಲ, ಮತ್ತೇನೋ ಗಲಾಟೆ ಆಗಿದೆ ಅನ್ಕೊಂಡೆ. ಅಷ್ಟ್ರಲ್ಲಿ ನಾನಿ ಬಂದು, "ಅಮ್ಮಾ ಒಂದ ನಾಕ ಕಪ್ ಚಾ ಮಾಡಬೇಕಂತ ಯವ್ವಾ, ಬಾಬಾ ಯಾರನೋ ಕರಕೊಂಡು ಬರಲಾಕ್ಹತ್ತ್ಯಾರು," ಅಂದ್ಲು. (ಆಕಿ ನನ್ನ ಪತಿಗೆ ಬಾಬಾ ಅಂತಿದ್ಲು. ಬಹುಶಃ ನಾ ಮರೆತೆ ಮೊದಲೇ ಹೇಳಲು) ಅಷ್ಟ್ರಲ್ಲಿ ಸುರೇಶ ಅವರೇ ಇಬ್ಬರು ಪೋಲಿಸ್ ಅಧಿಕಾರಿಗಳ ಜೊತೆ ಬಂದ್ರು. ನಾನಿ ಕೈಲಿ ಚಹಾ ಕಳಿಸಿ ಕೊಟ್ಟೆ.

ಡಿಎಸ್ಪಿ ಪರಿಚಯದವ್ರೇ, "ನಮಸ್ಕಾರ ಭಾಭೀ. ಹೆಂಗಿದ್ದೀರಿ," ಅಂದ್ರು. "ಆರಾಮರೀ. ಏನೋ ಗದ್ದಲ ಕಾಣಸ್ತದಲಾ," ಅಂದೆ. "ಹೂಂನ್ರಿ ಭಾಭೀ. ಹೊಲದ ಜಗಳಾ. ಒಬ್ಬನ್ನ ಕೊಂದಾರ, ಅವನ ಮನೀ ಮಂದಿನ್ನ ಹೊಡದಾರ, ಹದಿನಾರು ವರ್ಷದ ಹುಡುಗ ಸತ್ತಾವನ ಮಗ. ಅವನ ತಲಿ ಒಡದದ. ಆ ಮುದಕಿ, ಸತ್ತಾವನ ತಾಯಿ ಆಕಿ. ಆಕಿಗೂ ಹೊಡದಾರ. ಮಗಾ ಸತ್ತಾನ, ಆದರೂ ಆಕಿ ಕಣ್ಣಾಗ ಒಂದ ಹನಿ ನೀರ ತರಲಾರದ ಹೇಳ್ತಾಳ್ರಿ, 'ಅಳ್ತಿ ಯಾಕೋ ತಮ್ಮಾ. ಘಟ್ಯಾಗ. ನಿಮ್ಮಪ್ಪನ್ನ ಕೊಂದಾವ್ನ ಹಂಗ ಕತ್ತರಿಸಿ ಹಾಕ ಬೇಕ ನೀ. ನೆಪ್ಪದಾಗ ಇಟ್ಕೋ ಇದನ?' ಆ ಹುಡುಗ ಹೇಳ್ತಾನ್ರಿ, 'ನೋಡ ಆಯೀ ಹೆಂಗ ಚೊಕ್ಕ ಕೆಲಸಾ ಮಾಡಿ ಮುಗಸ್ತೀನಂತ. ನೀ ಘಟ್ಯಾಗ ನೋಡಾಕ,' ಅಂತಾನ್ರೀ," ಭಾಭೀ. "ನಮ್ಮ ಹುಡಗ್ರಿಗೆ ಒಂದ ಬಸ್ಸಿನ ಪಾಸ್ ತಗಿಸಿಕೊಂಡ ಬರಲಕ್ಕ ಆಗೂದಿಲ್ಲರೀ ಭಾಭೀ. ಏನ ಜನಾನೋ ಅಂತೀನಿ," ಅಂದ್ರು.

ನನ್ನನ್ನೂ ಯೋಚನೆಯಲ್ಲಿ ಕೆಡವಿತು ಈ ಮಾತು. ಹದಿನಾಲ್ಕು ವರ್ಷದ ಹುಡುಗನೊಬ್ಬ ಹೊಡೆದಾಟದಲ್ಲಿ ಸತ್ತವರ ಶವಗಳನ್ನು ಎತ್ತಿನ ಚಕಡಿಯಲ್ಲಿ ಹಾಕೊಂಡು ಬಂದಿದ್ದ ಒಮ್ಮೆ. ಅದು ನೆನಪಾಯಿತು. ಅಲ್ಲಿನ ಹೆಣ್ಣುಮಕ್ಕಳು ಕೂಡ ಈ

ಕೊಲೆ ಹೊಡೆದಾಟದಲ್ಲಿ ಗಂಡಸರ ವೇಷ ಹಾಕಿಕೊಂಡು ತಯಾರಾಗಿ ಭಾಗಿಯಾಗ್ತಾರ ಅಂತ ಕೇಳಿದ್ದು ನೆನಪಿಗೆ ಬಂದು ಸುಮ್ಮನೇ ತಲೆಯಾಡಿಸಿ ಒಳಗೆ ಬಂದೆ.

ಗರಗದ ಆಸ್ಪತ್ರೆ ತುಂಬಾ ಹಳೆಯ ಕಟ್ಟಡ. ಸುತ್ತಲೂ ಹಳ್ಳಿಗಳೂ ಬಹಳ. ಯಾವಾಗಲೂ ಜಾತ್ರೆ ಥರಾನೇ. ಚಕ್ಕಡಿ, ಜನ, ಗದ್ದಲೋ ಗದ್ದಲ. ನನ್ನ ಪತಿಗೆ ಒಂದೇ ಒಂದು ನಿಮಿಷ ಪುರುಸೊತ್ತು ಇರತಿರಲಿಲ್ಲ. ಇನ್ನುಳಿದ ಕಡೆನೂ ಹೀಗೇ ಇರತಿತ್ತು. ಆದರೆ ಈಗ ಮಕ್ಕಳು ದೊಡ್ಡವರಾಗಿದ್ರು, ದೊಡ್ಡ ಕ್ಲಾಸಿಗೆ ಬಂದಿದ್ರು. ನನ್ನ ಹೆಗಲ ಮೇಲೆ ಜಾಸ್ತಿ ಭಾರ ಬೀಳ್ತಿತ್ತು. ಯಾಕೋ ಆ ದಿನ ಮೊದಲ ಬಾರಿಗೆ ಮನದಲ್ಲಿ ಯೋಚನೆ ಸುಳೀತು; ನಮ್ಮ ಮಕ್ಕಳನ್ನು ಈ ಗಲಾಟೆಯಿಂದ ದೂರ ಇಡಬೇಕು ಅಂತ. ಧಾರವಾಡದಲ್ಲಿ ಮನೆ ಮಾಡೋದೇ ಸರಿ ಅನಿಸ್ತು. ದೊಡ್ಡ ಮಗ ಈಗ ಕರ್ನಾಟಕ ಕಾಲೇಜಿನಲ್ಲಿ ಪಿಯುಸಿ ಓದ್ತಿದ್ದ. ಅಲ್ಲೇ ಹಾಸ್ಟೆಲಿನಲ್ಲಿದ್ದ. ವಾರಕ್ಕೊಮ್ಮೆ ಗರಗಕ್ಕೆ ಬರತಿದ್ದ. ಅದಕ್ಕೋ ಏನೋ ಮತ್ತೆ ಮತ್ತೆ ಈ ಯೋಚನೆ ಮನದಲ್ಲಿ ಸುಳೀಲಾರಂಭಿಸ್ತು. ಹಾಗೇ ಆಯ್ತೂ ಕೂಡಾ ಮುಂದೆ ಒಂದು ವರ್ಷದ ನಂತರ!

ಗರಗದಲ್ಲಿ ನೆನಪು ನೂರು

> ಒಂದು ಸಲ ಒಂದು ಹೆರಿಗೆ ಕೇಸ್ ಬಂದಿತ್ತು. ಅದು ಬಹುಶಃ ಸಂಕ್ರಮಣದ ಆಸುಪಾಸಿನಲ್ಲಿ. ಸುಗ್ಗಿಯ ದಿನಗಳು ಅವು. ನೋವು ಶುರು ಆಗಿ ಬಹಳ ಹೊತ್ತಿನ ಮೇಲೆ ಆಸ್ಪತ್ರೆಗೆ ಕರಕೊಂಡು ಬಂದಿದ್ರು. ಹೆರಿಗೆ, ಮನೇಲೇ ಆಗ್ತದೇನೋ ಅಂತ ಕಾಯ್ದಿರಬೇಕು. ಅವರೆಲ್ಲ ಇಲ್ಲಿ ಆಸ್ಪತ್ರೆಗೆ ಬರೋವಾಗಲೇ ಕತ್ತಲಾಗಿತ್ತು. ಸ್ವಲ್ಪ ಕಷ್ಟಕರವಾದ ಕೇಸು.

ಈ ಜೀವನದ ವೈಚಿತ್ರ್ಯಗಳಿಗೆ ಬೆರಗಾಗಲೇ, ನಗಲೇ, ಏನೂ ಮಾತಾಡದೇ ಮೌನವಾಗಲೇ ಎಂಬುದು ನನ್ನನ್ನು ಯಾವಾಗಲೂ ಕಾಡುವ ಪ್ರಶ್ನೆ ಆಗಲೂ, ಈಗಲೂ. ವಿವಿಧ ರೂಪ, ಆಕಾರ, ನಡೆ, ನುಡಿಯ ಜನ. ಪ್ರತಿದಿನವೂ ವಿಭಿನ್ನ ಹೊಸದೇ ಅನ್ನೋ ಥರ. ಹೆಜ್ಜೆ ಇಟ್ಟಲ್ಲೆಲ್ಲ ಹೊಸ ಅನುಭವ, ಆ ಅನುಭವಕ್ಕೊಂದು ಹೊಸ ಕಲಿಕೆಯ ಪಾಠ ನನ್ನ ಜೋಳಿಗೆಯಲ್ಲಿ, ಅಲ್ಲಿಂದ ನನ್ನ ಗಂಟಿಗೆ.

ಪ್ರತಿ ಊರಿನ ಭಿನ್ನ ಭಿನ್ನ ವಾತಾವರಣದಲ್ಲಿ ನನ್ನ ಜೀವ, ಜೀವನ ಬೆರೆತು ಹಾಗೇ ಕರಗಿ ಅಲ್ಲಿನ ವಾತಾವರಣಕ್ಕೆ ನನಗೇ ಗೊತ್ತಿಲ್ಲದಂತೆ ಹೊಂದಿ ಬಿಡ್ತಿತ್ತು. ಅಂತೆಯೇ ನನ್ನ ಮಕ್ಕಳೂ ಕೂಡ. ಈಗ ಇಲ್ಲಿ ಗರಗನಲ್ಲೂ ಕೂಡ ಹಾಗೇ ನಮ್ಮ ಜೀವನ ಸಾಗಿತ್ತು. ಇಲ್ಲಿನ ಕ್ಯಾಂಪಸ್‌ನಲ್ಲಿ ಇರೋವೇ ನಾಲ್ಕು ಕುಟುಂಬಗಳು. ಮೊದಲಿನಿಂದಲೂ

ನಮ್ಮ ಕ್ಯಾಂಪಸ್ಸೇ ನಮ್ಮ ಜಗತ್ತಾಗಿತ್ತು. ಊರಿನವರ ಜೊತೆ ನಮ್ಮ ಸಂಪರ್ಕ ಅಷ್ಟಾಗಿ ಇರತಿರಲಿಲ್ಲ. ನಾವೂ ಒಂಥರಾ ವಲಸಿಗರೇ.

ಆದರೆ, ನನ್ನ ಪತಿಗೆ ಸಮಾಜದ ಅತೀ ಹತ್ತಿರದ ಸಂಪರ್ಕ ಬರೋದು ಸಹಜವೇ. ನನ್ನ ಊರವರ ಒಡನಾಟ ನನ್ನ ಪತಿಗೆ ಯಾವುದೇ ರೀತಿಯ ತೊಡಕಾಗಬಾರದು ಅಂತ ನಾ ಜೋಕೆಯಿಂದ ಇರ್ತಿದ್ದೆ. ಹಾಗಿರಲೇಬೇಕಿತ್ತು ನಾವು. ಈಗ ಇಲ್ಲೂ ಅಷ್ಟೇ. ಹಾಗೇ ಇದ್ದಾಗಿತ್ತು. ಒಂದೇ ಸಮಾಧಾನದ ಸಂಗತಿ ಅಂದ್ರೆ ಮಕ್ಕಳ ಶಿಕ್ಷಣ ಒಳ್ಳೇ ದಾರಿಯಲ್ಲಿ ಸಾಗಿತ್ತು. ಈ ಏರಿಳಿವಿನ ಜೀವನದ ರೀತಿಯಲ್ಲಿ ಸ್ವಲ್ಪ ಕಷ್ಟ ಪಡಬೇಕಾದ್ರೂ ಕಾಳಜಿ ಕಡಿಮೆ ಆಗಿತ್ತು. ಈ ಕಷ್ಟ ಬರೀ ನನ್ನದು, ಮಕ್ಕಳದು ಮಾತ್ರ ಅಲ್ಲ, ನನ್ನ ಪತಿಗೂ ಹೆಜ್ಜೆ ಹೆಜ್ಜೆಗೂ ಸವಾಲೇ. ಸಾಮಾನ್ಯ ಜನರ ಒಳ ಹೊರಗನ್ನು ಅತೀ ಹತ್ತಿರದಿಂದ ನೋಡುವ ಅವರೂ ರೋಗಿಗಳ ಮನಃಸ್ಥಿತಿ ಅರಿತು ನಡೆಯಲು ಕಷ್ಟಪಡಬೇಕಾಗಿತ್ತು. ತಮ್ಮ ವೃತ್ತಿ ಜೀವನದ ಅಸಂಖ್ಯ ತಿರುವುಗಳೊಡನೆ ಮೈತ್ರಿ ಬೆಳೆಸಬೇಕಿತ್ತು.

ಗರಗ ದವಾಖಾನೆಯಲ್ಲಿಯೂ ಕಾಯಂ ಗಲಾಟೆ, ಬಂಕಾಪುರ, ತಿಳವಳ್ಳಿಗಳ ಥರಾನೇ. ಮನೆಗೆ ಊಟ, ತಿಂಡಿಗೂ ಬರಲಾಗದಷ್ಟು ಒತ್ತಡ ಹಗಲು, ರಾತ್ರಿ. ಎಷ್ಟೋ ಸಲ ಅಟೆಂಡರ್ ಮುಲ್ಲಾ ಬಂದು ಅಲ್ಲಿಗೇ ತಿಂಡಿ, ಚಹಾ, ಕಾಫೀ ಒಯ್ದದ್ದೂ ಇದೆ. ರಾತ್ರಿ ಹೆರಿಗೆ ಕೇಸುಗಳೇನಾದ್ರೂ ಬಂದ್ರೆ ರಾತ್ರಿ ಪೂರ್ತಿ ಅಲ್ಲೇ ಇರಲೇಬೇಕಾದ ಪ್ರಸಂಗಗಳು ಲೆಕ್ಕವಿಲ್ಲದಷ್ಟು. ಕ್ಯಾಂಪಸ್ಸಿನಲ್ಲಿ ಒಬ್ಬರೇ ಡಾಕ್ಟ್ರು, ಒಬ್ಬರೇ ಸಿಸ್ಟರ್. ಆ ಸಿಸ್ಟರ್ ಏನಾದರೂ ಊರಿಗೆ ಹೋದರೆ, ಇನ್ನೊಬ್ಬರು ಅಲ್ಲೇ ಊರಲ್ಲಿ ಮನೆ ಮಾಡಿಕೊಂಡು ಇದ್ರು. ಅವರನ್ನು ಕರೆಸಬೇಕಾಗ್ತಿತ್ತು. ನನ್ನ ಪತಿಯದು ಅವಿರತ ಓಡಾಡ. ನನ್ನದು ರಾತ್ರಿಯಿಡೀ ಜಾಗರಣೆ ನಡೆದೇ ಇರ್ತಿತ್ತು. ಯಾಕೆ ಗೊತ್ತಿಲ್ಲ; ಹೆರಿಗೆ ಕಷ್ಟದ್ದಾದ್ರೆ, ತಡ ಆದ್ರೆ ನನಗ್ಯಾಕೋ ಬಹಳ ಆತಂಕ ಆಗುವುದು. ಮಗು ಅಳೋ ಧ್ವನಿ ಕೇಳಿದ ಮೇಲೆಯೇ ನಿರಾಳ ಅನಿಸೋದು.

ಒಂದು ಸಲ ಒಂದು ಹೆರಿಗೆ ಕೇಸ್ ಬಂದಿತ್ತು. ಅದು ಬಹುಶಃ ಸಂಕ್ರಮಣದ ಆಸುಪಾಸಿನಲ್ಲಿ. ಸುಗ್ಗಿಯ ದಿನಗಳು ಅವು. ನೋವು ಶುರು ಆಗಿ ಬಹಳ ಹೊತ್ತಿನ ಮೇಲೆ ಆಸ್ಪತ್ರೆಗೆ ಕರಕೊಂಡು ಬಂದಿದ್ರು. ಹೆರಿಗೆ, ಮನೇಲೇ ಆಗ್ತದೇನೋ ಅಂತ ಕಾಯ್ದಿರಬೇಕು. ಅವರೆಲ್ಲ ಇಲ್ಲಿ ಆಸ್ಪತ್ರೆಗೆ ಬರೋವಾಗಲೇ ಕತ್ತಲಾಗಿತ್ತು. ಸ್ವಲ್ಪ ಕಷ್ಟಕರವಾದ ಕೇಸು. ಧಾರವಾಡ ಜಿಲ್ಲಾಸ್ಪತ್ರೆಗೆ ಕಳಿಸಬೇಕು ಅನಕೊಂಡು ನನ್ನ ಪತಿ ಹಾಗೆ ಹೇಳಿದಾಗ, ಆಕೆ ಅಲ್ಲಿಗೆ ಹೋಗಲು ತಯಾರೇ ಇಲ್ಲ. "ಇಲ್ರೀ ಯಪ್ಪಾ ನನ್ನ ಹೆರಿಗೆ ನಿಮ್ಮ ಕೈಯಾಗ ಆಗಬೇಕ್ರಿ ಯಪ್ಪಾ," ಅಂತ ಒಂದೇ ಸಮನೇ ಒರಲೋಳು.

ಬಿಟ್ಟು ಅಲ್ಲಾಡೋ ಪರಿಸ್ಥಿತಿ ಇರಲಿಲ್ಲ. ಹಗಲಿನಲ್ಲಿ ಆದ್ರೆ ಯಾರಾದರೂ ತಿಂಡಿ ಕಾಫಿ ಅಲ್ಲೇ ಒಯ್ದು ಕೊಡೋರು. ಸಿಸ್ಟರನೂ ಅಲ್ಲೇ ಸಿಲುಕಿದ್ರು. ರಾತ್ರಿ ಹನ್ನೊಂದು ಗಂಟೆ ಆಯ್ತು. ಮಕ್ಕಳು ಮಲಗಿದ್ರು. ನಾನು ಪುಸ್ತಕದಲ್ಲಿ ಮುಳುಗಿದ್ದೇನೋ ಹೌದು, ಆದರೆ ಒಂದೂ ಅಕ್ಷರ ತಲೆಗೆ ಹೋಗಿರಲಿಲ್ಲ. ಮತ್ತೆ ಮತ್ತೆ ಏಳೋದು, ದವಾಖಾನೆ ಕಡೆ ನೋಡೋದು ನಡೆಸಿದ್ದೆ. ಮನೆಯಲ್ಲಿ ದೀಪ ಇತ್ತು, ದವಾಖಾನೆಯಲ್ಲೂ ಇತ್ತು. ಆದರೆ ಹೊರಗೆ ಬೀದಿ ದೀಪ ಇರಲಿಲ್ಲ. ದವಾಖಾನೆಯ ಆವರಣದಲ್ಲೂ ಇರಲಿಲ್ಲ. ಗವ್ವೆನ್ನೋ ಕತ್ತಲು. ಕೂಸಿನ ಅಳುವ ದನಿ ಇನ್ನೂ ಕೇಳಿಸಿರಲೇ ಇಲ್ಲ.

ಸಿಸ್ಟರ್, ನಾನಿ ಯಾರೂ ಕಂಡಿರಲೇ ಇಲ್ಲ. ನನಗೋ ಆತಂಕ. ನಾನೇ ಹೋಗಬೇಕು ಅಂದ್ರೆ ವಿಪರೀತ ಕತ್ತಲು. ಅಲ್ಲೆಲ್ಲ ಹಾವುಗಳ ಹರಿದಾಟ ಬಹಳ. ಎಷ್ಟೇ ಹುಲ್ಲು ತೆಗೆಸಿದ್ರೂ ಮತ್ತೆ ಬೆಳೆದು ನಿಂತು ಬಿಡೋದು. ರಾತ್ರಿ ಎರಡೂವರೆ ಗಂಟೆ ಆಯ್ತು. ಇನ್ನು ನಂಗೆ ಇರಲಾಗಲಿಲ್ಲ. ನಾಲ್ಕು ಜನಕ್ಕಾಗೋ ಅಷ್ಟು ಬ್ರೆಡ್ ಟೋಸ್ಟ್, ಕಾಫಿ ಮಾಡಿದೆ. ಟಾರ್ಚ್ ಒಂದು ಸುರೇಶ ತಮ್ಮ ಜೊತೆ ಆಸ್ಪತ್ರೆಗೆ ತಗೊಂಡು ಹೋಗಿದ್ರು. ಇನ್ನೊಂದು ಸಿಗಲಿಲ್ಲ, ಹೆಚ್ಚು ಹುಡುಕಲೂ ಇಲ್ಲ. ಮಕ್ಕಳು ಗಾಢ ನಿದ್ರೆಲಿದ್ರು. ಹಾಗೇ ಮೆತ್ತಗೆ ಹೊರಗೆ ಬಂದೆ, ಕಾಫೀ ಟೋಷ್ಟುಗಳೊಂದಿಗೆ!

ಕಾಫಿ ಫ್ಲಾಸ್ಕು, ಟೋಸ್ಟುಗಳೊಂದಿಗೆ. ಹೊರಗಿನಿಂದ ಬಾಗಿಲು ಬಂದು ಮಾಡಿ ಬೀಗ ಹಾಕಿ ಆ ಕತ್ತಲಲ್ಲಿ ನಾನೇ ಆಸ್ಪತ್ರೆಗೆ ಹೋದೆ. ಬರೋಬ್ಬರಿ ನಾ ಒಳಗೆ ಕಾಲಿಡೋಷ್ಟ್ರಲ್ಲಿ ಮಗು ಅಳುವ ದನಿ! ನಾನಿ ಹೊರಗೆ ಬಂದು, "ಯವ್ವಾ ನೀ ಕಾಲಿಟ್ಟಿ, ಹೆರಿಗೆ ಆತ ನೋಡ," ಅಂದ್ಲು. ಆತಂಕ ಕವಿದಿದ್ದ ಎಲ್ಲರ ಮುಖದಲ್ಲೂ ನಿರಾಳ ಭಾವ. ನನಗಂತೂ ತಲೆ ಮೇಲಿನ ಗುಡ್ಡ ಸರಿದ ಅನುಭವ. ಆ ಟೋಸ್ಟ್ ಕಾಫಿ ಬಾಣಂತಿಗೂ ಕೊಟ್ಟು ಮನೆಗೆ ಬಂದೆ. ನಾನಿ ಬಂದು ಬಿಟ್ಟು ಹೋದ್ಲು. ಹೋಗೋವಾಗ ಹೇಳಿದ್ಲು, "ಹೀಂಗ ರಾತ್ರ್ಯಾಗ ಒಬ್ಬಾಕಿನ ಬರಾಕ ಹೋಗಬ್ಯಾಡ ಯವ್ವಾ, ಲೈಟ್ ಇಲ್ಲ. ಕಳ್ಳೀಸಾಲಾಗ ಯಾರ ಅಡಗಿ ಕುಂತಿದ್ರೂ ಗೊತ್ತಾಗಾಂಗಿಲ್ಲಬೇ ಯವ್ವಾ," ನನಗೂ ಸಣ್ಣಗೆ ಮೈ ನಡುಗಿತು. ಸುಮ್ಮನಿದ್ದೆ. ಆಮೇಲೆ ಮೂರೂವರೆ ಸುಮಾರು ಸುರೇಶ ಬಂದ್ರು. ಎಲ್ಲ ಆರಾಮ ಅದ ಅಂತ ಹೇಳಿದ್ರು. "ಭಾಳ ಕಷ್ಟದ ಹೆರಿಗೆ! ಈಗ ಎಲ್ಲಾ ಆರಾಮ ಅದ," ಅಂತ ಹೇಳಿ ಸ್ನಾನಕ್ಕೆ ಹೋದ್ರು.

ಇನ್ನೊಂದು ಕೇಸ್ ಬಂದಿತ್ತು; ಹೆರಿಗೇದಲ್ಲ, ಇದೂ ಒಂದು ಸಮಸ್ಯೆ ಇರೋದೇ. ಕಿವಿಯ ಮೇಲೆ ಬುಗಡಿ (ಅದೂ ಒಂದು ಆಭರಣ. ಕಿವಿಯ ಮೇಲ್ಭಾಗದಲ್ಲಿ ಹಾಕೋದು) ಹಾಕಿಕೊಳ್ಳೋದಿಕ್ಕೆ ಕಿವಿಯ ಮೇಲ್ಭಾಗದಲ್ಲಿ, ಮೂಗು ಚುಚ್ಚಿಸಿಕೊಳ್ಳೋ ಹಾಗೆ ಚುಚ್ಚಿಸಿಕೊಂಡಿರತಾರೆ. ಆಕೆನೂ ಹಾಗೆ ತಮ್ಮ ಹಳ್ಳಿಯಲ್ಲೇ ಚುಚ್ಚಿಸಿಕೊಂಡಿದ್ಲು. ಅದು ಏನಾಯ್ತೋ ಏನೋ, ಉಬ್ಬಿ, ಬಾತು ಕೂತಿತ್ತು. ಸುಮಾರು ನಿಂಬೆಹಣ್ಣಿನ

ಗಾತ್ರದ ಗಂಟು ಆಗಿ ಅದು ಬಲು ಅಸಹ್ಯವಾಗಿ ಕಾಣ್ತಿತ್ತು. ಅವಳಿಗೇನೂ ನೋವು ಬಹಳ ಇರಲಿಲ್ಲವಂತೆ. ಆದರೆ ಆಕೆಯ ಗಂಡ ಅದನ್ನು ತೆಗೆಸಿ ಬಿಡು ಅಂತ ಗಂಟು ಬಿದ್ದಿದ್ನಂತೆ. ಎಲ್ಲರೂ ಆಕೇನ್ನ ನೋಡಿ ನಗೋರಂತೆ. ಧಾರವಾಡಕ್ಕೂ ಹೋಗಿ ತೋರಿಸಿಕೊಂಡು ಬಂದಿದ್ಲು.

ಅಲ್ಲಿ ಡಾಕ್ಟ್ರು ಏನು ಹೇಳಿದ್ರೋ ಗೊತ್ತಿಲ್ಲ. ಕೊನೆಗೆ ಅದು ಇಷ್ಟು ದೀರ್ಘಕ್ಕೆ ಹೋಯ್ತಲ್ಲ, ಆಕೆಯ ಗಂಡ ಆಕೇನ್ನ ತೌರು ಮನೆಗೆ ಕಳುಹಿಸಿಬಿಟ್ಟ. ಪಾಪ, ಆಕೆ ಅಳುತ್ತ ಗರಗ ಆಸ್ಪತ್ರೆಗೆ ಬಂದು, ನನ್ನ ಪತಿ ಮನೇಗೆ ಊಟಕ್ಕೆ ಬಂದಿದ್ರಿಂದ ಮನೆಗೇ ಬಂದ್ಲು. ಸುರೇಶ ಅವರಿಗೆ ಎಲ್ಲ ಹೇಳಿ ಅಳುತ್ತ, "ಯಪ್ಪಾ ಏನರೇ ಮಾಡ್ರಿ ಯಪ್ಪಾ, ಈ ಗಂಟ ತಗೀರಿ. ಇಲ್ಲಾಂದ್ರ ನನ್ನ ಗಂಡ ನನ್ನ ಬಿಟ್ಟ ಬಿಡ್ತಾನ," ಅಂತ ಪಟ್ಟಾಗಿ ಕುಳಿತುಬಿಟ್ಲು. ಅವಳ ಪರಿಸ್ಥಿತಿ ನೋಡಲಾಗ್ತಿರಲಿಲ್ಲ.

ಎರಡು ಪುಟ್ಟ ಪುಟ್ಟ ಮಕ್ಕಳು. ಪಿಕಿ ಪಿಕಿ ಅವಳನ್ನೊಮ್ಮೆ, ಸುತ್ತಲೂ ಒಮ್ಮೆ ನೋಡೋವು. ತಮ್ಮಮ್ಮನ ಕಣ್ಣೀರು ಒರೆಸ್ತಿದ್ವು. ಜೊತೆಗೆ ಬಂದ ಅವಳ ತಾಯಿಯೂ ಅಸಹಾಯಕಳಾಗಿ ಸುಮ್ಮನೇ ಕೂತಿದ್ಲು. ನನಗೆ ನೋಡಲಾಗದೇ, "ಏನಾಗೋದಿಲ್ಲ ಬಿಡವಾ. ಸುಮ್ಮನಾಗು. ಯಾಕಳತಿ? ಮಕ್ಕಳು ಗಾಬರಿ ಆಗ್ತಾವ. ಕಣ್ಣ ಒರಸಿಕೋ," ಅಂದೆ. "ಹೆಂಗ ಸುಮ್ಮಾಗಲೀ ಯವ್ವಾ? ಸುಮ್ಮ ಹೆಂಗ ಇರ್ಲಿ ಯವ್ವಾ? ನನ್ನ ಬಾಳೇನ ಮುಣಗಾಕ್ಹತ್ತೇತಿ ಯವ್ವಾ. ಏನ ಮಾಡಲಿ ಹೆಂಗ ಮಾಡ್ಲಿ," ಅಂದ್ಲು. "ಹಂಗ ಹೆಂಗ ಬಿಡ್ತಾನ ನಿನ್ನ? ನೋಡ ಇನೊಂದೆರಡ ವಾರದಾಗ ಬಂದು ನಿನ್ನ, ಮಕ್ಕಳನ ಕರಕೊಂಡ ಹೋಗ್ತಾನ ನೋಡ," ಅಂದೆ. ಸುರೇಶ ಆಕೆಗೆ ಆಸ್ಪತ್ರೆಗೆ ಬರ ಹೇಳಿ ತಾವು ಮುಂದೆ ಹೋದ್ರು. ಅವರಿಗೇನಾರ ತಿಂಡಿ, ಚಹಾ ಕೊಟ್ಟ ಕಳಸು," ಅಂತ ಹೇಳಿದ್ರು. ಸರಿ ಅಂದೆ.

ಒಳಗೆ ಹೋಗಿ ಸೂಸಲ ಅವಲಕ್ಕಿ (ತೋಯಿಸಿದ ಒಗ್ಗರಣೆ ಅವಲಕ್ಕಿ), ಚಹಾ ಮಾಡ್ಕೊಂಡು ಬಂದೆ. ಮಕ್ಕಳು ಪಾಪ ಹಸಿದಿದ್ವು. ಅವಲಕ್ಕಿ ತಿಂದ ಮೇಲೂ ಹಸಿವು ಇದೆ ಅವಕ್ಕೆ ಎನಿಸಿತು. ಕೇಳ್ದೆ, "ಊಟಾ ಮಾಡ್ತೀರ?" ಅಂತ. ಹೂಂ ಅಂದ್ರು ಆ ಪುಟ್ಟ ಮಕ್ಕಳು. ಚಪಾತಿ ಪಲ್ಯ ಹಾಕಿ ಕೊಟ್ಟೆ. ತಿಂದು ನೀರು ಕುಡಿದು ಗೆಲುವಾದ್ವು ಮಕ್ಕಳು. ಅವರೆಲ್ಲ ಆಸ್ಪತ್ರೆಗೆ ಹೋದರು. ನಾ ನನ್ನ ಕೆಲಸ ನೋಡ್ಕೊಂಡೆ. ಆ ಮೇಲೆ ನಾನೂ ನನ್ನ ಪತಿಯನ್ನು ಆ ಬಗ್ಗೆ ಏನೂ ಕೇಳಲಿಲ್ಲ, ಅವರೂ ಏನೂ ಹೇಳಲಿಲ್ಲ. ಸಣ್ಣಗೆ ಮರೆತಂತಾಗಿತ್ತು ನನಗೂ. ಒಂದಷ್ಟು ದಿನ ಆಗಿರಬಹುದು. ಮಧ್ಯಾಹ್ನ ಸುಮಾರು ನಾಲ್ಕು ಗಂಟೆ ಆಗಿತ್ತು. ಸುರೇಶ ಊಟ ಮುಗಿಸಿ ಆಸ್ಪತ್ರೆಗೆ ಹೋಗಿದ್ರು. ನಾನು ಮಸಾಲೆ ಪುಡಿ, ಚಟ್ನಿಪುಡಿ ಮಾಡೋ ತಯಾರಿಯಲ್ಲಿದ್ದೆ.

ಬಾಗಿಲ ಬೆಲ್ ಆಯ್ತು. ಬಾಗಿಲು ತೆರೆಯೋದೊಂದೇ ತಡ, ಒಬ್ಬ ಹೆಣ್ಮಗಳು ಬಂದು ಕಾಲ್ಹಿಡಿದು ಕಣ್ಣೀರು ಸುರಿಸಿದ್ಲು. "ಯಾರವಾ? ಏಳವಾ. ಬಿಡು ಕಾಲು," ಎಂದೆ. ನನಗೆ ನನ್ನ ಕಣ್ಣೇ ನಂಬಲಾಗಲಿಲ್ಲ! ಅವಳೇ, ಅದೇ ಹೆಣ್ಣುಮಗಳು, ಕಿವಿಯ ಮೇಲೆ ಗಂಟಾಗಿತ್ತಲಾ ಅವಳೇ, ಹೊಸ ಸೀರೆ ಉಟ್ಟು ಗಂಡನ ಜೊತೆ ಬಂದಾಳ ಮಕ್ಕಳೊಂದಿಗೆ! ಆಕೆ, "ಯವ್ವಾ ನಿನ್ನ ಬಾಯಿಗೆ ಸಕ್ರಿ ತುಪ್ಪಾ ಯವ್ವಾ. ನೀ ಅಂದ್ಹಾಂಗ ನನ್ನ ಗಂಡ ನನ್ನ ಕರಕೊಂಡ ಹೋಗಾಕ ಬಂದಾನ ಯವ್ವಾ. ಇದ್ರ ಇರವಲ್ಲತ ಬಾ ಆ ಗಂಟ ಅಂತಾನ. ಆದ್ರ ಯವ್ವಾ, ಅಪ್ಪಾರ ಆ ಹೊತ್ತ ಆ ಗಂಟ ತಗದ ಹೊಲಿಗಿ ಹಾಕಿ ಕಳಿಸಿದ್ರಬೇ. ಗಾಯನೂ ಮಾದಹಾಂಗ ಆಗೇತಿ. ಈಗ ಪಟ್ಟಿ ಹಾಕಿಸ್ಕೊಂಡ ಬಂದ್ನಿ ಯವ್ವಾ. ಮುಂದಿನ ವಾರ ಮತ್ತ ಬರಾಕ ಹೇಳ್ಯಾರು," ಅಂದ್ಲು. ಆಕೀ ಖುಷಿ ನೋಡಿ ನಂಗೂ ಖುಷಿ ಆಯ್ತು.

ಆಕಿ ಗಂಡನೂ ಕೈ ಮುಗಿದು ನಿಂತ. ನಾ ಸಣ್ಣಗೆ ನಕ್ಕೆ. "ಭಲೋ ಆತ ಬಿಡವಾ. ದೇವರ ದೊಡ್ಡಾವ," ಅಂದೆ. ಆಕೆಯ ತಾಯಿ, "ಯವ್ವಾ ನನ್ನ ಮಗಳಿಗೆ ನಿನ್ನ ಕೈಯಿಂದ ಉಡಕ್ಕಿ ಹಾಕಿ ಕಳಸವಾ. ನಿನ್ನ ಬಾಳೇ ಥಣ್ಣಗಿರಲಿ ಯವ್ವಾ," ಅಂದ್ಲು. ನನ್ನ ಕಣ್ಣು, ಮನಸ್ಸು ಎರಡೂ ತುಂಬಿ ಬಂತು. ಇಂಥ ವಿಶ್ವಾಸಕ್ಕೆ ಬೆಲೆ ಕಟ್ಟಲುಂಟೆ? ಆಕೆಗೆ ಕುಂಕುಮ ಹೂವು ಕೊಟ್ಟು ಉಡಿ ತುಂಬಿ ಕಳಿಸಿದೆ. ಮನಸ್ಸಿಗೇನೋ ಒಂಥರಾ ಮುದ, ಸಮಾಧಾನ.

ಹಳ್ಳಿಗರ ವಿಶ್ವಾಸ, ಪ್ರೀತಿಯ, ಅಭಿಮಾನದ ಇನ್ನೊಂದು ಘಟನೆ ಹೇಳಲೇಬೇಕು ಇಲ್ಲಿ. ಸುರೇಶ ಅವರ ಸ್ಥಾನಕ್ಕೆ ಇನ್ನೊಬ್ಬ ಡಾಕ್ಟ್ರ ಬಂದ್ರು; ಆರ್ಡರ್ ಕಾಪಿ ತಗೊಂಡೇ ಬಂದ್ರು. ಸುರೇಶ ಅವರಿಗೆ ಆ ಬಗ್ಗೆ ಏನೂ ಗೊತ್ತೇ ಇರಲಿಲ್ಲ. ಆದರೆ ಗರಗ ಊರ ಜನ ಚಾರ್ಜ್ ತಗೊಳ್ಳಲು ಬಿಡಲೇ ಇಲ್ಲ ಆ ಡಾಕ್ಟ್ರಿಗೆ, ನನ್ನ ಪತಿಗೆ ಕೊಡಲೂ ಬಿಡಲಿಲ್ಲ. ಎಷ್ಟು ಕೇಳಿಕೊಂಡ್ರೂ ಬಿಡಲಿಲ್ಲ. ಇನ್ನೂ ಒಂದು ವಾರ ಟೈಮಿತ್ತು. ಆ ಡಾಕ್ಟ್ರ ಮತ್ತೆ ಬರುವುದಾಗಿ ಹೇಳಿ ಹೋದರು. ಗರಗ ಊರ ಜನ, ಸುತ್ತ ಹಳ್ಳಿ ಜನ ಸರತಿ ಅನ್ನ ಸತ್ಯಾಗ್ರಹ, ಧರಣಿ ಸತ್ಯಾಗ್ರಹ ಆರಂಭಿಸಿದ್ರು ಗರಗ ಪ್ರಾಥಮಿಕ ಆರೋಗ್ಯ ಕೇಂದ್ರದ ಮುಂದೆ. ನಮಗೋ ಒಂಥರಾ ಮುಜುಗರ. ನನ್ನ ಪತಿ ಕೈ ಮುಗಿದು ಕೇಳಿಕೊಂಡ್ರೂ ಆ ಜನ ಒಪ್ಪಲಿಲ್ಲ. ನಮಗೋ ಇಕ್ಕಟ್ಟಿನ ಪರಿಸ್ಥಿತಿ. ಈ ಗಲಾಟೆ ನಡೆದಾಗಲೇ ನಾ ಹಿಂದೆ ಬರೆದ ನಮ್ಮ ಭಾವನ ಮಗಳ ಮಗುವಿನ ನಾಮಕರಣ ಇತ್ತು. ಆ ಒಂದಿನದ ಮಟ್ಟಿಗಾದರೂ ಬೇಡ ಅಂದ್ರೂ ಕೇಳಲಿಲ್ಲ ಅವರು. ಮತ್ತೆ ತಿರುಗಿ ನನ್ನ ಪತಿಯನ್ನೇ ಅಲ್ಲೇ ಅಂದರೆ ಗರಗ ಪ್ರಾಥಮಿಕ ಆರೋಗ್ಯ ಕೇಂದ್ರದ ವೈದ್ಯಾಧಿಕಾರಿಯಾಗಿ ಮುಂದುವರಿಸುವಂತೆ ಮಾಡಿಯೇ ಬಿಟ್ರು ಗರಗ ಹಾಗೂ ಸುತ್ತಲಿನ ಹಳ್ಳಿ ಜನ. ಆ ಜನಗಳ ಪ್ರೀತಿ, ವಿಶ್ವಾಸಗಳ ಮುಂದೆ ನಾವು ಮೂಕರು! ಅದು ನಮ್ಮ ಮನದಲ್ಲಿ ಎಂದೆಂದಿಗೂ ಹಸಿರು!

ಧಾರವಾಡಕ್ಕೆ ಪ್ರಸ್ಥಾನ

> ನಮ್ಮ ಪ್ರಾಥಮಿಕ ಆರೋಗ್ಯ ಕೇಂದ್ರದ ಆವರಣದಲ್ಲಿ ಇದ್ದ ಸಿಹಿನೀರಿನ ಬಾವಿ, ಅಲ್ಲಿರುವ ನಮ್ಮ ನಾಲ್ಕು ಮನೆಗಳಿಗೆ, ಆಸ್ಪತ್ರೆಗೆ, ಅಲ್ಲಿನ ಸಿಬ್ಬಂದಿಗೆ, ರೋಗಿಗಳಿಗೆ ತುಂಬಾ ದೊಡ್ಡ ಆಧಾರವಾಗಿತ್ತು. ಈ ಬಾವೀಲೀ ಒಂದು ದಿನ ರಾತ್ರಿ ಒಬ್ಬ ಹೆಣ್ಣುಮಗಳು ಹಾರಿ ಆತ್ಮಹತ್ಯೆ ಮಾಡಿಕೊಂಡು ಬಿಟ್ಲು.

ಕೈಗೆ ಸಿಗದೇ ಸಮಯ ಕಾಲಿಗೆ ಗೆಜ್ಜೆ ಕಟ್ಟಿಕೊಂಡು ಓಡುತ್ತಲೇ ಇತ್ತು. ಯಾರ ಮೊಗ ಅರಳಲಿ, ಮುದುಡಲಿ, ಒಬ್ಬರು ನಗಲಿ ಇನ್ನೊಬ್ಬರು ಅಳಲಿ ಅದಕ್ಯಾವ ಪರಿವೆಯೂ ಇಲ್ಲ, ಹಂಗೂ ಇಲ್ಲ. ಬಲು ನಿರ್ಭಾವುಕ ಈ ಕಾಲ! ಹಾಗೇ ನಡೆದಿತ್ತು ನಿಯಮದ ಪ್ರಕಾರ ಏಕತಾನವಾಗಿ ಸಮಯ ಸರಿಯುತ್ತಲೇ ಇತ್ತು, ಸಿಹಿ, ಕಹಿ ಘಟನೆಗಳ ನಡುವೆ.

ಇತ್ತೀಚೆಗೆ ನನ್ನ ಮನಸಿನಲ್ಲಿ ಆಗಾಗ ಒಂದು ಯೋಚನೆ ಸುಳೀತಾನೇ ಇತ್ತು; ಧಾರವಾಡಕ್ಕೆ ಒಂದು ಮನೆ ಮಾಡಿ ನಾನು ಮಕ್ಕಳೊಂದಿಗೆ ಅಲ್ಲೇ ಇದ್ರೆ ಹೇಗೆ ಅಂತ. ನನ್ನ ಪತಿಗಂತೂ ಅದು ಅಂದರೆ ನಮ್ಮೊಂದಿಗೆ ಧಾರವಾಡಕ್ಕೆ ಬರೋದು ಅಸಾಧ್ಯದ ಮಾತೇ ಆಗಿತ್ತು. ಹೇಗೆ ಮಾಡೋದು, ಏನು ಮಾಡೋದು ಅಂತ ನಂಗೆ ಯೋಚನೆ.

ಕೊನೆಗೂ ಆ ಕಾಲ ಬಂದೇ ಬಿಡ್ತು. ಅದರ ಮೊದಲು ನಾನು ಇನ್ನೂ ಸ್ವಲ್ಪ ಇಲ್ಲಿನ ವಿಷಯ ಹೇಳೋದಿದೆ. ನಾನಿ ಬಗ್ಗೆ ಸ್ವಲ್ಪ ಬರೀತೀನಿ ಇಲ್ಲಿ.

ನಾನಿಗೆ ವಯಸ್ಸಾಗಿತ್ತು. ಆದರೂ ಚಟುವಟಿಕೆಯ ಹೆಂಗಸು ಆಕೆ. ಅಲ್ಲೇ ದವಾಖಾನೆಯಲ್ಲೇ ಇರತಿದ್ಲು. ಅನಧಿಕೃತವಾಗಿ ಅಲ್ಲಿನ ಆಯಾ ಥರಾನೇ ಆಗಿ ಬಿಟ್ಟಿದ್ಲು. ಗರಗ ಆಸ್ಪತ್ರೆಯಲ್ಲಿ ಬರೀ ಒಬ್ಬ ಅಟೆಂಡರ್ ಮಾತ್ರ ಇದ್ದದ್ದು. ಹೀಗಾಗಿ ನಾನಿಯ ಇರುವಿಕೆ ಅಲ್ಲಿ ಬಹಳೇ ಸಹಾಯಕ ಆಗಿತ್ತು. ಹೆರಿಗೆ ಕೇಸುಗಳಲ್ಲಿ ಸಿಸ್ಟರ್‌ಗೆ ಸಹಾಯಕಳೂ ಅವಳೇ. ದವಾಖಾನೇನ ಗುಡಿಸಿ, ಒರೆಸಿ ಸ್ವಚ್ಛ ಮಾಡೋಳೂ ಅವಳೇ. ಅಲ್ಲೇ ರೋಗಿಗಳ ಸಂಬಂಧಿಕರು ಕೊಡುವ ಊಟ ತಿಂಡಿ; ಇಲ್ಲಿ ವೈದ್ಯರ ಮನೆಯಲ್ಲಿ ಊಟ ಆಗ್ತಿತ್ತು, ತಿಂಡಿ ಚಹಾನೂ ನಡೀತಿತ್ತು.

ಅವಳು ರಾತ್ರಿ ಆಸ್ಪತ್ರೆಯಲ್ಲೇ ಮಲಗ್ತಿದ್ಲು. ಯಾರೇ ವೈದ್ಯಾಧಿಕಾರಿಗಳು ಬಂದ್ರೂ ಅವರ ಮನೆಗೆಲಸದ ಜವಾಬ್ದಾರಿ ತಾನೇ ವಹಿಸಿಕೊಂಡು ಬಿಡೋಳು ನಾನಿ. ಅಲ್ಲಿ ಸಿಗೋ ಸಂಬಳ, ದವಾಖಾನೆಯಲ್ಲಿ ಗುಣಮುಖರಾಗಿ ಹೊರಟ ರೋಗಿಗಳು, ಹೆರಿಗೆ ಮುಗಿಸಿಕೊಂಡು ಹೋಗುವ ಹೆಂಗಸರು ಕೊಡುವ ದುಡ್ಡು, ವೈದ್ಯಾಧಿಕಾರಿಗಳು ಕೊಡುವ (ಅವರ ಕೈಯಿಂದಲೇ) ಹಣ ಅವಳಿಗೆ ಆದಾಯವಾಗಿತ್ತು. ಹೀಗೇ ನಡಕೊಂಡು ಹೋಗ್ತಿತ್ತು ಅವಳ ಜೀವನ. ಅವಳು ಮಾಡುವ ಎಡವಟ್ಟು ಕೆಲಸಗಳಿಗೂ ಏನೂ ಕಮ್ಮಿ ಇರಲಿಲ್ಲ. ಒಮ್ಮೊಮ್ಮೆ ಕೋಪ ಬರೋದು, ಒಮ್ಮೊಮ್ಮೆ ನಗು. ಒಟ್ಟಿನಲ್ಲಿ ಏನೇ ಆದರೂ ನಮಗೆ ಅವಳು, ಅವಳಿಗೆ ನಾವು, ಬಿಡದ ಗಂಟು!

ನನ್ನ ಭಾವನವರ ಮಗಳ ಬಾಣಂತನದ ಸಮಯದಲ್ಲಿ ನಡೆದ ಬಲು ಮೋಜಿನ ಸಂಗತಿ ಒಂದು ಇಂದಿಗೂ ನಗು ಉಕ್ಕಿಸುತ್ತದೆ. ಆಕೆಯ ಹೆರಿಗೆ ಧಾರವಾಡದಲ್ಲಿ ಆಯ್ತು. ಎಂಟನೇ ದಿನ ಗರಗಕ್ಕೆ ಅವಳನ್ನು, ಮಗುವಿನೊಂದಿಗೆ ಕರೆದುಕೊಂಡು ಬಂದ್ವಿ. ಎಲ್ಲ ತಯಾರಿ ಮಾಡಿದ್ದೆ. ಇದ್ದಿಲು ಒಂದು ಸಿಕ್ಕಿರಲಿಲ್ಲ. ಮಾರನೇ ದಿನ ತಂದು ಕೊಡುವುದಾಗಿ ಗಫಾರನ ಅಮ್ಮ ಹೇಳಿದ್ಲು. ಆದರೆ ನಾವು ಬಾಣಂತಿ, ಮಗುವನ್ನು ಒಂದಿನ ಮೊದಲೇ ಕರೆದುಕೊಂಡು ಬಂದಾಗಿತ್ತು. ಆ ದಿನ ಸಂಜೆ ಮಗೂಗೆ ಲೋಬಾನ (ಸಾಂಬ್ರಾಣಿ) ಹಾಕಲು ಕೆಂಡ ಮಾಡಲು ಇದ್ದಿಲು ಬೇಕಾಗಿತ್ತು. ಅಲ್ಲೊಂದು ಚಿಕ್ಕ ಹೋಟೆಲ್ ಇತ್ತು, ಬಸ್ಸುಗಳು ನಿಲ್ಲೋ ಸ್ಥಳದ ಪಕ್ಕದಲ್ಲೇ ಇತ್ತದು.

ಅವರು ಅಲ್ಲೇ ಹಿಂಭಾಗದಲ್ಲಿ ಒಲೆಯ ಮೇಲೆ ತಮಗೆ ಹೋಟೆಲ್ಲಿಗೆ ಬೇಕಾಗುವ ತಿಂಡಿ, ತಿನಿಸು, ಚಹಾ ಮಾಡೋದು ನೋಡಿದ್ದೆ. ಅದಕ್ಕೇ ನಾನು ನಾನೀನ್ನ ಕರೆದು ಆ ಹೋಟೆಲ್ಲಿಗೆ ಹೋಗಿ ಅವರ ಹತ್ರ ಕೇಳಿ ಇದ್ಲಿ ತಗೊಂಡು ಬಾ ಅಂತ ದುಡ್ಡು ಕೊಟ್ಟು ಕಳಿಸಿದೆ. ಆರು ಗಂಟೆಗೆ ಕಳಿಸಿದ್ದು ಅವಳನ್ನು; ಏಳು ಗಂಟೆಯಾದ್ರೂ ಪತ್ತೆ ಇಲ್ಲ! ನಮ್ಮ ನೆಗೆಣ್ಣಿ (ಓರಗಿತ್ತಿ) ಗಡಿಬಿಡಿ ಶುರು ಆಯ್ತು, "ಸರೋಜಿನಿ ಇದ್ಲಿ ಎಲ್ಲೆದ?

ಒಂಚೂರ ಕೆಂಡಾ ಮಾಡಿಕೊಡು. ಕೂಸಿಗೆ ಲೋಬಾನ ಹಾಕ್ತೀನಿ," ಅಂತ. "ಐದ ನಿಮಿಷ ತಡೀರಿ. ಕೊಡ್ತೀನೀಗ," ಅಂದೆ ನಾ. ಏನು ಮಾಡೋದು ತಿಳೀಲಿಲ್ಲ. ಮುಂದೆ ಹದಿನೈದು ನಿಮಿಷಗಳಾದ ಮೇಲೆ ಕೈ ಬೀಸಿಕೊಂಡು ನಾನಿ ಬಂದ್ಲು! ನಾ ಕೇಳೋ ಮೊದಲೇ ನನ್ನ ಸನ್ನೆ ಮಾಡಿ ಕರೆದ್ಲು. ಹೋದೆ, ಹೇಳಿದ್ಲು ನಾನಿ, "ಅಮ್ಮಾ ವಂಹಾ ನಯೀಗೇ, ಮಿರ್ಚಿ ಹೈ, ಬಜಿ ಹೈ," ಅಂದ್ಲು. ನಂಗೆ ತಲೆಬುಡ ತಿಳೀಲಿಲ್ಲ.

"ಮರ್ಚಿ, ಬಜ್ಜಿ ಯಾಕ ಕೇಳ್ದಿ ನಾನಿ? ಇಡ್ಲಿ ಬೇಕು," ಅಂದೆ. "ವೋಚ ಗೇ ಮಾ, ಇಡ್ಲಿ ನಂಹಿ ಹೈ. ಮಿರ್ಚಿ ಹೈ, ಬಜಿ ಹೈ," ಅಂದ್ಲವಳು. ನಂಗೆ ನಗಬೇಕೋ, ಅಳಬೇಕೋ ತಿಳೀಲಿಲ್ಲ. ನಾ 'ಇಧ್ಲಿ' ಅಂದಿದ್ದು ಅವಳು 'ಇಡ್ಲಿ' ಅಂತ ತಿಳಿದುಕೊಂಡು ಈ ಘೋಟಾಳಾ! "ನಾನಿ ಕೋಯಲಾಗೇ, ಇಡ್ಲಿ ನಂಹಿ ಚಾಹೀಯೇ. ಕೋಯಲಾಗೇ ಮಾ ಕೋಯಲಾ, ಇಧ್ಲಿ," ಅಂತ ಒತ್ತಿ ಒತ್ತಿ ಹೇಳಿ ನಗು ತಡೀಲಾರದೇ ಜೋರಾಗಿ ನಗಲಾರಂಭಿಸಿದೆ. ಯಾರಿಗೂ ಗೊತ್ತಾಗದಂತೆ ಕೆಲಸಾ ಮುಗಿಸಬೇಕು ಅನಕೊಂಡಿದ್ದೆ. ನಾನಿ ಗದ್ಲಾ! ಎಲ್ಲರಿಗೂ ಗೊತ್ತಾಗಿ ಹೋಯ್ತು. ನಕ್ಕಿದ್ದೇ ನಕ್ಕಿದ್ದು! ಪಕ್ಕದ ಮನೆ ಸಿಸ್ಟರ್ ಮಗು ಬಾಣಂತೀನ ನೋಡೋಕೆ ಬಂದವ್ರು, "ವೈನೀ ನನ್ನ ಕೇಳಬಾರದೇನ್ರಿ? ನಾನಿ ಕೆಲಸ ಇಂಥಾವೇ. ನಮ್ಮನ್ಯಾಗ ಅದಾವ ತಡ್ರಿ. ಕಳಸ್ತೀನಿ," ಅಂತ ಕಳಿಸಿ ಕೊಟ್ರು ನಾನಿ ಕೈಲೇ!

ಅಲ್ಲಿ ಗರಗದಲ್ಲಿ ನಮ್ಮ ಪ್ರಾಥಮಿಕ ಆರೋಗ್ಯ ಕೇಂದ್ರದ ಆವರಣಕ್ಕೆ ನಲ್ಲಿ ಇನ್ನೂ ಬಂದಿರಲಿಲ್ಲ. ಊರಲ್ಲೂ ಅಷ್ಟೇ, ಅಲ್ಲೊಂದು ಇಲ್ಲೊಂದು ಇದ್ವು. ಆದರೆ ನೀರು ಅಷ್ಟೇನು ಚೆನ್ನಾಗಿ ಬರತಿರಲಿಲ್ಲ. ಹೆಚ್ಚು ಕಡಿಮೆ ಎಲ್ಲರ ಮನೆಯಲ್ಲೂ ಬಾವಿ ಇದ್ವು. ಇಲ್ಲಿ ನಮ್ಮ ಪ್ರಾಥಮಿಕ ಆರೋಗ್ಯ ಕೇಂದ್ರದ ಆವರಣದಲ್ಲಿ ಇದ್ದ ಸಿಹಿನೀರಿನ ಬಾವಿ, ಅಲ್ಲಿರುವ ನಮ್ಮ ನಾಲ್ಕು ಮನೆಗಳಿಗೆ, ಆಸ್ಪತ್ರೆಗೆ, ಅಲ್ಲಿನ ಸಿಬ್ಬಂದಿಗೆ, ರೋಗಿಗಳಿಗೆ ತುಂಬಾ ದೊಡ್ಡ ಆಧಾರವಾಗಿತ್ತು. ನಲ್ಲಿ ಇಲ್ಲ ಎಂಬುದು ನಮ್ಮ ಅರಿವಿಗೇ ಬಂದಿರಲಿಲ್ಲ. ಅಷ್ಟು ಸಹಾಯಕವಾಗಿತ್ತು. ಈ ಬಾವಿಲೀ ಒಂದು ದಿನ ರಾತ್ರಿ ಒಬ್ಬ ಹೆಣ್ಣುಮಗಳು ಹಾರಿ ಆತ್ಮಹತ್ಯೆ ಮಾಡಿಕೊಂಡು ಬಿಟ್ಲು.

ಬೆಳಗ್ಗೆ ನೀರು ಸೇದಲು ಹೋದ ರೋಗಿಯ ಸಂಬಂಧಿಕರೊಬ್ರು ಬಾವಿಯಲ್ಲಿ ಬೋರಲಾಗಿ ತೇಲುವ ಆ ಹೆಂಗಸಿನ ದೇಹವನ್ನು ನೋಡಿ, ಕಿರುಚಾಡಿದಾಗಲೇ ಎಲ್ಲರಿಗೂ ವಿಷಯ ಗೊತ್ತಾಗಿದ್ದು. ನೀರಿನ ಹಾಹಾಕಾರ ಎದ್ದು ಬಿಟ್ತು. ದೊಡ್ಡ ಸಮಸ್ಯೆ ಆಯ್ತು ನೀರಿಂದು. ಆ ಬಾವಿ ಸ್ವಚ್ಛ ಮಾಡಿಸಿದ್ರೂ ಯಾರೂ ಆ ನೀರು ಬಳಸ್ತಿರಲಿಲ್ಲ. ಆಸ್ಪತ್ರೆಯ ಆವರಣದ ಇದಿರಿಗೆ, ಮಧ್ಯದಲ್ಲಿರುವ ರಸ್ತೆ ದಾಟಿ ಆ ಕಡೆ ಒಂದು ಬಾವಿ ಇತ್ತು. ಅಲ್ಲಿಂದ ನೀರು ತರಬೇಕಿತ್ತು. ಆ ನೀರು ಸ್ವಲ್ಪ ಸವುಳೂ ಇತ್ತು. ಆಸ್ಪತ್ರೆಯಲ್ಲಿನ ರೋಗಿಗಳಿಗೆ, ಸಿಬ್ಬಂದಿ ವರ್ಗಕ್ಕೆ, ಅಲ್ಲಿರುವ ಕುಟುಂಬಗಳಿಗೆ

ದೊಡ್ಡ ತೊಂದರೆ ಆಯ್ತು. ಸುರೇಶ ಅವರ ಓಡಾಟ, ಈ ದವಾಖಾನೆ ಗಲಾಟೆಯ ಮಧ್ಯನೇ ಶುರು ಆಯ್ತು. ಎರಡು ಮೂರು ದಿನಗಳಲ್ಲಿ ಬೋರ್‌ವೆಲ್ ಮಂಜೂರಾಗಿ ಕೆಲಸ ಶುರು ಆಯ್ತು. ಎಂಟು ಹತ್ತು ದಿನಗಳಲ್ಲಿ ಆ ಕೊಳವೆಬಾವಿಯ ನೀರು ನಲ್ಲಿ ಮುಖಾಂತರ ಎಲ್ಲ ಕಡೆ ಸರಬರಾಜು ಆಗಲಾರಂಭಿಸ್ತು. ಹೀಗೇ ದಿನಕ್ಕೊಂದು ಹೊಸ ಅನುಭವಗಳು, ಸಮಸ್ಯೆ ಪರಿಹಾರಗಳ ಜೊತೆ ದಿನ ಸರಿಯುತ್ತಲೇ ಇದ್ವು ಗೊತ್ತೇ ಆಗದಂತೆ.

ಗರಗದಲ್ಲಿನ ಇನ್ನೆರಡು ವಿಷಯಗಳ ಬಗ್ಗೆ ಹೇಳದೇ ಇರೋದು ಹೇಗೆ? ನಾವಿದ್ದ ಗರಗ ಒಂದು ಪುಟ್ಟ ಗ್ರಾಮವಾದರೂ ಭಾರತದ ಭೂಪಟದಲ್ಲಿ ತನ್ನದೇ ಆದ ಒಂದು ವಿಶಿಷ್ಟ ಸ್ಥಾನ, ಮಾನವನ್ನು ಗಳಿಸಿಕೊಂಡಿದೆ ಅಂದರೆ ಅಚ್ಚರಿ ಪಡಬೇಕಿಲ್ಲ. ಅಂಥ ಊರಿನಲ್ಲಿ ನಾವಿದ್ದು ಬಂದುದು ನಮಗೆ ಹೆಮ್ಮೆ. ಈ ಪುಟ್ಟ ಗ್ರಾಮದ ಖಾದಿ ಗ್ರಾಮೋದ್ಯೋಗ ಸಂಸ್ಥೆಯಲ್ಲಿ ನಮ್ಮ ರಾಷ್ಟ್ರಧ್ವಜಕ್ಕೆ ಬೇಕಾಗುವ ಖಾದಿ ಬಟ್ಟೆಯನ್ನು ನೇಯುವ ನೇಕಾರರು ಇದ್ದಾರೆ. ಅದಕ್ಕೆ ಬೇಕಾಗುವ ನೂಲನ್ನು ಅದೇ ಊರಿನ, ಸುತ್ತಲಿನ ಹಳ್ಳಿಗಳ ಹೆಣ್ಣುಮಕ್ಕಳು ನೂತು ಕೊಡುತ್ತಾರೆ. ಅಲ್ಲಿನ ಎಷ್ಟೋ ಕುಟುಂಬಗಳ ಉಪಜೀವನದ ಆಧಾರವಾಗಿದೆ ಈ ಕೇಂದ್ರ.

ಇದು ನಾರಾಯಣರಾವ ಕಬ್ಬೂರ, ಕರಮರಕರ, ನರಸಿಂಹ ಧಾಬಡೆಯವರಂತಹ ಕಟ್ಟಾ ಗಾಂಧಿ ಅನುಯಾಯಿಗಳಿಂದ ಸ್ಥಾಪಿತವಾದದ್ದು. ಇಲ್ಲಿ ತಯಾರಾದ ಬಟ್ಟೆಯಿಂದ ಹುಬ್ಬಳ್ಳಿಯ ಬೆಂಗೇರಿ ಖಾದಿ ಗ್ರಾಮೋದ್ಯೋಗ ಕೇಂದ್ರದಲ್ಲಿ ರಾಷ್ಟ್ರಧ್ವಜಗಳು ಕೆಲವೊಂದು ನಿಯಮಗಳನುಸಾರ ತಯಾರಾಗಿ ಮತ್ತೆ ಗರಗದ ಖಾದಿ ಭಂಡಾರಕ್ಕೆ ಬಂದು, ಅಲ್ಲಿಂದ ದೇಶಾದ್ಯಂತ ಮಾರಾಟವಾಗ್ತವೆ. ಕೆಂಪು ಕೋಟೆಯ ಮೇಲೆ, ಪಾರ್ಲಿಮೆಂಟ್ ಮೇಲೆ ಹಾರಾಡುವ ರಾಷ್ಟ್ರಧ್ವಜದ ತವರು ಈ ಪುಟ್ಟ ಗ್ರಾಮ ಗರಗ.

ಈಗೀಗ ಕಾರ್ಮಿಕರ ತೊಂದರೆ ಕಂಡು ಬರುತ್ತಿರುವುದಾಗಿ ಕೇಂದ್ರದ ಸಂಘಟಕರ ಹೇಳಿಕೆ. ನಾವು ಅಲ್ಲಿದ್ದಾಗ ಈ ಖಾದಿ ಕೇಂದ್ರ ಯಾವುದೇ ಸರಕಾರಿ ಅನುದಾನವಿಲ್ಲದೇ ನಡೆಯುವ ಖಾದಿ ಗ್ರಾಮೋದ್ಯೋಗ ಕೇಂದ್ರವಾಗಿತ್ತು. ಈಗಿನ ಬೆಳವಣಿಗೆ ಹೇಗೇಂತ ನಂಗೆ ಗೊತ್ತಿಲ್ಲ.

ಇಲ್ಲಿನ ಇನ್ನೊಂದು ಪ್ರಸಿದ್ಧ, ನೋಡಲೇಬೇಕಾದ ಸ್ಥಳವೆಂದರೆ ಗರಗದ ಮಡಿವಾಳೇಶ್ವರ ದೇವಸ್ಥಾನ, ಪಕ್ಕದಲ್ಲೇ ಇರುವ ಮಡಿವಾಳಜ್ಜನ ಮಠ. ಮಡಿವಾಳೇಶ್ವರ ಅಜ್ಜನವರು ಪವಾಡ ಪುರುಷರು. ಹುಬ್ಬಳ್ಳಿಯ ಸಿದ್ಧಾರೂಢ ಸ್ವಾಮಿಗಳ ಸಮಕಾಲೀನರು. ಆ ಮಠದ ಜಾತ್ರಾಮಹೋತ್ಸವ ಭರತ ಹುಣ್ಣಿಮೆ ಸಮಯದಲ್ಲಿ ನಡೀತದೆ. ಅಂದರೆ ಹೆಚ್ಚಾಗಿ ಫೆಬ್ರವರಿಯಲ್ಲಿ. ಸುಮಾರು ಒಂದು ವಾರದ ಸಂಭ್ರಮ ಅದು. ಆಗ

ನಡೆಯುವ ಕುಸ್ತಿ ಪಂದ್ಯಗಳು ಆ ಜಾತ್ರೆಗೆ ಒಂದು ವೈಶಿಷ್ಟ್ಯತೆ ತಂದು ಕೊಟ್ಟಿವೆ ಅಂದರೆ ತಪ್ಪಿಲ್ಲ. ಯಾವಾಗಲೂ ಅನ್ನದಾಸೋಹ ನಡೆಯುವ ಮಠ ಇದು. ಬಂದ ಭಕ್ತರನ್ನು ಹಸಿದ ಹೊಟ್ಟೆಯಲ್ಲಿ ಕಳಿಸದ, ಆಪ್ತತೆಯಲ್ಲಿ ಮೀಯಿಸುವ ಪ್ರಶಾಂತ ಸ್ಥಳ ಅದು. ವಾರಕ್ಕೊಮ್ಮೆ ನಮ್ಮ ಭೇಟಿ ತಪ್ಪದೇ ಅಲ್ಲಿದ್ದೇ ಇರುತ್ತಿತ್ತು, ಸ್ವಲ್ಪ ತಡವಾಗಿಯಾದರೂ.

ನನ್ನ ಮಗಳ ಎಸ್‌ಎಸ್‌ಎಲ್‌ಸಿ ಮುಗೀತು. ಅಷ್ಟೊಂದು ತೊಂದರೆಗಳು ಇದ್ರೂ ಕೇಂದ್ರಕ್ಕೆ ಮೊದಲಿಗಳಾಗಿ ಪಾಸ್ ಆಗಿದ್ಲು. ಅವಳು ಹತ್ತನೇ ತರಗತಿಗೆ ಬಂದ ಸ್ವಲ್ಪೇ ದಿನಗಳಲ್ಲಿ ಅವಳಿಗೆ ಜೋರು ಜ್ವರ ಶುರು ಆಯ್ತು. ಕೋಚಿಂಗ್ ಸಲುವಾಗಿ ಬೆಳಗಿನ ಏಳೂವರೆ ಬಸ್ಸಿಗೆ ಹೊರಟು ಸ್ಕೂಲ್ ಮುಗಿಸಿ, ಒಟ್ಟಿಗೇ ಸಾಯಂಕಾಲ ಆರೂವರೆಗೆ ಮನೆಗೆ ವಾಪಸ್ಸು ಬರೋಳು. ಅವಳ ಜೊತೆಗೇ ನನ್ನ ಚಿಕ್ಕ ಮಗನೂ ಅಷ್ಟೊತ್ತಿಗೆನೇ ಹೋಗ್ತಿದ್ದ ಅವಳೊಬ್ಬಳೇ ಹೋಗಬೇಕಾಗ್ತಿತ್ತು ಅಂತ. ಹೀಗಾಗಿ ಎರಡೂ ಮಕ್ಕಳು ಸುಸ್ತಾಗಿ ಬಿಡೋವು. ಮಳೆ ಬೇರೆ. ಆದರೆ ಬೇರೆ ದಾರಿ ಇರಲಿಲ್ಲ. ಈ ಥರದ ಕ್ಷಣ ಬಿಡುವಿಲ್ಲದ ಓಡಾಟದ ದಣಿವಿಗೆ ಜ್ವರ ಬಂತೋ ಏನೋ! ಅದು ಅಷ್ಟಕ್ಕೇ ನಿಲ್ಲದೇ ಟೈಫಾಯ್ಡ್‌ಗೆ ತಿರುಗಿ, ಮೂರು ಸಲ ತಿರು ತಿರುಗಿ ಬಂದು ಅವಳಿಗೆ ತುಂಬಾ ತೊಂದರೆ ಆಯ್ತು. ದೇವರ ದಯೆ, ಈ ಎಲ್ಲ ತೊಂದರೆ, ಗಲಾಟೆಗಳ ನಡುವೆ ಅವಳು ಚೆನ್ನಾಗಿ ಮಾಡಿದ್ಲು.

ಅವಳು ಧಾರವಾಡದ ಜೆಎಸ್‌ಎಸ್ ಕಾಲೇಜು ಸೇರಿದ್ಲು, ಗರಗದಿಂದ ಓಡಾಡಲು ಅನುಕೂಲ ಅಂತ. ಈಗಲೂ ಅಷ್ಟೇ; ಬೆಳಗ್ಗೆ 8ರ ಬಸ್ಸಿಗೆ ಹೊರಟ್ರೆ ಸಂಜೆ ವಾಪಸ್ಸು ಬರೋದು ತುಂಬಾ ತಡ ಆಗೋದು. ಒಂದೊಂದು ದಿನ ರಾತ್ರಿ ಎಂಟು ಗಂಟೆ ಆಗ್ತಿತ್ತು. ದಣಿದು ಬಿಡ್ತಿದ್ಲು. ಹೀಗಾದ್ರೆ ಓದೋದು ಯಾವಾಗ? ಆಕೆ ನಾ ಎಲ್ಲ ನಿಭಾಯಿಸ್ತೀನಿ, ಇಲ್ಲಿಂದಲೇ ಓಡಾಡ್ತೀನಿ ಅಂದ್ಲು. ತಮ್ಮ ಅಪ್ಪನಿಗೆ ತೊಂದರೆ ಆಗಬಾರದು ಅನ್ನೋದು ಅವಳ ಇರಾದೆ. ಚಿಕ್ಕ ಮಗನೂ ಈ ಸಲ ಒಂಬತ್ತನೇ ಕ್ಲಾಸ್‌ನಲ್ಲಿದ್ದ. ಬರೋ ವರ್ಷ ಆತಂದೂ ಎಸ್‌ಎಸ್‌ಎಲ್‌ಸಿ ಕೋಚಿಂಗ್ ವಗೈರೆ ತುಂಬಾ ತೊಂದರೆ ಆಗೋದು ಅಂತ ಮಗಳ ಅನುಭವದಿಂದ ಗೊತ್ತೇ ಆಗಿತ್ತು.

ದೊಡ್ಡ ಮಗಂದೂ ಧಾರವಾಡದಲ್ಲೇ ಓದು ನಡೀತಿತ್ತು. ಎಸ್‌ಡಿಎಂ ಇಂಜಿನಿಯರಿಂಗ್ ಕಾಲೇಜಿಗೆ ಅಡ್ಮೀಷನ್ ಆಗಿತ್ತು. ಎಲ್ಲರನ್ನೂ ಹಾಸ್ಟೆಲಿನಲ್ಲಿ ಬಿಡೋದು ಸರಿಯಲ್ಲ ಇಷ್ಟು ಹತ್ರದಲ್ಲಿದ್ದು ಅಂತ ನನ್ನ ವಿಚಾರ. ಆಗಾಗ ಮನದಲ್ಲಿ ಸುಳಿಯುತ್ತಿದ್ದ ವಿಚಾರಕ್ಕೊಂದು ಮೂರ್ತ ರೂಪ ಕೊಟ್ಟು ಧಾರವಾಡದತ್ತ ಪ್ರಸ್ಥಾನ ಖಾತ್ರಿ ಆದಂತಾಯ್ತು. ಅಲ್ಲೇ ಮಾಳಮಡ್ಡಿಯಲ್ಲಿನ ಕೇಶವನಗರದಲ್ಲಿ ವುಡ್ ಸೈಡ್ ಅಪಾರ್ಟ್ಮೆಂಟಿನಲ್ಲಿ ಒಂದನ್ನು ಬಾಡಿಗೆಗೆ ತಗೊಂಡಾಯ್ತು. ನಾಲ್ಕೈದು ದಿನಗಳಲ್ಲಿ ಹೊರಡೋದಿತ್ತು. ಆಗಲೇ ಶಾಲೆ, ಕಾಲೇಜು ಶುರು ಆಗಿದ್ವು, ಬರೋ ವಾರದಿಂದ ದೊಡ್ಡ ಮಗನ ಒಂದನೇ ಸೆಮಿಸ್ಟರಿನ

ಕ್ಲಾಸ್ ಶುರು ಆಗೋದಿತ್ತು. ಅದಕ್ಕೇ ಗಡಿಬಿಡಿಯಲ್ಲಿ ಹೊರಟಾಯ್ತು. ಪ್ಯಾಕಿಂಗ್ ಶುರು ಮಾಡಿದ್ವಿ. ಸುರೇಶ ಅವರು ಗರಗದಲ್ಲಿ; ನಾನು ಮಕ್ಕಳು ಧಾರವಾಡದಲ್ಲಿ. ಬೇರೆ ದಾರಿ ಇರಲಿಲ್ಲ. ಹೀಗಾಗಿ ನಾನು, ನನ್ನ ಮಕ್ಕಳು ಗರಗದಲ್ಲಿ ಇದ್ದದ್ದು ಬರೋಬ್ಬರಿ ಮೂರು ವರ್ಷ!

ಪ್ಯಾಕಿಂಗ್ ಶುರು ಮಾಡಿದ್ದೆ. ಆದರೆ ನನಗೆ ಇಬ್ಬಂದಿತನ. ಇಲ್ಲಿ ಸುರೇಶ ಅವರನ್ನು ಒಬ್ಬರೇ ಬಿಟ್ಟು ಹೋಗಬೇಕಾದ ಅನಿವಾರ್ಯತೆ. ಅವರಿಗೆ ಧಾರವಾಡದಿಂದ ಓಡಾಡುವುದಂತೂ ಸಾಧ್ಯವಿಲ್ಲದ ಮಾತಾಗಿತ್ತು. ಅಲ್ಲಿ ಗರಗ ಪ್ರಾಥಮಿಕ ಆರೋಗ್ಯ ಕೇಂದ್ರದಲ್ಲಿ ಇರೋದು ಇವರು ಒಬ್ಬರೇ ವೈದ್ಯರು. ಪುಟ್ಟ ಗ್ರಾಮದಲ್ಲಿ ಹೊರಗೆಲ್ಲೂ ಊಟ, ತಿಂಡಿ ವ್ಯವಸ್ಥೆ ಸಾಧ್ಯವಿಲ್ಲದ ಸಂಗತಿ. ಹೇಗ್ಹೇಗೆ ವಿಚಾರ ಮಾಡಿದ್ರೂ ಯಾವುದೇ ದಾರಿ ಹೊಳೆಯಲೇ ಇಲ್ಲ. ಊಟ, ತಿಂಡಿ ಮಾಡಿಟ್ಟುಕೊಂಡು ದಾರಿ ಕಾಯ್ತಿದ್ರೂ ಬಂದು ತಿಂದು ಹೋಗಲೂ ಸಮಯ ಇಲ್ಲದಷ್ಟು ಕೆಲಸ. ಕುಡೀತಿರುವ ಚಹಾ ಅರ್ಧಕ್ಕೆನೇ ಬಿಟ್ಟು ಹೋದ ಸಂದರ್ಭಗಳಿಗೇನೂ ಕೊರತೆ ಇರಲಿಲ್ಲ.

ಇನ್ನು ತಾವೇ ಮಾಡಿಕೊಂಡು ತಿನ್ನೋದಂತೂ ದೂರದ ವಿಷಯ, ಯೋಚಿಸಲೂ ಆಗದ್ದು. ಧಾರವಾಡಕ್ಕೇ ಮನೆ ಮಾಡಿ ಇರೋದೂ ಅತ್ಯಾವಶ್ಯಕವಾಗಿತ್ತು ಮಕ್ಕಳ ಭವಿಷ್ಯದ ದೃಷ್ಟಿಯಿಂದ. ಇಲ್ಲಿ ನನ್ನ ಪತಿಯನ್ನು ಒಬ್ಬರನ್ನೇ ಬಿಟ್ಟು ಹೋಗೋದೂ ನನಗೆ ಅಸಾಧ್ಯ ಎನಿಸುತ್ತಿತ್ತು. ಆಗ ಅಲ್ಲಿನ ಆಸ್ಪತ್ರೆಯ ಸಿಬ್ಬಂದಿ ಒಬ್ಬರು ಕುಲಕರ್ಣಿ ಅಂತ, ಅವರ ಮನೆ ಅಲ್ಲೇ ಇತ್ತು. ಅವರು, "ವೈನೀ ನಾ ಡಬ್ಬಿ ತಂದು ಕೊಡ್ತೀನಿ ಸಾಹೇಬ್ರಿಗೆ. ನೀವೇನೂ ವಿಚಾರ ಮಾಡಬ್ಯಾಡ್ರಿ. ಒಂಚೂರೂ ಕಾಳಜಿ ಮಾಡಬ್ಯಾಡ್ರಿ. ಅಗದೀ ಆರಾಮ ಇರತಾರ ಸಾಹೇಬರು ಇಲ್ಲಿ. ಅವರ ಕಾಳಜಿ ನನಗ ಬಿಟ್ಟಬಿಡ್ರಿ ನೀವು," ಅಂದ್ರು.

ಆದರೆ ಇದು ಒಂದಿನ, ಎರಡು ದಿನಗಳ ಮಾತಲ್ಲ. ಅದೆಲ್ಲ ಸರಿ ಹೋಗೋ ಮಾತಲ್ಲ ಅನಿಸ್ತು. ಅವರೂ ಇಬ್ಬರೂ ಕೆಲಸಕ್ಕೆ ಹೋಗೋರು, ಮನೆಯಲ್ಲಿ ವಯಸ್ಸಾದ ತಾಯಿ, ಇಬ್ಬರು ಮಕ್ಕಳು. ಕೊನೆಗೆ ಸುರೇಶ ತಾವೇ ಅಡಿಗೆ ಮಾಡಿಕೊಳ್ಳೋದಾಗಿ ಹೇಳಿದರು. ಯಾವಾಗ ಆಗದೇ ಇರೋ ಅಂಥಾ ಪರಿಸ್ಥಿತಿ ಬಂದರೆ ಕುಲಕರ್ಣಿಯವರ ಮನೆಯ ಡಬ್ಬಿ ಅಂತೂ ಇದ್ದೇ ಇರತದೆ ಅಂದಾಗ ನಾ ಒಪ್ಪಲೇಬೇಕಾಯ್ತು. ಇದೆಷ್ಟರ ಮಟ್ಟಿಗೆ ಸಾಧ್ಯವೋ ದೇವರೇ ಬಲ್ಲ ಎಂಬ ಅರೆಮನಸಿನೊಂದಿಗೆ ಹೂಂ ಅಂದೆ.

ಆ ಪ್ರಕಾರ ಸುರೇಶ ಅವರ ಅನುಕೂಲಕ್ಕೆ ತಕ್ಕ ಹಾಗೆ ಅಡಿಗೆಮನೆ ಹೊಂದಿಸಿದ್ದಾಯ್ತು. ಒಂದು ಪುಟ್ಟ ಕುಕ್ಕರ್, ಸ್ಟೌ ಎಲ್ಲಾ ಖರೀದಿ ಆಯ್ತು. ವಾರಕ್ಕೊಂದು ಸಲ ಬಂದು ಹೋಗೋದಾಗಿ ಹೇಳಿದರು ನನ್ನ ಪತಿ. ಎಷ್ಟು ಸಾಧ್ಯವೋ ಅಷ್ಟು ತಿಂಡಿಗಳನ್ನು, ಅಂದರೆ, ಅವಲಕ್ಕಿ, ಚುರಮುರಿ, ಚೂಡಾ, ಉಂಡಿಗಳು ಇಂಥವನ್ನು ಮಾಡಿ

ಡಬ್ಬಿಗಳಲ್ಲಿ ತುಂಬಿಸಿಟ್ಟು ಲೇಬಲ್ ಹಚ್ಚಿ ಅಲ್ಲೇ ಕಿಚನ್ ಟೇಬಲ್ಲಿನ ಶೆಲ್ಫುಗಳಲ್ಲಿ ಜೋಡಿಸಿಟ್ಟೆ.

ಹಾಗೇ ಅಡಿಗೆಗೆ ಬೇಕಾಗುವ ಎಲ್ಲ ಸಾಮಾನುಗಳು, ಮಸಾಲೆ ಪುಡಿ, ಚಟ್ನಿಪುಡಿ, ಮೆಂತ್ಯಹಿಟ್ಟು, ಉಪ್ಪಿನಕಾಯಿ ಪ್ರತಿಯೊಂದಕ್ಕೂ ಲೇಬಲ್ ಅಂಟಿಸಿ ಜೋಡಿಸಿದ್ದಾಯ್ತು. ಎಲ್ಲವನ್ನೂ ಕಿಚನ್ ಟೇಬಲ್ಲಿನಲ್ಲೇ. ಇದರ ಜೊತೆಗೆ ನಮ್ಮ ಪ್ಯಾಕಿಂಗ್! ಸುಸ್ತಾಗಿ ಹೋದೆ ನಾ; ದೈಹಿಕವಾಗಿ, ಮಾನಸಿಕವಾಗಿ. ಆದರೆ ಅನಿವಾರ್ಯ. ಇದೂ ಅಲ್ಲದೇ ಧಾರವಾಡದಲ್ಲಿ ಎಲ್ಲವನ್ನೂ ಒಬ್ಬಳೇ ನಿಭಾಯಿಸಲು ತಯಾರಾಗಬೇಕಿತ್ತು. ಬೇರೆ ದಾರಿ ಇರಲಿಲ್ಲ. ಮಕ್ಕಳ ಭವಿಷ್ಯದ ಮುಂದೆ ಎಲ್ಲಾ ಗೌಣ ಅನಿಸಿತ್ತು ಆ ಕ್ಷಣಕ್ಕೆ. ಅದು ಸತ್ಯವೂ ಹೌದು!

ಕೊನೆಗೂ ಆ ದಿನ ಬಂದೇ ಬಂತು, ಹೊರಟು ನಿಂತ್ವಿ ನಾನು, ನನ್ನ ಮಕ್ಕಳು ಧಾರವಾಡಕ್ಕೆ. ನನ್ನ ಪತಿಯನ್ನು ಅಲ್ಲೇ ಗರಗದ ಆಸ್ಪತ್ರೆ, ಆಸ್ಪತ್ರೆಯ ಸಿಬ್ಬಂದಿ, ರೋಗಿಗಳೊಡನೆ ಬಿಟ್ಟು. ನಮ್ಮ ಭಾವನ ಮಗಳು ಆಗ ಮೂರೂವರೆ ತಿಂಗಳ ಬಾಣಂತಿ. ಆ ಕೂಸು ಹಾಗೂ ಅವಳನ್ನೂ ಜೊತೆಗೆ ಕರೆದುಕೊಂಡು ಬದುಕಿನ ಇನ್ನೊಂದು ಹೊಸ ಪುಟ ತೆರೆಯಲು ಧಾರವಾಡದತ್ತ ಸಾಗಿತು ನಮ್ಮ ಪಯಣ ಮಾಳಮಡ್ಡಿಯಲ್ಲಿನ ಕೇಶವನಗರದ ವುಡ್ ಸೈಡ್ ಅಪಾರ್ಟ್ಮೆಂಟಿನತ್ತ!

ಸರಿ ತಪ್ಪುಗಳ ಲೆಕ್ಕಾಚಾರ...

“ಸರಿಯೋ, ತಪ್ಪೋ ನನಗೆ ನನ್ನ ಮಕ್ಕಳ ಶಿಕ್ಷಣದ ವಿಷಯ ಮುಖ್ಯವಾಗಿತ್ತು. ಅವರ ಭವಿಷ್ಯ ಅತಿ ಮುಖ್ಯವಾಗಿತ್ತು. ಆ ಓಡಾಟದ ದಣಿವು, ಆ ಗದ್ದಲ ಗಲಾಟೆಯ ನಡುವೆ ಮಕ್ಕಳು ಏನು ಓದಿಯಾವು, ಹೇಗೆ ಓದಿಯಾವು? ಹೆಚ್ಚು ಸರಿ ತಪ್ಪುಗಳ ಲೆಕ್ಕ ಹಾಕದೇ ಧಾರವಾಡಕ್ಕೆ ಬಂದು ಬಿಟ್ವಿ. ನನ್ನ ಈ ನಿರ್ಧಾರ ತಪ್ಪು ಎಂದು ಒಮ್ಮೆಯೂ ಅನಿಸಲಿಲ್ಲ.

ಸರಿಯೋ, ತಪ್ಪೋ ನನಗೆ ನನ್ನ ಮಕ್ಕಳ ಶಿಕ್ಷಣದ ವಿಷಯ ಮುಖ್ಯವಾಗಿತ್ತು. ಅವರ ಭವಿಷ್ಯ ಅತಿ ಮುಖ್ಯವಾಗಿತ್ತು. ಆ ಓಡಾಟದ ದಣಿವು, ಆ ಗದ್ದಲ ಗಲಾಟೆಯ ನಡುವೆ ಮಕ್ಕಳು ಏನು ಓದಿಯಾವು, ಹೇಗೆ ಓದಿಯಾವು? ಹೆಚ್ಚು ಸರಿ ತಪ್ಪುಗಳ ಲೆಕ್ಕ ಹಾಕದೇ ಧಾರವಾಡಕ್ಕೆ ಬಂದು ಬಿಟ್ವಿ. ನನ್ನ ಈ ನಿರ್ಧಾರ ತಪ್ಪು ಎಂದು ಒಮ್ಮೆಯೂ ಅನಿಸಲಿಲ್ಲ, ಅನಿಸೋದಿಲ್ಲ. ಯಾರಾದರೂ ಒಬ್ಬರು ಕಷ್ಟಪಡಲೇಬೇಕಿತ್ತು. ಅದೀಗ ನನ್ನ ಪತಿಯ ಪಾಳಿ ಬಂತು ಅಷ್ಟೇ. ಆದರೆ ಮಕ್ಕಳಿಗೆ ಅನುಕೂಲ ಆಯ್ತು. ಅದೊಂದು ದೊಡ್ಡ ಸಮಾಧಾನಕರ ವಿಷಯ ಆಗಿತ್ತು. ಚಿಕ್ಕ ಮಗನ ಶಾಲೆ ನಮ್ಮ ಮನೆಯಿಂದ ಬರೀ ಐದು ನಿಮಿಷಗಳ ದಾರಿ. ಮಗಳು ಸಿಟಿ ಬಸ್ಸಿನಲ್ಲಿ ಓಡಾಡ್ತಿದ್ಲು. ಬಸ್ಸುಗಳ ಅನುಕೂಲ ಇತ್ತು. ಬಸ್ ಸ್ಟಾಪ್ ಕೂಡ ಅಷ್ಟೇ ನಾಲ್ಕೈದು ನಿಮಿಷಗಳ ದಾರಿ. ದೊಡ್ಡ ಮಗನಿಗೆ ಸ್ಕೂಟರ್ ಬಂದಿತ್ತು. ಎಲ್ಲ ಒಂದು

ಮೆಟ್ಟಿಗೆ ಬಂದಂತಾಯ್ತು. ನನ್ನ ಜವಾಬ್ದಾರಿ ಮತ್ತೆ ಒಂದು ತೂಕ ಏರಿಕೆಯಾಯ್ತು. ಎಂದೂ ಕಡಿಮೆ ಇರಲೇ ಇಲ್ಲ. ಆ ಮಾತು ಬೇರೆ.

ಆ ದಿನ ಭಾನುವಾರ. ಸುರೇಶ ಸಂಜೆ ಬರೋವ್ರಿದ್ರು. ನಿಕ್ಕೀ ಒಂದು ಟೈಮ್ ಅಂತ ಇರಲಿಲ್ಲ. ನನಗೆ ಸ್ವಲ್ಪ ಮಾರ್ಕೆಟಿಗೆ ಹೋಗೋದಿತ್ತು. ಮಕ್ಕಳ ಪುಸ್ತಕ, ನೋಟ್ ಬುಕ್, ಪೆನ್ನು, ಪೆನ್ಸಿಲ್ ಎಲ್ಲ ತರೋದಿತ್ತು. ಸುರೇಶ ಅವರ ದಾರಿ ಕಾಯ್ದರೆ ಕೆಲಸ ಆಗೋ ಸಾಧ್ಯತೆ ಇರಲಿಲ್ಲ. ನನ್ನ ಮಗಳನ್ನು ಕರೆದೆ, "ಬರ್ತಿಯಾ ಪೇಟೆಗೆ ಹೋಗಿ ಬರೂಣು. ನಿಂದು, ನಿನ್ನ ತಮ್ಮಂದು, ಅಣ್ಣಂದು ಎಲ್ಲಾ ಸಾಮಾನು ತಂದ ಬಿಡೂಣು. ನಿನ್ನ ತಮ್ಮನೂ ಒಂದು ಲಿಸ್ಟ್ ಕೊಟ್ಟಾನ. ನಿಮ್ಮಣ್ಣ ಬರೀ ನೋಟ್ಬುಕ್ಸ್ ತರಲಿಕ್ಕೆ ಹೇಳ್ಯಾನ. ಉಳಿದದ್ದನ್ನು ಅವನೇ ನೋಡಿ ತಗೋತಾನಂತ," ಅಂದೆ. "ಇಲ್ಲ ಅಮ್ಮಾ ನನಗ ಬರೂದ ಆಗೂದಿಲ್ಲ. ಅಭ್ಯಾಸ ಜಾಸ್ತಿ ಅದ. ನೀ ಹೋಗಿ ಬಂದ ಬಿಡು," ಅಂದ್ಲು.

ಒಂದು ಗಳಿಗೆ ಅವಳತ್ತ ನೋಡಿದೆ. ಆಕೆ ಏನೋ ಬರೆಯೋದ್ರಲ್ಲಿ ಮಗ್ನಳಾಗಿದ್ಲು. ದೊಡ್ಡ ಮಗ ಹೆಚ್ಚುವರಿ ಕ್ಲಾಸ್ ಅಂತ ಕಾಲೇಜಿಗೆ ಹೋಗಿದ್ದ. ಚಿಕ್ಕವನೂ ಓದಿನಲ್ಲಿ ತಲ್ಲೀನ. ಪಕ್ಕದ ರೂಮಿನಲ್ಲಿ ಮಗುವಿನ ಕೇಕೆಯೊಮ್ಮೆ, ಹಟದ ರಂಪಾಟವೊಮ್ಮೆ ನಡೆದಿತ್ತು, ನನ್ನ ಭಾವನ ಮಗಳ ಮಗೂಂದು. ಎರಡೇ ಬೆಡ್‌ರೂಮ್ ಇತ್ತು ಆ ಮನೆಗೆ. ಈ ರೂಮ್ ಸಾಕಷ್ಟು ದೊಡ್ಡದಿತ್ತು. ಇಲ್ಲಿ ಮೂರು ಗೋಡೆಗೆ ಮೂರು ಟೇಬಲ್, ಚೇರ್, ಅದರ ಪಕ್ಕದಲ್ಲಿ ಅವರವರ ಮಂಚ, ಒಂದು ಬದಿಗೆ ಪುಸ್ತಕಗಳ ಶೆಲ್ಫ್ ಇಟ್ಟು ಹೊಂದಿಸಿ ಕೊಟ್ಟಿದ್ದೆ.

ನಾನು ಹಾಲಿನಲ್ಲಿ ಮಲಗ್ತಿದ್ದೆ. ಇನ್ನೊಂದು ರೂಮಿನಲ್ಲಿ ಅಂದರೆ ಮಕ್ಕಳ ರೂಮಿನ ಪಕ್ಕದ ರೂಮಿನಲ್ಲಿ ಕೂಸು, ಬಾಣಂತಿ, ನನ್ನ ನೆಗೆಣ್ಣಿ ಮಲಗ್ತಿದ್ರು. ಸರಿ ನನ್ನ ಮಗಳಿಗೆ ಹೇಳಿದೆ, "ರೂಮಿನ ಬಾಗಿಲು ಬಂದ್ ಮಾಡ್ಕೊಂಡು ಅಭ್ಯಾಸ ಮಾಡ್ರಿ," ಅಂತ. ಸೂಕ್ಷ್ಮ ಗೊತ್ತಾಯ್ತು ಆಕೆಗೆ. ಸರಿ ಅಂದ್ಲು. ನಾ ಆಚೆ ಬಂದು ಹಾಲಿನಲ್ಲಿ ಚೇರ್ ಮೇಲೆ ಒರಗಿ ಒಂದು ನಿಮಿಷ ಕಣ್ಮುಚ್ಚಿದೆ. ಈಗಲೂ ನಾ ತಪ್ಪೇ ಮಾಡ್ತಿದೇನೋ ಏನೋ ಎಂಬನಿಸಿಕೆ. ಮಕ್ಕಳಿಗೆ ಓದಲು ಬೇಕಾಗುವ ಪ್ರಶಾಂತ ವಾತಾವರಣ ಒದಗಿಸಲು ಆಗ್ತಿಲ್ಲ ನನ್ನ ಕೈಲಿ ಎಂಬ ಕೊರಗು, ನೋವು. ಏನು ಹೇಗೆ ಮಾಡಲಿ ಒಂದೂ ತಿಳಿಯದ ಸ್ಥಿತಿ ನನ್ನದು. ಮಕ್ಕಳಿಗೂ ಅದು ರೂಢಿಯಾಗಿತ್ತು. ಯಾವಾಗಲೂ ಮನೆ ತುಂಬಾ ಜನ ಇರೋ ವಾತಾವರಣಕ್ಕೆ ಒಗ್ಗಿಹೋಗಿದ್ರು ಅವರೂ. ಚಿಕ್ಕಂದಿನಿಂದಲೂ ಹಾಗೇನೆ ಇತ್ತಲ್ಲ ರೂಢಿ? ಆದರೆ ಆಗಿಗೂ ಈಗಿಗೂ ಒಂದು ದೊಡ್ಡ ವ್ಯತ್ಯಾಸ ಇತ್ತು. ಈಗ ಮಕ್ಕಳು ದೊಡ್ಡ ಕ್ಲಾಸಿಗೆ ಬಂದಿದ್ರು. ಹೀಗಾಗಿ ನನಗೆ ತಪ್ಪಿತಸ್ಥ ಭಾವನೆ ಕಾಡುತ್ತಿತ್ತು. ಯಾಕೋ ಆ ದಿನ ಮಾರ್ಕೆಟಿಗೆ ಹೋಗೋದು ಬೇಡ ಅನಿಸಿ ಮಾರನೇ ದಿನ ಮಕ್ಕಳು ಸ್ಕೂಲಿಗೆ ಹೋದ ಮೇಲೆ ಹೋಗೋಣ ಅನ್ಕೊಂಡು ಹಾಗೇ

ನೆನಪುಗಳಲ್ಲಿ ಮುಳುಗಿ ಹೋದೆ. ನನ್ನನ್ನೇ ನಾನು ವಿಶ್ಲೇಷಿಸಿಕೊಳ್ಳಲು ಒಂದು ಪ್ರಯತ್ನ ಮಾಡುತ್ತಿದ್ದೆ.

ನನ್ನ ಪತಿ ಡಾಕ್ಟರ್ ಆದದ್ದರಿಂದ ಎಲ್ಲ ಸಂಬಂಧಿಕರಿಗೆ, ಹತ್ತಿರದವರಿಗೆ ನನ್ನ ಮನೆ ಒಂದು ತಂಗುದಾಣ ಆಗಿತ್ತು. ಸ್ವಲ್ಪ ಹುಷಾರಿಲ್ಲಾಂದ್ರೆ ಬಂದು ಬಿಡೋರು; ವಾರಗಟ್ಟಲೆ, ಒಮ್ಮೊಮ್ಮೆ ತಿಂಗಳಾನುಗಟ್ಲೆ ಇದ್ದು ಹೋಗೋರು. ಅವರದು ತಪ್ಪು ಅಂತ ಖಂಡಿತ ಹೇಳ್ತಿಲ್ಲ. ಏನೋ ತಮ್ಮವರು ಅಂತ ಬರೋರು ಅವರು. ಆದರೆ ನಮಗಾಗ್ತಿದ್ದ ಅನಾನುಕೂಲತೆಗಳ ಬಗ್ಗೆ ಹೇಳ್ತಿದೀನಿ. ಬಂಕಾಪುರದಲ್ಲಿದ್ದಾಗಂತೂ ಈ ಜನ ಬರೋ ಹೋಗೋದು, ವಸತಿ ಇರೋದು ಇದೆಲ್ಲ ಲೆಕ್ಕವಿಲ್ಲದಷ್ಟು. ಹೇಗೆ ನಿಭಾಯಿಸ್ತಿದ್ನೋ ಗೊತ್ತಿಲ್ಲ. ಆದರೆ ಈಗ ಮಾತ್ರ ಈ ಸರಿ, ತಪ್ಪುಗಳ ಲೆಕ್ಕಾಚಾರ ಹಾಕೋದು ನನಗೆ ಒಂದು ರೂಢಿ ಆಗ್ಹೋಗಿತ್ತು. ತಪ್ಪಿತಸ್ಥ ಭಾವಗಳ ಹೋರಾಟದಲ್ಲಿ ನನ್ನನ್ನೇ ನಾ ರಕ್ಷಿಸಿಕೊಳ್ಳುವ ಪ್ರಯತ್ನದ ಒಂದು ಮುಖ ಇರಬಹುದು ಇದು!

ಈಗ ಕರೆದಾಗ ನನ್ನ ಮಗಳು ಒಲ್ಲೆ ಎಂದಳು. ಆದರೆ ಅವಕ್ಕೆ ಚಿಕ್ಕವರಿದ್ದಾಗ ಹೊರಗೆ ಹೋಗುವ, ತಿರುಗಾಡಿ ಬರುವ ವಯಸ್ಸು, ಮನಸ್ಸು. ನಾವು ಆಗ ಇದ್ದಿದ್ದು ಹಳ್ಳಿಗಳಲ್ಲಿ. ಬಂಕಾಪುರದಲ್ಲಿ ಇದ್ದಾಗ ಹುಬ್ಬಳ್ಳಿ ಒಂದೂವರೆ, ಎರಡು ತಾಸಿನ ದಾರಿ. ಆಗಲೂ ನಮಗೆ ಮಕ್ಕಳನ್ನು ತಿಂಗಳಿಗೆ ಒಂದು ಬಾರಿಯಾದ್ರೂ ಕರಕೊಂಡು ಹೋಗಲಾಗ್ತಿರಲಿಲ್ಲ. ಬಂಕಾಪುರದಲ್ಲಂತೂ ಏನೂ ಇರಲಿಲ್ಲ. ಮಕ್ಕಳು ಬೇಸತ್ತು ಬಿಡೋವು. ಸುರೇಶ ಅವರಿಗೆ ಬಿಡುವು ಇರತಿರಲಿಲ್ಲ. ಅವರನ್ನು ದೂರುತ್ತಿಲ್ಲ ನಾ. ಆದರೆ ನಂಗೆ ಮಕ್ಕಳಾಸೆ ಪೂರೈಸಲಾಗದ ಹತಾಶ ಭಾವ. ಒಂದು ಘಟನೆ ಮಕ್ಕಳು ಚಿಕ್ಕವರಿದ್ದಾಗಿಂದು ಹೇಳ್ತೀನಿ.

ನನ್ನ ದೊಡ್ಡ ಮಗನೂ ಆಗ ನಮ್ಮ ಜೊತೆಗೆ ಇದ್ದ ಇನ್ನೂ. ಆ ದಿನ ಭಾನುವಾರ. ಹುಬ್ಬಳ್ಳಿಯಲ್ಲಿ 'ಚೋಟಾ ಚೇತನ್' ಮೊದಲ ಥ್ರಿ–ಡಿ ಸಿನಿಮಾ ಹಿಂದಿಯಲ್ಲಿ, ಓಡುತ್ತಿತ್ತು. ಮಕ್ಕಳಿಗೆ ಆಸೆ, ಕುತೂಹಲ ಆ ಹೊಸ ಬಗೆಯ ಸಿನಿಮಾ ನೋಡಲು. ಅದು ಸಹಜವೇ. ಆ ಭಾನುವಾರ ದಿನ ನಕ್ಕೀ ಹೋಗೋಣ ಅಂತ ಹೇಳಿದ್ದೆ. ಅಲ್ಲಿದ್ದ ಇನ್ನಿಬ್ರು ಡಾಕ್ಟ್ರ ಮಕ್ಕಳು ಆಗಲೇ ತಮ್ಮ ತಮ್ಮ ಅಪ್ಪ, ಅಮ್ಮರೊಡನೆ ಹುಬ್ಬಳ್ಳಿಗೆ ಹೋಗಿ ನೋಡಿ ಬಂದಾಗಿತ್ತು.

ಆ ದಿನ ಸುರೇಶ ಅವರಿಗೆ ನೆನಪಿಸ್ದೆ; ಮಕ್ಕಳನ್ನ ಈ ನೀ ದಿನ ಹುಬ್ಬಳ್ಳಿಗೆ ಕರೆದೊಯ್ಯಬೇಕು ಅಂತ. ಆದರೆ ದವಾಖಾನೆ? ಅಂದ್ರು ನನ್ನ ಪತಿ. "ಈ ದಿನ ರವಿವಾರ. ಸೂಟಿ ಅದಲಾ? ಬಂದ ಪೇಷಂಟ್ಸ್ ನೋಡ್ಕೊಳಿಕ್ಕೆ ಇನ್ನಿಬ್ರು ಡಾಕ್ಟ್ರು ಇದ್ದಾರಲಾ ಹೇಳ್ರಿ ಅವರಿಗೆ. ಈ ದಿನ ಹುಡಗೂರನ್ನ ಹುಬ್ಬಳ್ಳಿಗ ಕರಕೊಂಡು ಹೋಗಿ ಬರೂಣು," ಅಂದೆ. "ಸರಿ, ಈಗ ಒಂದ ತಾಸಿನಾಗ ಬಂದ ಬಿಡ್ತೀನಿ. ತಯಾರಾಗ್ರಿ

ನೀವು," ಅಂದ್ರು. ಯಾತಕ್ಕೋ ಡ್ರೈವರ್ ಬಿಸ್ತಿ ಬಂದಿದ್ದ. ಆತ, "ಸಾಹೇಬ್ರ ದವಾಖಾನೀದೂ ಸ್ವಲ್ಪ ಸಾಮಾನು ತರೂವ ಅದಾವ್ರೀ. ಜೀಪಿನ್ಯಾಗ ಹೋಗೂಣೇನ್ರಿ," ಅಂದ. "ಆಯ್ತು. ಹಂಗಾರ ನೀನೂ ತಯಾರಿ ಮಾಡ್ಕೋ," ಅಂತ ಹೇಳಿ ಸುರೇಶ ಆಸ್ಪತ್ರೆಗೆ ಹೋದ್ರು. ಬಿಸ್ತಿನೂ ಹೋದ. ಮಕ್ಕಳಿಗೆ ಖುಷಿಯೋ ಖುಷಿ! ಪಟಾ ಪಟಾ ತಯಾರ ಆದ್ರು. ನಂದೂ ಎಲ್ಲಾ ಮುಗೀತು. ಬಿಸ್ತಿನೂ ಬಂದ.

ತಾಸಾಯ್ತು, ಎರಡು ತಾಸಾಯ್ತು. ನನ್ನ ಪತಿ ಪತ್ತೆನೇ ಇಲ್ಲ. ಮನೆ, ಆಸ್ಪತ್ರೆ ಅಲೆದಾಡಿ ನನ್ನ ಮಕ್ಕಳು ಸುಸ್ತಾದ್ವು. ಚಿಕ್ಕಮಕ್ಕಳು ಅವು. ಮುಖ ಸಪ್ಪಗೆ ಮಾಡಿಕೊಂಡು, "ಇನ್ನೂ ಅರ್ಧ ತಾಸಂತ ಅಮ್ಮ," ಅನ್ನೋವು. ಮುಂಜಾನೆ ಹನ್ನೊಂದು ಗಂಟೆಯಿಂದ ಶುರು ಆದ ಈ ಲೆಫ್ಟ್, ರೈಟ್ ಮಧ್ಯಾಹ್ನ ಎರಡು ಗಂಟೆವರೆಗೂ ನಡೀತು. ಮಕ್ಕಳು ಹಸಿದಿದ್ರು. ಹುಬ್ಬಳ್ಳಿಗೆ ಹೋಗೋದಿದೆ ಅಂತ ನಾ ಅಡಿಗೇನೂ ಮಾಡಿರಲಿಲ್ಲ. ಬೆಳಗಿನ ತಿಂಡಿಗೆ ಮಾಡಿದ ಇಡ್ಲಿ ಹಿಟ್ಟು ಇತ್ತು. ಇಡ್ಲಿ ಮಾಡಿದೆ ಮತ್ತೆ. ಮಕ್ಕಳದು ಇನ್ನೊಂದು ರೌಂಡ್ ಇಡ್ಲಿ ಸಾಂಬಾರ್ ಆಯ್ತು. ತಿಂದಾದ ಮೇಲೆ ಮತ್ತೆ ಆಸ್ಪತ್ರೆ ಅಲೆದಾಟ ಶುರು ಆಯ್ತು. "ಇನ್ನೂ ಒಂದ ತಾಸಂತ ಅಮ್ಮಾ," ಅಂತ ಮುಖ ಸಪ್ಪಗೆ ಮಾಡಿದ್ವು. "ಬರ್ತಾರ ತಡೀರಿ ಈಗ," ಅಂದೆ. "ಯಾವಾಗ ಅಮ್ಮಾ?" ಅವರ ಪ್ರಶ್ನೆ. ಏನು ಹೇಳಲಿ? ನನಗೋ ನನ್ನ ಪತಿಯ ಮೇಲಿನ ಕೋಪ ಬ್ರಹ್ಮರಂಧ್ರಕ್ಕೆ ಏರಿತ್ತು. ನಾನೇ ಆಸ್ಪತ್ರೆಗೆ ಹೋಗಿ ಕರೆದುಕೊಂಡು ಬರಲಾ ಅನ್ನೋ ಅಷ್ಟು ತಾಳ್ಮೆ ತಪ್ಪಿತ್ತು. ನನ್ನ ಸಿಟ್ಟು ಮಕ್ಕಳಿಗೆ ಗೊತ್ತಾಗಬಾರದು ಅಂತ ಎದ್ದು ಒಳಗೆ ಹೋದೆ.

ಮಕ್ಕಳ ಖುಷಿಯ ಕಿರಿಚಾಟ ಕೇಳಿ ಸುರೇಶ ಬಂದ್ರು ಅಂತ ಅನಕೊಂಡೆ. ಹೊರಗೆ ಬಂದೆ. ಮೂರೂವರೆಗೆ ಕೊನೆಗೊಮ್ಮೆ ಬಂದ್ರು ನನ್ನ ಪತಿ! ಚಿಕ್ಕಮಕ್ಕಳಲ್ವ ಅವು? ಎಲ್ಲ ಮರೆತು ಕುಣಿದಾಡಿ ಬಿಟ್ವು ಅಪ್ಪ ಬಂದಿದ್ದಕ್ಕೆ. ನನ್ನ ಪತಿಗೂ ಇಡ್ಲಿ, ಸಾಂಬಾರ್ ಕೊಟ್ಟು ನಾ ಒಂದು ಗ್ಲಾಸ್ ನೀರು ಕುಡಿದೆ, ತಲೆ, ಸಿಟ್ಟು ಎಲ್ಲ ಥಣ್ಣಗಾಗಲಿ ಅಂತ. "ನೀನೂ ತಗೋಬೇಕಿತ್ತು," ಅಂದ್ರು ಸುರೇಶ. "ಹೊಟ್ಟಿ ತುಂಬೇದ ನಂದು?" ಸ್ವಲ್ಪ ಬಿರುಸಾಗಿಯೇ ಹೇಳಿ ಹೊರಬಂದೆ.

ಮಕ್ಕಳ ಅಲೆದಾಟ, ಸಪ್ಪೆ ಮುಖ ನೋಡಿ ನಂಗೆ ಸಂಕಟ ಆಗ್ತಿತ್ತು. ಅಂತೂ ಇಂತೂ ನಾಲ್ಕು ಗಂಟೆಗೆ ಬಂಕಾಪುರದಿಂದ ಹೊರಟು ಆರು ಗಂಟೆಗೆ ಹುಬ್ಬಳ್ಳಿ ಮುಟ್ಟಿದ್ದಾಯ್ತು. ಆಗಿನ್ನೂ ರಸ್ತೆಗಳು ಇಷ್ಟು ಚೆನ್ನಾಗಿರಲಿಲ್ಲ. 6.30ರ ಆಟಕ್ಕೆ 'ಚೋಟಾ ಚೇತನ್' ಸಿನಿಮಾಕ್ಕೆ ಬ್ಲ್ಯಾಕಿನಲ್ಲಿ ಟಿಕೆಟ್ ತಗೊಂಡು ಮಕ್ಕಳಿಗೆ ತೋರಿಸಿ ಅವುಗಳ ಖುಷಿ, ಹಾರಾಟ ನೋಡಿ ನಾ ಖುಷಿ ಪಟ್ಟೆ. ನಾನು ಆ ಸಿನಿಮಾ ನೋಡಿದ್ನೋ ಇಲ್ವೋ ಅದು ನನಗಿನ್ನೂ ಖಾತ್ರಿ ಇಲ್ಲ. ಮಕ್ಕಳು ಬೇಜಾರು, ದಣಿವು ಮರೆತು ಅವು ಕುಣಿದಾಡಿದ್ದನ್ನು, ಅವುಗಳ ಸಪ್ಪೆ ಮುಖ ಅರಳಿದ್ದನ್ನು ನೋಡುತ್ತ ಕುಳಿತದ್ದು ಮಾತ್ರ ಪಕ್ಕಾ ನೆನಪುಂಟು.

ರಾತ್ರಿ ಅಲ್ಲೇ ಊಟ ಮುಗಿಸಿ ವಾಪಸ್ಸು ಬಂಕಾಪುರಕ್ಕೆ ಬಂದ್ವಿ. ಆಸ್ಪತ್ರೆ, ಮನೆ ಅಲೆದಾಡಿ ದಣಿದು ಸುಸ್ತಾಗಿ ಮಕ್ಕಳು ಮಲಗಿ ಬಿಟ್ಟಿದ್ರು. ಇದು ಇಂದಿನ ಒಂದು ದಿನದ ಕಥೆ ಅಲ್ಲ. ಪ್ರತಿ ಸಲವೂ ಹೀಗೇ. ಅಲ್ಲಿಂದಿಲ್ಲಿಗೆ ಓಡಾಡಿ ಸೋತ ಮಕ್ಕಳನ್ನು ನೋಡಿ, ಅವರ ಸಪ್ಪೆ ಮುಖ ನೋಡಿ ನನಗೆ ಅವ್ಯಕ್ತ ತಳಮಳ. ಎಲ್ಲ ತಯಾರಾಗಿ ಹೋಗೋದನ್ನೇ ಕ್ಯಾನ್ಸಲ್ ಮಾಡಿದ್ದು ಎಷ್ಟೋ ಸಲ! ಈಗ ವಿಚಾರ ಮಾಡಿದಾಗ, ಸ್ವಲ್ಪ ಕಠಿಣಳಾಗದೇ, ನನ್ನ ಪತಿಗೆ ಕಟ್ಟುನಿಟ್ಟಾಗಿ ತಿಂಗಳಿಗೊಮ್ಮೆ ಆದ್ರೂ ಮಕ್ಕಳನ್ನು ಆಚೆ ಕರೆದುಕೊಂಡು ಹೋಗಲೇಬೇಕು ಅಂತ ಹೇಳದೇ ನಾನು ಬಹುಶಃ ತಪ್ಪು ಮಾಡಿದೆ ಅಂತ ಅನಿಸ್ತದೆ.

ನಾ ಒಬ್ಬಳೇ ಕರೆದುಕೊಂಡು ಹೋಗಬಹುದಿತ್ತು. ಅದೇನೂ ಅಸಾಧ್ಯದ ಮಾತಾಗಿರಲಿಲ್ಲ. ಆದರೆ ಆ ಪುಟ್ಟ ಮಕ್ಕಳಿಗೆ ಅಪ್ಪನೂ ಜೊತೆಗೆ ಬರಲಿ ಅಂತ ಇರೋದಿಲ್ವ? ನನ್ನ ಪತಿಗೆ, ಮಕ್ಕಳ ಜೊತೆ ಒಂದು ಹತ್ತು ನಿಮಿಷ ಮಾತನಾಡಿ ಆಟ ಆಡಲೂ ಪುರುಸೊತ್ತಿಲ್ಲದ ಗಟ್ಟಿ ನಂಟು ಆಸ್ಪತ್ರೆಯದು. ಅವರ ಕೆಲಸದ ಒತ್ತಡ ಗೊತ್ತು ನನಗೂ. ಅವರ ದುಡಿತದ ಅರಿವೂ ಉಂಟು. ವೈದ್ಯಕೀಯ ವೃತ್ತಿ ಅದಕ್ಕೇ ಇನ್ನುಳಿದ ವೃತ್ತಿಗಳಂತಲ್ಲ ಅದನ್ನೂ ನಾ ಬಲ್ಲೆ. ಒಂದು ಜೀವ ಉಳಿಸುವ ಹೆಣಗಾಟದ ಆ ಕೆಲಸದ ಒಳಹೊರಗನ್ನು, ಒಬ್ಬ ವೈದ್ಯರ ಪತ್ನಿಯಾಗಿ ಬಲು ಚೆನ್ನಾಗಿ ಬಲ್ಲೆ. ಆದರೆ ಅದರ ಜೊತೆ ನಾನು ತಾಯಿಯೂ ಹೌದು. ಆಸ್ಪತ್ರೆಯ ಕೆಲಸದ ಮಧ್ಯೆಯೇ ಒಂದೈದು ನಿಮಿಷ ಮಕ್ಕಳಿಗಾಗಿಡಿ ಅಂತ ಹೇಳದೇ ಇದ್ದು, ಮಕ್ಕಳ ಬಾಲ್ಯದ ಆ ಸಂತೋಷ ಆನಂದ ತಪ್ಪಿಸಿದ್ದಕ್ಕೆ ನನ್ನ ನಾ ಕ್ಷಮಿಸಿಕೊಳ್ಳಲಾರೆ. ಆ ನೋವು ಕೊರಗು ನನ್ನ ಜೊತೆ ಕೊನೆವರೆಗೂ ಇರೋದೇ!

ಇನ್ನೊಂದು ಎಂದೂ ಮರೆಯಲಾಗದ ಘಟನೆ. ಇದೂ ಬಂಕಾಪುರದಲ್ಲಿ ಇದ್ದಾಗಲೇ ನಡೆದದ್ದು. ನಾವು ಬಂಕಾಪುರದಲ್ಲಿ ಇದ್ದದ್ದು ಸುಮಾರು ಏಳು ವರ್ಷ. ಹೀಗಾಗಿ ಅಲ್ಲಿನ ಅನುಭವಗಳೂ ಲೆಕ್ಕವಿಲ್ಲದಷ್ಟು. ನನ್ನ ಪತಿಯ ಊರು ಸವಣೂರು ಅಲ್ಲಿಂದ 14 ಕಿಮೀ ಅಷ್ಟೇ. ಆ ಭಾನುವಾರದ ಸಂಜೆ ಅಲ್ಲಿ ಸವಣೂರಿನ ಮನೆಯಲ್ಲಿ ಏನೋ ಕಾರ್ಯಕ್ರಮ ಇತ್ತು. ಆಸ್ಪತ್ರೆ ಜೀಪು ಎಲ್ಲೋ ಹೋಗಿತ್ತು. ಅದಕ್ಕೆ ಸುರೇಶ ಬಸ್ಸಿನಲ್ಲಿ ಹೋಗೋಣ ಅಂದ್ರು. ಸರಿ ಅಂತ ನಾನೂ, ಮಕ್ಕಳೂ ತಯಾರಾಗಿ ಕೂತ್ವಿ. ಮತ್ತೆ ಯಥಾಪ್ರಕಾರ. ಮಧ್ಯಾಹ್ನ ಮೂರು ಗಂಟೆಗೆ ಹೊರಡೋಣ ಅಂದಿದ್ದು ಸಾಯಂಕಾಲ ಐದೂವರೆಯಾದ್ರೂ ಕಾರ್ಯರೂಪಕ್ಕೆ ಬಂದಿರಲಿಲ್ಲ. ಐದೂಮುಕ್ಕಾಲಿಗೆ ಬಂದ ನನ್ನ ಪತಿ, "ತಡಾ ಆಗೇದ. ಸ್ಕೂಟರ್ ತಗೊಂಡು ಹೋಗೋಣ," ಅಂದ್ರು. ಹೂಂ ಅಂದೆ.

ಚಿಕ್ಕವನು ಆಗ ಎರಡು ವರ್ಷಗಳ ಮಗು. ಸರಿ ನಮ್ಮ ಸಂಸಾರ ಸ್ಕೂಟರ್ ಬೆನ್ನೇರಿ ಸವಣೂರಿನತ್ತ ಹೊರಟಿತು. ಅರ್ಧ ದಾರಿ ಬಂದಿದ್ವಿ, ಮಣ್ಣೂರು ಅಂತಾ ಒಂದು

ಹಳ್ಳಿ ಅದನ್ನು ದಾಟಿ ಬಂದ್ವಿ, ಸಂಜೆಯ ತಂಗಾಳಿ, ಮಕ್ಕಳ ಗಲಗಲ ಮಾತು, ಸುತ್ತಲ ಹಸಿರು ಹೊಲಗಳು; ಎಲ್ಲೋ ತೇಲ್ತಿದ್ದೆ. ಫಕ್ಕನೇ ಸ್ಕೂಟರ್ ನಿಂತು ಬಿಟ್ತು! ಒಂದು ಕ್ಷಣ ಎಲ್ಲಾ ಸ್ತಬ್ಧ! ಏನಾಯ್ತು ಅಂದೆ. "ಗೊತ್ತಿಲ್ಲ ನೋಡ್ಬೇಕು," ಅಂದ್ರು ಸುರೇಶ. ಕೆಳಗಿಳಿದೆ ಮಕ್ಕಳೊಡನೆ. ಏನು ಮಾಡೋದು? ಆರೂ ಕಾಲಾಗಿತ್ತು. ಸಣ್ಣಗೆ ಮುಸ್ಸಂಜೆ ಕವೀತಿತ್ತು. ಸುತ್ತಲಿನ ಹಸಿರು ಹೊಲಗಳು ಈಗ ಹೆದರಿಸಿದಂತನಿಸ್ತು. ಮಕ್ಕಳೂ ಗಾಬರಿಯಾದ್ವು, ಆ ನಿರ್ಜನ ಪ್ರದೇಶದಲ್ಲಿ.

ಅಷ್ಟ್ರಲ್ಲಿ ಒಂದು ಬಸ್ಸು ಬಂತು; ಹಾವೇರಿಯಿಂದ ಸವಣೂರಿನತ್ತ ಹೊರಟಿತ್ತು. ಸುರೇಶ ಸ್ಕೂಟರ್ ಚೆಕ್ ಮಾಡ್ತಿದ್ದವ್ರು, "ನೀವು ಬಸ್ಸಿಗೆ ಹೋಗ್ಬಿಡ್ರಿ. ಸ್ಕೂಟರ್ ಪಂಕ್ಚರ್ ಆಗೇದ. ನಾ ಗಾಲಿ ಬದಲಿಸಿಕೊಂಡ ಬರ್ತೀನಿ," ಅಂದ್ರು. ಅವರ ಮಾತು ಮುಗಿಯೋಷ್ಟ್ರಲ್ಲಿ ನನ್ನ ದೊಡ್ಡ ಮಗ ಕೈ ಮಾಡಿ ಬಸ್ಸು ನಿಲ್ಲಿಸಿದ. "ಹೂಂ ಲಗು ಲಗು ಹತ್ರಿ," ಅಂದ ಕಂಡಕ್ಟರ್. ನಾನೂ ಮಕ್ಕಳೂ ಗಡಿಬಿಡಿಯಿಂದ ಹತ್ತಿದ್ವಿ, ಬಸ್ಸು ಹೊರಟಿತು. ಕಂಡಕ್ಟರ್, "ಅಕ್ಕಾರ ಟಿಕೆಟ್ ರೀ? ಅಂದಾಗ ನೋಡ್ತೀನಿ; ನನ್ನ ಬ್ಯಾಗ್ ಇಲ್ಲ! ಮುಂದೆ ಸ್ಕೂಟರ್ ಹ್ಯಾಂಡಲ್ಲಿಗೆ ಹಾಕಿದ್ದು ಅಲ್ಲೇ ಬಿಟ್ಟು ಗಡಿಬಿಡಿಯಲ್ಲಿ ಬಸ್ಸು ಹತ್ತಿಬಿಟ್ಟಿದ್ದೆ.

ಮತ್ತೆ ಕಂಡಕ್ಟರ್ ದನಿ, "ಅಕ್ಕಾರ ಟಿಕೆಟ್ ರೀ?" ಅಕ್ಕಾರ್ ಏನ ಮಾಡಬೇಕು? ದುಡ್ಡೇ ಇಲ್ಲ! ಹಾಗೇ ಹೇಳ್ದೆ ಕಂಡಕ್ಟರಗೆ. "ಹಂಗಂದ್ರ ಏನ್ರೀ ಅಕ್ಕಾರ," ಅಂತ ಆತ. ನನಗೋ ಕೆಟ್ಟ ಅವಮಾನ; ನನ್ನ ಮಕ್ಕಳು ನನ್ನ ಮಾರಿ ನೋಡ್ತಿದ್ವು. ಯಾರೋ ಒಬ್ಬ ಪುಣ್ಯಾತ್ಮರು ಟಿಕೆಟ್ ದುಡ್ಡು ಕೊಟ್ರು. ನನಗೆ ಸವಣೂರಿನ ಮಂದಿ ಯಾರದೂ ಅಷ್ಟಾಗಿ ಪರಿಚಯ ಇರಲಿಲ್ಲ. ಅವರು ಬಹುಶಃ ಅಲ್ಲಿ ಸ್ಕೂಟರ್ ಜೊತೆ ನಿಂತ ಸುರೇಶ ಅವರನ್ನು ನೋಡಿದ್ರೋ ಅಥವಾ ದಯಾಪರರೋ ಇಂದಿಗೂ ಗೊತ್ತಾಗಿಲ್ಲ. ಸವಣೂರು ಬಂತು. ಅವರಿಗೆ ಥ್ಯಾಂಕ್ಸ್ ಹೇಳಿ ಮಕ್ಕಳ ಜೊತೆ ಕೆಳಗಿಳಿದೆ.

ಅಲ್ಲಿ ಆಗ ಬರೀ ಜಟಕಾ ಇದ್ವು, ಜಟಕಾ ತಗೊಂಡು ಹೊರಟ್ವಿ ಮನೆಗೆ. ನನ್ನ ಮಗ ಕೇಳಿದ, "ಅಮ್ಮಾ ಜಟಕಾದ ರೊಕ್ಕ?" ಅಂದ. "ಮನೀಗೆ ಹೋಗಿ ಅಲ್ಲೆ ಕಾಕೂನ ಹತ್ರ ತಗೊಂಡು ಕೊಡೋಣ ಪುಟ್ಟಾ," ಅಂದೆ. ಹೂಂ ಅಂದ. ಅಲ್ಲಿ ನಮ್ಮ ನೆಗೆಣ್ಣಿ ದುಡ್ಡು ಕೊಡೋವಾಗ ನನ್ನ ಅತ್ತೆಯವರು, "ಅಯ್ಯ ಮಹಾರಾಯ್ತಿ ಅದಹೆಂಗ ಬ್ಯಾಗ್ ಮರತ ಹತ್ತಿದೇವಾ," ಅನಬೇಕ. ಇದು ನೋಡ್ರಿ ವೈದ್ಯರ ಪತ್ನಿ ಪಡಿಪಾಟ್ಲು! ಕತ್ತಲು, ಚಿಕ್ಕಮಕ್ಕಳು, ನಿರ್ಜನ ಪ್ರದೇಶ ಅಂತ ಗಾಬರಿಯಲ್ಲಿ ಗಡಬಡಿಸಿ ಹತ್ತಿದ್ದು ತಪ್ಪೋ? ಗಡಿಬಿಡಿಯಲ್ಲಿ ಬ್ಯಾಗು ಮರೆತದ್ದು ತಪ್ಪೋ? ಈ ಸರಿ, ತಪ್ಪುಗಳ ಲೆಕ್ಕಾಚಾರ ಯಾಕೋ ಈಗೀಗ ಬೆಂಬಿಡದೇ ಕಾಡುತ್ತಿದೆ! ಆ ಲೆಕ್ಕಾಚಾರದಲ್ಲೇ ಹೆಚ್ಚಿನ ವೇಳೆಯೂ ಕಳೆಯುತ್ತಿದೆ.

ಇದು ಬಿಚ್ಚಿದ ಗಂಟು ಕಟ್ಟಿಡೋ ಸಮಯ

“ಇಲ್ಲಿ ನಾ ಮುಂದಿಟ್ಟ ಕೆಲವೇ ಕೆಲವು ಅನುಭವಗಳು ಒಬ್ಬ ಸರೋಜಿನಿಯವಲ್ಲ, ಸಾವಿರಾರು ಸರೋಜಿನಿಯರಿದ್ದಾರೆ ಅದರ ಹಿಂದೆ. ಪ್ರತಿ ವೈದ್ಯ ಕುಟುಂಬದ ಕಥೆ ಇದು. ಆಗ ಕಷ್ಟವೋ ಸುಖವೋ ಎದುರಿಸಿದ್ರೂ ಅವು ನನಗೆ ಇಂದಿಗೂ ಅಮೂಲ್ಯ ಅಣಿಮುತ್ತುಗಳೇ. ಜೀವನವನ್ನೆದುರಿಸುವ ಗಟ್ಟಿತನವನ್ನು ತುಂಬಿ, ಆ ವೈದ್ಯ ವೃತ್ತಿಯ ಒಂದು ಅಂಶ ನಾನೂ ಎಂಬ ಗರ್ವ ಮೂಡಿಸಿದ ಅಪರೂಪದ ಅನುಭವಗಳು ಅವು!

ಜೀವನ ರಂಗು ರಂಗಿನ ಅನುಭವಗಳ ರಂಗಸಾಲೆ. ಒಂದೊಂದಕ್ಕೆ ಒಂದೊಂದು ವಿಶಿಷ್ಟತೆ. ತಮ್ಮದೇ ಆದ ರೂಪ, ಆಕಾರ. ಅವುಗಳ ಆಟ, ನೋಟನೂ ಅಷ್ಟೇ; ಒಂದು ನಗಿಸಿದರೆ, ಮತ್ತೊಂದು ಅಳಿಸೋದು. ಇನ್ನೊಂದು ಬೇಜಾರಿನ ದಪ್ಪ ಹೊದಿಕೆಯಡಿ ಹುದುಗಿಸೋದು. ಇನ್ನು ಕೆಲವು ನಮ್ಮಂತರಂಗವನ್ನೇ ಬಗೆದು ಒರೆಗೆ ಹಚ್ಚಿ ಸರಿ, ತಪ್ಪುಗಳ ಲೆಕ್ಕಾಚಾರದಲ್ಲೇ ನಮ್ಮನ್ನು ಮುಳುಗಿಸಿ ತಾವು ಹಾಯಾಗಿ ಒರಗೋದು. ಇವೆಲ್ಲವುಗಳ ಒಟ್ಟು ಮೊತ್ತವೇ ಈ ಬದುಕು ಅಲ್ವ?

ಈ ಊರೂರಿನ ತಿರುಗಾಟ ಅಲೆದಾಟ ನನ್ನ ಮಕ್ಕಳ ಆರೋಗ್ಯದ ಮೇಲೂ ಗಾಢ ಪರಿಣಾಮ ಬೀರತಿತ್ತು. ಒಂದು ಊರಿನ ಹವೆ, ನೀರು ವಾತಾವರಣಕ್ಕೆ ಹೊಂದಿಕೊಂಡಿದ್ದ ಅವರಿಗೆ ಮತ್ತೊಂದು ಊರಿನ ಹವೆ, ನೀರು ಅಷ್ಟು ಸುಲಭವಾಗಿ

ಹೊಂದುತ್ತಿರಲಿಲ್ಲ. ಅದು ಸಹಜವೂ ಹೌದು. ತಿಳವಳ್ಳಿಯಿಂದ ಗರಗಕ್ಕೆ ಬಂದ ಎರಡು ಮೂರು ದಿನ ಎಲ್ಲ ಸರಿಯಾಗೇ ಇತ್ತು. ಮನೆ ಹೊಂದಿಸೋದು ಸ್ಕೂಲ್ ಅಡ್ಮಿಷನ್ ಸಲುವಾಗಿ ಧಾರವಾಡ ಓಡಾಟ ಇವೆಲ್ಲದರ ದಣಿವೂ ಇದ್ದೀತು. ನನ್ನ ಚಿಕ್ಕ ಮಗನ ಆರೋಗ್ಯದಲ್ಲಿ ಏರುಪೇರು ಕಾಣಿಸಿಕೊಂಡೇ ಬಿಡ್ತು.

ನೀರಿನ ಫಿಲ್ಟರ್ ಇದೆ ಅಂತ ನಾನೇ ಹಗುರಾಗಿ ತಗೊಂಡ್ನೋ, ಗಲಾಟೆಯಲ್ಲಿ ಮರೆತೆನೋ ಒಟ್ಟು ಕುಡಿಯುವ ನೀರನ್ನು ಕುದಿಸಿ ಇಡಲು ಮರೆತುಬಿಟ್ಟೆ. ಎಂದೂ ಹಾಗೆ ಮಾಡಿರಲಿಲ್ಲ. ಯಾಕೆ ಹೀಗಾಯ್ತೋ! ಆದರೆ ನನ್ನ ನಿರ್ಲಕ್ಷ್ಯಕ್ಕೆ ನನ್ನ ಚಿಕ್ಕ ಮಗ ಕಷ್ಟಪಡಬೇಕಾಯ್ತು. ಆತಗೆ ಸ್ವಲ್ಪ ಹೊಟ್ಟೆ ನೋವು ಅಂತ ಶುರು ಆದದ್ದು ಮಾರನೇ ದಿನ ವಾಂತಿ, ಭೇದಿಯಾಗಿ ಜೋರು ಜ್ವರ. ತುಂಬಾ ಕಷ್ಟಪಟ್ತು ಮಗು. ಒಂದೂವರೆ ದಿನ ಪೂರ್ತಿ ಸಲಾಯಿನ್. ಮಾರನೇ ದಿನ ಧಾರವಾಡದಲ್ಲಿ ಜರೂರಿನ ಕೆಲಸ ಇತ್ತು. ನನ್ನ ಮಗಳನ್ನು ಒಂದು ಸ್ಕಾಲರ್ಶಿಪ್ ಪರೀಕ್ಷೆಗೆ ಕರಕೊಂಡು ಹೋಗಬೇಕಿತ್ತು. ಪರೀಕ್ಷಾ ಕೇಂದ್ರ ಸ್ವಲ್ಪ ದೂರ ಇತ್ತು. ಅಲ್ಲಿನ ಕೇಂದ್ರೀಯ ವಿದ್ಯಾಲಯದಲ್ಲಿ ಪರೀಕ್ಷಾ ಕೇಂದ್ರ.

ನನ್ನ ಪತಿಗೆ ಅವಳನ್ನು ಕರಕೊಂಡು ಹೋಗೋದು ಸಾಧ್ಯವೇ ಇರಲಿಲ್ಲ. ಏನು ಮಾಡೋದು ತಿಳೀಲಿಲ್ಲ. ಅವಳಿಗೂ ಧಾರವಾಡ ಇನ್ನೂ ಅಷ್ಟು ಪರಿಚಿತ ಆಗಿರಲಿಲ್ಲ. ಧಾರವಾಡಕ್ಕೆ ಹೋಗಲಾರಂಭಿಸಿ ಬರೀ ಮೂರ್ನಾಲ್ಕು ದಿನ ಆಗಿತ್ತು ಅಷ್ಟೇ. ಆಮೇಲೆ ಅನಿವಾರ್ಯವಾಗಿ ಅಲ್ಲಿನ ಸಿಸ್ಟರ್ ಒಬ್ಬರಿಗೆ ಕೇಳಿಕೊಂಡೆ, ನಾ ಬರೋವರೆಗೂ ನನ್ನ ಮಗನ ಜೊತೆ ಇರಲು. ನನಗೂ ಅವರೆಲ್ಲ ಇನ್ನೂ ಹೊಸಬರೇ. ಸಂಕೋಚದಿಂದಲೇ ಕೇಳಿದೆ. ಅದಕ್ಕೆ ಅವರು, "ಅಯ್ಯ ಅದಕೇನ್ರೀ ವೈನೀ? ನಾ ಇರ್ತೀನಿ ಅವನ ಜೋಡಿ. ಕಾಳಜಿ ಮಾಡಬ್ಯಾಡ್ರಿ, ಆರಾಮ ನಿಮ್ಮ ಕೆಲಸಾ ಮುಗಿಸ್ಕೋರಿ. ನೀವು ಬರೂತಂಕಾ ನಾ ಇರ್ತೀನಿ," ಅಂದ್ರು. ನನಗೂ ಈಗ ಸ್ವಲ್ಪ ನಿರಾಳ ಆತು.

ಇನ್ನೊಮ್ಮೆ ನಾವು ಬಂಕಾಪುರದಲ್ಲಿ ಇದ್ದಾಗಲೂ ಇಂಥದ್ದೊಂದು ಪರಿಸ್ಥಿತಿ ಎದುರಾಗಿತ್ತು. ನನ್ನ ಮಗಳು ಆಗ ಮೂರನೇ ಕ್ಲಾಸಿನಲ್ಲಿದ್ಲು. ಆ ಹೊತ್ತು ಮನೆ ತುಂಬಾ ಅತಿಥಿಗಳು. ನಾನು ಆ ಗಲಾಟೆಯಲ್ಲಿ ಮುಳುಗೀನಿ. ನನ್ನ ಮಗಳಿಗೆ ವಿಪರೀತ ಗಂಟಲು ನೋವು. ಉಗುಳು ನುಂಗಲೂ ಆಗದಷ್ಟು. ನಾ ಗದ್ದಲದಲ್ಲಿದ್ದೆ ಅಂತ ಅವಳು ನನಗೆ ಏನೂ ಹೇಳೇ ಇಲ್ಲ. ಹಿತ್ತಲಲ್ಲಿದ್ದ ಬಟ್ಟೆ ಒಗೆಯೋ ಕಲ್ಲಿನ ಮೇಲೆ ಕುಳಿತು ಆಚೆ ಮುಖ ಮಾಡಿ ಉಗಳ್ತಾ ಕೂತು ಬಿಟ್ಟಿದಾಳೆ. ನನಗೆ ಗೊತ್ತೇ ಆಗಿಲ್ಲ.

ನನ್ನ ಮಗ ಬಂದು ಹೇಳಿದ. ಅತಿಥಿಗಳ ಊಟ ನಡೆದಿತ್ತು. ಅದನ್ನು ಹಾಗೇ ಅವರ ಜೊತೆ ಬಂದಿದ್ದ ನನ್ನ ಓರಗಿತ್ತಿಗೆ ಒಪ್ಪಿಸಿ ನನ್ನ ಮಗಳ ಹತ್ತ್ರ ಹೋಗಿ ನೋಡಿದರೆ ಆಕೆ

ಮುಖ ಎಲ್ಲಾ ಕೆಂಪು ಕೆಂಪು. ಕೆಂಡಾಮಂಡ ಜ್ವರ. ಹೇಗಿದ್ದೆನೋ ಹಾಗೇ ಅವಳನ್ನು ಕರೆದುಕೊಂಡು ಆಸ್ಪತ್ರೆಗೆ ಹೋದೆ, ನನ್ನ ಪತಿಯ ಹತ್ರ. ಆಕೇನ್ನ ನೋಡಿ ಅವರೂ ಗಾಬರಿಯಾದ್ರು. ಗಂಟಲಿನಲ್ಲಿ ಸ್ವಲ್ಪ ಬಿಳಿ ಪ್ಯಾಚಿಸ್ ಇದ್ವು, ಆಗಾಗ ಉಸಿರಾಡಲೂ ಕೊಂಚ ಕಷ್ಟ ಆಗ್ತಿತ್ತು. ಇನ್ನೊಬ್ಬ ಡಾಕ್ಟ್ರಿಗೆ ಎಲ್ಲಾ ಒಪ್ಪಿಸಿ ನಿಂತ ಕಾಲ ಮೇಲೆ ನಾವು ಹಾವೇರಿಗೆ ಚಿಕ್ಕಮಕ್ಕಳ ತಜ್ಞರ ಹತ್ರ ಹೋದ್ವಿ.

ಅಲ್ಲಿ ಒಂದು ದಿನ ಇರಬೇಕಾಗಿ ಬಂತು. ಅವರೂ ಸುರೇಶರ ಸ್ನೇಹಿತರು. "ಯಾಕ ಅವಳಿಗಷ್ಟು ತ್ರಾಸ ಆಗಲೀಕ್ಹತ್ತಿದ್ದು ಗೊತ್ತಾಗಲಿಲ್ಲ ಏನು ನಿಂಗ?" ಅಂತ ಸಿಟ್ಟಿಗೆದ್ದ ನನ್ನ ಪತಿ ಕೇಳಿದಾಗ ಏನೂ ಮಾತಾಡಲು ತೋಚಲಿಲ್ಲ. "ಎಷ್ಟ್ ಮಂದಿ ಬಂದಾರ ಮನ್ಯಾಗ ಗೊತ್ತದ ಏನ ನಿಮಗೆ?" ಅಂದೆ. ಗಂಟಲು ಕಟ್ಟಿದಂತಾಗಿ ಸುಮ್ಮನಾದೆ. ಸಂಜೆ ಹೊತ್ತಿಗೆ ನನ್ನ ಮಗಳು ಸ್ವಲ್ಪ ಆರಾಮ ಆದ್ಲು. ಸುರೇಶ ಬಂಕಾಪುರಕ್ಕೆ ವಾಪಸ್ಸು ಹೋದರು. ಮಾರನೇ ದಿನ ಅವಳನ್ನು ಕರಕೊಂಡು ನಾ ವಾಪಸ್ಸು ಬಂಕಾಪುರಕ್ಕೆ ಬಂದೆ. ಇಂತಹ ನಿರ್ಲಕ್ಷ್ಯದಿಂದಾಗುವ ತೊಂದರೆಗಳು ನನ್ನಲ್ಲಿ ಅಪರಾಧಿ ಭಾವ ಮೂಡಿಸ್ತಿದ್ದದ್ದಂತೂ ನಿಜ.

ನಾವು ಗರಗ ಬಿಟ್ಟು ಬಂದ ಮೇಲೆ ನನ್ನ ಪತಿ ಅಲ್ಲೇ ಇನ್ನೂ ಎರಡೂವರೆ ವರ್ಷ ಇದ್ರು, ವಾರಕ್ಕೊಮ್ಮೆ, ಎರಡು ಸಲ ಬರ್ತಿದ್ರು. ಸ್ವಯಂಪಾಕ ನಡೆದಿತ್ತು. ಇಲ್ಲಿಂದ ಹೋಗುವಾಗ ಸ್ವಲ್ಪ ಚಪಾತಿ ಮಾಡಿ ಕೊಟ್ಟಿರತಿದ್ದೆ. ತೊಂದರೆ ಆಗ್ತಿತ್ತು. ಆದರೆ ಆಗ ನಾವೆಲ್ಲ ಅಸಹಾಯಕರು. ಆ ಮೇಲೆ ಅಲ್ಲಿಂದ ಕಿತ್ತೂರಿಗೆ ವರ್ಗ ಆಯ್ತು. ಆಗ ಮಾತ್ರ ಧಾರವಾಡದಿಂದಲೇ ಓಡಾಡ್ತಿದ್ರು. ಬೆಳಗ್ಗೆ ಎಲ್ರೂ 8.30ರ ಹೊತ್ತಿಗೆ ಊಟದ ಕ್ಯಾರಿಯರ್ ತಗೊಂಡು ಹೊರಟು ಬಿಡ್ತಿದ್ರು; ಮಕ್ಕಳು ಕಾಲೇಜಿಗೆ, ಸುರೇಶ ಕಿತ್ತೂರ ಆಸ್ಪತ್ರೆಗೆ. ಇದು ಚೆನ್ನಮ್ಮನ ಕಿತ್ತೂರು; ಧಾರವಾಡದಿಂದ ಒಂದು ತಾಸಿನ ಪ್ರವಾಸ.

ಸಾವಧಾನದಿಂದ ನಿಂತು ನೋಡಿದ್ರೆ ಈಗ ಧಾರವಾಡಕ್ಕೆ ಗಟ್ಟಿ ಮನಸ್ಸು ಮಾಡಿ ಬಂದುದರ ಸಾರ್ಥಕತೆ ಕಾಣುತ್ತಿತ್ತು. ಎಲ್ಲ ನಿಧಾನಕ್ಕೆ ಒಂದು ಹಂತಕ್ಕೆ ಬರುತ್ತಿತ್ತು. ದೊಡ್ಡ ಮಗನ ಎಂಜಿನಿಯರಿಂಗ್ ಮುಗಿದು ಬೆಂಗಳೂರಲ್ಲಿ ಸಾಫ್ಟ್‌ವೇರ್ ಎಂಜಿನಿಯರ್ ಅಂತ ಕೆಲಸ ಮಾಡ್ತಿದ್ದ. ಹಾಗೇ ಅಮೆರಿಕಾಕ್ಕೆ ಹೊರಡೋ ತಯಾರಿಯಲ್ಲಿದ್ದ. ಮಗಳದು ಡಿಗ್ರಿ ಮುಗಿದು ಎಂಸಿಎಗೆ ಸೀಟು ಸಿಕ್ಕಿತ್ತು. ಚಿಕ್ಕವನೂ ಅಲ್ಲೇ ಧಾರವಾಡದಲ್ಲೇ ಎಸ್ ಡಿ ಎಂ ಎಂಜಿನಿಯರಿಂಗ್ ಕಾಲೇಜಿಗೆ ಸೇರಿದ್ದ. ಈ ನಡುವೆ ನನ್ನ ಮಗಳ ಮದುವೆ ಗೊತ್ತಾಯ್ತು.

ಮಕ್ಕಳನ್ಯಾರನ್ನೂ ಮೆಡಿಕಲ್ಲಿಗೆ ಸೇರಿಸಲಿಲ್ಲ. ಆ ಮೇಲೆ ಯಾಕೋ ತಪ್ಪಿತು ಲೆಕ್ಕ ಅನ್ನಿಸಲಾರಂಭಿಸ್ತು. ಆತುರದ ನಿರ್ಧಾರ, ಆಗಿನ ಕಷ್ಟಗಳು ಕೊಂಚ ಭಾವುಕ ನಿರ್ಧಾರದತ್ತ ದೂಡಿದ್ವೋ ಏನೋ ಎಂಬ ಭಾವ. ಅದೇ ಈಗ ಅಳಿಯನಾದ್ರೂ

ಡಾಕ್ಟರ್ ಇರಲಿ ಎಂಬಾಸೆ ಮೂಡಿಸ್ತು. ಹಾಗೇ ಆಯ್ತು. ಅಳಿಯ ಡಾಕ್ಟ್ರೇ; ಚಿಕ್ಕಮಕ್ಕಳ ತಜ್ಞರು. ಅಲ್ಲಿಗೆ ಸ್ವಲ್ಪ ಮಟ್ಟಿಗೆ ಲೆಕ್ಕ ಸರಿ ಹೋದಂತೆನಿಸಿ ಕೊಂಚ ನಿರಾಳ ಭಾವ ಮೂಡಿತ್ತು.

ಈಗ ಮಗಳ ಮದುವೆ ಗೊತ್ತಾದ್ರೂ ನನ್ನ ಪತಿಗೆ ಪುರಸೊತ್ತು ಅಷ್ಟಕ್ಕಷ್ಟೇ. ಹೀಗಾಗಿ ಮದುವೆಯ ತಯಾರಿಯ ಇಂಚಿಂಚೂ ನನ್ನ ಹೆಗಲಿಗೇ ಬಿದ್ದಿತ್ತು. ನಾನು, ನನ್ನ ಮಗಳು ಇಬ್ರೇ ನಿಭಾಯಿಸಿದ್ವಿ. ಆಕೆಯ ಒಡವೆ ಎಲ್ಲ ಬೆಳಗಾವಿಯಲ್ಲಿ ಮಾಡಿಸಿದ್ದು. ಒಡವೆ ಮಾಡಿಸಿ ಹಾಕಲು ಹೋಗುವಾಗ ಜೊತೆಗೆ ಸುರೇಶ ಬಂದಿದ್ರು. ಅವು ತಯಾರಾದ ಮೇಲೆ ತರಲು ಮಾತ್ರ ನಾನು, ನನ್ನ ಮಗಳು ಇಬ್ರೇ ಹೋಗಿದ್ವಿ.

ಆತ ಕೊಡಲು ಸ್ವಲ್ಪ ತಡ ಮಾಡಿದ. ಹೀಗಾಗಿ ನಮಗೆ ಅಲ್ಲಿಂದ ಹೊರಡೋದು ತಡ ಆಯ್ತು. ಅಲ್ಲಿಂದ 7.30ಕ್ಕೆ ಹೊರಟ್ವಿ. ಆಗ ನನ್ನ ಪತಿ ಇನ್ನೂ ಕಿತ್ತೂರು ಪ್ರಾಥಮಿಕ ಆರೋಗ್ಯ ಕೇಂದ್ರದ ವೈದ್ಯಾಧಿಕಾರಿಯಾಗಿ ಇದ್ರು. ಅದಕ್ಕೇ ಅವರೂ ನಾವಿದ್ದ ಬಸ್ಸಿನಲ್ಲೇ ಕಿತ್ತೂರಿನಲ್ಲಿ ಹತ್ತಿದ್ರೆ ಅನುಕೂಲ ಅಂತ ಹೊರಡೋ ಮೊದಲು ಕಿತ್ತೂರ ಆಸ್ಪತ್ರೆಗೆ ಫೋನ್ ಮಾಡಿದೆ. ನಾವು ಧಾರವಾಡ ತಲುಪಲು ಹತ್ತು ಗಂಟೆಯಾದರೂ ಆಗೋದು ಖಾತ್ರಿ ಇತ್ತು. ಆದರೆ ಅವರಾಗಲೇ ಹೊರಟಾಗಿತ್ತು. ಬಸ್ಸು ಗದ್ದಲ. ಮಗಳನ್ನು ಮೊದಲು ಹತ್ತಿಸಿ ಸೀಟು ಹಿಡಿಯಲು ಹೇಳಿ ನಾನು ಒಡವೆಗಳಿದ್ದ ಬ್ಯಾಗಿನೊಡನೆ ಗಲಾಟೆ ಕಡಿಮೆ ಆದ ಮೇಲೆ ಹತ್ತಿದೆ.

ಸ್ವಲ್ಪ ಹೆದರಿಕೆಯಾದ್ರೂ ಯಾವ ವಿಶೇಷ ತೊಂದರೆ ಇಲ್ಲದೇ ಧಾರವಾಡ ತಲುಪಿದ್ದಾಯ್ತು. ಧಾರವಾಡ ಮುಟ್ಟಿದಾಗ ನಾ ಅಂದುಕೊಂಡ ಹಾಗೆಯೇ ರಾತ್ರಿ ಹತ್ತು ಗಂಟೆ ಆಯ್ತು. ಹೀಗೇ ನಡೆದಿತ್ತು ಮದುವೆ ತಯಾರಿ. ಮದುವೆ ಆಮಂತ್ರಣ ಪತ್ರಿಕೆ ತಯಾರಾಗಿ ಬಂದ್ವು. ಆಗ ನನ್ನ ಮಗಳು ಒಂದು ಮಾತು ಹೇಳಿದ್ಲು. ಆ ಮಾತನ್ನು ನಗುವಿನಲ್ಲಿ ತೇಲಿಸಿದ್ರೂ, ನನ್ನ ಮನಸ್ಸಿನಲ್ಲಿ ನೂರು ಅಲೆಗಳನ್ನು ಎಬ್ಬಿಸಿದ ಮಾತು ಅದು, "ಅಮ್ಮಾ ಕಾಕಾಗೂ (ನನ್ನ ಮಕ್ಕಳು ಅಪ್ಪನಿಗೆ ಕಾಕಾ ಅಂತಾರೆ) ಒಂದು ಮದುವೆ ಆಮಂತ್ರಣ ಪತ್ರಿಕೆ ಕಳಿಸಿ ಬಿಡು. ಮರೆತು, ಗಿರ್ತಾರು?" ಇಂದಿಗೂ ನನ್ನ ಮನದಲ್ಲಿ ಆ ಮಾತು ರಿಂಗಣಿಸಿದಾಗ ಎಲ್ಲೋ ಏನೋ ಅಳುಕಿದಂತಾಗಿ ನಾ ಕ್ಷಣ ಹೊತ್ತು ಮಾತು ಮರೆತು ಮೂಕಳಾಗಿ ಬಿಡ್ತೀನಿ!

ಸಾಗಿ ಬಂದ ದಾರಿ ಬಲು ದೂರದ್ದು. ತಿರುಗಿ ನೋಡಿದಾಗ ಕಂಡ ಅಂಕುಡೊಂಕು, ಏರಿಳಿವಿನ ಸಂದುಗಳಲ್ಲಿ ಅಡಗಿ ಕುಳಿತ ಸಾವಿರಾರು ಅನುಭವಗಳು, ಘಟನೆಗಳು ಎದ್ದೆದ್ದು ನಾ ಮುಂದು, ತಾ ಮುಂದು ಎಂದು ಕುಣೀತಾವೆ. ಅವುಗಳಲ್ಲಿ ಎಷ್ಟೋ ಘಟನೆಗಳು ಅಭಿಮಾನದಿಂದ, ಹೆಮ್ಮೆಯಿಂದ ಎದೆಯುಬ್ಬಿಸಿದ್ದಿದೆ, ಸಾರ್ಥಕತೆಯ

ಭಾವ ಮೂಡಿಸಿದ್ದಿದೆ. ಅಳು ಹೊತ್ತು ಬಂದ ಮೊಗ ಇಷ್ಟಗಲ ಅರಳಿ ನಗು ನಗುತ್ತಾ ಹೋಗುವ ರೋಗಿಗಳನ್ನು ನೋಡಿದಾಗ ಧನ್ಯತೆಯ ಭಾವ ಮೂಡಿದ್ದಿದೆ.

ಕಷ್ಟಕರ ಕೇಸುಗಳ ಜೊತೆ ನನ್ನ ಪತಿ ಹೆಣಗಾಡುವಾಗ ಆತಂಕದ ಕ್ಷಣಗಳನ್ನು ಎಣಿಸುತ್ತಾ ಕಳೆದದ್ದಿದೆ. ಅವರ ಮುಖ ಗಂಭೀರವಾಗಿದ್ದು ಕಂಡ್ರೆ ಮೌನದ ಮೊರೆ ಹೊಕ್ಕು ಕಾದದ್ದಿದೆ. ಬಸ್ಸು ಚಾರ್ಜಿಗೂ ದುಡ್ಡಿಲ್ಲದೇ ಬರುವ ರೋಗಿಗಳು ಮರುಕದ ಅಲೆ ಎಬ್ಬಿಸಿದರೂ, ನನ್ನ ಪತಿ ದುಡ್ಡು ಕೊಟ್ಟು ಕಳಿಸಿದಾಗ ಆ ಜನರ ಕಣ್ಣಲ್ಲಿ ಸುಳಿದ ಕೃತಜ್ಞತೆಯ ಬೆಳಕಿನಲ್ಲಿ ನನ್ನ ಮನೆಯ ದೇವರ ಮುಂದಿನ ನಂದಾದೀಪದ ಮಿಂಚು ಕಂಡದ್ದಿದೆ.

ಹಸಿದು ಬಂದ ರೋಗಿಗಳಿಗೆ, ಅವರ ಮಕ್ಕಳಿಗೆ ಊಟ ಕೊಟ್ಟರೆ ಕೃತಜ್ಞತೆಯಿಂದ ಕಾಲಿಗೆ ಬೀಳುವ ಅವರ ಮುಗ್ಧತೆಯ ನೆರಳು ತಂಪೆರಚಿದ್ದಿದೆ. ಒಂದೇ ಎರಡೇ! ಎಣಿಕೆಗೂ ನಿಲುಕದಷ್ಟು ಅವು! ಒಮ್ಮೊಮ್ಮೆ ಅಶಾಂತಿಯ ಅಲೆ ಎಬ್ಬಿಸಿ ನೋಯಿಸಿದ ಗಳಿಗೆಗಳಿಗೂ ಕಮ್ಮಿ ಇಲ್ಲ. ಆದರೆ ಅವು ಎಂದೂ ಈ ಸಾರ್ಥಕ್ಯದ ಭಾವಕ್ಕೆ ಧಕ್ಕೆ ತರಲಾರವು. ವೈದ್ಯವೃತ್ತಿ ಎಲ್ಲ ವೃತ್ತಿಗಳಂತಲ್ಲ, ಅಲ್ಲಿ ಸಾಮಾನ್ಯರೊಡನೆ ಸಾಮಾನ್ಯರಾಗಿ ಬೆರೆಯಬೇಕಾಗ್ತದೆ. ಮಾನವತೆ ತಾನೇ ತಾನಾಗಿ ಅಲ್ಲಿ ಅರಳ್ತದೆ.

ದೇವರಲ್ಲದಿದ್ರೂ ದೈವಿಕತೆಯ ಬೆಳಕು ಅಲ್ಲಿರೋದ್ರಲ್ಲಿ ಎರಡು ಮಾತಿಲ್ಲ. ಇದು ನಾನು ಒಬ್ಬ ವೈದ್ಯನ ಪತ್ನಿಯಾಗಿ ಕಂಡುಕೊಂಡ ಸತ್ಯ! ಇಲ್ಲಿ ನಾ ಮುಂದಿಟ್ಟ ಕೆಲವೇ ಕೆಲವು ಅನುಭವಗಳು ಒಬ್ಬ ಸರೋಜಿನಿಯವಲ್ಲ, ಸಾವಿರಾರು ಸರೋಜಿನಿಯರಿದ್ದಾರೆ ಅದರ ಹಿಂದೆ. ಪ್ರತಿ ವೈದ್ಯ ಕುಟುಂಬದ ಕಥೆ ಇದು. ಆಗ ಕಷ್ಟವೋ ಸುಖವೋ ಎದುರಿಸಿದ್ರೂ ಅವು ನನಗೆ ಇಂದಿಗೂ ಅಮೂಲ್ಯ ಅಣಿಮುತ್ತುಗಳೇ.

ಜೀವನವನ್ನೆದುರಿಸುವ ಗಟ್ಟಿತನವನ್ನು ತುಂಬಿ, ಆ ವೈದ್ಯವೃತ್ತಿಯ ಒಂದು ಅಂಶ ನಾನೂ ಎಂಬ ಗರ್ವ ಮೂಡಿಸಿದ ಅಪರೂಪದ ಅನುಭವಗಳು ಅವು! ಮನಸು ಹಗುರವಾದ ಭಾವ ಈಗ. ಹಾಗಾದ್ರೆ ಬಿಚ್ಚಿದ ಗಂಟು ಕಟ್ಟಿಟ್ಟು ಬಿಡ್ತೀನಿ ಈಗ. ಮತ್ತೆ ಅವಕಾಶ ಒದಗಿದ್ರೆ ಬಿಚ್ಚೋಣ ಅನ್ನೋ ಇರಾದೆ...

www.ingramcontent.com/pod-product-compliance
Lightning Source LLC
LaVergne TN
LVHW090409051026
849518LV00006B/2291
* 9 7 8 8 1 9 5 6 1 5 2 8 5 *